ಗೀತಾಮೃತವಾಣಿ

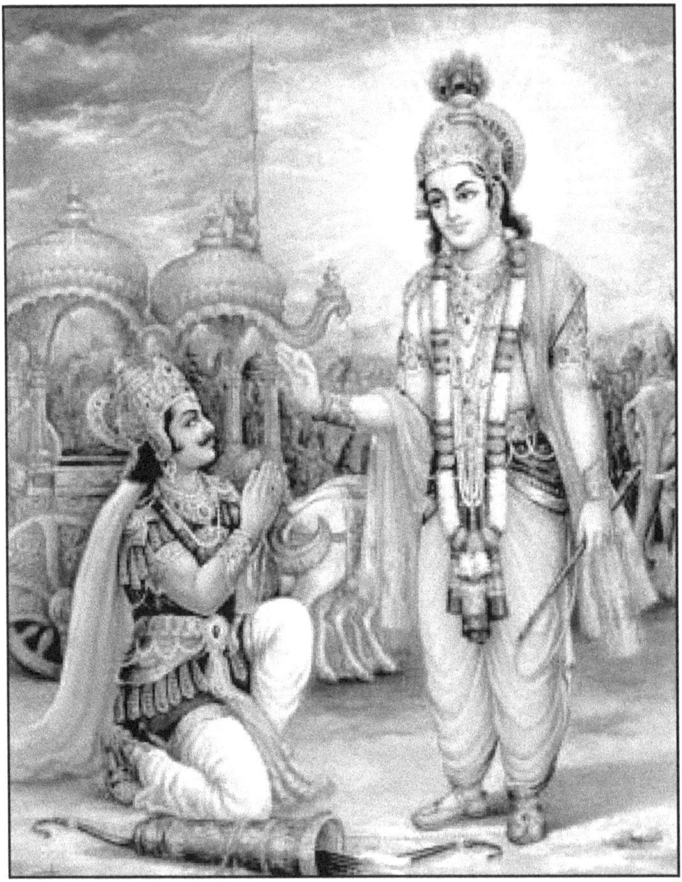

ಲೇಖಿಕರು : ವಿದುಷಿ ಎಂ.ಎಸ್. ವೇದವಲ್ಲಿ

co-author: Dr Srikrishna H A

i

BLUEROSE PUBLISHERS

India | U.K.

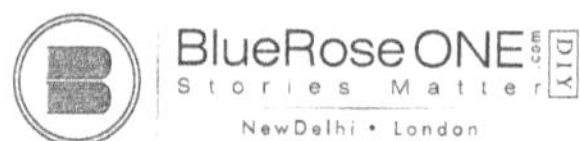

For permissions requests or inquiries regarding this publication, please contact:

BLUEROSE PUBLISHERS
www.BlueRoseONE.com
info@bluerosepublishers.com
+91 8882 898 898
+4407342408967

ISBN: 978-93-5819-806-5

First Edition: October 2023

Srikrishna H A

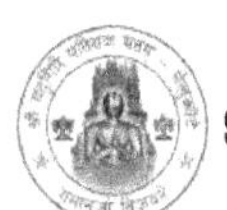
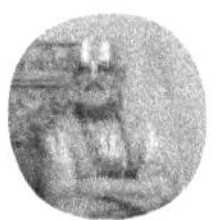

|| ಶ್ರೀಃ ||

ಶ್ರೀಮತೆ ರಾಮಾನುಜಾಯ ನಮಃ

ಶ್ರೀ ಶ್ರೀ ಜಗದ್ಗುರು ರಾಮಾನುಜಾಚಾರ್ಯ ಮಹಾಸಂಸ್ಥಾನಮ್

Sri Sri Jagadguru Ramanujacharya Mahasamsthanam

ಶ್ರೀ ಶ್ರೀ ಜಗದ್ಗುರು ರಾಮಾನುಜಾಚಾರ್ಯ ಮಹಾಸಂಸ್ಥಾನ

ಶ್ರೀ ಯದುಗಿರಿ ಯತಿರಾಜ ಮಠ

Sri Yadugiri Yatiraja Mutt

ಶ್ರೀ ಕೃಷ್ಣಾರ್ಪಣಂ

ವಿಶ್ವದ ಆಧ್ಯಾತ್ಮ ಪ್ರಪಂಚದಲ್ಲಿ ಜಗತ್ತಿಗೆಲ್ಲಾ ಸದಾ ಸರ್ವಕಾಲವೂ ಬೆಳಕು ನೀಡುವ ಗ್ರಂಥವೇ ಭಗವದ್ಗೀತೆ. ಶ್ರೀ ಕೃಷ್ಣನ ಮುಖ ಪದ್ಮದಿಂದ ಅರಳಿದ ದಿವ್ಯ ಕುಸುಮವೇ ಈ ಗೀತೆ. ಇದೇ ಭಗವಂತನ ವಾಣಿ. ಭಗವದ್ಗೀತೆ ನಮಗೆ ಮಾತ್ರವಲ್ಲ ಇಡೀ ಜಗತ್ತಿಗೆ ಅನ್ವಯವಾಗುವ ಕೃತಿರತ್ನ, ಜಗತ್ತಿನ ಬೇರೆ ಯಾವ ದೇಶದಲ್ಲೂ ಇಂತಹ ಗ್ರಂಥ ಸಿಕ್ಕಲಾರದು. ಇದರ ಉಪದೇಶ ಸಾರ್ವಕಾಲಿಕವಾದದ್ದು. ಮಾನವನ ಆಧ್ಯಾತ್ಮಿಕ ಸಿದ್ಧಿಗಾಗಿ ಅನುಸರಿಸಬೇಕಾದ ಸಾಧನೆ, ಅನುಷ್ಠಾನಗಳ ಸುಂದರ ಚಿತ್ರವೇ ಈ ಗೀತೆ.

ಈ ಭಗವಂತನ ಗೀತೆಯನ್ನು ತಿಳಿಯಲು, ಪಠಿಸಲು ಯಾರು ಅರ್ಹರು ಎಂಬ ಪ್ರಶ್ನೆ ಸಾಮಾನ್ಯವಾಗಿ ಕೆಲವರು ಕೇಳುತ್ತಾರೆ. ಬಾಯಾರಿಕೆ ಆದವರು ನೀರು ಕುಡಿಯುತ್ತಾರೆ, ಹಸಿದವರು ಅನ್ನ ತಿನ್ನುತ್ತಾರೆ. ಅನಾರೋಗ್ಯವಾದರೆ ಔಷಧಿ ಸ್ವೀಕರಿಸುತ್ತಾರೆ. ಹಾಗೆ ಈ ಜಗತ್ತಿನ ಭವರೋಗದಿಂದ ನರಳುತ್ತಿರುವ ಯಾರೇ ಆದರೂ ಈ ಗೀತಾಜ್ಞಾನ ಔಷಧಿಯನ್ನು ಸ್ವೀಕರಿಸಬಹುದು. ಆದ್ದರಿಂದ ಯಾರ್ಯಾರಿಗೆ ಇದರಲ್ಲಿ ಶ್ರದ್ಧೆ, ವಿಶ್ವಾಸ ಇದೆಯೋ ಅವರೆಲ್ಲಾ ಗೀತಾಶಾಸ್ತ್ರವನ್ನು ಅಧ್ಯಯನ ಮಾಡಬಹುದು. ಒಂದು ಹಾರದಲ್ಲಿ ಬಗೆಬಗೆಯ ಜಾತಿಯ ವಿವಿಧ ಪುಷ್ಪಗಳೆಲ್ಲವೂ ಸೇರಿದ್ದರು, ಅವುಗಳನ್ನು ಒಂದು ಸೂತ್ರವು ಧರಿಸಿರುವ ರೀತಿಯಲ್ಲಿ ಏಕ ಸೂತ್ರವಾಗಿರುವ **"ಮಯಿ ಸರ್ವಮಿದಂ ಪ್ರೋತಂ ಸೂತ್ರೇ ಮಣೇಗಣಾನಿವ"** ಎಂಬ ಉಕ್ತಿಯಂತೆ ಎಲ್ಲವನ್ನೂ ವ್ಯಾಪಿಸಿ ಹಾಸುಹೊಕ್ಕಾಗಿ ಸೇರಿಕೊಂಡಿರುವ ಯಾವ ಸತ್ಯಸೂತ್ರವುಂಟೋ, ಪರವಾಸುದೇವನೆಂಬ ಅದೇ ಗೀತಾಶಾಸ್ತ್ರಕ್ಕೆ ವಿಷಯ. ಅದೇ ಗೀತಾಶಾಸ್ತ್ರವನ್ನು ಉಪದೇಶ ಮಾಡಿದ ಮಹಾಚಾರ್ಯ ಅವನೇ ಎನ್ನುತ್ತಾರೆ ಶ್ರೀಶ್ರೀರಂಗಪ್ರಿಯ ಮಹಾದೇಶಿರು.

"ಸ್ವಧರ್ಮ- ಜ್ಞಾನವೈರಾಗ್ಯ ಸಾಧ್ಯ ಭಕ್ತ್ಯೇಕ ಗೋಚರಃ ನಾರಾಯಣಃ ಪರಂಬ್ರಹ್ಮ" ಎಂದು ಯಮುನಾಚಾರ್ಯರ ವಾಣಿ. ಆದ್ದರಿಂದ ಪರಬ್ರಹ್ಮನಾದ ಶ್ರೀಮನ್ನಾರಾಯಣನೇ ಗೀತಾ ಶಾಸ್ತ್ರಕ್ಕೆ ವಿಷಯ.

ಗೀತೆ, ಅಧ್ಯಯನದಿಂದ ನಮ್ಮ ಮನಸ್ಸಿನ ದೌರ್ಬಲ್ಯಗಳು ದೂರಹೋಗುತ್ತದೆ. 700 ಶ್ಲೋಕಗಳು, 18 ಅಧ್ಯಾಯಗಳ ಈ ಮಹಾಕಾವ್ಯದ ದಿವ್ಯಸಂದೇಶ, ನಿನ್ನ ಕರ್ತವ್ಯಗಳನ್ನು

ನೀನು ಅತ್ಯಂತ ಶ್ರದ್ಧೆಯಿಂದ ಮಾಡು. ಅದರ ಫಲವನ್ನು ನನಗೆ ಬಿಡು ಎಂದು ಹೇಳಿದ್ದಾನೆ ಶ್ರೀ ಕೃಷ್ಣ. ಎಲ್ಲವನ್ನೂ ಭಗವಂತನ ಪ್ರೀತಿಗಾಗಿ ಮಾಡಬೇಕು. ಅವನ ಆನಂದವೇ ಮುಖ್ಯ. ಮಾರ್ಗಶಿರ ಶುದ್ಧ ಏಕಾದಶಿಯಂದು ಕುರುಕ್ಷೇತ್ರದಲ್ಲಿ ಕೃಷ್ಣ ಅರ್ಜುನನಿಗೆ ಉಪದೇಶಿಸಿದ ಈ ಗೀತೆ ಎಲ್ಲರೂ ಓದಲೇಬೇಕಾದ ಗ್ರಂಥ.

ಇಂತಹ ಭಗವದ್ಗೀತೆ ದ್ವಾಪರಯುಗದಿಂದ ಪ್ರಾರಂಭಿಸಿ ಇದುವರೆಗೆ ಮುಂದೆ ಎಂದೆಂದೂ ಜೀವನ ಸಂಜೀವಿನಿಯಾಗಿ ಇರುತ್ತದೆ. ಈ ಗೀತೆಗೆ ಅದೆಷ್ಟು ವ್ಯಾಖ್ಯಾನಗಳು, ಕಾವ್ಯಗಳು, ಗೀತೆಗಳು, ಲೇಖನಗಳು ಅಸಂಖ್ಯಾತವಾಗಿ ರಚನೆಯಾಗಿವೆ. ಅಂತಹ ಸಾಹಿತ್ಯ ಗೀತಾಶಾಸ್ತ್ರವನ್ನು ಆಧರಿಸಿ ಇದೀಗ ವಿದುಷಿ ವೇದವಲ್ಲಿ ಅವರು ಗೀತಾಮೃತವಾಣಿ ಕೃತಿಯನ್ನು ರಚನೆ ಮಾಡಿದ್ದಾರೆ. ಇಡೀ ಗೀತೆಯ 18 ಅಧ್ಯಾಯಗಳ ಸಾರವನ್ನು ತಮ್ಮದೇ ಆದ ದೃಷ್ಟಿಯಲ್ಲಿ – ಶೈಲಿಯಲ್ಲಿ ರಚಿಸಿದ್ದಾರೆ. ಇದೊಂದು ಸಾರ್ಥಕ ಪ್ರಯತ್ನ.

ಶ್ರೀಕೃಷ್ಣ 5500 ವರ್ಷಗಳ ಹಿಂದೆ ಅರ್ಜುನನಿಗೆ ಕುರುಕ್ಷೇತ್ರದಲ್ಲಿ ಗೀತೆ ಉಪದೇಶಿಸಿದ್ದು ಸರಿ. ಆದರೆ ನಮ್ಮೆಲ್ಲರ ಹೃದಯವೇ ಎಂದು ಕುರುಕ್ಷೇತ್ರ. ಇಲ್ಲಿ ಪ್ರತಿ ಕ್ಷಣವೂ ಯುದ್ಧ ನಡೆಯುತ್ತಲೇ ಇರುತ್ತದೆ. ನಮ್ಮ ಮನಸ್ಸಿನಲ್ಲಿ ಆಗುವ ಕೆಟ್ಟ ಯೋಚನೆಗಳೇ ದುರ್ಯೋಧನ, ದುಃಶ್ಯಾಸನ ಕರ್ಣ, ಇಲ್ಲಿ ನಾವು ನಮ್ಮ ಹೃದಯದಲ್ಲಿ ಗೀತಾಚಾರ್ಯನಾದ ಶ್ರೀಕೃಷ್ಣನನ್ನು ಸ್ಥಿರವಾಗಿ ಪ್ರತಿಷ್ಠಾಪಿಸಿಕೊಂಡರೆ ನಮ್ಮ ಹೃದಯ ಶುದ್ಧಿಯಾಗಿ ಶ್ರೀಕೃಷ್ಣನ ಅನುಗ್ರಹಕ್ಕೆ ಪಾತ್ರರಾಗುತ್ತೇವೆ.

ಶ್ರೀಮತಿ ವೇದವಲ್ಲಿ ಅತ್ಯಂತ ಸುಸಂಸ್ಕೃತ ಮನೆತನಕ್ಕೆ ಸೇರಿದವರು. ಇವರ ಪಿತೃವರ್ಯರು ಅನೇಕ ಆಚಾರ್ಯರುಗಳಿಗೆ ಅಂತರಂಗ ಕೈಂಕರ್ಯ ಮಾಡಿದವರು. ಶ್ರೀಮತಿ ವೇದವಲ್ಲಿ ವಿಶಿಷ್ಟಾದ್ವೈತ ವೇದಾಂತದಲ್ಲಿ ವಿದ್ವತ್' ಅಧ್ಯಯನ ಮಾಡಿದ್ದಾರೆ. ಜೊತೆಗೆ ಎಂ.ಎ. ವ್ಯಾಸಂಗ ಪೂರೈಸಿದ್ದಾರೆ. ಇದೆಲ್ಲದಕ್ಕಿಂತ ಮಿಗಿಲಾಗಿ ಶ್ರೀಮತಿ ವೇದವಲ್ಲಿ ಅವರು ಒಬ್ಬ ಮಹಾಪುರುಷರ ದರ್ಶನ ಸಾಮಿಪ್ಯ ಪಡೆದವರು. ಈ ನಾಡು ಕಂಡ ಅಪೂರ್ವ 'ಯೋಗಿ'ಗಳೇ 'ಶ್ರೀರಂಗಮಹಾಗುರುಗಳ ಶ್ರೀಮತಿಯವರಾದ ಶ್ರೀಮಾತೆಯವರಲ್ಲಿ ದೀಕ್ಷೆ ಪಡೆದು ಒಂದು ವಿಶಿಷ್ಟವಾದ ಆಧ್ಯಾತ್ಮ ಜೀವನ ನಡೆಸುತ್ತಿದ್ದಾರೆ.

ಅವರ ಕುಟುಂಬದ ಎಲ್ಲರಿಗೂ ಎಲ್ಲಾ ಸನ್ಮಂಗಳಗಳೂ ಉಂಟಾಗಲೆಂದು ನಾವು ಈ ಸಂದರ್ಭದಲ್ಲಿ ನಮ್ಮ ಆರಾಧ್ಯಮೂರ್ತಿಯಾದ ಶ್ರೀಲಕ್ಷ್ಮೀನರಸಿಂಹ ಹಾಗೂ ಆಚಾರ್ಯ ಶ್ರೀ ರಾಮಾನುಜರಲ್ಲಿ ನಾವು ಪ್ರಾರ್ಥಿಸುತ್ತೇವೆ.

ಇತಿ ಶಮ್
ಶ್ರೀರಾಮಾನುಜ ಪಾದುಕಾ ಸೇವಕ

ಯತಿರಾಜಃ

No.198, Sampige Road, 11th Cross, Malleshwaram, Bangalore-560 003
Ph. : 080-2334 5260, Mob. : 94480 63158, Email : syym.blr@gmail.com, website : yymutt.in

ಮುನ್ನುಡಿ

ವೇದನಿಧಿಗಳಾದ ಉ.ವೇ.ಶ್ರೀರಂಗರಾಜಚಕ್ರವರ್ತಿಗಳ ಆಜ್ಞೆಯನ್ನು ಶಿರಸಾವಹಿಸಿ ವಿದುಷಿ ವೇದವಲ್ಲಿ ಅವರು ರಚಿಸಿರುವ 'ಗೀತಾಮೃತವಾಣಿ' ಕೃತಿರತ್ನಕ್ಕೆ ಎರಡು ಮಾತುಗಳನ್ನು ಮುನ್ನುಡಿಯ ರೂಪದಲ್ಲಿ ಬರೆಯುವ ಪ್ರಯತ್ನ ಮಾಡುತ್ತಿದ್ದೇನೆ. ಭಗವದ್ಗೀತೆಯ ಮುಖ್ಯವಾದ ಸಂದೇಶಗಳನ್ನು ಅತಿವಿಸ್ತಾರವೂ ಅತಿಸಂಕೋಚವೂ ಇಲ್ಲದಂತೆ ಸುಲಭವಾದ ಕನ್ನಡಭಾಷೆಯಲ್ಲಿ ವಿ.ವೇದವಲ್ಲಿಯವರು ರಚಿಸಿರುವುದು ಜಿಜ್ಞಾಸುಗಳಿಗೆ ಅತ್ಯಂತ ಉಪಕಾರಕವೆಂಬ ವಿಷಯದಲ್ಲಿ ಸಂದೇಹವಿಲ್ಲ.

ಭಗವದ್ಗೀತೆಯು ಭಾರತೀಯರಿಗಲ್ಲದೆ ವಿಶ್ವದ ಸಕಲರಿಗೂ ಅತ್ಯಂತ ಉಪಯುಕ್ತವಾದ ಗ್ರಂಥವು. ಇದರ ಒಂದೊಂದು ಶ್ಲೋಕವೂ **'ಭಗವದ್ಗೀತಾಸು ಉಪನಿಷತ್ತು'** ಎಂಬಂತೆ ಉಪನಿಷತ್ತಿಗೆ ಸಮಾನವಾಗಿರುವುದು ಎಂದು ಹಿರಿಯರು ಹೇಳುವರು. ಮಾನವನು ಪರಮಪುರುಷಾರ್ಥವನ್ನು ಪಡೆಯಲು ಸಾಧನಗಳನ್ನು ಸುಲಭವಾಗಿ ಅನುಷ್ಠಾನಮಾಡಲು ಸಾಧ್ಯವಾಗುವಂತೆ ಭಗವಂತನಾದ ಶ್ರೀಕೃಷ್ಣನೇ ನೇರವಾಗಿ ಅರ್ಜುನನನ್ನು ವ್ಯಾಜವನ್ನಾಗಿ ಮಾಡಿ ಉಪದೇಶಿಸಿರುವ ಪವಿತ್ರ ಗ್ರಂಥವಿದು. ಭಗವದ್ಗೀತೆಗೆ ಅನೇಕ ವ್ಯಾಖ್ಯಾನಗಳಿರುವುವು. ಎಲ್ಲ ದರ್ಶನಸ್ಥಾಪನಾಚಾರ್ಯರೂ ಭಗವದ್ಗೀತೆಯ ವ್ಯಾಖ್ಯಾನವನ್ನು ಪ್ರಧಾನವಾಗಿ ಮಾಡಿರುವರು ತಮ್ಮ ತಮ್ಮ ದರ್ಶನದ ಸ್ವರೂಪವನ್ನು ಸ್ಥಾಪಿಸಲು. ಎಷ್ಟು ವ್ಯಾಖ್ಯಾನಗಳಿದ್ದರೂ ನಮ್ಮ ಆಚಾರ್ಯರುಗಳು ಬಹುವಿಧವಾಗಿ ಭಗವಂತನ ಈ ಉಪದೇಶಗಳನ್ನು ಅನುಷ್ಠಾನಮಾಡಿ ತಮ್ಮದೇ ಆದ ಅನುಭವಗಳೊಡನೆ ಅಪೂರ್ವಾರ್ಥಗಳೊಡನೆ ಇಂದಿಗೂ ಉಪದೇಶಿಸುತ್ತಿದ್ದಾರೆ. ಆದ್ದರಿಂದ ಹೊಸ ವ್ಯಾಖ್ಯಾನಗಳಿಗೆ ಎಂದಿಗೂ ಸ್ಥಾನವಿದ್ದೇ ಇರುವುದು. ಈ ದೃಷ್ಟಿಯಿಂದ ವಿದುಷಿ. ವೇದವಲ್ಲಿಯವರು ಪರಮಹಂಸೇತ್ಯಾದಿ ಪರಮಪೂಜ್ಯ ಶ್ರೀಶ್ರೀರಂಗಪ್ರಿಯಮಹಾ ದೇಶಿಕರಲ್ಲಿ ಮತ್ತು ಅನೇಕ ಹಿರಿಯ ಆಚಾರ್ಯರುಗಳಲ್ಲಿ ತಾವು ಕಾಲಕ್ಷೇಪಗಳಲ್ಲಿ ಶ್ರವಣಮಾಡಿ ಮನನಮಾಡಿದ ಅರ್ಥಗಳನ್ನು ಈ ಗ್ರಂಥದಲ್ಲಿ ಎಲ್ಲರಿಗೂ ಉಪಯೋಗವಾಗುವಂತೆ ನೀಡುತ್ತಿರುವುದು ಪ್ರಶಂಸನೀಯವಾದುದೇ ಆಗಿದೆ.

ಭಗವದ್ಗೀತೆಯಲ್ಲಿ ಪ್ರಧಾನವಾಗಿ ಕರ್ಮಯೋಗ, ಜ್ಞಾನಯೋಗ ಮತ್ತು ಭಕ್ತಿಯೋಗಗಳು ಉಪದೇಶಿಸಲ್ಪಟ್ಟಿವೆ. ಆದರೆ ಇವೆಲ್ಲಕ್ಕೂ ಬಹಳ ಮುಖ್ಯವಾದುದು

ಭಗವಂತನಲ್ಲಿ ಶರಣಾಗತಿ ಮಾಡುವುದೇ ಎಂಬುದು ಅಪೂರ್ವವಾದ ವಿಷಯ. ಇಲ್ಲಿ ಭಕ್ತಿಗೆ ಅತ್ಯಂತ ಪ್ರಾಧಾನ್ಯವನ್ನು ಎಲ್ಲ ಆಚಾರ್ಯರುಗಳೂ ನೀಡಿರುವರು. ಶ್ರೀಯಾಮುನಾಚಾರ್ಯರು ತಮ್ಮ ಗೀತಾರ್ಥಸಂಗ್ರಹದಲ್ಲಿ **"ತ್ರಯಾಣಾಮಪಿ ಯೋಗಾನಾಂ ತ್ರಿಭಿರನ್ಯೋನ್ಯಸಂಗಮಃ"** ಎಂದೂ, ನಿಜಕರ್ಮಾದಿ ಭಕ್ತ್ಯಂತಂ ಕುರ್ಯಾತ್ ಪ್ರೀತ್ಯೈವ ಕಾರಿತಃ । ಉಪಾಯತಾ ಪರಿತ್ಯಜ್ಯ ನ್ಯಸ್ಯೇತ್ ದೇವೇತು ತಾಮಭೀಃ ಎಂದಿರುವರು. ಕರ್ಮ, ಜ್ಞಾನ, ಭಕ್ತಿ ಎಂಬುದು ಮೂರು ಸಾಧನಗಳಲ್ಲೂ ಪರಸ್ಪರ ಸೇರಿರುವುದು ಎಂದು ಹೇಳಿ ಕಡೆಯಲ್ಲಿ ಎಲ್ಲವನ್ನೂ ಭಗವಂತನಲ್ಲಿ ಅತ್ಯಂತ ಪ್ರೀತಿಯಿಂದ ಮಾಡಬೇಕು ಮತ್ತು ಅವನಿಗೇ ಸಮರ್ಪಿಸಬೇಕು ಎಂದರು. ಅವನೇ ಉಪಾಯನೆಂಬ ಬುದ್ಧಿಯಿರಬೇಕೆಂದರು. ಇದುವೇ ಶರಣಾಗತಿಯೂ ಸಹ. ಕರ್ಮಯೋಗವೇ ಆಗಲಿ, ಜ್ಞಾನಯೋಗವೇ ಆಗಲಿ ಇಲ್ಲ. ಭಕ್ತಿಯೋಗವೇ ಆಗಲಿ ಎಲ್ಲಕ್ಕೂ ಪ್ರತಿಯೊಂದು ಹೆಜ್ಜೆಯಲ್ಲೂ ಪ್ರಬಲವಾದ ಪ್ರತಿಬಂಧಕಗಳಿರುವುವು. ಇವು ಹೋಗದಿದ್ದರೆ ಸಾಧಕನು ಏನನ್ನೂ ಮಾಡಲಾರನು. ಅದಕ್ಕೆ ಭಗವಂತನೇ ಪರಮಕೃಪೆಯಿಂದ ಅರ್ಜುನನ ಮೂಲಕ ನಮಗೆಲ್ಲ ತಿಳಿಸುವುದೇನೆಂದರೆ ಅವನಲ್ಲಿ ಶರಣಾಗತಿ ಮಾಡುವುದೇ. ಭಗವಂತನಲ್ಲಿ ಪ್ರಪತ್ತಿ ಮಾಡದೇ ಯಾವ ಕೆಲಸವನ್ನೂ ನಾವು ಮಾಡಲಾರದು ಎಂಬುದು ನಮಗೆ ಇಲ್ಲಿ ಸ್ಪಷ್ಟವಾಗಿ ತಿಳಿಯುವುದು.

ಚರಮಶ್ಲೋಕವೆಂದು ಪ್ರಸಿದ್ಧವಾದ "ಸರ್ವಧರ್ಮಾನ್ ಪರಿತ್ಯಜ್ಯ ಮಾಮೇಕಂ ಶರಣಂ ವ್ರಜ" ಎಂಬ ಶ್ಲೋಕವನ್ನು ಶ್ರೀಮದ್ಗೀತಾಭಾಷ್ಯದಲ್ಲಿ ಭಗವದ್ರಾಮಾನುಜರು ಭಕ್ತಿಯೋಗದ ಆರಂಭಕ್ಕಿರುವ ಪ್ರತಿಬಂಧಕಗಳ ನಿವೃತ್ತಿಗೂ ಮತ್ತು ಭಕ್ತಿಯೋಗದ ಪರಿಪೂರ್ಣತೆಗೂ ಭಗವಂತನಲ್ಲಿ ಶರಣಾಗಬೇಕೆಂದು ವ್ಯಾಖ್ಯಾನಮಾಡಿದರು. ಇದೇ ಉಪದೇಶವನ್ನು ತಮ್ಮ ಶರಣಾಗತಿಗದ್ಯದಲ್ಲಿ ನೇರವಾಗಿ ಪ್ರಪತ್ತಿಯ ಪರವಾಗಿಯೇ ಅನುಷ್ಠಾನಮಾಡಿ ತೋರಿದರು. ನಮ್ಮ ಆಚಾರ್ಯಗಳೆಲ್ಲರೂ ಈ ಶ್ಲೋಕವನ್ನು ಶರಣಾಗತಿಯನ್ನು ವಿಧಿಸುವ ಶ್ಲೋಕವೆಂದು ತಮ್ಮ ರಹಸ್ಯಗ್ರಂಥಗಳಲ್ಲಿ ಪ್ರತಿಪಾದಿಸಿರುವರು. ಈ ದಾರಿಯಲ್ಲಿ ವಿ.ವೇದವಲ್ಲಿ ಅವರು ತಮ್ಮ ಈ ಗ್ರಂಥದಲ್ಲಿ ಎಲ್ಲೆಡೆಯಲ್ಲಿಯೂ ಶರಣಾಗತಿಗೆ ಪ್ರಧಾನವಾದ ಸ್ಥಾನವನ್ನು ಕೊಟ್ಟು ಅರ್ಥಮಾಡಿರುವರು. ಇದು ಅವರು ತಮ್ಮ ಆಚಾರ್ಯರುಗಳಲ್ಲಿ ಶ್ರವಣ ಮಾಡಿದ ಉತ್ತಮವಾದ ರಹಸ್ಯವು. ಅದನ್ನು ಎಲ್ಲರಿಗೂ ಅತ್ಯಂತ ಸುಲಭವಾಗಿ ತಿಳಿಯುವಂತೆ ಇಲ್ಲಿ ಪ್ರತಿಪಾದಿಸಿದ್ದಾರೆ.

ಭಗವಂತನ ಕಲ್ಯಾಣಗುಣಗಳನ್ನೂ ಮಹಿಮೆಯನ್ನೂ ಅತ್ಯಂತ ಮನೋಜ್ಞವಾಗಿ ಈ ಗ್ರಂಥದಲ್ಲಿ ತಿಳಿಸಿದ್ದಾರೆ. ಎಲ್ಲ ಅಧ್ಯಾಯಗಳಲ್ಲಿಯೂ ಶರಣಾಗತಿಯ ಮಹತ್ವವನ್ನು ಎತ್ತಿ ಹಿಡಿದಿದ್ದಾರೆ. ಭಗವಂತನನ್ನು ಪಡೆಯುವುದೇ ಚೇತನರ ಪರಮೋದ್ದೇಶವೆಂಬ ಸಂದೇಶವನ್ನು ಮನಸ್ಸಿಗೆ ನಾಟುವಂತೆ ಪ್ರತಿಪಾದಿಸಿದ್ದಾರೆ. ಒಂಭತ್ತನೆಯ ಅಧ್ಯಾಯದ ಕಡೆಯಲ್ಲಿ ಕಾಯಾ ವಾಚಾ ಮನಸಾ ಸರ್ವಸ್ವವನ್ನೂ ನನಗೆ ಅರ್ಪಿಸಿ ಭಕ್ತಿ ಮತ್ತು ಪ್ರೇಮದಿಂದ ವಿನಯಪೂರ್ವಕವಾಗಿ ಭಕ್ತಿಯಿಂದ ಸಾಷ್ಟಾಂಗ ನಮಸ್ಕಾರ ಮಾಡು. ಈ ಪ್ರಕಾರ ನನಗೆ ಶರಣಾಗತನಾಗಿ ಆತ್ಮನನ್ನು ನನ್ನಲ್ಲಿ ಒಂದೇ ಭಾವದಿಂದ ನಿಯುಕ್ತಿಗೊಳಿಸಿ ನನ್ನನ್ನೇ ಸೇರಿಕೊಳ್ಳುವೆ. ಹೀಗೆ ಎಲ್ಲಾ ವಿಧದಿಂದಲೂ ಎಲ್ಲರೂ ಭಗವಂತನಿಗೆ ಶರಣು ಹೋಗಲೇಬೇಕು ಎಂಬರ್ಥವು ಎಂಬುದಾಗಿ ಶರಣಾಗತಿಯ ಮಹತ್ವವನ್ನು ಅತ್ಯಂತ ಸ್ಪಷ್ಟವಾಗಿ ನಿರೂಪಿಸಿದ್ದಾರೆ.

ಕಡೆಯಲ್ಲಿ ಭಗವದ್ಗೀತೆಯ ಸಾರಾಂಶವನ್ನು ಸಂಗ್ರಹವಾಗಿ ತಿಳಿಸುತ್ತಾ ಭಗವಂತನೇ ನಮಗೆ ಸರ್ವವಿಧಬಂಧು ಎಂಬ ವಿಷಯದಲ್ಲಿ ಎಲ್ಲರೂ ನಂಬಿಕೆ ಮತ್ತು ವಿಶ್ವಾಸವನ್ನಿಡಬೇಕು ಎಂದು ಸಕಲರಿಗೂ ಇಂದು ಅತ್ಯಂತ ಅವಶ್ಯಕವಾದ ಆಶ್ವಾಸನೆಯನ್ನು ನೀಡಿದ್ದಾರೆ. ಅಲ್ಲದೇ ಶ್ರೀ ವರಹಾ ಪುರಾಣದಲ್ಲಿರುವ ಗೀತೆಯ ಮಾಹಾತ್ಮ್ಯವನ್ನೂ ಸಹ ಸಂಗ್ರಹವಾಗಿ ತಿಳಿಸಿರುವುದು ಅಪೂರ್ವವಾದ ವಿಷಯವು.

ಹೀಗೆ ವಿ.ವೇದವಲ್ಲಿಯವರ ಈ ಪ್ರಯತ್ನವು ಶ್ಲಾಘನೀಯವಾದುದು ಮತ್ತು ಎಲ್ಲರಿಗೂ ಅತ್ಯಂತ ಉಪಯುಕ್ತವಾದುದು ಎಂಬುದರಲ್ಲಿ ಸಂದೇಹವಿಲ್ಲ. ಎಲ್ಲರೂ ಈ ಗ್ರಂಥವನ್ನು ಅಧ್ಯಯನಮಾಡಿ ಅನುಷ್ಠಾನಕ್ಕೆ ತಂದರೆ ಅದರಿಂದಲೇ ಅವರ ಪರಿಶ್ರಮವು ಸಾರ್ಥಕವಾಗುವುದು. ಆಚಾರ್ಯರುಗಳಲ್ಲಿ ಶ್ರದ್ಧೆಯಿಂದ ತಿಳಿದ ಅಪೂರ್ವಾರ್ಥಗಳನ್ನು ಎಲ್ಲರಿಗೂ ತಿಳಿಸಿ ಪರಮೋಪಕಾರ ಮಾಡಿರುವ ವಿ.ವೇದವಲ್ಲಿಯವರಿಗೆ ಇದೇ ರೀತಿ ಅನೇಕ ಗ್ರಂಥಗಳನ್ನು ಪ್ರಕಾಶಪಡಿಸುವಂತೆ ಆಚಾರ್ಯರುಗಳು ಅನುಗ್ರಹಿಸಲೆಂದು ಪ್ರಾರ್ಥಿಸುತ್ತಾ ವಿರಮಿಸುತ್ತೇನೆ.

ಇಂತು ಸಜ್ಜನ ವಿಧೇಯ
ವೇದಾಂತ ವಿದ್ವಾನ್ ಡಾ.ಎ.ನರಸಿಂಹನ್
ಬೆಂಗಳೂರು.

ಪರಿವಿಡಿ

ಪೀಠಿಕೆ

ಶ್ರೀಕೃಷ್ಣಪರಮಾತ್ಮನೇ ನಮಃ

ಗೀತಾಮೃತವಾಣಿ

ಪೀಠಿಕೆ

ಯಸ್ಯ ದೇವೆ ಪರಾ ಭಕ್ತಿಃ ಯಥಾ ದೇವೆ ತಥಾ ಗುರೌ ।
ತಸ್ಯೈತೆ ಕಥಿತಾ - ಹ್ಯರ್ಥಪ್ರಕಾಶನ್ತೆ ಮಹಾತ್ಮನಃ ।।

ಭಾರತದ ಮೂಲನಿವಾಸಿಗಳು ಅನಾದಿಕಾಲದಿಂದಲೂ ಸನಾತನ ಧರ್ಮ ಮತ್ತು ಸಂಸ್ಕೃತಿಯನ್ನು ಅನುಸರಿಸಿ ಬಂದಿದ್ದಾರೆ. ಆದ್ದರಿಂದಲೇ ಋಷಿ ಮುನಿಗಳಿಂದ ಕೊಡಲ್ಪಟ್ಟಿರುವ ಜೀವನದ ಮಾರ್ಗವನ್ನು 'ಸನಾತನ ಧರ್ಮ' ಎಂದು ಕರೆಯಲ್ಪಟ್ಟಿದೆ. ಸನಾತನ ಎಂದರೆ ಶಾಶ್ವತ, ನಿರಂತರವಾದುದು. ಧರ್ಮ ಎಂದರೆ ಜೀವನದ ವಿಧಾನ. ಸನಾತನ ಧರ್ಮವು ಒಬ್ಬ ವ್ಯಕ್ತಿಯಿಂದ ಪ್ರತಿಪಾದಿಸಿದುದಲ್ಲ. ಇದು ಅನಂತ ಸಂತರ, ಋಷಿಮುನಿಗಳ ದೈವೀಕ ಚಿಂತನೆಯ ಪರಂಪರೆಯಾಗಿರುತ್ತದೆ. ನಾವು ಶಾಸ್ತ್ರಗಳ ಅವಲೋಕನ ಮತ್ತು ಗುರುಗಳು ಮಹಾಪುರುಷರ ವಚನಗಳ ಶ್ರವಣ ಮಾಡಿರುವೆವು. ಸನಾತನ ಧರ್ಮವು ನಾಲ್ಕು ತತ್ವಗಳ ಆಧಾರದ ಮೇಲೆ ಪ್ರತಿಪಾದಿಸಲ್ಪಟ್ಟಿದೆ. ಅದೇನೆಂದರೆ ಧರ್ಮ, ಕರ್ಮ, ಪುನರ್ಜನ್ಮ ಮತ್ತು ಮೋಕ್ಷ. ಇದನ್ನು ಶ್ರುತಿ ಮತ್ತು ಸ್ಮೃತಿಯು ಬಹಳ ವಿಷದವಾಗಿ ತಿಳಿಸಿರುತ್ತದೆ. ಶ್ರುತಿಯು ಎಲ್ಲರಿಗೂ ಎಟಕುವುದಿಲ್ಲ. ವೇದಗಳ ಸಾರವೇ ಶ್ರುತಿ–ಶ್ರುತಿ ಎಂದರೆ ಉಪನಿಷತ್. ವೇದಗಳ ಅಂತ್ಯಭಾಗವೇ ಉಪನಿಷತ್ತು. ಇದನ್ನು ಗುರುಗಳ ಆಶ್ರಮದಲ್ಲಿದ್ದು ಅಧ್ಯಯನ ಮಾಡಬೇಕು. ಅದು ಎಲ್ಲರಿಗೂ ಸಾಧ್ಯವಿಲ್ಲ. ಆದುದರಿಂದ ಅದರ ತತ್ವಾರ್ಥಗಳನ್ನೊಳಗೊಂಡ ಭಗವದ್ಗೀತೆ ಎಲ್ಲರಿಗೂ ಅರ್ಥಮಾಡಿಕೊಳ್ಳಲು ಸಾಧ್ಯವಾಗುತ್ತದೆ. ಭಗವದ್ಗೀತೆಯನ್ನು ಸ್ಮೃತಿ ಎನ್ನುತ್ತಾರೆ. ಭಗವದ್ಗೀತೆಗೆ ಸಮಾನವಾದ ಕಲ್ಯಾಣಕಾರಿಯಾದ, ಹಾಗೂ ವೇದ ಉಪನಿಷತ್ತುಗಳ ಸಾರವನ್ನೂ ನೇರವಾಗಿ ಜನರ ಮನಸ್ಸಿಗೆ ತಲುಪಿಸುವ ಕೃತಿ ಬೇರೊಂದಿಲ್ಲ. ಭಗವದ್ಗೀತೆ ಅರ್ಜುನನಿಗೆ ಉಪದೇಶ ಮಾಡುವ ಮುಖಾಂತರ, ತತ್ವಾರ್ಥವು ಪ್ರತಿಯೊಬ್ಬರಿಗೂ ಅನ್ವಯಿಸುವಂತೆ ಹೇಳಿರುವನು ಪರಮಾತ್ಮ ಶ್ರೀಕೃಷ್ಣ. ಭಗವದ್ಗೀತೆಯ ಪ್ರಸ್ಥಾನತ್ರಯದಲ್ಲಿ ಒಂದು ಮುಖ್ಯವಾದ ಸ್ಮೃತಿಯಾಗಿದೆ. ಪ್ರಸ್ಥಾನತ್ರಯ ಯಾವುವೆಂದರೆ ಶ್ರುತಿ–ಸ್ಮೃತಿ ಮತ್ತು ಬ್ರಹ್ಮಸೂತ್ರ.

ಈ ಮೂರು ಶಾಸ್ತ್ರವು ಪ್ರಕೃತಿ, ಜೀವಾತ್ಮ ಮತ್ತು ಪರಮಾತ್ಮನ ವಿಷಯವನ್ನು ಪ್ರಶ್ನಾರ್ಥಕ ರೂಪದಲ್ಲಿ ಹೊರಹೊಮ್ಮಿದ್ದು ಪವಿತ್ರ ಗ್ರಂಥಗಳಾಗಿವೆ. ಆದರೆ ಮೂರರಲ್ಲಿ ಭಗವದ್ಗೀತೆಗೆ ಸಮಾನವಾದದ್ದು ಯಾವ ಗ್ರಂಥವು ಇಲ್ಲ ಎನ್ನುವುದು ಅಭಿಪ್ರಾಯ. ಏಕೆಂದರೆ, ಭಗವದ್ಗೀತೆಯು ಮೂರು ವಿಭಾಗವಾಗಿ ಜ್ಞಾನಿಗಳು ವಿಂಗಡಿಸಿರುತ್ತಾರೆ. ಕರ್ಮಯೋಗ, ಜ್ಞಾನಯೋಗ ಮತ್ತು ಭಕ್ತಿಯೋಗ ಎಂದು. ಈ ಮೂರು ಯೋಗವು ಮನುಷ್ಯನ ಸಾಧನೆಗೆ ಮಾರ್ಗವಾಗಿದೆ. 1 ರಿಂದ 6 ಅಧ್ಯಾಯ, ಕರ್ಮಯೋಗವೆಂದು 7–12, ಜ್ಞಾನಯೋಗವೆಂದು, 13–18 ರಿಂದ ಭಕ್ತಿಯೋಗವೆಂದು ಹೇಳಲ್ಪಟ್ಟಿದೆ. ಆದರೆ ಜ್ಞಾನಿಗಳ ಅನುಭವದ ಪ್ರಕಾರ ಪ್ರತಿಯೊಂದು ಅಧ್ಯಾಯವು ಮಾನವನ ನಿತ್ಯ ಅನುಷ್ಠಾನ ಮತ್ತು ನೈಮಿತ್ತಿಕ ಕರ್ಮವನ್ನು ತಿಳಿಸಿರುವುದಲ್ಲದೆ – ಪ್ರತಿಯೊಬ್ಬನ ಜೀವನದ ಕರ್ತವ್ಯವನ್ನು ವಿವರಿಸಿರುವುದು. ಇದು ನಾಲ್ಕು ವರ್ಣದವರಿಗೂ ಅನ್ವಯಿಸುತ್ತದೆ. ನಾಲ್ಕು ವರ್ಣಗಳು ಅವರವರ ವೃತ್ತಿಯಿಂದ, ಗುಣಗಳಿಂದ ಮತ್ತು ಪೂರ್ವಾರ್ಜಿತ ಕರ್ಮಗಳನ್ನು ಒಳಗೊಂಡಿದೆ. ಸಾಧನೆಯ ಮಾರ್ಗವನ್ನು ಅನುಸರಿಸುವವನು ಜೀವನವನ್ನು ಹೇಗೆ ಸಾಗಿಸಬೇಕು. ಯಾವ ಮಾರ್ಗವನ್ನು ಅನುಸರಿಸಿದರೆ ಭಗವಂತನ ಸಾನಿಧ್ಯವನ್ನು ಪಡೆಯಬಹುದು ಎಂಬುದನ್ನು ಪ್ರಥಮ ಅಧ್ಯಾಯದಿಂದ ಹದಿನೆಂಟನೆಯ ಅಧ್ಯಾಯದವರೆಗೂ ಒತ್ತಿ ಒತ್ತಿ ಹೇಳಿರುತ್ತಾನೆ ಪರಮಾತ್ಮ. ಪ್ರಕೃತಿಗೆ ಭಿನ್ನವಾದದ್ದು ದೇಹ, ದೇಹಕ್ಕೆ ಭಿನ್ನವಾದುದು ಆತ್ಮ – ಅದಕ್ಕೂ ಭಿನ್ನವಾದದ್ದು ಪರಮಾತ್ಮ ಎಂಬುದನ್ನು, 2ನೇ ಅಧ್ಯಾಯದಲ್ಲಿ ಪ್ರಾರಂಭಿಸಿ 3ನೇ ಅಧ್ಯಾಯದಲ್ಲಿ ಕರ್ಮಯೋಗವನ್ನು, 4ನೇ ಅಧ್ಯಾಯದಲ್ಲಿ ಜ್ಞಾನ ಕರ್ಮಸನ್ಯಾಸ 5ನೇ ಅಧ್ಯಾಯದಲ್ಲಿ ಕರ್ಮಸನ್ಯಾಸ, 6ನೇ ಅಧ್ಯಾಯದಲ್ಲಿ ಧ್ಯಾನಯೋಗ ಅಥವಾ ಆತ್ಮಸಂಯಮಯೋಗವೆಂದು ಹೇಳಿ ಮುಂದಿನ 7ನೇ ಅಧ್ಯಾಯದಲ್ಲಿ ಜ್ಞಾನವಿಜ್ಞಾನ ಯೋಗ, 8ನೇ ಅಧ್ಯಾಯದಲ್ಲಿ ಅಕ್ಷರಬ್ರಹ್ಮಯೋಗ, 9ನೇ ಅಧ್ಯಾಯದಲ್ಲಿ ರಾಜವಿದ್ಯಾರಾಜಯೋಗ, 10ನೇ ಅಧ್ಯಾಯದಲ್ಲಿ ವಿಭೂತಿಯೋಗ, 11ನೇ ಅಧ್ಯಾಯದಲ್ಲಿ ವಿಶ್ವರೂಪದರ್ಶನಯೋಗ, 12ನೇ ಅಧ್ಯಾಯದಲ್ಲಿ ಭಕ್ತಿಯೋಗ, 13ನೇ ಅಧ್ಯಾಯದಲ್ಲಿ ಕ್ಷೇತ್ರಕ್ಷೇತ್ರಜ್ಞಯೋಗ, 14ನೇ ಅಧ್ಯಾಯದಲ್ಲಿ ಗುಣತ್ರಯ, 15ನೇ ಅಧ್ಯಾಯದಲ್ಲಿ ಪುರುಷೋತ್ತಮಯೋಗ, 16ನೇ ಅಧ್ಯಾಯದಲ್ಲಿ ದೈವ ಆಸುರಿಸಂಪತ್ ವಿಭಾಗಯೋಗ, 17ನೇ ಅಧ್ಯಾಯದಲ್ಲಿ ಶ್ರದ್ಧಾತ್ರಯಯೋಗ, 18ನೇ ಅಧ್ಯಾಯದಲ್ಲಿ ಮೋಕ್ಷಸನ್ಯಾಸ, ಈ ಅಧ್ಯಾಯಗಳಲ್ಲಿ ಹೇಳಿರುವ ವಿಷಯವು ಒಂದಕ್ಕೊಂದು ಸಂಬಂಧವನ್ನು ಹೊಂದಿರುತ್ತದೆ. ಮೇಲೆ ಹೇಳಿರುವ ಯೋಗಗಳೆಲ್ಲವೂ ಸನಾತನ ಧರ್ಮವನ್ನೇ ಭೋದಿಸುತ್ತದೆ. ಇಲ್ಲಿ

ಹೇಳಿರುವ ವಿಷಯಗಳು ವಜ್ರದಂತೆ ಕಷ್ಟವೆನಿಸಿದರು. ಸಾಮಾನ್ಯ ಜನರಿಗೆ ಅರ್ಥಮಾಡಿಕೊಳ್ಳಲು ಅಸಾಧ್ಯವೇ ಆದರೂ ಅದರ ತಿರುಳು ಯಥಾರ್ಥವಾಗಿ ಅರ್ಥೈಸಿಕ್ಕೊಂಡರೆ ಜೀವನವನ್ನು ಸಾಗಿಸಲು ಮತ್ತು ಸನ್ಮಾರ್ಗಕ್ಕೆ ಕರೆದೊಯ್ಯಲು ಭಗವದ್ಗೀತೆಯು ಪರಮಾತ್ಮ ಅನುಗ್ರಹಿಸಿರುವ ಕೈಪಿಡಿ ಎನ್ನಬಹುದು. ಇವುಗಳಲ್ಲಿ ಮನುಷ್ಯನು ತಮ್ಮ ಶ್ರದ್ಧೆ ರುಚಿ ಮತ್ತು ಯೋಗ್ಯತೆಗೆ ಅನುಗುಣವಾಗಿ ಸಾಧನೆಯನ್ನು ಮಾಡಿದರೆ ಶ್ರೇಯಸ್ಸನ್ನು ಪಡದೇ ಪಡೆಯುತ್ತಾನೆ ಎಂಬುದು ಗೀತಾಚಾರ್ಯರ ಮಾತು.

ಶಾಸ್ತ್ರದ ಶ್ಲೋಕಗಳೆಲ್ಲವೂ ಸಂಸ್ಕೃತದಲ್ಲಿರುತ್ತದೆ. ಸಾಮಾನ್ಯ ಜನರಿಗೆ ಅಥವಾ ಎಲ್ಲರಿಗೂ ಸಂಸ್ಕೃತ ಅರ್ಥವಾಗುವುದು ಕಷ್ಟ. ಈ ಗ್ರಂಥಕ್ಕೆ ಅನೇಕ ಮಹನೀಯರು, ಪಂಡಿತರು, ಅವರವರ ಅಭಿಪ್ರಾಯವನ್ನು ನಾನಾರೀತಿಯಲ್ಲಿ ಗ್ರಂಥವನ್ನು ಬಿಡುಗಡೆ ಮಾಡಿರುವರು. ಆದರೆ ಈ ಗ್ರಂಥದ ಉದ್ದೇಶ ಏನೆಂದರೆ ಗುಡಿ ಚೆಲ್ಲಿದ ನುಡಿಯಂತಿರುವ ಭಗವದ್ಗೀತೆಯ ನುಡಿಯನ್ನು ಸಾಮಾನ್ಯ ಜನರಿಗೆ ಸಾಮಾನ್ಯ ಭಾಷೆಯಲ್ಲಿ ತಲುಪಿಸುವ ಒಂದು ಪ್ರಯತ್ನ. ಭಗವದ್ಗೀತೆ ಒಂದನ್ನು ಸಂಪೂರ್ಣವಾಗಿ ಅರ್ಥಮಾಡಿಕೊಂಡು ಜೀವನ ಸಾಗಿಸಿದರೆ ಅವನು ಜೀವನ್ಮುಕ್ತನಾಗುವನು ಎಂಬುದು ಪರಮಾತ್ಮನು ಹೇಳಿರುವ ಮಾತು. ಸುಲಭವಾಗಿ ಎಲ್ಲರಿಗೂ ಅರ್ಥವಾಗುವಂತೆ ತಿಳಿಕನ್ನಡದಲ್ಲಿ 18 ಅಧ್ಯಾಯದ ಸಾರವನ್ನು ಈ ಗ್ರಂಥದಲ್ಲಿ ತಿಳಿಸಲಾಗಿದೆ. ಓದಿದರೆ ಚಿಕ್ಕಮಕ್ಕಳಿಗೂ ಅರ್ಥವಾಗಬೇಕು ಎನ್ನುವುದೇ ಉದ್ದೇಶ. ಈ ಗ್ರಂಥದ ಮತ್ತೊಂದು ಉದ್ದೇಶವೇನೆಂದರೆ ಪ್ರತಿಯೊಬ್ಬರು ದಿನನಿತ್ಯದಲ್ಲಿ ಒಂದು ಅಧ್ಯಾಯವನ್ನಾದರೂ ಓದಿ ಅರ್ಥಮಾಡಿಕೊಂಡು ಜೀವನವನ್ನು ಸಾಗಿಸಬೇಕು. ಸುಖಸಂತೋಷದಿಂದ ಭಗವಂತನ ಅನುಗ್ರಹಕ್ಕೆ ಪಾತ್ರರಾಗಬೇಕು.

"ಯಾವನಿಗೆ ದೇವರಲ್ಲಿ ಪರಾಭಕ್ತಿಯುಂಟೋ, ದೇವರಲ್ಲಿ ಹೇಗೋ ಗುರುವಿನಲ್ಲೂ ಹಾಗೆಯೇ" ಅದನ್ನು ಇಲ್ಲಿ ಹೇಳಲಾಗಿರುವ ಪರಭಕ್ತಿ ತತ್ವಗಳು ಮಹಾತ್ಮನಿಗೆ ಗೋಚರಿಸುವುವು. ಹೀಗೆ ಇಂತಹ ಜ್ಯೋತಿರ್ಮಯವಾದ ಪರಮಪುರುಷನ ಪರಮಾನುಗ್ರಹದಿಂದ ಸುಖಶಾಂತಿಮಯವಾದ ಒಂದು ದೈವೀ– ಜೀವನವನ್ನು ಕೈಗೊಳ್ಳಬೇಕಾದರೆ ಈ ಜಗತ್ತಿನ "ಸೃಷ್ಟಿ ಸ್ಥಿತಿ ಲಯ" ರಹಸ್ಯವನ್ನು ಅರಿಯಲು ಒಬ್ಬ ಪರಮಗುರು ಮತ್ತು ಪರಮಾನುಗ್ರಹವು ಬೇಕೇ ಬೇಕು. ಇಲ್ಲದಿದ್ದರೆ ಎಂದಿಗೂ ಮಾನವನು ಭವಬಂಧನದ ಸೆಳೆತದಿಂದ ತಪ್ಪಿಸಿಕೊಳ್ಳಲಾರ. ಅಂತಹ ಪರಮಗುರುವಿನ ಪಾದಾರವಿಂದಗಳಲ್ಲಿ ಪ್ರಾಣ ಪ್ರಣಾಮಗಳನ್ನು ಅರ್ಪಿಸುತ್ತಾ

ಗೀತಾಮೃತ ವಾಣಿಯನ್ನು ಸಹೃದಯರ ಮುಂದಿಡಲಾಗಿದೆ. ಭಗವದ್ಗೀತೆ ಮಾನವನ ಜೀವನದ "ತಿರುಳು" ಮತ್ತು ಸಾರಾರ್ಥದಿಂದ ಕೂಡಿದೆ.

ಮಾನವನು ಪೂರ್ವಜನ್ಮದ ಕರ್ಮಫಲಗಳನ್ನು ತಪ್ಪಿಸಿಕೊಳ್ಳಲಾರದೆ ವಿಧಿಬರಹ ಕರ್ಮಗಳನ್ನು ಅನುಭವಿಸುತ್ತಲೇ ಇರುವಾಗ ಈ ಭಗವದ್ಗೀತೆಯ ಅಭಿಪ್ರಾಯವನ್ನು ಸರಿಯಾದ ರೀತಿಯಲ್ಲಿ ಅರ್ಥೈಸಿ ಮನಸ್ಸಿಗೆ ತಂದುಕೊಳ್ಳುತ್ತಿರು– ವವನಾದರೆ ಅಂತಹವನು ಒಂದು ರೀತಿಯಲ್ಲಿ ಮುಕ್ತನಂತೆಯೇ ಇದ್ದು ಸುಖಿಯಾಗಿ ಬಾಳಬಹುದು. ಐಂದ್ರಿಯಕವೂ (ಪಂಚೇಂದ್ರಿಯ) ಮಾನಸಿಕವೂ ಆದ ಒಳ ಮತ್ತು ಹೊರಗಿಣ ಯಾವ ಕರ್ಮವೂ ಇವನಿಗೆ ಲೇಪಿಸಿ ಕಾಡಲಾರವು ಎಂಬುದು ಸತ್ಯವಾದ ಮಾತು ಕೂಡ.

ಸಂಸಾರದಲ್ಲಿ ಅನಿವಾರ್ಯವಾಗಿ ಸಂಭವಿಸುವ, ಶುದ್ಧವಾದ ಜೀವನಕ್ಕೆ ವಿರೋಧಿಯಾದ ಮಲಗಳನ್ನು ಹೋಗಲಾಡಿಸಿಕೊಳ್ಳಲು ಅಡಿಗಡಿಗೆ (ಹೆಜ್ಜೆಹೆಜ್ಜೆಗೂ) ಗಂಗಾಸ್ನಾನವು ಬೇಕಾಗುವುದು. ಆದರೆ ಈ ಸಾಂಸಾರಿಕವಾದ ಕಾಮಕ್ರೋಧಾದಿ ದುರಂತವಾದ ಮಲಗಳನ್ನೂ ನಾಶಪಡಿಸಿಕೊಳ್ಳಲು ಗೀತಾತೀರ್ಥಸ್ನಾನವನ್ನೂ ಮಾಡುವುದಾದರೆ ಅದು ಒಂದೇ ಸಲಕ್ಕೆ ನಮ್ಮನ್ನು ನಿರ್ಮಲರನ್ನಾಗಿ ಮಾಡುವುದು. ಆತ್ಮಶ್ರೇಯಸ್ಸನ್ನು ಬಯಸುವವನು ಸನ್ಮಾರ್ಗಗಾನವನ್ನರಿತು ರಸಿಕನಾಗಿ ನಿರಂತರವಾಗಿ ಈ ಭಗವದ್ಗೀತೆಯನ್ನು ಹಾಡಬೇಕು. ಆಗ ಬೇರೆಯಾವ ಶಾಸ್ತ್ರಗಳ ಅಧ್ಯಯನದ ಅವಶ್ಯಕತೆಯ ಇರಲಾರದು. ಏಕೆಂದರೆ, ಈ ಶ್ರೀಮತ್ ಭಗವದ್ಗೀತೆಯು ನೇರವಾಗಿಯೇ ಶ್ರೀಕೃಷ್ಣ ಪರಮಾತ್ಮನ ಮುಖಾರವಿಂದದಿಂದ ಶ್ರವಿಸಿದ ಆತ್ಮರಸಭರಿತವಾದ ದಿವ್ಯಮಕರಂದಾಸವೇ ಆಗಿದೆ.

ಈ ಭಗವದ್ಗೀತೆ ವ್ಯಾಸರ ಬಿಡಿಕೃತಿಯಲ್ಲಿ ಎಂದರೆ ಮಹಾಭಾರತ ಗ್ರಂಥದಲ್ಲಿಯ ಭೀಷ್ಮಪರ್ವದ ಮಧ್ಯೆ ಸಂಗ್ರಹಿಸಿದ ಭಾಗ ಶ್ರೀಕೃಷ್ಣ ಪರಮಾತ್ಮ ರಣರಂಗದ ಮಧ್ಯದಲ್ಲಿ ಎಷ್ಟು ಸಮಯದವರೆಗೆ ಭಗವದ್ಗೀತೆಯನ್ನು ಉಪದೇಶಿಸಿದ ಎಂಬುದು ಪರಮರಹಸ್ಯವಾದದು. ಆದರೆ ಅದನ್ನು ಶ್ರೀವೇದವ್ಯಾಸರು ಸಂಸ್ಕೃತ ಭಾಷೆಯಿಂದ 700 ಶ್ಲೋಕಗಳಿಂದ ಪರಿಮಿತವಾಗಿ ಸುಲಲಿತವಾಗಿ ಬರೆದಿಟ್ಟ ಗ್ರಂಥವೇ ವಿಶ್ವವಿಖ್ಯಾತ "ಭಗವದ್ಗೀತೆ". ಈ 700 ಶ್ಲೋಕಗಳೂ ಜ್ಞಾನನಿಧಿಯಾಗಿ ಪ್ರಖ್ಯಾತವಾಗಿದೆ.

(ವೇದವ್ಯಾಸಃ) "ಸರ್ವಜ್ಞೋ ಭಗವಾನ್ ವ್ಯಾಸ ಎಂದು ವೇದವ್ಯಾಸರಿಗೆ ವಿಶೇಷಣ ಶಂಕರ ಭಾಷ್ಯದಲ್ಲಿದೆ. ಶ್ರೀಕೃಷ್ಣಾರ್ಜುನರ ಸಂವಾದವನ್ನು ಯಥಾವತ್ತಾಗಿ

ತಿಳಿಯಲು ಸರ್ವಜ್ಞನೇ (ಪರಮಾತ್ಮ) ಸಮರ್ಥ. ಮಹಾಕವಿಗಳು ಸಹ ನೈಜತತ್ವವನ್ನು ತಮ್ಮ ಅಂತಃಸತ್ವದಿಂದಲೇ ಗುರುತಿಸಬಹುದಾದರೆ ತಪೋನಿಧಿ, ನಾರಾಯಣಾಂಶ ಸಂಭೂತರಾದ ವ್ಯಾಸರು ಸರ್ವದಾಪಿ ಸರ್ವಜ್ಞರೇ ಸರಿ. "ಭಗವಾನ್" ಪದವೂ ಇದೇ ಅರ್ಥವನ್ನು ಘೋಷಿಸುತ್ತದೆ. 'ಉತ್ಪತ್ತಿಂಚ ವಿನಾಶಂಚ ಭೂತಾನಾಮಾಗತಿಂ ಗತಿಂ/ವೇತ್ತಿ ವೇದ್ಯಾಮವಿದ್ಯಾಂ ಚ–ಸ–ವಾಚ್ಯೋ ಭಗವಾನ್ ಇತಿ," ಈ ವಿಶ್ವದ ಹುಟ್ಟು ಸಾವು ಮತ್ತು ಪ್ರಾಣಿ, ಜೀವಿಗಳ ಆಗಮನ– ಮೋಕ್ಷಗಮನ ಹಾಗೂ ವಿದ್ಯೆ ಎಂದರೆ ಯಾವುದು? ಆ ವಿದ್ಯೆ ಎಂದರೆ ಏನು ? ಈ ಆರು ಸಂಘಟನೆಗಳನ್ನು ತಿಳಿದಿರುವವನೇ "ಭಗವಾನ್" ನಾಮಾಂಕಿತನಾಗಲು ಅರ್ಹ ಎಂಬ ಪೌರಾಣಿಕ ಪ್ರಾಮಾಣ್ಯದಂತೆ ಪುರಾಣಗಳನ್ನೆಲ್ಲಾ ತಿಳಿದು ಬರೆದ ಪ್ರಾಚೀನ ಅನುಭವಿಕ ಪುರಾಣಮುನಿ ಈ ವ್ಯಾಸರು. ಸರ್ವಜೀವಿಗಳ ಕರ್ಮವಾಸನೆ ಮತ್ತು ಅನುಕಂಪದಿಂದ ವೇದೋಕ್ತವಾದ ಎರಡು ಪ್ರಕಾರವುಳ್ಳ ಧರ್ಮವನ್ನು ಅರ್ಜುನನಿಗೆ ಶ್ರೀಕೃಷ್ಣ ಪರಮಾತ್ಮ ಉಪದೇಶಿಸಿದ. ಹೀಗೆ ಭಗವದ್ಗೀತೆಯು ಆರಂಭವಾಗಿರುತ್ತದೆ. ಅರ್ಜುನನು ತನ್ನ ಅಜ್ಞಾನದ ಪ್ರದರ್ಶನ ಮಾಡುತ್ತಾನೆ. ತನ್ನ ಮುಂದಿನ ಕರ್ತವ್ಯವನ್ನು ಮಾಡಲು ಸೋಲುತ್ತಾನೆ. ಅವನ ಬುದ್ಧಿಗೆ ಮಂಕು ಹಿಡಿದಿದೆ ಎಂಬುದನ್ನು ಅರಿತುಕೊಂಡ ಪರಮಾತ್ಮ ಶ್ರೀಕೃಷ್ಣನು ತುಂಬಾ ಸೂಕ್ಷ್ಮಮತಿ, ವಾಸ್ತವ ಪ್ರಜ್ಞೆಯುಳ್ಳವನು ಆದರೆ ಭಾವುಕನಲ್ಲ. ಅವನು ಶ್ರೇಷ್ಠ ಮನಶಾಸ್ತ್ರಜ್ಞನಂತೆ ಮಾತನಾಡುತ್ತಿರುವ ಅರ್ಜುನನ ವಿಚಾರ ಸರಣಿಯನ್ನು ವೈರಾಗ್ಯದ ಭಾವುಕತೆಯನ್ನು ಹಿಂದೆ ಇರುವ ಹೃದಯ ದೌರ್ಬಲ್ಯವನ್ನು ಸ್ಪಷ್ಟವಾಗಿ ಗುರುತಿಸುತ್ತಾನೆ. ಅರ್ಜುನನು ದೌರ್ಬಲ್ಯವಶನಾಗಿ ತನ್ನನ್ನು ತಾನೇ ಮರೆತಿದ್ದ; ತನ್ನ ಕರ್ತವ್ಯವನ್ನು ಮರೆತಿದ್ದಾನೆ. ವಾಸ್ತವತೆಯಿಂದ ಬಹುದೂರ ಸರೆದಿದ್ದಾನೆ. ಯಥಾರ್ಥ ಸ್ಥಿತಿಯನ್ನು ಅರ್ಥಮಾಡಿಕೊಳ್ಳದಿರುವುದರಿಂದ ತಾಮಸಿಕ ಸ್ಥಿತಿಗೆ ಇಳಿದಿದ್ದಾನೆ. ಆದರೆ ತಾನು ಸತ್ವಗುಣದಿಂದ ಪ್ರೇರಿತನಾದವನೆಂಬ ಭ್ರಮೆಯಲ್ಲಿದ್ದಾನೆ. ಆ ವೇಳೆಯಲ್ಲಿ ಅರ್ಜುನನನ್ನು ತಮಸ್ಸಿನಿಂದ ಬಡಿದೆಬ್ಬಿಸುವುದು ಅವಶ್ಯವಾಗಿತ್ತು. ಇದಕ್ಕಾಗಿ ಶ್ರೀಕೃಷ್ಣನು ಅರ್ಜುನನ ಅಹಂಕಾರಕ್ಕೆ ಬಲವಾದ ಪೆಟ್ಟನ್ನು ಕೊಡುತ್ತಾನೆ. ಅವನ ಸ್ವಾಭಿಮಾನವನ್ನು ಹೀಗೆ ಕೆರಳಿಸುತ್ತಾನೆ. "ಕುತಸ್ತ್ವಾ ಕಶ್ಮಲಮಿದಂ ವಿಷಮೇ ಸಮುಪಸ್ಥಿತಮ್"....ಪರಂತಪ" ಎಂದು ಹೇಳಿ ಮೇಲೆ ಎಬ್ಬಿಸುತ್ತಾನೆ.

ಅರ್ಜುನನಿಗೆ ಉಂಟಾದ ಶೋಕವು ಒಂದು ದೃಷ್ಟಿಯಿಂದ ಸ್ವಾರ್ಥವೇ ಹೌದು. ಈ ವಿಧವಾದ ಕನಿಕರವು ಮನಸ್ಸಿನ ಮತ್ತು ಇಂದ್ರಿಯಗಳ ದೌರ್ಬಲ್ಯದ ಲಕ್ಷಣ. ಶ್ರೀಕೃಷ್ಣನು ಉಪದೇಶಿಸಿರುವ ಸತ್ಯವು ಜೀವನದಲ್ಲಿ ಕಷ್ಟವಾದ ಅನುಭವಗಳನ್ನೂ,

ದೇಹದ ಮರಣವನ್ನೂ ಕೂಡ, ಶಾಂತ ಮನಸ್ಸಿನಿಂದ ಹುಲ್ಲುಕಡ್ಡಿಯ ಹಾಗೆ ಎಣಿಸುವಂತೆ ಮಾಡುವುದು. ಜೀವನದ ಘಟನೆಗಳೆಲ್ಲವೂ ಈ ತೋರಿಕೆಯ ಪ್ರಪಂಚವನ್ನು ದಾಟಿ, ನಮ್ಮ ನಿಜಸ್ವರೂಪವನ್ನು ತಿಳಿಯಲು ಇರುವ ಸಾಧನೆಗಳು ಮಾತ್ರ ಎಂಬ ಜ್ಞಾನವನ್ನು ಉಂಟುಮಾಡುವುದು. ಆದ್ದರಿಂದ, ಎಲೈ ಅರ್ಜುನ! ಕ್ಷತ್ರಿಯರಿಗೆ ಸಂಭಾವಿತರಾಗಿ ತಕ್ಕದಲ್ಲ ಇದು ಸ್ವರ್ಗಪ್ರಾಪ್ತಿಗೆ ವಿರೋಧವೂ, ಅಪಕೀರ್ತಿಯನ್ನು ಉಂಟು ಮಾಡುವುದೂ, ಆದ ಈ ಮೋಹವು ಇಂತಹ ವಿಷಮ ಸಮಯದಲ್ಲಿ ನಿನಗೆ ಹೇಗೆ ತಾನೇ ಬಂತು? ಎಲೈ ಪಾರ್ಥ! ಷಂಡತನವನ್ನು ಹೊಂದಬೇಡ. ಇದು ನಿನಗೆ ಯೋಗ್ಯವಲ್ಲ. ತುಚ್ಛವಾದ ಮನಸ್ಸಿನ ದೌರ್ಬಲ್ಯವನ್ನು ಬಿಟ್ಟು ಮೇಲೇಳು ಎಂದು ಹೇಳುತ್ತಾನೆ. ಆದರೆ ಬಹುಶಃ ಅರ್ಜುನನು ಶ್ರೀಕೃಷ್ಣನಿಂದ ಈ ಮಾತನ್ನು ನಿರೀಕ್ಷಿಸಿರಲಿಲ್ಲ. ತನ್ನ ವಾದಸರಣಿಯನ್ನು ಒಪ್ಪಿಕೊಂಡು, ತನ್ನ ವೈರಾಗ್ಯ ಮನೋಭಾವವನ್ನು ಪ್ರಶಂಸಿಸಿ ಯುದ್ಧದಿಂದ ಹಿಂದೆ ಸರಿಯಲು ಶ್ರೀಕೃಷ್ಣನು ಒಪ್ಪಿಗೆ ನೀಡುತ್ತಾನೆ ಎಂದು ಅವನು ನಿರೀಕ್ಷಿಸಿದ್ದ. ಆದರೆ ಶ್ರೀಕೃಷ್ಣನು ತನ್ನ ಅಂತರ್ದೃಷ್ಟಿಯಿಂದ ಅರ್ಜುನನ ಅಂತಃಕರಣವನ್ನು ಅರಿತುಕೊಂಡು ಅವನ ಅಹಂಕಾರಕ್ಕೆ ಸರಿಯಾದ ಪೆಟ್ಟನ್ನು ನೀಡುತ್ತಾನೆ. ಅದನ್ನು ಪುಡಿ ಪುಡಿ ಮಾಡುತ್ತಾನೆ. ಆಗಲೇ ಅರ್ಜುನನಿಗೆ ತನ್ನ ಪರಿಮಿತಿ ಅರ್ಥವಾಗುತ್ತದೆ. ತನ್ನ ದೌರ್ಬಲ್ಯದ ಅರಿವಾಗುತ್ತದೆ. ತಾನು ಗೊಂದಲದಲ್ಲಿದ್ದೇನೆ ಎಂದು ಗೊತ್ತಾಗುತ್ತದೆ. ಆಗ ಅವನು ಶ್ರೀಕೃಷ್ಣನಿಗೆ ಶರಣಾಗುತ್ತಾನೆ. ಅನಂತರ ಗೀತೋಪದೇಶ ಪ್ರಾರಂಭವಾಗುತ್ತದೆ.

ಸ್ವಧರ್ಮಸಹಜವಾದುದು. ಆದರೆ ಅನೇಕ ಮೋಹಗಳಿಂದಾಗಿ ಅದನ್ನು ಪಡೆಯಲು ಬಹಳ ಕಷ್ಟವಾಗುತ್ತದೆ. ಆ ಮೋಹವೇ ಸಂಕುಚಿತ ದೇಹಬುದ್ಧಿ. "ನಾನು" "ನನ್ನ ಬಳಗ" ಇಷ್ಟೇ ನನ್ನ ಲೋಕ; ಉಳಿದವರೆಲ್ಲ ವೈರಿಗಳು ಎಂಬ ಭೇದ ಬುದ್ಧಿಗೆ ಇದು ಬೀಜ. ನಾನು, ನನ್ನದು ಎಂದುಕೊಂಡು ದೇಹ, ಬುದ್ಧಿ ಎಂಬ ಇಬ್ಬಗೆಯ ಮಾತಿಗೆ ಸಿಕ್ಕಿ ಪರಿಪರಿಯ ಕೋಪಗಳನ್ನು ನಾವು ಮಾಡಿಕೊಳ್ಳುತ್ತೇವೆ. ಇಂತಹ ಪ್ರಸಂಗದಲ್ಲಿ ಸ್ವಧರ್ಮನಿಷ್ಠೆ ಇದ್ದರೆ ಮಾತ್ರ ಸಾಲದು ಅದು ಪರಿಪೂರ್ಣವಾಗಲು ಇನ್ನೆರಡು ಸೂತ್ರಗಳು ಬೇಕು. ಒಂದು "ಈ ದೇಹಬರಿಹೊದಿಕೆ" ಎಂಬ ಜ್ಞಾನ, ಎರಡನೆಯದು "ನಾನು ಎಂದಿಗೂ ಸಾಯದ ಅಖಂಡ ವ್ಯಾಪಕ ಆತ್ಮ" ಎಂಬುದು. ಇವೆರಡೂ ಸೇರಿ ಪೂರ್ಣ ತತ್ವಜ್ಞಾನವಾಗುತ್ತದೆ. ಇದನ್ನೆ ಭಗವದ್ಗೀತೆ ಉಪದೇಶಿಸುತ್ತದೆ. ಭಗವದ್ಗೀತೆಯು ತತ್ವ, ಹಿತ, ಮತ್ತು ಪುರುಷಾರ್ಥಗಳನ್ನು ಒಳಗೊಂಡಿದೆ.

ಅಧ್ಯಾಯ-೧

ಅರ್ಜುನ ವಿಷಾದಯೋಗ

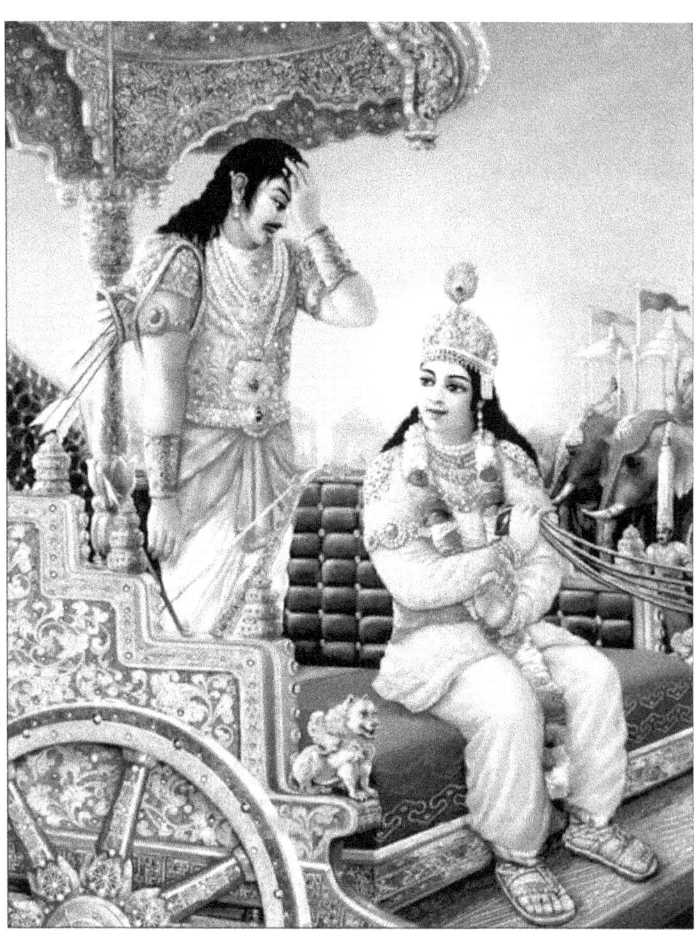

ಅರ್ಜುನ ವಿಷಾದಯೋಗ

ಕೌರವ ಮತ್ತು ಪಾಂಡವರ ಯುದ್ಧದ ಸನ್ನಿವೇಷದಲ್ಲಿ ನಡೆದ ಆಗುಹೋಗುಗಳ ಬಗ್ಗೆ ಧೃತರಾಷ್ಟ್ರನಿಗೆ ಜಿಜ್ಞಾಸೆ ಉಂಟಾಯಿತು. ಅದಕ್ಕೆ ಸಂಜಯ ಉತ್ತರವನ್ನು ಕೊಡಲು ಆರಂಭಿಸುತ್ತಾನೆ. ಅನಂತರ ದುಯೋಧನನು ದ್ರೋಣಾಚಾರ್ಯರ ಬಳಿ ಯುದ್ಧರಂಗದಲ್ಲಿ ಪಾಂಡವಸೇನೆಯ ಕಡೆ ಸ್ವಲ್ಪ ಗಮನಿಸಬೇಕೆಂದು ಹೇಳುತ್ತಾನೆ. ಆಗ ದುಯೋಧನನು ಪಾಂಡವಸೇನೆಯ ಪ್ರಮುಖರನ್ನು ಗುರುತಿಸಿದನು. ತನ್ನ ಸೇನೆಯರನ್ನು ಗುರುತಿಸುತ್ತೇನೆಂದು ತಿಳಿಸಿದ್ದು, ಹಾಗೆಯೆ ಕೆಲವರನ್ನು ಗುರ್ತಿಸಿದ್ದು, ಉಭಯಸೇನೆಗಳ ಬಲಾಬಲಾಗಳ ಬಗ್ಗೆ ಸೂಚಿಸಿದ್ದು ಮುಖ್ಯವಾಗಿ ಭೀಷ್ಮರಕ್ಷಣೆಯ ಅವಶ್ಯಕತೆಯನ್ನು ತಿಳಿಸಿದನು. ನಂತರ ಇದನ್ನು ತಿಳಿದ ಭೀಷ್ಮನು ಶಂಖಿನಾದವನ್ನು ಊದಿ ಯುದ್ಧಕ್ಕೆ ಸಿದ್ಧರಾಗಿದ್ದು, ಇವರ ಕಡೆಯವರೆಲ್ಲರೂ ಉತ್ಸಾಹದಿಂದ ಶಂಖಿನಾದವಾದ ಕೂಡಲೇ ಶ್ರೀಕೃಷ್ಣಾರ್ಜುನ ಶಂಖಿನಾದ, ಪಾಂಡವ ಸೇನೆಯ ಕಡೆಯವರೆಲ್ಲರಿಂದ ಶಂಖಿನಾದ ಮೂಡಿತು. ಇದರಿಂದ ಕೌರವ ಕಡೆಯವರ ಹೃದಯ ಕಲಕಿದ್ದು, ಶ್ರೀಕೃಷ್ಣನನ್ನು ಕುರಿತು ಅರ್ಜುನನು ಹೇಳಿದ್ದನ್ನು ಸಂಜಯನು ಧೃತರಾಷ್ಟ್ರನಿಗೆ ಹೇಳಲು ಆರಂಭಿಸಿದನು. ಅರ್ಜುನನು ಶ್ರೀಕೃಷ್ಣನನ್ನು ಕುರಿತು ಯುದ್ಧರಂಗವನ್ನೆಲ್ಲಾ ಒಂದು ಸಲ ಕಣ್ಣಿಟ್ಟು ನೋಡಲು ಬಯಸಿದ್ದು ಅಂತೆಯೇ ಕೃಷ್ಣನು ಉಭಯಸೇನೆಗಳ ಮಧ್ಯದಲ್ಲಿ ರಥವನ್ನು ಇರಿಸಿ ನೋಡೆಂದು ಹೇಳಿದನು. ಅರ್ಜುನನು ಯುದ್ಧಕ್ಕೆ ಸನ್ನದ್ಧರಾಗಿರುವ ಎಲ್ಲಾ ನೆಂಟರಿಷ್ಟರನ್ನು ನೋಡಿದನು. ಅನಂತರ ಅರ್ಜುನನು ಕಳವಳದಿಂದ ತನ್ನ ಮನಸ್ಸಿನ ನೋವನ್ನು ಶ್ರೀಕೃಷ್ಣನ ಹತ್ತಿರ ತೋರಿಸಿಕೊಳ್ಳಲು ಆರಂಭಿಸಿದನು. "ಕೃಷ್ಣಾ" ಎಲ್ಲೆಲ್ಲಿಯೂ ನಮ್ಮ ನೆಂಟರಿಷ್ಟರೇ ಯುದ್ಧಕ್ಕಾಗಿ ನೆರೆದಿದ್ದನ್ನು ಕಂಡು ನನ್ನ ಮನಸ್ಸು ವಾಕ್ಕು, ಕಾಯಗಳೆಲ್ಲವೂ ಸಹಜಧರ್ಮಗಳನ್ನು ಕಳೆದುಕೊಳ್ಳುತ್ತಿವೆ. ಹೊರಗಡೆ ನನಗೆ ಅಪಶಕುನಗಳು ಕಾಣಿಸುತ್ತಿವೆ. ವಸ್ತುತಃ ನಮಗೆ ರಾಜ್ಯಭೋಗಗಳ ಬಯಕೆಯೇ ಇಲ್ಲ. ಯಾರಿಗೋಸ್ಕರ ಇದೆಲ್ಲವೂ ಬೇಕೋ ಅವರೇ ಜೀವನದ ಹಂಗನ್ನು ತೊರೆದು ನಿಂತಿರುವರು. ಇಲ್ಲಿ ನಿಂತಿರುವವರೆಲ್ಲಾ ನಮ್ಮ ನೆಂಟರಿಷ್ಟರೇ. ಆದ್ದರಿಂದ ಮೂರು ಲೋಕದ ಸಾಮ್ರ್ಯವೇ ಸಿಕ್ಕುವುದಾದರೂ ಇವರನ್ನು ನಾನು ಕೊಲ್ಲಲು

ಪ್ರಯತ್ನಿಸಲಾರೆ. ಇವರೆಲ್ಲರನ್ನೂ ಕೊಂದರೆ ನನಗೇನು ಸುಖಸಿಗತ್ತೇ?"
ಇವರು ಇದನ್ನು ಗಮನಿಸದಿದ್ದರೂ ನಾನಾದರೂ ಗಮನಿಸಬೇಕಲ್ಲವೇ.
ಕುಲನಾಶದಿಂದ ಅದೆಷ್ಟೋ ಅನಾಹುತಗಳು ಉಂಟಾಗುತ್ತವೆ. ನೋಡು
ಕೃಷ್ಣ, ಒಂದಿಷ್ಟು ರಾಜ್ಯದ ಆಸೆಗೆ ಎಂತಹ ಪಾಪಕಾರ್ಯಕ್ಕೆ ಕೈಹಾಕಿದ್ದೇವೆ!
ಅಲ್ಲವೇ! ಎದುರಾಳಿಗಳೇ ನಮ್ಮನ್ನು ಕೊಂದರು ಸರಿಯೇ ನಾನಂತೂ ಯುದ್ಧಕ್ಕೆ
ಸಿದ್ಧನಾಗಲಾರೆನು. ಹೀಗೆಂದು ಬಡಬಡಿಸಿ ಅರ್ಜುನನು ಬಿಲ್ಲುಬಾಣಗಳನ್ನು
ಬಿಸಾಡಿ ಕೈಕಟ್ಟಿಕೊಂಡು ಕುಳಿತುಕೊಳ್ಳುತ್ತಾನೆ. ಆಗ ಶ್ರೀಕೃಷ್ಣನು ಅರ್ಜುನನನ್ನು
ಕುರಿತು ವಿಷಾದವನ್ನು ತೊರೆದು ಯುದ್ಧಕ್ಕೆ ಸಿದ್ಧನಾಗಲು ಹುರಿದುಂಬಿಸುತ್ತಾನೆ.

– ಓಂ ತತ್ಸತ್ –

ಅಧ್ಯಾಯ–೨

ಸಾಂಖ್ಯಯೋಗ

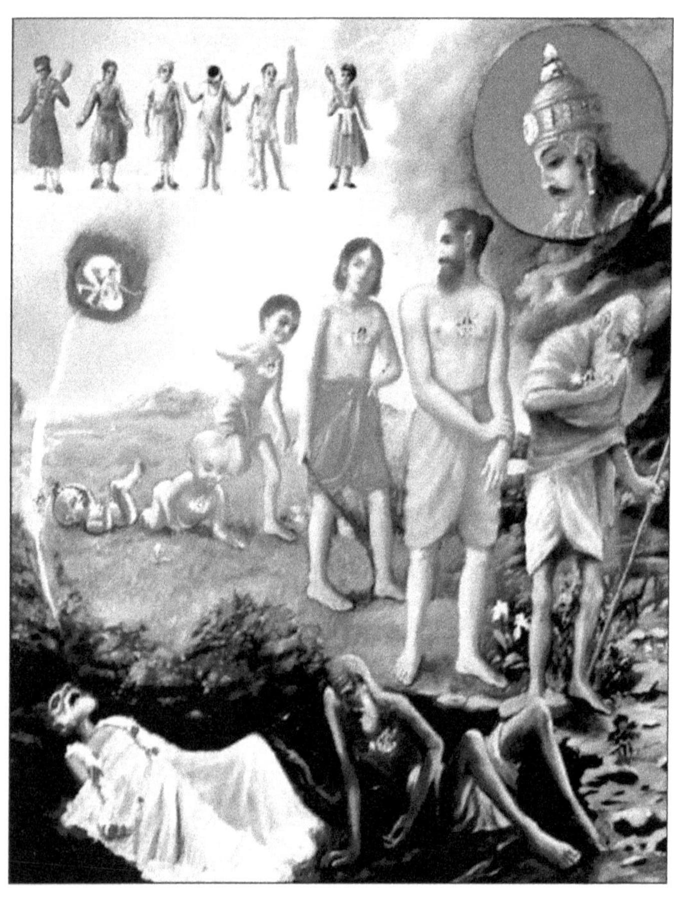

ಸಾಂಖ್ಯಯೋಗ

ವಿಷಾದದಿಂದ ಕೂಡಿದ ಅರ್ಜುನನನ್ನು ಕುರಿತು ಶ್ರೀಕೃಷ್ಣನು ಸಮಾಧಾನಪಡಿಸಲು ಆರಂಭಿಸಿ, ಈ ಅಕಾಲದಲ್ಲಿ ಅನುಚಿತವಾದ ವಿಷಾದ ಏಕೆ ನಿನಗೆ ಆವರಿಸಿತು? ಅರ್ಜುನ! ಈ ಕ್ಷುದ್ರವಾದ ದೌರ್ಬಲ್ಯವನ್ನು ಕಿತ್ತು ಬಗೆದು ಏಳು, ಯುದ್ಧಕ್ಕೆ ಸಿದ್ಧನಾಗು ಎಂದು ಹೇಳುತ್ತಾನೆ. ಇದನ್ನು ಕೇಳಿದ ಅರ್ಜುನನು ಮತ್ತೆ ಮತ್ತೆ ತನ್ನ ಮಾನಸಿಕ ಕಳವಳವನ್ನು ತೋಡಿಕೊಳ್ಳುತ್ತಾ ಕೇಳುತ್ತಾನೆ. ಈ ಗುರುವರ್ಗದವರನ್ನೂ, ಹಿರಿಯರನ್ನೂ, ಸೈನಿಕರನ್ನೆಲ್ಲಾ ಹೇಗೆ ಕೊಲ್ಲಲು ಪ್ರಯತ್ನಿಸಲಿ. ಇವರನ್ನೆಲ್ಲಾ ಕೊಂದು ದಕ್ಕಿಸಿಕೊಳ್ಳುವ ರಾಜ್ಯಭೋಗಕ್ಕಿಂತಲೂ ಭಿಕ್ಷೆಯೇ ಮೇಲಲ್ಲವೇ? ಇನ್ನು ನಮ್ಮ ಗೆಲುವೂ ಎಂದು ಸಂಶಯದಿಂದ ನಿಂತಿರುವುದು ಇದರಿಂದ ನನಗೆ ಧರ್ಮಸಂಕಟವು ತಲೆದೋರಿ ಏನೂ ಮಾಡಲೂ ಆಗುತ್ತಿಲ್ಲ, ನೀನೇ ಬಗೆಹರಿಸಬೇಕು ಎಂದು ಕೇಳಿಕೊಳ್ಳುತ್ತಾನೆ. ಈಗ ನನ್ನಲ್ಲಿ ಮೂಡಿರುವ ವಿಷಾದ ತ್ರಿಲೋಕಾಧಿಪತ್ಯವೂ ಆದ ನಿನ್ನ ಮಾತುಗಳೂ ಕೂಡ ಮದ್ದಾಗಲಾರದೆಂದೇ ತೋರುತ್ತದೆ ಎಂದು ಹೇಳಿ ಸುಮ್ಮನಾದಾಗ, ಅವನಿಗೆ "ತತ್ವ" ಉಪದೇಶವನ್ನು ಮಾಡಲು ಶ್ರೀಕೃಷ್ಣನು ಗೀತೋಪದೇಶ ಮಾಡಲು ಪ್ರಾರಂಭಿಸುತ್ತಾನೆ. "ಅರ್ಜುನ"! ನಿನಗೆ ಆಸ್ಥಾನದ ಶೋಕವು ಮೂಡಿದೆ. ಎಲ್ಲರಲ್ಲಿರುವ ಆತ್ಮ ನಿತ್ಯ ಎಂಬುದನ್ನು ನೀನು ಗಮನಿಸಬೇಕು. (ಸಂಕ್ರಮಿಸುವುದರಷ್ಟೇ) ಸುಖದುಃಖಾದಿಹೇತುವಾದ ಸಂಯೋಗ, ವಿಯೋಗಗಳೆರಡೂ ಅನಿತ್ಯವು, ಇದಕ್ಕೆಲ್ಲ ಕುಗ್ಗದವನೇ ಧೀರನೆನಿಸುವನು. ನೋಡು ಅರ್ಜುನ ತತ್ವದರ್ಶಿಯಾಗಿ ಅಸತ್, ಸತ್ಗಳನ್ನು ಚರಾಚರ ವಸ್ತುಗಳನ್ನು ವಿವೇಚಿಸಿಕೊಳ್ಳಬೇಕು. "ಸತ್" ವಸ್ತುವಿಗೆ ಎಂದೆಂದಿಗೂ ಹಾನಿಯೇ ಇಲ್ಲ, ಶೋಕವೇ ಇಲ್ಲ, "ಅಸತ್" ವಸ್ತುವಿನ ಹಾನಿಯನ್ನು ಯಾರು ತಪ್ಪಿಸಲು ಆಗುವುದಿಲ್ಲ. ಇವನು ಕೊಲ್ಲುವವನು, ಇವನು ಕೊಲ್ಲಲ್ಪಡುವವನು ಎಂದು ಭಾವಿಸುವವರಿಬ್ಬರೂ ಮೂಡರೇ, ಅಜ್ಞರೇ ಎಂದು ತಿಳಿಯಬೇಕು. ಆದರೆ, ಈ ಆತ್ಮ ನಿತ್ಯಸತ್ಯಸ್ವರೂಪನು. ಇದನ್ನರಿತ ಯಾವನೇ ಆದರೂ ಇದಕ್ಕೆ ವಿರುದ್ಧವಾಗಿ ಯೋಚನೆ ಮಾಡಲಾರನು. (ಉದಾ: ಹಳೆಬಟ್ಟೆಯನ್ನು ಕಳಚಿ ಹೊಸಬಟ್ಟೆಯನ್ನು ಧರಿಸುವಂತೆ ಜೀವಾತ್ಮನು,

ಮಾನವನೂ ಸಹ ಕರ್ಮಕ್ಕನುಗುಣವಾಗಿ ತನ್ನ ಆಯಸ್ಸು ಮುಗಿದಾಗ ಜೀರ್ಣವಾದ ಹಳೆಯ ದೇಹವನ್ನು ಜನ್ಮಜನ್ಮಗಳಲ್ಲೂ ತ್ಯಜಿಸುತ್ತಾನೆ. ಮತ್ತೆ ಬೇರೆ ಬೇರೆ ಹೊಸದಾದ ಸ್ಥೂಲ ಸೂಕ್ಷ್ಮಕಾರಣ ಶರೀರಗಳನ್ನು ಸ್ವೀಕರಿಸಿ, ಅವುಗಳಲ್ಲಿ ತಾದಾತ್ಮ್ಯಭಾವದಿಂದ ಹೋಗಿ ಸೇರಿಕೊಳ್ಳುತ್ತಾನೆ. "ಆತ್ಮ" ಮಾತ್ರ ಯಾವಾಗಲೂ ನಿರ್ವಿಕಾರನೇ ಆಗಿರುವನು. ಆತ್ಮನಿಗೆ ಸಾವು ಹುಟ್ಟುಗಳಿಲ್ಲ. ಈ ಶರೀರವು ನಶಿಸುವ ವಿಷಯವಾದರೂ ಸಹ ಆತ್ಮ ಮಾತ್ರ ಯಾರಿಂದಲೂ ಕೊಲ್ಲಲ್ಪಡದವನಾಗಿರುವನು. ಇನ್ನು ಈ ಆತ್ಮ ಎಂಬುದು ನಿತ್ಯವೂ ಅವಿನಾಶಿಯೂ ಆಗಿರುವುದರಿಂದ ಇದಕ್ಕೆ ನಾಶವೇ ಇಲ್ಲ. ನಿರ್ವಿಕಾರನಾದ ಈ ಆತ್ಮನು ಯಾವ ವಿಕಾರಸಾಧನಗಳಿಂದಲೂ ವಿಕೃತನಾಗಲಾರನು. ಶರೀರಧರ್ಮವು ಆತ್ಮನಿಗಿಲ್ಲ. ಆತ್ಮಶಾಶ್ವತವಾದ ವಸ್ತು, ಈ ವಿಷಯಸ್ವರೂಪವನ್ನರಿತು ಶೋಕವನ್ನು ಬಿಡಬೇಕು. ಇದನ್ನು ಮನದಟ್ಟು ಮಾಡಿಕ್ಕೊಂಡು ಶೋಕಕ್ಕೆ ಎಡೆಕೊಡಬೇಡ. ಒಂದು ವೇಳೆ ತಪ್ಪದೆ ಜನನ ಮರಣಗಳನ್ನೇ ಈ ಆತ್ಮನಿಗೆ ಭಾವಿಸಿದರೂ ಆಗಲೂ ಶೋಕಕ್ಕೇ ಅವಕಾಶವಿಲ್ಲ. ದೇಹಾತ್ಮವಾದಿಯೂ ಸಹ ಶೋಕಿಸಬೇಕಾಗಿಲ್ಲ. ಪ್ರತಿಯೊಬ್ಬನು ಜೀವ, ಜೀವನಗಳ ಧರ್ಮವನ್ನು ತಿಳಿಯಲೇಬೇಕು. "ಆತ್ಮ" ಎಂಬುದು ಅತಿ ಆಶ್ಚರ್ಯಕರವಾದದು. ಆದ್ದರಿಂದ ಸತ್ಯವಾದರೂ ಹೇಗಾದರೂ ಕೂಡ ಅದರ ಶೋಕಕ್ಕೆ ಅವಕಾಶವಿಲ್ಲ. ಹಾಗಿರುವಾಗ ಅಪರಿಹಾರ್ಯವಾದ ಜ್ಯೋತಿಸ್ವರೂಪ ವಿಷಯದಲ್ಲಿ ಶೋಕಿಸಿ ಏನು ಫಲ? ಇನ್ನು ನಿತ್ಯವಿನಾಶಿಯಾದ ಶರೀರದ ಬಗ್ಗೆಯೂ ಶೋಕವೂ ನಿರುಪಯುಕ್ತವಲ್ಲವೇ! ಆತ್ಮತತ್ವವನ್ನೇ ಗಮನಿಸುವುದಾದರೆ ಅದರಿಂದ ಅತಿ ಆಶ್ಚರ್ಯಕರವಾದ ಸ್ಥಿತಿಯೇ ಒದಗುವುದು. ಒಟ್ಟಿನಲ್ಲಿ, ಈ ದೇಹವನ್ನು ಆಶ್ರಯಿಸಿ ಬದುಕುವ ಬಾಳುಗಳಿಗೆ ಆಶ್ರಯನಾದ ಆತ್ಮನು ಸತ್ಯನಪ್ಪಾ! ಇದಕ್ಕಾಗಿ ಶೋಕಿಸಬೇಡ. ಇನ್ನು ಹೊರಗಡೆಯ ಯಾವ ನೋವು ನುಡಿಗಳನ್ನು ಗಮನಿಸದೇ ಯುದ್ಧಕ್ಕೆ ಸಿದ್ಧನಾಗುವುದೇ ಕ್ಷತ್ರಿಯಧರ್ಮ. ಇಂತಹ ಧರ್ಮ ತಾನಾಗಿ ಒದಗಿ ಬಂದಾಗ ಸ್ವಧರ್ಮವನ್ನು ಪಾಲಿಸಬೇಕು. ಆದ್ದರಿಂದ ಸ್ವಧರ್ಮ ದೃಷ್ಟಿಯಿಂದಲೂ ಸಹ ಶೋಕಕ್ಕೆ ಅವಕಾಶವಿಲ್ಲ. ಸ್ವಧರ್ಮ ಆಚರಣೆಯೇ ಶ್ರೇಯಸ್ಕರವಾದದು. ಅವಕಾಶವಿದ್ದಲ್ಲಿ ಪುಣ್ಯ ಲಭ್ಯವಾಗುತ್ತದೆ ಅಲ್ಲವೇ. ಸ್ವಧರ್ಮತ್ಯಾಗವೇ ಪಾಪ ಮತ್ತು ಸ್ವಧರ್ಮತ್ಯಾಗ ಅಪಕೀರ್ತಿಗೆ ಹೇತು ಹಾಗೂ ಅನೀತಿ, ಅನಿಷ್ಟ ಹಾನಿಗಳು ಕಾದಿದೆ ಎಂದು ಎಚ್ಚರಿಸುತ್ತಾನೆ ಪರಮಾತ್ಮ.

ಸ್ವಧರ್ಮದಿಂದ ಹಿಂಜರಿದರೆ ಹೇಡಿಪಟ್ಟವು ಕಾದಿರುತ್ತದೆ. ಹೀಯಾಳಿಕೆಯೂ ಜೊತೆಯಲ್ಲಿಯೇ ಬರುತ್ತದೆ. ಧೀರನಾದವನು ಜಯ ಅಪಜಯಗಳೆರಡಕ್ಕೂ ಯಾವಾಗಲೂ ಸಿದ್ಧನಾಗಿರಬೇಕು. ಎಲ್ಲಕ್ಕೂ ಸಿದ್ಧನಾಗಿಯೇ ರಂಗಕ್ಕೆ ಧುಮುಕಬೇಕು. ನೋಡು ಸತ್ತರೆ ಸ್ವರ್ಗ, ಗೆದ್ದರೆ ಸಾಮ್ರಾಜ್ಯ ಎದ್ದೇಳು ಎಲ್ಲಾ ವಿಧವಾದ ಆಶಾನಿರಾಶೆಗಳೂ ಇಲ್ಲಿದೆ. ಸ್ವಧರ್ಮವನ್ನು ಕೈಗೊಳ್ಳಲು ಸಿದ್ಧನಾಗು.

ಇದರ ಸಾರಾಂಶ, ಪ್ರತಿಯೊಬ್ಬ ಮಾನವನು ಕೂಡ ತಮ್ಮ ತಮ್ಮ ಸ್ವಧರ್ಮವನ್ನು ಆಚರಿಸಲೇಬೇಕು ಎನ್ನುವುದೇ ಪರಮಾತ್ಮನ ಉಪದೇಶ. ಸ್ವಧರ್ಮದೃಷ್ಟಿಯಂತೆ ಕರ್ಮಯೋಗದ ದೃಷ್ಟಿಯೂ ನಿನಗೆ ಇರಬೇಕು. ಇದರಿಂದ ಪ್ರತಿಯೊಬ್ಬ ಮಾನವನು ಅನಿವಾರ್ಯವಾಗಿ ಅನುಸರಿಸಬೇಕಾದ ಕರ್ಮಯೋಗದ ಸರಣಿ ದೃಷ್ಟಿಯಿಂದಲೂ ಹಾಗೂ ಧರ್ಮವನ್ನು ಆಚರಿಸುವುದು ಶ್ರೇಯಸ್ಕರ ಎಂಬುದು ತಿಳಿದುಬರುತ್ತದೆ. ಕರ್ಮಯೋಗವು ಎಳ್ಳಷ್ಟೆ ಆದರೂ ಅದು ರಕ್ಷಕ. ಸಮತ್ವ ಭಾವದಿಂದ ಕುಶಲಪೂರ್ಣವಾದ ಕರ್ಮಯೋಗದಲ್ಲಿರುವ ಮಹತ್ವವನ್ನು ತಿಳಿಸುತ್ತಾನೆ. ಈ ಕರ್ಮಯೋಗ ದೃಷ್ಟಿಯಂತೆಯೇ ಜ್ಞಾನ ಯೋಗದ ದೃಷ್ಟಿಯಿಂದಲೂ ಯುದ್ಧದ ಸಿದ್ಧತೆಯಲ್ಲಿ ಔಚಿತ್ಯವಿದೆ. ಈ ಕರ್ಮಯೋಗದ ರಹಸ್ಯವೇ ಜೀವಕ್ಕೆ ತಾರಕವಾಗಿದೆ. ಮಾನವನಿಗೆ ವ್ಯವಸಾಯಾತ್ಮಕವಾದ ಸುದೃಢ ನಿಶ್ಚಯಾತ್ಮಕವಾದ ಬುದ್ಧಿ ಸಂಪತ್ತಿರಬೇಕು. ಮಾನವನಿಗೆ ಕರ್ಮಯೋಗದ ಮೂಲಕವೇ ನಿಶ್ಚಯಾತ್ಮಕ ಬುದ್ಧಿ ಲಭಿಸುತ್ತದೆ. ಈ ರೀತಿ ನಿಷ್ಕಾಮಕರ್ಮಾತ್ಮಕವಾದ ಕರ್ಮಯೋಗವೆಂಬ ಧರ್ಮವಿಶೇಷವು ಭವಬಂಧನರೂಪವಾದ ಭಯವನ್ನು ಹೋಗಲಾಡಿಸಿ, ಜೀವವನ್ನು ಕಾಪಾಡುತ್ತದೆ. ಅದಿಲ್ಲದೆ ಸಕಾಮರಾಗಿ ವಿಧವಿಧವಾದ ಗೊತ್ತು, ಗುರಿ, ಶಿಸ್ತು, ಜವಾಬ್ದಾರಿಗಳಿಲ್ಲದ ಬುದ್ಧಿಯಿಂದ ಆಚರಿಸಬಹುದಾದ ಯಾವ ಕರ್ಮವೂ ಸಹ ಕರ್ಮಯೋಗಾತ್ಮಕವಾಗಿ ಆಗಲಾರದು. ಇಂತಹ ಹದಗೆಟ್ಟ ಬುದ್ಧಿಯ ವಿಷಯವನ್ನು ತಿಳಿಸಿ ನಂತರ ವ್ಯವಸಾಯಾತ್ಮಕ ಬುದ್ಧಿಯ ಬಗ್ಗೆ ಭಗವಂತನು ಅರ್ಜುನನಿಗೆ ತಿಳಿಸುತ್ತಾನೆ. ಪಾರಮಾರ್ಥಿಕ ಜೀವನದ ಮೂಲವಾದ ವ್ಯವಸಾಯಾತ್ಮಕ ಬುದ್ಧಿಯು ಉಂಟಾಗುವುದು ಬಹಳವೇ ಕಷ್ಟವೆಂದು ಸೂಚಿಸುತ್ತಾನೆ. ಕೇವಲ ಸಕಾಮಭಾವದಲ್ಲಿ ತೊಡಗುವ ಮಾನವನ

ಸ್ವಭಾವ, ಅವರ ವಿಲಕ್ಷಣವಾದ ತೀರ್ಮಾನಗಳು, ಆಚಾರ ವಿಚಾರಗಳ ಸರಣಿ, ಎಲ್ಲವೂ ಯಾವ ರೀತಿ ಇರಬಹುದು ಎಂಬುದನ್ನು ತಿಳಿಸುತ್ತಾನೆ. ಅದೊಂದಿಲ್ಲದೆ ಕೇವಲ ಪ್ರಮಾಣವಾಕ್ಯಗಳನ್ನೋ ಅವುಗಳಲ್ಲಿ ಆಪಾರ್ತ ತೋರುವ ಅರ್ಥಗಳನ್ನು ಭಾವಾತ್ಮಕವಾಗಿಯೋ, ಕ್ರಿಯಾತ್ಮಕವಾಗಿಯೋ ತಿರುವುಹಾಕುತ್ತಿದ್ದರೆ ನೆಮ್ಮದಿಗೆ ಯಾವ ಉಪಯೋಗವು ಇರಲಾರದು. ಮೊದಲು ನಮ್ಮಲ್ಲಿ ಗೂಢವಾಗಿರುವ ಈ ಭೋಗ ಐಶ್ವರ್ಯಗಳ ದುರಾಸಕ್ತಿಯನ್ನು ಬಿಟ್ಟು ಸಮಾನತೆಯ ಭಾವವನ್ನು ಕಲಿಯಬೇಕು. "ಬಾಯಾರಿದವನಿಗೆ ಕೆರೆಯೊಂದರ ನೀರಿನಂತೆ" ಹಾಗೆ ವೇದಗಳಲ್ಲಿರುವ ಸಾರವನ್ನು ಗ್ರಹಿಸಬೇಕು. ಜ್ಞಾನದಾಹವುಳ್ಳವನಿಗೆ ತನಗೆ ಅನುಗುಣವಾದ ವೇದರಾಶಿಯ ಒಂದು ತುಣುಕು ಮಾತ್ರವೇ ಸಾಕು" ಎನ್ನುತ್ತಾನೆ ಪರಮಾತ್ಮ. ಏಕೆಂದರೆ ಜ್ಞಾನರಾಶಿಯಾದ ವೇದಗಳೆಲ್ಲವೂ ಅನಂತಕೋಟಿಕೋಟಿ ಜೀವಾತ್ಮರ, ಪ್ರಕೃತಿಗಳಿಗೆ ಅನುಗುಣವಾದ ಮತ್ತು ಅವರು ಸಾಗಿಸಿರುವ ದಾರಿಗಳಿಗೆ ಅನುಗುಣವಾದ ಶ್ರೇಯಸ್ಸು ಮತ್ತು ಪ್ರೇಯಸ್ಸುಗಳನ್ನೂ, ಅವುಗಳ ಮುಂದಿನ ಮಾರ್ಗಗಳನ್ನೂ ವಿಧವಿಧವಾಗಿ ಚಿತ್ರಿಸಿರುತ್ತದೆ ಅವುಗಳನ್ನು ವಾದಕ್ಕಾಗಲಿ, ವ್ಯಾಖ್ಯಾನ ಕೌಶಲ್ಯಕ್ಕಾಗಲಿ ಉಪಯೋಗಿಸಿಕೊಳ್ಳದೇ, ಎಲ್ಲವೂ ಏಕೈಕ ವ್ಯಕ್ತಿಗೆ ಇಲ್ಲ ಎಲ್ಲರಿಗೂ ಸಲ್ಲುವುದೆಂಬ ಭ್ರಮೆಗೂ ಸಿಲುಕದೇ, ತನ್ನ ಭಾಗಕ್ಕೆ ಎಷ್ಟು ಬೇಕೋ ಅಷ್ಟನ್ನು ಗುರುಮುಖಿವಾಗಿ ಗ್ರಹಿಸಿ ಅದನ್ನೇ ಸ್ವಾಧ್ಯಾಯವಾಗಿ ಉಪಯೋಗಿಸಿಕೊಂಡು ಆತ್ಮವಂತನಾಗಬೇಕೆಂದು ಹೇಳುತ್ತಾನೆ. ಇದರ ಹಿನ್ನೆಲೆ ಏನೆಂದರೆ, ಆತ್ಮಸ್ವರೂಪವನ್ನರಿತು ಕರ್ಮಪರನಾಗು, ಯೋಗರಹಸ್ಯವನ್ನರಿತು ಕರ್ಮದಲ್ಲಿ ಆಸಕ್ತನಾಗು ಸಕಾಮಭಾವವನ್ನು ತ್ಯಜಿಸಿ, ಸಮತಾಬುದ್ಧಿಯನ್ನು ಆಶ್ರಯಿಸು. ಯಾವುದೇ ಕರ್ಮದಲ್ಲೂ ಯೋಗವೆಂಬ ಚಾಣ್ಯೆಯಿರಬೇಕು. ಕ್ಷುದ್ರಫಲಕ್ಕೆ ಮನಸ್ಸು ಕೊಡಬಾರದು. ನಿನಗೆ ಈ ಬಂದು, ಬಾಂದವ್ಯ ಮೋಹವೂ ಮನಸ್ಸಿನ ಈ ಕಳವಳವೂ ತೊಲಗಿದರೆ, ಮಾತ್ರ ತತ್ವಾರ್ಥವನ್ನು ತಿಳಿಯುವ ನಿಜವಾದ ಆಸಕ್ತಿಯು ತಲೆತೋರುವುದು. ಹಾಗಾದರೆ ಸಮಾಧಿಸ್ಥನಾಗಿ ಇರುವ ಸ್ಥಿತಪ್ರಜ್ಞನಾದವನ ಲಕ್ಷಣಗಳಾದರೂ ಏನು? ಎಂದು ಅರ್ಜುನನು ಕೇಳಲು ಪರಮಾತ್ಮನು ಉತ್ತರಿಸುತ್ತಾನೆ. ಯಾವಕರ್ಮದಲ್ಲೂ ಫಲಾಪೇಕ್ಷೆ ಇರಬಾರದು. ಕಾಮ್ಯಕರ್ಮಗಳಲ್ಲಿರುವ ದೋಷವನ್ನು ಗುರ್ತಿಸಿ, ಇನ್ನು ಸಮತಾರೂಪವಾದ ಯೋಗಭೂಮಿಯನ್ನು ಆಶ್ರಯಿಸಿ ಬುದ್ಧಿಯೋಗದ

ಮೂಲಕ ಪ್ರಾಪ್ತವಾದ ಕರ್ಮಗಳನ್ನು ಕೈಗೊಂಡರೇನೇ ಶ್ರೇಯಸ್ಕರ ಎಂದು ಹೇಳುತ್ತಾನೆ. ಯೋಗರಹಸ್ಯವನ್ನು ತಿಳಿಸಿ, ಕರ್ಮಬಂದಕವನ್ನು ತಿಳಿಸಿದ ನಂತರ ಅರ್ಜುನನಿಗೆ ಮಾನಸಿಕ ಪ್ರಶ್ನೆ ಎದ್ದಿತು. ಆಗ ಕೇಳಿದ ನನಗೆ ಯಾವಾಗ ಅಂತಹ ಅನಾಮಯಪದವು ದೊರಕಬಹುದು ಮತ್ತು ಹೇಗೆ ಎಂದು? ಆಗ ಶ್ರೀಕೃಷ್ಣನು ಅರ್ಜುನನಿಗೆ ಮೊದಲು ನೀನು. ಚಿತ್ತಶುದ್ಧಿಯ ಮೂಲಕ ಆತ್ಮವಿವೇಕಜ್ಞಾನವುಳ್ಳವನಾದಾಗ ಮಾತ್ರ ಕರ್ಮಯೋಗ ಜ್ಞಾನಯೋಗಗಳ ಫಲವನ್ನು ಪಡೆದು ಕೃತಾರ್ಥನಾಗುವೆ ಎನ್ನುತ್ತಾನೆ. ಆಗ ಅರ್ಜುನ ಸ್ಥಿತಪ್ರಜ್ಞನ ಲಕ್ಷಣಗಳ ಜಿಜ್ಞಾಸೆಯ ಮುಖಾಂತರ ಅಂತಬರ್ಹಿಃ ಲಕ್ಷಣಗಳನ್ನು ತಿಳಿದುಕೊಳ್ಳುವ ಇಚ್ಛೆಯನ್ನು ಪ್ರಕಟಿಸುತ್ತಾನೆ. ಮಾನವನ ಬುದ್ಧಿಯು ಮೋಹವೆಂಬ ಕೆಸರಿನಿಂದ ಪಾರಾಗಿ ಇಹಪರ ಭೋಗಗಳಲ್ಲಿ ವಿರಾಗತೆಯನ್ನು ಪಡೆದಾಗ ಮಾತ್ರ ನಿಜವಾದ ಕರ್ತವ್ಯಪ್ರಜ್ಞೆಯೊಂದಿಗೆ ಪರಮಾತ್ಮಭಾವದಲ್ಲಿ ನಿಶ್ಚಲತೆಯಿಂದ ಇರಬಲ್ಲನು ಮತ್ತು ಜೀವನದ ಅಂತಿಮ ಗುರಿಯನ್ನು ತಲುಪಬಹುದು ಅವನು ಹೇಗಿರುತ್ತಾನೆ. ಭಗವಂತನ ಮಾರ್ಗವನ್ನು ಪಡೆಯಲು ಸ್ಥಿತಪ್ರಜ್ಞನು ಹೇಗಿರುತ್ತಾನೆ. ಹೇಗೆ ಮಾತನಾಡುತ್ತಾನೆ? ಹೇಗೆ ಚಿತ್ರಿಸಬಹುದು? ಹೇಗೆ ವಾಕ್ವ್ಯವಹಾರಗಳನ್ನು ಮಾಡಬಲ್ಲನು? ಮತ್ತು ಅವನ ಚಲನೆ, ಆಚರಣೆಯನ್ನು ಹೇಗೆ ಇಟ್ಟುಕೊಳ್ಳಬಲ್ಲನು ಎಂದು? ಆಗ ಪರಮಾತ್ಮ ಉತ್ತರಿಸುತ್ತಾನೆ. ಮನಸ್ಸಿನ ಕಾಮನೆಗಳನ್ನೆಲ್ಲಾ ತೊರೆದು ತೃಪ್ತನಾಗಿರುವವನೇ ಸ್ಥಿತಪ್ರಜ್ಞ ಮಾನವನ ಎಲ್ಲಾ ವಿಧವಾದ ಬುದ್ಧಿಕ್ರಿಯೆಗೂ ಮೂಲವಾದದ್ದು ಮನಸ್ಸಿನಲ್ಲೇ ಅಡಗಿರುವ ಎಲ್ಲಾ ವಿಧವಾದ ಆಸೆಗಳನ್ನೂ ಕ್ಷುದ್ರಭೋಗ ಇಚ್ಛೆಗಳನ್ನೂ ತೊರೆಯುವನು ಮಾನವನ ಆಸೆಗೆ ಬಲ್ಲವರು ನಾಲ್ಕುರೂಪವನ್ನು ಚಿತ್ರಿಸುತ್ತಾರೆ. ವಾಸನೆ ಹೀಗೆಂದು ರೂಪಗೊಳ್ಳದ ಆಸೆಯ ಅವಿಕಸಿತ ಸ್ಥಿತಿ, ಸ್ಪಹ ಅವಶ್ಯಕತೆಯ ಭಾವದೊಂದಿಗೆ ಆಸೆಪಡುವುದು, ಇಚ್ಛೆ–ಅದಿಲ್ಲದೇ ಆಗುವುದಿಲ್ಲ ಎಂಬ ದುಗುಡ, ತೃಷ್ಣೆ – ಎಷ್ಟು ಬಂದರೂ ಅತೃಪ್ತಿಯಿಂದಿರುವ ಆಶಾರಾಶಿ ಇಂತಹ ವ್ಯಕ್ತಿ. ಹೆಚ್ಚು ಸುಖಕ್ಕಾಗಿ ಹಂಬಲಿಸದೇ ರಾಗದ್ವೇಷಗಳನ್ನು ತ್ಯಜಿಸುವನು ಇಂದ್ರಿಯಗಳನ್ನು ಗೆದ್ದವನು. ಅವನಿಗೆ ಉಳಿಯುವ ಗೂಢವಾದ ವಿಷಯರಸವೂ ಸಹ ಕ್ರಮವಾಗಿ ಇಂದ್ರಿಯಾಧೀಶನ ಒಲವಿನಿಂದ ಮಾಯವಾಗುತ್ತದೆ. ಮನಸ್ಸಿನ ಮಿತಿಮೀರಿದ ಸುಖವನ್ನಾಗಲಿ ದುಃಖವನ್ನಾಗಲಿ

ತಂದುಕೊಳ್ಳಲಾರ ಅಂತಹವನಿಗೆ ಮಾತ್ರ ಪ್ರಜ್ಞೆಯು ನೆಲೆಗೊಳ್ಳುವುದು. ಇಲ್ಲಿ ಪ್ರಜ್ಞೆ ಎಂದರೆ ತತ್ವವಿಷಯಕವಾಗಿ ಫಲಪರ್ಯವಸಾಯಿಯಾದ ಜ್ಞಾನವಿಶೇಷ. ಫಲಸಿದ್ಧಿಯವರೆಗೆ ನಿಷ್ಠೆಯಿಂದ ಇದ್ದು ಬೆಳೆಯುವ ವೃಕ್ಷದಂತೆ ನೆಲೆನಿಂತು ಪ್ರಜ್ಞೆಯನ್ನು ಪಡೆಯುವವನೇ ಸ್ಥಿತಪ್ರಜ್ಞನೆನಿಸುವನು. ಆಮೆಯಂತೆ ತನ್ನ ಮನಸ್ಸು ಮತ್ತು ಇಂದ್ರಿಯಗಳ ವಿಷಯಗಳನ್ನು ತನ್ನ ಹತೋಟಿಯಲ್ಲಿಟ್ಟುಕೊಳ್ಳುವನು. ಪ್ರಜ್ಞೆಯು ನೆಲೆಗೊಳ್ಳಬೇಕಾದರೆ ಇಂದ್ರಿಯ ಸಂಯಮವು ಇರಬೇಕು. ಯಾವನು ಇಂದ್ರಿಯ ವಿಷಯಸುಖವನ್ನೂ ಚಪ್ಪರಿಸುತ್ತಿರುವವನಿಗೇ ಸರ್ವನಾಶವೇ ಉಂಟಾಗುತ್ತದೆ. ವಿಷಯ ಪ್ರಾವಿಣ್ಯವನ್ನು ತ್ಯಜಿಸುವುದೇ ಪ್ರಸನ್ನತೆಯ ಸ್ಥಿತಪ್ರಜ್ಞತೆಗೆ ಮೂಲ. ಪ್ರಸನ್ನತೆಯೇ ಬುದ್ಧಿಸ್ಥಿರತೆಯ ಮೂಲ. ಇದೆಲ್ಲಕ್ಕೂ ಶಾಂತಿಸುಖಿಗಳೇ ಪರಮಧ್ಯೇಯ. ಬೌದ್ಧಿಕವಾದ ಸ್ಥಿರತೆಯಿಲ್ಲದವನಿಗೆ ತತ್ವಜ್ಞಾನವೇ ದುರ್ಲಭ. ಅಂತರ್ಬಹಿ ಇಂದ್ರಿಯಗಳ ಸಂಯಮದೊಂದಿಗೆ ವರ್ತಿಸದಿದ್ದರೆ ಆಗುವ ಹಾನಿಯನ್ನೂ ಸಂಯಮದಿಂದ ಆಗುವ ಲಾಭವನ್ನೂ ಮತ್ತು ಸಹಜವಾಗಿ ಮಾಡಬಹುದಾದ ರಾಗದ್ವೇಷಾದಿಗಳನ್ನು ತೊರೆದು ಮನಸ್ಸನ್ನೂ ಇಂದ್ರಿಯಗಳನ್ನೂ ಸಂಯಮದಿಂದ ಇರಿಸಿಕೊಳ್ಳುವನು ನಿಜ ಕರ್ತವ್ಯಪ್ರಜ್ಞೆಗೆ ಮೂಲವಾದದು ಸ್ಥಿತಪ್ರಜ್ಞೆತೆಗೆ ಮುಖ್ಯ ಆಧಾರ. ವಿಷಯಾಸಕ್ತನಿಗೂ ಸಂಯಮಿಗೂ ಬಹಳ ಅಂತರವಿರುತ್ತದೆ. ನಿಜವಾದ ಶಾಂತಿಯು ಅಜ್ಞಾನಿಗೆ ದೊರಕಲಾರದು. ಹೀಗಾಗಿ ನಿಜವಾದ ಸ್ಥಿತಪ್ರಜ್ಞನಿಗೆ ಪರಮಶಾಂತಿ ಎಂಬುವುದು ಸ್ವಾಭಾವಿಕವಾಗಿಯೇ ಪಡೆಯುವನು. ಸುಖಶಾಂತಿಯಿಂದ ಪರಮಸುಖಿಯಾಗಿ ಬಾಳುವನು.

ಓ ಅರ್ಜುನ! ಯಾವ ಸ್ಥಿತಪ್ರಜ್ಞನೂ ಗುರುಗಳ ಉಪದಿಷ್ಟ ಮಾರ್ಗದಲ್ಲಿ ಯೋಗಸಾಧಕನೂ ಆದ ಸಾಧಕನೊಬ್ಬನು, ಪ್ರಾಪ್ತವ್ಯೋ ಅಥವಾ ಅಪ್ರಾಪ್ತವ್ಯೋ ಆದ ಎಲ್ಲಾ ವಿಷಯಗಳ ಹಂಬಲಗಳನ್ನೂ ವಿಶೇಷವಾಗಿ ತೊರೆದು ಯಾವುದರಲ್ಲೂ ತನ್ನನ್ನೇ ಸೆಳೆದು ಹಾಕುವಷ್ಟು ಅತಿ ಆಸೆಯಿಲ್ಲದೇ ಕರ್ಮಾನುಗುಣವಾಗಿ ಲಭಿಸಿದ ವಸ್ತುವಿನಲ್ಲಿ ಸ್ವಾಮಿತ್ವ ಅಭಿಮಾನವಿಲ್ಲದೇ, ನಾನು ಎಂಬು ಅಹಂಕಾರವಿಲ್ಲದೇ, ಸಂಘಾತ ಕಾರ್ಯಗಳಲ್ಲಿ ಅಹಂಭಾವವನ್ನು ಇಟ್ಟುಕೊಳ್ಳದೇ, ಪ್ರಾಚೀನಕರ್ಮಜಾಲಗಳ ಫಲವಾಗಿ ಒದಗಬಹುದಾದ

ಕಷ್ಟ, ಸುಖ, ಫಲಗಳನ್ನು ಅನುಭವಿಸುತ್ತಾ ಓಡಾಡುತ್ತಿರುವನೋ ಅಂತಹ ಸಮಾಧಿನಿಷ್ಠನಾದ ಮಾನವನೇ ಸುಖದುಃಖಾದಿರೂಪ ದ್ವಂದ್ವಗಳ ಕಾಟದಿಂದ ನಿವೃತ್ತಿಯನ್ನು ಹೊಂದಿ ಶಾಂತಿಸುಖವನ್ನು ಪಡೆಯುತ್ತಾನೆ ಎಂಬುದನ್ನು ಶ್ರೀಕೃಷ್ಣ ಪರಮಾತ್ಮನು ನೇರವಾಗಿ ಅರ್ಜುನನಿಗೆ ಉಪದೇಶಿಸಿದ ಮಾತು. ಪ್ರತಿಯೊಬ್ಬ ಮನುಷ್ಯನಿಗೆ ತಮ್ಮ ತಮ್ಮ ಕರ್ತವ್ಯ, ವಾಸ್ತವಿಕತೆ ಮತ್ತು ಲಕ್ಷ್ಯ ಈ ಮೂರು ಜ್ಞಾನಗಳು ಬಹಳ ಮುಖ್ಯವೆಂದು ತಿಳಿಯಬೇಕು.

ಇಲ್ಲಿಯವರೆಗೂ ಭಗವಂತನು ತಿಳಿಸಿರುವ ಬ್ರಹ್ಮಭಾವವನ್ನು ಹೊಂದಿ ಬ್ರಹ್ಮರಸಾನುಭವವನ್ನು ಈ ಜೀವನದಲ್ಲೇ ಅನುಭವಿಸುತ್ತಿರುವ, ಯಾವ ಮಹಾಪುರುಷನಾದವನೊಬ್ಬನು ಸಹ ಈ ಸ್ಥಿತಿಯನ್ನು ತಲುಪಿದರೆ ಅಂತಹವನು ಯಾವ ವಿಧವಾದ ಮೋಹಕ್ಕೂ ತುತ್ತಾಗಲಾರನು. ಇನ್ನು ದೇಹಾವಸಾನಕಾಲದ ಕೊನೆಯ ಒಂದು ಕ್ಷಣ ಕಾಲವಾದರೂ ಸಹ ಇಂತಹ ಬ್ರಾಹ್ಮೀಸ್ಥಿತಿಯಲ್ಲಿ ಇರುವಂತಾದರೆ ಅಂತಹವನು ಈ ಸುಖಮಯವೂ, ಆನಂದಮಯವೂ ಆದ ಪರಬ್ರಹ್ಮಭಾವದಲ್ಲಿ ಲಯವನ್ನೇ ಹೊಂದುವನು. ಅಷ್ಟೇ ಅಲ್ಲದೇ ಅವನು ಪುನಃ ಜನ್ಮಜರಾಮರಣಗಳ ಚಕ್ರಕ್ಕೆ ತುತ್ತಾಗಲಾರನು.

– ಓಂ ತತ್ಸತ್ –

ಅಧ್ಯಾಯ–೩

ಕರ್ಮಯೋಗ

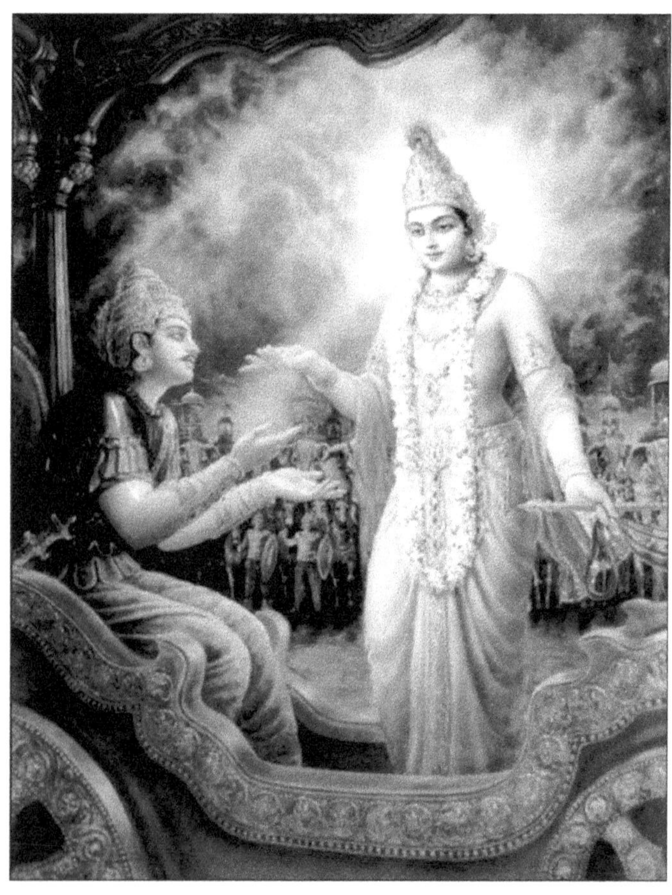

ಕರ್ಮಯೋಗ

ಮನುಷ್ಯ ಕರ್ಮಜೀವಿ. ಕ್ರಿಯೆ ಜೀವಿಯ ಲಕ್ಷಣ. ಆತ ಪ್ರತಿಯೊಂದು ಕ್ಷಣದಲ್ಲೂ ಯಾವುದೋ ಒಳ್ಳೆಯದೋ, ಕೆಟ್ಟದ್ದೋ ಒಂದು ಕೆಲಸ ಮಾಡುತ್ತಲೇ ಇರುತ್ತಾನೆ. ಹೀಗೆ ಮಾಡುವ ಪ್ರತಿಯೊಂದು ಕೆಲಸಕ್ಕೂ (ಕರ್ಮ) ಪ್ರಕೃತಿಸಹಜವಾದ ಅವನ ರಾಗದ್ವೇಷಗಳೇ ಕಾರಣವಾಗಿರುತ್ತದೆ. ಈ ರಾಗದ್ವೇಷಗಳೇ ಮನುಷ್ಯರನ್ನು ಕರ್ಮಕ್ಕೆ ಕಟ್ಟಿಹಾಕುವ ಪ್ರಕೃಷ್ಟಬಂಧನಗಳು. ಈ ಕರ್ಮಬಂಧನದಿಂದ ತಪ್ಪಿಸಿಕೊಳ್ಳಲು ಯಾರಿಗೂ ಸಾಧ್ಯವಿಲ್ಲ ಮತ್ತೆ ಅದರ ಫಲವನ್ನು ನಾವು ಅನುಭವಿಸಿಯೇ ತೀರಬೇಕು. ಹೀಗೆ ಮನುಷ್ಯರು ತಿಳಿದೋ ತಿಳಿಯದೆಯೋ ಅನೇಕ ಕರ್ಮಗಳನ್ನು ಮಾಡುತ್ತಲೇ ಇರಬೇಕಾಗುತ್ತದೆ. ಇದಕ್ಕೆ ಶಾಸ್ತ್ರದಲ್ಲಿ ಮೂರು ರೀತಿ ಕರ್ಮವನ್ನು ಹೇಳಿರುವರು. ಪ್ರಾರಬ್ಧಕರ್ಮ, ಸಂಚಿತಕರ್ಮ, ಆಗಮಿಕಕರ್ಮ ಎಂದು ಈ ಕರ್ಮಗಳನ್ನು ಹೇಗೆ ಮಾಡಿದರೆ ಈ ಬಂಧನವು (ಸಂಸಾರದ) ತಪ್ಪಬಹುದು ಎಂಬ ಯುಕ್ತಿಯನ್ನು ಅರಿತುಕೊಳ್ಳಲು ಮತ್ತು ತೋರಿಸಿಕೊಟ್ಟಿರುವ ವೇದಾಂತಮಾರ್ಗವೇ ಭಗವದ್ಗೀತೆ 3ನೇ ಅಧ್ಯಾಯ. ವೇದಾಂತ ಇರುವುದೇ ನಮಗೆ ಮಾರ್ಗದರ್ಶನ ಮಾಡಲು, ಅದೇ ವೇದಾಂತದ ಗುರಿಯು ಸಹ. ಮನುಷ್ಯನು ತಾನು ಮಾಡುವ ಎಲ್ಲಾ ಕರ್ಮಗಳನ್ನು ಅಂದರೆ ಆದಿದೈವಿಕ, ಆದಿಭೌತಿಕ, ಆಧ್ಯಾತ್ಮಿಕ ಕರ್ಮಗಳನ್ನು ಯಾವ ಬಗೆಯಲ್ಲಿ ಮಾಡಿದರೆ ನಾವು ಆ ಕರ್ಮಗಳ ಸೆರೆಯಿಂದ ತಪ್ಪಿಸಿಕೊಳ್ಳಬಹುದು ಎಂಬುದನ್ನು ತಿಳಿಸುವುದೇ ಈ ಅಧ್ಯಾಯದ ಗುರಿ. ಕರ್ಮದ ಫಲಾಪೇಕ್ಷೆಯನ್ನೇ ಬಿಟ್ಟು ಕರ್ಮಮಾಡುವುದು ಒಂದು ಉತ್ತಮ ಕಲೆ. ಈ ಕಲೆಯನ್ನು ಭಗವದ್ಗೀತೆ ಕರ್ಮಯೋಗ, ಕರ್ಮಸನ್ಯಾಸ, ಕರ್ಮತ್ಯಾಗ ಎಂದು ಹೇಳುತ್ತದೆ.

ಪ್ರತಿ ಫಲಾಪೇಕ್ಷೆ ಇಲ್ಲದಿದ್ದಾಗ ಮನುಷ್ಯರಲ್ಲಿ ಕರ್ಮದ ಬಗೆಗೆ ಆಸಕ್ತಿ ಕಡಿಮೆಯಾಗುವುದಿಲ್ಲವೆ? ಎಂಬ ಪ್ರಶ್ನೆ ಬರುವುದು ಸಹಜ. ಆದರೆ ಮನುಷ್ಯ ಪ್ರತಿಫಲಾಪೇಕ್ಷೆಯಿಂದ ಮಾಡುವ ಕರ್ಮದ ಮೇಲೆ ತೋರುವ ಆಸಕ್ತಿ, ಪ್ರತಿಫಲಾಪೇಕ್ಷೆ ಇಲ್ಲದಿದ್ದಾಗ ತೋರಲಾರ. ಇದು ಸಾಮಾನ್ಯ ಮನುಷ್ಯರ ಲಕ್ಷಣ. ಈ ಸ್ವಭಾವವನ್ನು ಉನ್ನತ ಸ್ಥಾನಕ್ಕೇರಿಸಿ ಮನುಷ್ಯರನ್ನು ಉದ್ಧಾರ

ಮಾಡುವುದಕ್ಕಾಗಿಯೇ ಗೀತೆ ಕರ್ಮಯೋಗವನ್ನು ಭೋದಿಸುತ್ತದೆ. ಹಾಗೆಂದು ಕರ್ಮಯೋಗ ಅಷ್ಟು ಸುಲಭವೂ ಅಲ್ಲ ಹಾಗೂ ಸಾಧ್ಯವೇನೂ ಅಲ್ಲ. ಅದಕ್ಕೆ ಅದನ್ನು ಅನುಷ್ಠಾನಕ್ಕೆ ತರಲು ನಿರಂತರ ಸಾಧನೆಯೊಂದಿಗೆ ವಿಶಿಷ್ಟ ಮನಸ್ಸಿನ ಪ್ರವೃತ್ತಿಯಿಂದ ಗಳಿಸಬೇಕಾದದ್ದು ಒಂದು ಮಹಾಯೋಗ, ಇದು ಭಗವದ್ಗೀತೆಯ ಪ್ರಸಿದ್ಧ ವಾಕ್ಯ.

ಇಲ್ಲಿ ನಾವು ಬರೀ ಪ್ರತಿಫಲಾಪೇಕ್ಷೆಯನ್ನು ಕುರಿತು ಮಾತ್ರವಲ್ಲದೆ ಕರ್ಮದ ಪ್ರಭಾವ, ಅವಶ್ಯಕತೆ, ವರ್ಣಾಶ್ರಮ ಧರ್ಮಗಳ ಆಚರಣೆಯ ವಿಧಾನ, ಅದಕ್ಕೆ ಕಾರಣ, ಅದರಿಂದ ಸಿಗುವ ಲಾಭ, ಕರ್ಮವನ್ನು ತ್ಯಜಿಸಿದರೆ ಅದರಿಂದ ಬರುವ ದೋಷ ಮತ್ತು ಭವಮೋಕ್ಷ ಕರ್ಮಗಳ ವಿಭಾಗ – ಇವುಗಳನ್ನು ಕುರಿತು ತಿಳಿದುಕೊಳ್ಳಬೇಕಾದದು ಅಗತ್ಯವಾಗಿದೆ. ಕರ್ಮಗಳ ಪ್ರಭಾವ ಕೇವಲ ತಾತ್ಕಾಲಿಕವಲ್ಲ. ಅದರ ಪ್ರಭಾವ ಮನುಷ್ಯರ ಸೂಕ್ಷ್ಮ ಶರೀರದ ಮೇಲೆ ಪ್ರಸರಿಸುತ್ತದೆ. ಹೀಗೆ ಪ್ರಸರಿಸಿದ ಕರ್ಮಪ್ರಭಾವವೇ ಜನ್ಮಜನ್ಮಗಳ ಪರಂಪರಾಗತವಾದ ಸಂಚಿತಕರ್ಮ, ಪ್ರಾರಬ್ಧಕರ್ಮ ಹಾಗೂ ಆಗಾಮಿಕಕರ್ಮ ಎನಿಸಿಕೊಳ್ಳುತ್ತದೆ. ಮೊದಲನೆಯದಾಗಿ ಅನಾದಿಕಾಲದಿಂದ ಕೂಡಿಸಿಕ್ಕೊಂಡು ಬಂದಿರುವ ಅಪಾರವಾದ ಕರ್ಮವೇ ಸಂಚಿತಕರ್ಮ. ಇದು ಕೇವಲ ಆ ವ್ಯಕ್ತಿಗೆ ಮಾತ್ರ ಸೀಮಿತಗೊಳ್ಳದೆ ತನ್ನ ವಂಶಕ್ಕೆ ಕುಟುಂಬಕ್ಕೆ ಮತ್ತು ಸಮಾಜಕ್ಕೂ ಹಾಗೂ ಕೆಲಜನ್ಮಗಳವರೆಗೆ ಪ್ರಭಾವ ಬೀರುತ್ತ ಹೋಗುತ್ತದೆ ಎಂದು ಭಗವದ್ಗೀತೆ ತಿಳಿಸಿದೆ ಹಾಗೂ ತತ್ವಜ್ಞಾನಿಗಳು ಪ್ರತಿಪಾದಿಸಿದ್ದಾರೆ. ಈ ಕರ್ಮಗಳು ಸ್ವಲ್ಪ ಸ್ವಲ್ಪವಾಗಿ ಒಳ್ಳೆಯ ಕೆಲಸ (ಎಂದರೆ ಯಜ್ಞದಾನ) ಗಳನ್ನು ಮಾಡಿ ಸ್ವಲ್ಪಸ್ವಲ್ಪವಾಗಿ ಅವುಗಳ ಫಲ ಅನುಭವದಿಂದ ಕಷ್ಟ ಸುಖಿಗಳನ್ನು ಜನ್ಮಜನ್ಮಗಳಲ್ಲಿ ತೀರಿಸಿಕೊಳ್ಳಬೇಕು. ಈ ಜನ್ಮದಲ್ಲಿ ನಾವುಗಳ ಕರ್ಮಫಲಗಳನ್ನು ಅನುಭವಿಸುತ್ತ ಜೀವನ ಸಾಗಿಸುತ್ತಿದ್ದೇವೆ. ಅದೇ ಪ್ರಾರಬ್ಧಕರ್ಮ. ಸಂಚಿತ ಕರ್ಮದ ಫಲವೇ ಪ್ರಾರಬ್ಧ ಕರ್ಮವೆಂದು ಹೇಳುತ್ತಾರೆ. ಈ ಕರ್ಮಗಳಲ್ಲದೆ ಈ ಜನ್ಮದಲ್ಲೂ ಮುಂದೆ ಪ್ರಾಪ್ತವಾಗಬಹುದಾದ ಜನ್ಮಗಳಲ್ಲೂ ಪುನಃ ಪುನಃ ಹೊಸ ಪಾಪಪುಣ್ಯದ ಕರ್ಮಗಳನ್ನು ಮಾಡುತ್ತಲೇ ಇರುತ್ತೇವೆ. ಅದೇ ಆಗಾಮಿಕ ಕರ್ಮಗಳು.

"ಯೋಗಃ ಕರ್ಮಸು ಕೌಶಲಮ್" ಎಂದು ಗೀತೆಯ ವಾಕ್ಯವನ್ನು ಇಲ್ಲಿ ಉದಾಹರಿಸಬಹುದು. ಶ್ರೀಕೃಷ್ಣಪರಮಾತ್ಮ ಅರ್ಜುನನಿಗೆ ಅವನ ಧರ್ಮದ ಬಗ್ಗೆ ಅರಿವನ್ನುಂಟು ಮಾಡುವಂತೆ ತೋರಿಸಿ, ಅದು ಪ್ರತಿಯೊಬ್ಬ ಮಾನವಕುಲಕ್ಕೂ ಧರ್ಮದ ಕುಶಲತೆ ಮಾರ್ಗದರ್ಶನವಾಗಿರುವಂತೆ ತೋರಿಸಲು ಧರ್ಮಾಧರ್ಮ ವಿವೇಚನೆ ಬಹಳ ಮುಖ್ಯ. ಏಕೆಂದರೆ ಕರ್ಮಯೋಗವೇ ಮನುಷ್ಯ ಜೀವನದ ಕರ್ತವ್ಯಗಳು. ನಾವು ಮಾಡುವ ಸಾಧನೆ ಯಾವುದೇ ಬಗೆಯ ಕರ್ಮವಾಗಿರಬಹುದು. ಆದರೆ ಅದರ ಗುರಿ ಉನ್ನತವಾದುದಾಗಿರಬೇಕು. ಅದಕ್ಕಾಗಿ ಮಾಡುವ ಆಚರಣೆ ಅಥವಾ ಪ್ರಯತ್ನ ಪವಿತ್ರದ್ದಾಗಿರಬೇಕು. ಹೀಗೆ ಉನ್ನತವಾದ ಧ್ಯೇಯ, ಪವಿತ್ರವಾದ ಆಚರಣೆ, ಇದೇ ಉತ್ತಮವಾದ ಸಾಧಕನು ಪಡೆಯುವ ಮುಕ್ತಿಗೆ ಹಾದಿ ಎಂದು ನಮ್ಮ ವೇದ ಉಪನಿಷತ್ತುಗಳು ತಿಳಿಸುತ್ತದೆ.

ಕರ್ಮಾಚರಣೆ ಮಾನವನ ಜೀವನದಲ್ಲಿ ಸಹಜ ಪ್ರಧಾನ ಭಾಗ. ಕರ್ಮಾಚರಣೆಗಳನ್ನು ಬಿಟ್ಟು ಯಾರು ಸಹ ಜೀವನಯಾತ್ರೆಯನ್ನು ಮಾಡಲು ಸಾಧ್ಯವೇ ಇಲ್ಲ. ಏಕೆಂದರೆ ಪ್ರತಿಯೊಬ್ಬ ಮನುಷ್ಯನ ಜನನಕ್ಕೂ ಕರ್ಮವೇ ಕಾರಣ. ಇಲ್ಲಿ ಜೀವನ ಸಾಗಿಸಲೂ ಸಹ ಕರ್ಮವೇ ಕಾರಣ. ಮರಣಕ್ಕೂ ಕರ್ಮವೇ ಕಾರಣ. ದೈನಂದಿನ ಕಾರ್ಯಕಲಾಪಗಳು, ಆ ಸಂಸಾರದ ಜವಾಬ್ದಾರಿಗಳು, ಇವುಗಳನ್ನು ನಾವು ಸೇವಾಮನೋಭಾವದಿಂದ ಹಾಗೂ ಸ್ವಾಮಿಯ ಸೇವಾರೂಪವಾದ ಒಂದು ಯಜ್ಞವೆಂದು ಭಾವಿಸಿ ಕರ್ಮವನ್ನು ಮಾಡಿದರೆ ಅದು ಜೀವನಕ್ಕೆ ಭಾದಕವಾಗಲಾರದು. ಜೀವನದಲ್ಲಿ ಪ್ರತಿಯೊಬ್ಬ ಮಾನವನಿಗೂ ನಿಷ್ಠೆ, ಪ್ರಾಮಾಣಿಕತೆ, ಸತ್ಯ ಇವು ಮೂರು ಸಾಧನಾವಸ್ಥೆಯ ಸ್ಥಿತಿವಿಶೇಷ. ಸಾಧನೆಯಲ್ಲಿ ಎರಡು ವಿಧ. ಒಂದು ಜ್ಞಾನಯೋಗದ ಮುಖಾಂತರ ಕರ್ಮಗಳನ್ನು ಆಚರಿಸುವುದು ಮತ್ತೊಂದು ಅಷ್ಟಾಂಗಯೋಗದ ಮುಖಾಂತರ ಆಚರಿಸುವುದು. ತತ್ತ್ವೋಪಾಸಕರು ಶ್ರವಣ, ಮನನನಿಧಿಧ್ಯಾಸನ ಮತ್ತು ದರ್ಶನ ಎಂಬ ಸಾಧನಗಳಿಂದ ತತ್ತ್ವಜ್ಞಾನ ಸಂಪಾದಿಸಿ ಕರ್ಮವನ್ನು ಆಚರಿಸುತ್ತಾರೆ. ಅಷ್ಟಾಂಗಯೋಗದವರು ಯಮ, ನಿಯಮ, ಆಸನ ಪ್ರಾಣಾಯಾಮ ಪ್ರತ್ಯಾಹಾರ, ಧಾರಣ, ಧ್ಯಾನ, ಸಮಾಧಿಗಳ ಮೂಲಕ ತತ್ತ್ವಜ್ಞಾನವನ್ನು ಸಂಪಾದಿಸಿ ಕರ್ಮಯೋಗವನ್ನು ಆಚರಿಸುತ್ತಾರೆ.

ಮಾನವನು ತನ್ನ ಜೀವನ ವಿಕಾಸಕ್ಕಾಗಿ ಧರ್ಮರೂಪದಲ್ಲಿ ವಿಧಿಸಿರುವ ಕರ್ತವ್ಯ ಕರ್ಮಗಳನ್ನು ಬೇಕಾದರೆ ಆಚರಿಸದೇ ಬಿಟ್ಟು ಬಿಡಬಹುದೇ ಹೊರತು, ಪ್ರಕೃತಿಸಿದ್ಧವಾದ ನಿತ್ಯಕರ್ಮಗಳನ್ನು ಬಿಡಲಾಗುವುದಿಲ್ಲ. ಕರ್ತವ್ಯ ಹಾಗೂ ನಿತ್ಯದ ಕರ್ಮಗಳನ್ನು ಜಾಣ್ಮೆಯಿಂದ ಮಾಡಲೇಬೇಕು. ಯಾವ ಕರ್ಮವನ್ನು ಆಚರಿಸಿದರೂ ನಿಷ್ಕಾಮ (ಫಲಾಪೇಕ್ಷೆಯಿಲ್ಲದೆ) ಭಾವದಿಂದ ಆಚರಿಸಲೇಬೇಕು. ಯಾವ ಪ್ರಾಪ್ತಕರ್ಮಗಳನ್ನು ಬಿಡಬಾರದು.

ಕರ್ಮಗಳ ಯಜಮಾನ ಪರಮಾತ್ಮ. ನಾವು ಮಾಡುವ ಪ್ರತಿಯೊಂದು ಕೆಲಸವು ಅವನಿಗೆ ತೃಪ್ತಿಯಾಗುವಂತೆ, ಅವನ ಆಜ್ಞೆಯನ್ನು ಮೀರದಂತಿರಬೇಕು. ಪ್ರತಿಯೊಬ್ಬರೂ ಅವರವರ ಕೆಲಸವನ್ನು ಶ್ರದ್ಧೆಯಿಂದ ಮಾಡುತ್ತಾ ಹೋದರೆ ಅದಕ್ಕೆ ಅಧಿಪತಿಯಾದ ಪರಮಾತ್ಮನು ಯಾವ ಭಾದಕವನ್ನು ಉಂಟುಮಾಡುವುದಿಲ್ಲ. "ಕರ್ಮ ಎಂಬುದು ಈ ಪ್ರಕೃತಿಗೆ ಸಿಲುಕದ, ತಪ್ಪಿಸಿಕೊಳ್ಳಲಾರದ ಒಂದು ಧರ್ಮವಾಗಿದೆ". ಪರಮಾತ್ಮನು ಪ್ರತಿಯೊಬ್ಬ ಮಾನವನನ್ನು ಯಾವುದಾದರೊಂದು ಕ್ರಿಯೆಯನ್ನು ದ್ರವ್ಯವಾಸನೆಯಿಂದಾಗಲಿ, ಅನಂತಗುಣಗಳ ಮುಖಾಂತರವಾಗಲಿ, ಕರ್ಮವಾಸನೆಯಿಂದಾಗಲೇ, ಜಾತಿ ವಾಸನೆಗಳ ಮೂಲಕ ಮಾಡಿಸಲ್ಪಡುತ್ತಲೇ ಇರುವನು. ಅದರಿಂದ ನಾವು ತಪ್ಪಿಸಿಕೊಳ್ಳಲಾಗುವುದಿಲ್ಲ. ಈ ಕ್ರಿಯೆಗಳು ಯಾವುದೆಂದರೆ, ಸ್ಥಿತಿ, ಗತಿ, ತಿನ್ನು, ಕುಡಿ, ನಿದ್ರೆ, ಯೋಚನೆ, ಮನನ, ಚಿಂತೆ, ಧ್ಯಾನ, ಸಮಾದಿ, ಇನ್ನು ಮುಂತಾದವುಗಳ ಯಜ್ಞಮಯವಾದ ಕರ್ಮವು ಕರ್ಮ ಬಂದಕವಾಗುವುದಿಲ್ಲ. ಮಾಡುವ ಕೆಲಸದಲ್ಲಿ ಪರಮಾತ್ಮನ ಆಜ್ಞೆಯನ್ನು ನೆನಪಿನಲ್ಲಿಟ್ಟುಕೊಂಡು ಆಚರಿಸಬೇಕು. ಅವನೇ ಶ್ರೇಷ್ಠನು ಉತ್ತಮನು. ಸ್ವಾರ್ಥಲಾಭದಿಂದ ಕರ್ಮವನ್ನು ಅಚರಿಸದೆ ಸ್ವಾಮಿಯ ಸೇವಾರೂಪ, ಮತ್ತು ಕರ್ತವ್ಯದೃಷ್ಟಿಯಿಂದ ಆಚರಿಸಬೇಕು. ಅಹಂಕಾರ ಮಮಕಾರವಿರಬಾರದು (ನಾನು ಮತ್ತು ನನ್ನದು ಎಂಬ ಭಾವನೆ) ಪೂರ್ಣವಾದ ಶುದ್ಧವಾದ ಮನಸ್ಸಿನಿಂದ ಕರ್ಮವನ್ನು ಆಚರಿಸಬೇಕು. ದೈವೀಕರ್ಮಗಳನ್ನು ಆಚರಿಸುತ್ತಾ ದೇವತಾಶಕ್ತಿಗಳೊಂದಿಗೆ ಒಡನಾಟವುಳ್ಳವನಾಗಿ ಕರ್ಮವನ್ನು ಆಚರಿಸಬೇಕು. ಹಾಗೆ ಮಾಡದಿದ್ದರೆ ಅವನೊಬ್ಬ ಚೋರನೆನಿಸುತ್ತಾನೆ. ದೇವತಾರಾಧನರೂಪದಲ್ಲಿ ಕರ್ಮವನ್ನು

ಆಚರಿಸಿ ಶೇಷಪ್ರಸಾದವನ್ನು ಸ್ವೀಕರಿಸಬೇಕು. ಈ ರೀತಿಯ ಉತ್ತಮ ಜೀವನವೆಲ್ಲವೂ ಯಜ್ಞ ಅಧೀನವಾಗಿಯೇ ಇರುತ್ತದೆ. ಪ್ರತಿನಿತ್ಯವೂ ನಾವು ಮಾಡುವ ನಿಷ್ಕಾಮಕರ್ಮವೇ ಯಜ್ಞ ಕರ್ತವ್ಯ ಕರ್ಮನಿಷ್ಠನಾಗಿಯೇ ಬಾಳಲು ಬಯಸಬೇಕು. ಪ್ರಾಚೀನಕಾಲದಿಂದಲೂ ಜನಕಮಹಾರಾಜಾದಿಗಳು ಕರ್ಮಯೋಗ ಪರರಾಗಿಯೇ ಇದ್ದರು ಹಾಗೂ ಮುಕ್ತಿಯನ್ನು ಪಡೆದರು. ಕರ್ಮಯೋಗದಲ್ಲೇ ಪಂಚಮಹಾಯಜ್ಞವು ಸೇರಿದೆ. ಆ ಪಂಚಮಹಾಯಜ್ಞವನ್ನು ಪ್ರತಿಯೊಬ್ಬರು ಅನುಸರಿಸಲೇಬೇಕು. ದೇವಾದಿಪೂಜೆ ಮಾಡುವುದು, ಸ್ವಾಧ್ಯಾಯ ಅಧ್ಯಯನ, ಅಗ್ನಿಯಲ್ಲಿ ಹೋಮ ಮಾಡುವುದು, ಅತಿಥಿಸತ್ಕಾರ, ಶ್ರಾದ್ಧತರ್ಪಣಾದಿಕರ್ಮ, ಬಲಿಅನ್ನದಾನ, ಇವುಗಳಲ್ಲಿ ಸಾಧ್ಯವಾದಷ್ಟು ಯಜ್ಞವನ್ನು ಮಾಡಲೇಬೇಕು. ಈ ಯಜ್ಞಗಳು ಸ್ವಧರ್ಮಪರಿಪಾಲನೆಯಿಂದ ಕೂಡಿದ್ದು ಭಗವಂತನ ಸಮರ್ಪಣೆ ರೂಪದಲ್ಲಿ ಇದ್ದರೆ ಅದು ಯಾವ ರೀತಿ ಆಘಾತವನ್ನು ಉಂಟುಮಾಡುವುದಿಲ್ಲ, ತತ್ವ ಅರಿಯದವರು ಕರ್ಮಗಳಲ್ಲಿ 'ನಾನು' ಎಂಬುದನ್ನು ಬೆರಸಿಕೊಳ್ಳುವರು. ತತ್ವಜ್ಞರು ಇದೆಲ್ಲವೂ ಅನಿವಾರ್ಯಗುಣಕೃತವೆಂದು ಭಾವಿಸಿ ನಿರ್ಲಿಪ್ತವಾಗಿರುವರು (ಜ್ಞಾನಿಯಾದವನು). ಅಜ್ಞಾನಿಯಾದವನು ಪ್ರಕೃತಿಯ ಗುಣಗಳಾದ ಸತ್ವರಜಸ್‌ತಮೋಗುಣಗಳಿಂದ ವಿಧಿವಿಧವಾಗಿ ಮಾಡಲ್ಪಡುತ್ತಿರುವ ಕರ್ಮರಾಶಿಗಳಿಗೆ ತಾನೇ 'ಕರ್ತಾ' ಎಂದು ಭಾವಿಸುತ್ತಾನೆ. ಯಾವನೂ ತನಗೆ ಪ್ರಾಪ್ತವೆನಿಸಿದ ತನ್ನ ಕರ್ತವ್ಯಗಳಿಂದ ಭ್ರಷ್ಟನಾಗಬಾರದೆಂದು ಭಾವಿಸಿ ಎಲ್ಲಾ ಕರ್ಮಗಳನ್ನು ಭಗವದರ್ಪಮಾಡುವನೋ ಅವನು ಎಲ್ಲಾ ವಿಧವಾದ ಬಂಧನಗಳಿಂದ ಬಿಡುಗಡೆ ಹೊಂದುತ್ತಾನೆ.

ಪ್ರತಿಯೊಬ್ಬ ಮಾನವನಲ್ಲೂ ಸಹಜವಾಗಿ ಸತ್ವರಜಸ್‌ ಮತ್ತು ತಮಸ್ಸು ಗುಣಗಳು ಆವೃತ್ತವಾಗಿರುತ್ತದೆ. ಸತ್ವಗುಣವುಳ್ಳವನಿಗೆ ಸ್ವಾಭಾವಿಕವಾಗಿ ಜ್ಞಾನಯೋಗದ ದೃಷ್ಟಿ (ತತ್ವ) ಇದ್ದು ರಜಸ್‌ ಮತ್ತು ತಮಸ್ಸು ಕೆಳಮುಖವಾಗಿರುತ್ತದೆ. ಆದ್ದರಿಂದ ಕರ್ಮಗಳಿಗೆ ತಾನು ಕರ್ತಾ ಎಂದು ಭಾವಿಸದೇ ಭಗವಂತನನ್ನೇ ನಂಬುತ್ತಾನೆ. ಆತ್ಮಜ್ಞಾನವುಳ್ಳವನಾಗಿ ಸರ್ವವು ಪರಮಾತ್ಮನಿಂದಲೇ ನಡೆಯುತ್ತದೆ. ಅವನೇ ಎಲ್ಲಾ ದಿನನಿತ್ಯದ ಕೆಲಸಗಳಿಗೆ ಮೂಲಕಾರಣ ಎಂದು ಅರಿತು ಕರ್ತವ್ಯ ದೃಷ್ಟಿಯಿಂದ ಕರ್ಮಮಾಡುತ್ತಾನೆ.

ನಿಷಿದ್ಧ ಕರ್ಮಗಳನ್ನು ಮಾಡಲು ಪ್ರಯತ್ನಿಸುವುದಿಲ್ಲ. ರಜಸ್‍ಗುಣವುಳ್ಳವನು ಎಲ್ಲಾ ಕೆಲಸಗಳಲ್ಲಿ ತೊಡಗುತ್ತಾನೆ. ಸೋಮಾರಿಯಾಗಿರಲು ಇಷ್ಟಪಡುವುದಿಲ್ಲ. ಯಾವುದನ್ನಾದರೂ ಸಹ ಪ್ರಕೃತಿ ದೃಷ್ಟಿಯಿಂದ ವರ್ತಮಾನ ಪರಿಸ್ಥಿತಿಯನ್ನು ಮಾತ್ರ ತಿಳಿಯುತ್ತಾನೆ. ಇದು ಕ್ಷಣಿಕ ಶಾಶ್ವತವಲ್ಲ ಎಂಬ ಅರಿವಿನಿಂದ ಅರಿತು ಕೆಲಸ ಮಾಡುವುದಿಲ್ಲ. ಅಹಂಕಾರ (ನಾನು) ಮಮಕಾರ (ನನ್ನದು) ಎಂಬ ಭಾವನೆಯಿಂದ ಧರ್ಮಕಾರ್ಯವನ್ನು ನಿರ್ವಹಿಸುತ್ತಾನೆ. ತಮಸ್ಸುಗುಣವುಳ್ಳವನು ಕರ್ತವ್ಯ ದೃಷ್ಟಿಯೂ ಇಲ್ಲದೇ ತತ್ತ್ವಜ್ಞಾನವೂ ಇಲ್ಲದೆ ಸೋಮಾರಿತನದಿಂದ ದಿನನಿತ್ಯ ಜೀವನವನ್ನು ಸಾಗಿಸುತ್ತಾನೆ. ಕರ್ತವ್ಯ ದೃಷ್ಟಿಯಿಂದ ಫಲಾಪೇಕ್ಷೆಯಿಲ್ಲದೆ ಉತ್ತಮ ಜೀವನ ಸಾಗಿಸಲು ಮನಸ್ಸು ಬಹಳ ಮುಖ್ಯವಾಗಿರುತ್ತದೆ. ತಮೋಗುಣವುಳ್ಳವನು ಕಾಮ್ಯದೃಷ್ಟಿಯಿಂದ (ಆಸೆ) ಫಲಾಪೇಕ್ಷೆಯಿಂದ ನಿಷಿದ್ಧ ಕರ್ಮಗಳನ್ನು ಮಾಡಿ ದುಷ್ಟ ಪ್ರವೃತ್ತಿಯಿಂದ ಜೀವನ ಸಾಗಿಸುತ್ತಾನೆ. ಈ ರೀತಿ ಮೂರು ಗುಣಗಳ ಫಲಗಳು ಅವರವರ ಕರ್ಮಗಳಿಗೆ ಅನುಗುಣವಾಗಿ ಬರುತ್ತದೆ. ದ್ವೇಷರಾಗಳಿಂದ ಕೂಡಿದ್ದು, ಅದರ ದುಷ್ಟಲವನ್ನು ಕಾಮ್ಯಕರ್ಮದಿಂದ ಅನುಭವಿಸುತ್ತಾನೆ. ರಾಗದ್ವೇಷಗಳಿಗೆ ಮೂಲಕಾರಣ ಕಾಮಕ್ರೋಧಗಳು ಮನುಷ್ಯನ ಜೀವನವನ್ನು ಅಧೋಮುಖಗೊಳಿಸುತ್ತದೆ. ಈ ಗುಣಗಳ ಬಂಧನದಿಂದ ಬಿಡುಗಡೆ ಹೊಂದಬೇಕಾದರೆ ಬಹಳ ಸುಲಭವಾದ ಮಾರ್ಗ "ಸರ್ವಕರ್ಮವನ್ನು ಭಗವಂತನಿಗೆ ಅರ್ಪಿಸಿ ಅಹಂಕಾರ ಮಮಕಾರಗಳನ್ನು ತೊರೆದು ಕರ್ತವ್ಯ ದೃಷ್ಟಿಯಿಂದ ಕೆಲಸ ಮಾಡುವುದು"! ಕಾಮಕ್ರೋಧಗಳೆರಡು ರಜೋಗುಣಗಳ ಸ್ವಭಾವ. ಕಾಮ ಎಂದರೆ ವಸ್ತುಗಳನ್ನು ಅನುಭವಿಸಲು ಹಾತೊರೆಯುವಿಕೆಯಿಂದ ಕೂಡಿದ ಬಲಿಷ್ಠವಾದ ಹಂಬಲ, ಅದು ಈಡೇರಿದಿದ್ದಾಗ ಅದೇ ಕ್ರೋಧವಾಗಿ ಪರಿಣಮಿಸುತ್ತದೆ. ಈ ಎರಡು ಗುಣಗಳು ಬಲಿಷ್ಠವಾಗುತ್ತಾ ಬಂದು ಮನುಷ್ಯರ ಮೇಲೆ ರಾಗದ್ವೇಷವನ್ನು ಉಂಟುಮಾಡುತ್ತದೆ. ಇವೆಲ್ಲವೂ ಅಡಕವಾಗಿರುವ ಜಾಗ ಮನಸ್ಸಿನಲ್ಲಿ ಮತ್ತು ಬುದ್ಧಿಯಲ್ಲಿ. ಆದ್ದರಿಂದ ಮೊದಲು ಮನುಷ್ಯ ಬಾಹ್ಯ ಇಂದ್ರಿಯಗಳನ್ನು ಅಡಗಿಸಿ ತತ್ತ್ವಜ್ಞಾನದ (ಆತ್ಮಜ್ಞಾನ) ಕಡೆಗೆ ಮನಸ್ಸನ್ನು ತಿರುಗಿಸಬೇಕು. ಆತ್ಮ‍– ಜ್ಞಾನ ಎಂದರೆ ನಮ್ಮ ಹೃದಯಾಂತರಾಳದಿಂದ ಪ್ರೇರಕನಾಗಿದ್ದು ಪ್ರಪಂಚದ ಕೆಲಸಗಳನ್ನು ಮಾಡುತ್ತಿರುವವನು. ಅವನೇ ಅಂತರಾತ್ಮ ಪರಮಾತ್ಮ

ಅವನದೇ ಈ ಶರೀರ. ಅವನು ಹೇಳಿರುವಂತೆ ನಡೆಯುವುದು ಮಾತ್ರ ನಮ್ಮ ಕರ್ತವ್ಯವೆಂದು ಭಾವಿಸಿ ಈ ಜೀವನವನ್ನು ಸಾಗಿಸಬೇಕು.

'ಅಥಾತೋಬ್ರಹ್ಮಜಿಜ್ಞಾಸಾ' ಎಂದು ಜಿಜ್ಞಾಸೆಯ ಮೂಲಕ ಸಾಧಿಸುವವರು ಸಾಂಖ್ಯಯೋಗದವರು. ಆದರೂ ಪ್ರವೃತ್ತಿನಿರತರಾದ ವೇದೋಕ್ತವಾದ ಕರ್ಮಯೋಗಕ್ಕೂ ಇಲ್ಲಿ ಸ್ಥಾನಮಾನ್ಯತೆ ಇದೆ. ಈಶ್ವರಾರ್ಪಣ ಬುದ್ಧಿಯಿಂದ ಮಾಡುವ ಕರ್ಮಗಳೆಲ್ಲವೂ ಸತ್ವಶುದ್ಧಿಯನ್ನುಂಟು ಮಾಡುತ್ತದೆ. ಸತ್ವಶುದ್ಧಿಯಿಂದ ಗುರುಗಳ ಸಂದರ್ಶನವಾಗುತ್ತದೆ. ಅದರಿಂದ ಜ್ಞಾನೋಪದೇಶ– ಜ್ಞಾನೋಪದೇಶದಿಂದ ಮುಕ್ತಿ. ಹೀಗೆ ಕರ್ಮಮಾರ್ಗಕ್ರಮ ಮುಕ್ತಿದಾಯಕವೇ, ಆದರೆ ಜ್ಞಾನಮಾರ್ಗ ಬಹುಕೋಟಿಗಳಲ್ಲಿ ಒಬ್ಬನ್ನಿಂದ ಸಾಧ್ಯ. ಕರ್ಮಯೋಗದ ಮಾರ್ಗ ಎಲ್ಲರಿಂದಲೂ ಸಾಧ್ಯ. ಆದ್ದರಿಂದ ಅರ್ಜುನ ನೀನು ಯುದ್ಧವನ್ನು ಮಾಡುವುದು ಸಹಜವಾದ ಧರ್ಮಮಾರ್ಗ. ಈ ಕರ್ಮಗಳಿಗೆ ಆಧ್ಯಾತ್ಮಿಕ ನೆಲೆಗಟ್ಟು ಇರಲಿ ಎಂಬುದು ತಾತ್ಪರ್ಯ.

ಕರ್ಮಗಳೆಂದರೆ ಯಾಜ್ಞಿಕ ಮತ್ತು ಪಾರಂಪರಿಕವಾದ ಜೀವಿಕೆಗೆ ಒಪ್ಪುವ ಕರ್ಮ. ವೇದದಲ್ಲಿ 'ಇಷ್ಟಾಪೂರ್ತ' ಎಂಬ ಅಭಿದಾನವಿದೆ. 'ಇಷ್ಟ' ಎಂದರೆ ಯಜ್ಞ ವಿದಾಯಕ. 'ಪೂರ್ತ' ಎಂದರೆ ಸಾಮಾಜಿಕ ಉಪಕಾರ. ಗೀತೆಯಲ್ಲಿ ಹೇಳಿರುವ ಸಾರಾಂಶವೇನೆಂದರೆ – ಬದುಕಿನಲ್ಲಿ ಜೀವಿಯು (ಮಾನವನು) ಮಾಡುವ ಕಾರ್ಯಗಳು ಅವನಿಗೆ ಬಂಧನವಾಗದೇ, ಅದೇ ಕೆಲಸಗಳು ಆತ್ಮಸಾಕ್ಷಾತ್ಕಾರಕ್ಕೆ, ಮುಕ್ತಿಗೆ ಸಾಧನವಾಗುವಂತೆ ನೋಡಿಕೊಳ್ಳುವುದೇ ಕರ್ಮಯೋಗ, ಜೀವನದ ಕರ್ತವ್ಯಗಳು, ದಿನನಿತ್ಯದ ಕಾರ್ಯಕಲಾಪಗಳು, ಸಂಸಾರದ ಜವಾಬ್ದಾರಿಗಳೂ – ಇವುಗಳನ್ನು ಅಲಕ್ಷಿಸದೆ ಮಾನವನು ದೃಢತೆ ಮತ್ತು ಆಧ್ಯಾತ್ಮ ಸಾಧನೆಯ ದೃಷ್ಟಿಯಿಂದ, ಕರ್ತವ್ಯ ದೃಷ್ಟಿಯಿಂದ, ಕಾರ್ಯನಿಷ್ಠೆಯಿಂದ ದುಡಿಯುವುದು ಕರ್ಮಯೋಗದ ತತ್ವಸಾರವಾಗಿರುತ್ತದೆ. ಜೀವನದಲ್ಲಿ ಮಾನವನು ತನ್ನ ಸ್ವಧರ್ಮ ಮತ್ತು ಸ್ವಕರ್ಮಗಳಿಗೆ ಅನುಸಾರವಾಗಿ ಎಲ್ಲಾ ಕೆಲಸಗಳನ್ನು ಕರ್ಮಕುಶಲತೆಯಿಂದ ಈಶ್ವರ ಅರ್ಪಣೆಯ ಭಾವದಿಂದ ಮಾಡುತ್ತಾ ಸಾಗಬೇಕು ಎನ್ನುವುದು ಕರ್ಮಯೋಗ ಅನುಷ್ಠಾನದ ಸೂತ್ರವಾಗಿದೆ. ಭಗವದ್ಗೀತೆಯು ಕರ್ಮಯೋಗದ ಕೈಪಿಡಿಯಾಗಿರುತ್ತದೆ.

ಪಾಪಕಾರ್ಯಗಳ ಮೂಲವೇನೆಂಬ ಪ್ರಶ್ನೆ ಅರ್ಜುನನಿಗೆ ಉಂಟಾಗುತ್ತದೆ. ಸಾಧಾರಣವಾಗಿ ತಕ್ಕಮಟ್ಟಿಗೆ ವಿವೇಚನಾಶೀಲನಾದ ಯಾವ ಮನುಷ್ಯನಿಗೂ ಸಹ ಪ್ರತ್ಯಕ್ಷದಿಂದಲೂ, ಊಹೆಯಿಂದಲೂ ಧರ್ಮವಿರುದ್ಧವಾದ ಕಾರ್ಯಗಳ ದುಷ್ಪರಿಣಾಮಗಳನ್ನು ಮನಗೊಂಡವನಾದರೂ, ಯಾವುದೋ ಒಂದರ ಬಲಾತ್ಕಾರಕ್ಕೆ ಸಿಲುಕಿದವನಂತೆ ತಪ್ಪಿಕೊಳ್ಳಲಾರದ ರಾಗದ್ವೇಷಗಳ ವೇಗಕ್ಕೆ ಸಿಲುಕಿ ಹಲವು ತಪ್ಪುಕೆಲಸವನ್ನು ಮಾಡುವಂತಾಗುತ್ತದೆ. ಇಂತಹ ರಾಗದ್ವೇಷಗಳಿಗೆ ಪ್ರೇರಕವಾದ ದುಷ್ಟಶಕ್ತಿಗಳೇ ಕಾಮಕ್ರೋಧ. ಕಾಮವೆಂಬುದು ಮನುಷ್ಯನ ಸಹಜವಾದ ಸಾತ್ತ್ವಿಕವಾದ ಅರಿವನ್ನು ಮರೆಯಿಸಿ ಪಾಪಕಾರ್ಯವನ್ನು ಪ್ರೇರಿಸುತ್ತದೆ. ಕಾಮವೆಂಬುವುದು ಮಾನವನ ಇಂದ್ರಿಯ ಮನೋಬುದ್ಧಿಗಳ ಮೇಲೆ ತನ್ನ ಪೂರ್ಣ ಅಧಿಕಾರವನ್ನು ಇಟ್ಟುಕೊಂಡಿರುವುದರಿಂದ ಅದನ್ನು ನಾಶಮಾಡುವುದು ಅತಿಕಠಿಣವಾದ ಕೆಲಸ. ಆದರೆ ಪರಮಾತ್ಮನು ಹೇಳುತ್ತಾನೆ. ಇದಕ್ಕಿಂತಲೂ ಮಹತ್ತರವಾದುದು ಆತ್ಮಬಲ. ಈ ಆತ್ಮಬಲದಿಂದ ಕಾಮಕ್ರೋಧ ರಾಗದ್ವೇಷಗಳನ್ನು ಅಡಗಿಸಿ ಗೆಲ್ಲಬಹುದು ಎಂದು.

ರಥರೂಪವಾದ ಅಚಿತ್ ಆತ್ಮಕವಾದ ಈ ದೇಹಕ್ಕಿಂತಲೂ, ಚೈತನ್ಯವುಳ್ಳ ಅಶ್ವ (ಕುದುರೆ) ರೂಪವಾಗಿರುವ ಇಂದ್ರಿಯಗಳು ಶ್ರೇಷ್ಠವಾಗಿವೆ. ಇಂದ್ರಿಯಗಳಿಗಿಂತ ಮನಸ್ಸು ಶ್ರೇಷ್ಠ. ಮನಸ್ಸಿಗಿಂತ ಬುದ್ಧಿ ನಿಶ್ಚಯಾತ್ಮಕವಾದುದರಿಂದ ಮತ್ತು ಶ್ರೇಷ್ಠವಾದದು. ಇಂತಹ ಬುದ್ಧಿಗಿಂತಲೂ ಶ್ರೇಷ್ಠನಾಗಿ ಅದಕ್ಕೆ ನಿಯಾಮಕನಾಗಿ ಇವೆಲ್ಲವನ್ನೂ ಸಹ ದಾಟಿರುವನೋ ಅಂತಹ ಅತ್ಯಂತಿಕ ಪರಾತ್ಪರನಾದವನೇ ಆತ್ಮನು. ಮೊದಲು ಈ ಆತ್ಮಶಕ್ತಿಯನ್ನು ಗುರ್ತಿಸಿ ಅದರ ಮೂಲಕ ಅದರ ದಿವ್ಯಾನುಭವಕ್ಕಾಗಿ ಕಾಮಕ್ರೋಧನಿಗ್ರಹ ಮಾಡಲೇಬೇಕು. ಧೀರನಾದ ಅರ್ಜುನ ಅತ್ಯಂತ ಶ್ರೇಷ್ಠನಾದ ಆ ಆತ್ಮವಸ್ತುವನ್ನು ಅರಿತವನಾಗಿ ನಿಶ್ಚಯಾತ್ಮಕವಾದ ದೃಢಬುದ್ಧಿಯಿಂದ ಮನಸ್ಸನ್ನು ನಿಶ್ಚಯವಾಗಿ ನೆಲೆನಿಲ್ಲಿಸಿ, ಶತ್ರುವನ್ನು ನಿಗ್ರಹಿಸಿ ಗೆಲ್ಲುವನಾಗು, ಎಂದು ಹೇಳಿ ಧರ್ಮಮಾರ್ಗವನ್ನು ತಿಳಿಸಿದನು ಪರಮಾತ್ಮ.

ಜ್ಞಾನಯೋಗ ಎಂದರೆ ಆತ್ಮವಿಚಾರ. ನಿತ್ಯಾನಿತ್ಯ ವಸ್ತುವಿವೇಕ, ಹಾಗೂ ವೈರಾಗ್ಯದ ಹಿನ್ನೆಲೆಯೊಡನೆ ಸಾಧನೆ ಮಾಡಿ, ಸಕಲ ಚರಾಚರ ಜೀವಿಗಳು ಹಾಗೂ ವಸ್ತುವಿಶೇಷಗಳು ಸೇರಿದಂತೆ, ಸರ್ವತ್ರ ಪರಮಾತ್ಮನ ದಿವ್ಯ ಅಸ್ತಿತ್ವದ

ಅನುಭವ ಹೊಂದಿ, ಆತ್ಮಾನಂದ ಸಂಪನ್ನನಾಗಲು ಮಾನವನಿಗೆ ನೆರವಾಗುವ ಸಾಧನೆಯ ಹಾದಿ. ಜ್ಞಾನಯೋಗದಿಂದ ಆದಿ ಭೌತಿಕ ತಿಳುವಳಿಕೆಯು, ಆಧ್ಯಾತ್ಮಿಕ ಸಾಕ್ಷಾತ್ಕಾರವು ದೊರೆಯುತ್ತದೆ. ಜ್ಞಾನಯೋಗದ ಸಾಧಕನು ವಿಚಾರಪಥದಲ್ಲಿ ತನ್ನ ಶ್ರದ್ಧೆ, ಮನೋದಾರ್ಢ್ಯತೆ, ಅಂತರಾಳಿಕವಾದ ವಿವೇಕಜ್ಞಾನಿ, ಇದನ್ನು ಭೋದಿಸುವ ಶಾಸ್ತ್ರಮಯರ್ಯಾದೆಯ ಅರಿವು, ಇತ್ಯಾದಿ ಜ್ಞಾನಯೋಗ ಸಾಧನತತ್ವಗಳನ್ನು ಬಳಸಿ, ಸಾಧನೆ ಮಾಡುತ್ತಾ ಜ್ಞಾನಯೋಗಿಯಾಗಿ ಅರಳಿ ಬ್ರಹ್ಮಸಾಕ್ಷಾತ್ಕಾರದ ಆನಂದವನ್ನು ಅನುಭವಿಸುತ್ತಾನೆ.

ಜ್ಞಾನಯೋಗ ಅಂಗವಾದ ಭಕ್ತಿಪ್ರಧಾನವಾದ ಕರ್ಮಯೋಗದ ಸ್ವರೂಪ ಈ ಲೋಕದಲ್ಲಿ ಚಾಲನೆಗೆ ಬರಲು ಕಾರಣವಾದ ವಿಷಯ ಹಾಗೂ ಭಗವಂತನಿಗೆ ಅರ್ಪಿಸಿ ಮಾಡುವ ಕರ್ಮದ ಫಲವು ಹೇಗೆ ಜ್ಞಾನಯೋಗಕ್ಕೆ ಮಾರ್ಗ ತೋರಿಸುತ್ತದೆ ಎಂಬುದನ್ನು, ಅದನ್ನು ಭೋದಿಸಲು ಬಂದಿರುವ ಭಗವಂತನ ಅವತಾರ ರಹಸ್ಯವನ್ನು ವಿಷದವಾಗಿ ಬರುವ ನಾಲ್ಕನೇ ಅಧ್ಯಾಯದಲ್ಲಿ ತಿಳಿದುಬರುತ್ತದೆ. ಪರಂಪರೆಯ ಜಿಜ್ಞಾಸೆ ಮತ್ತು ಅವತಾರದ ಉದ್ದೇಶವು ಸಹ ತಿಳಿದುಬರುತ್ತದೆ. ಧರ್ಮದ ಆಚರಣೆಯ ರಹಸ್ಯವನ್ನು ಉಪದೇಶಿಸಿದ ಪರಂಪರೆಯ ಮುಖಾಂತರ ಜ್ಞಾನಯೋಗ ಪ್ರಾರಂಭವಾಗುತ್ತದೆ.

– ಓಂ ತತ್ಸತ್ –

ಅಧ್ಯಾಯ–೪

ಜ್ಞಾನಯೋಗ ಮತ್ತು ಕರ್ಮಸನ್ಯಾಸಯೋಗ

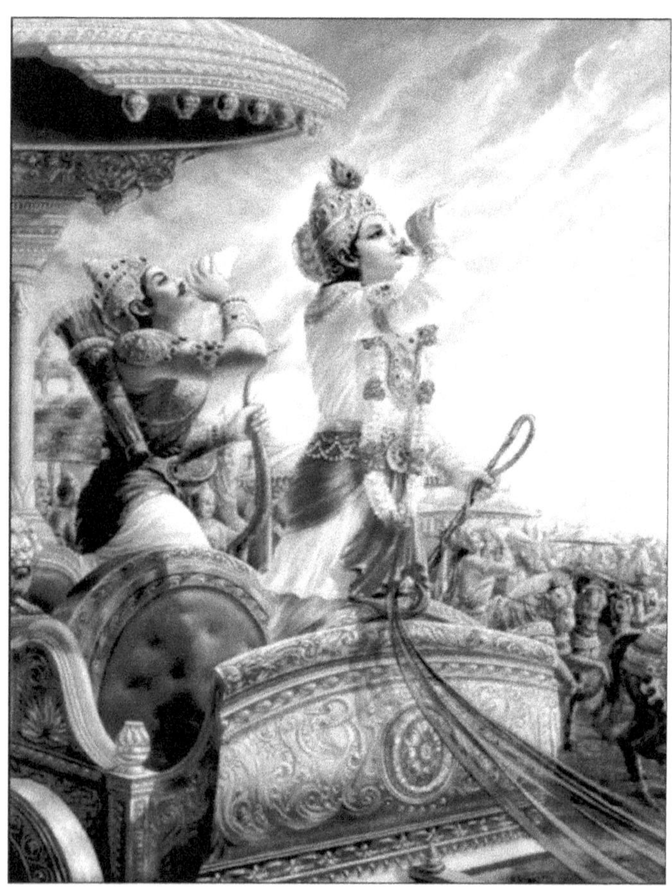

ಜ್ಞಾನಯೋಗ ಮತ್ತು ಕರ್ಮಸನ್ಯಾಸಯೋಗ

ಜ್ಞಾನ ಯೋಗಮಾರ್ಗವು ಆತ್ಮಮೂಲವಾಗಿರುತ್ತದೆ. ಈ ಪ್ರಕೃತಿ ಮಂಡಲದಲ್ಲಿ ಮೂಡಿಬಂದ ಸನಾತನಧರ್ಮ ಮತ್ತು ಭಗವಂತನ ಅವತಾರ ರಹಸ್ಯವನ್ನು ಮತ್ತು ಮೊಟ್ಟಮೊದಲು ಸೂರ್ಯದೇವನಿಗೆ ಆಚರಣೆಯ ರಹಸ್ಯವನ್ನು ಹಾಗೂ ಧರ್ಮದ ಉಪದೇಶ ಮಾಡಿದೆ ಎಂದು ಅರ್ಜುನನಿಗೆ ಹೇಳುತ್ತಾನೆ. ಆಗ ಅರ್ಜುನನಿಗೆ ಸಹಜವಾಗಿ ಪ್ರಶ್ನೆ ಉಂಟಾಯಿತು. ಶ್ರೀಕೃಷ್ಣಪರಮಾತ್ಮ ನನ್ನ ಸಮಕಾಲದಲ್ಲಿ ಜನಿಸಿ ನನ್ನೊಂದಿಗೆ ಇರುವನು. ಆದರೆ ಯುಗಯುಗಾಂತರಗಳ ಹಿಂದೆ ರೂಪಗೊಂಡ ಅವತಾರದ ರಹಸ್ಯ ಉಪದೇಶಿಸಿದೆ ಎಂದರೆ ಇದರ ಅಭಿಪ್ರಾಯ ಏನು ಎಂದು ಕೇಳುತ್ತಾನೆ. ಸೂರ್ಯದೇವನಜನ್ಮ ಎಷ್ಟೇ ಹಿಂದಿನ ಕಲ್ಪಾದಿಯ ಮನ್ವಂತರದಲ್ಲೇ ಆಗಿದ್ದು ಇಕ್ಷ್ವಾಕು ಮಹಾರಾಜನಿಗೆ ಹೇಳಿದ್ದೆಲ್ಲಾ ಸೃಷ್ಟಿಯ ಆದಿಯಲ್ಲಿ ನೀನೇ ಅವರಿಗೆ ಹೇಳಿದ್ದು ಎಂದು ಆಶಯವನ್ನು ಹೇಗೆ ಕಲ್ಪಿಸಿಕೊಳ್ಳಲಿ? ಆಗ ಶ್ರೀಕೃಷ್ಣ ಉತ್ತರದ ಮುಖಾಂತರ ಅವತಾರದ ವೈಲಕ್ಷಣ್ಯವನ್ನು ತಿಳಿಸುತ್ತಾನೆ.

ಜೀವಿಗಳ ಜನ್ಮಕ್ಕಿಂತಲೂ ಭಗವಂತನ ಅವತಾರದ ಮಹಿಮೆ ನಿಮಿತ್ತವಾದದ್ದು. 'ಜೀವ', ಅಲ್ಪಜ್ಞ ಜನ್ಮಸಾಮಾನ್ಯ ವಿಸ್ಮೃತಿಯನ್ನು ಕಳೆದುಕೊಂಡವನು. **"ಈಶ್ವರ"** ಸರ್ವಜ್ಞ ಅನೇಕಾನೇಕ (ಆದಿಅಂತ್ಯ) ಅವತಾರ ಸ್ಮೃತಿಯುಳ್ಳವನು, ಜ್ಞಾನಶಕ್ತಿ ಪರಿಪೂರ್ಣನು, ಜೀವಿಗಳ ಜನ್ಮಗಳು ಕರ್ಮಾನುಸಾರ, ಆದರೆ ದೈವದ **ಅವತಾರವು ಅವನದೇ** ಆದರೆ ಸಾಮೂಹಿಕ ಸಂಕಲ್ಪಾನುಸಾರವಾಗಿ ಅವತರಿಸುವವನಾಗುತ್ತಾನೆ. ದೈವವು ಸತ್ಯಜ್ಞಾನಾನಂದ ಸ್ವರೂಪ, ಅದು ಸಂಕಲ್ಪಕ್ಕೆ ಅನುಗುಣವಾದ ತ್ರಿಗುಣಮಯಿ ಮಾಯಾಶಕ್ತಿಯಿಂದ ನಡೆಯುತ್ತದೆ. ಧರ್ಮಕ್ಕೆ ಘಾತಕ ಉಂಟಾದಾಗ ಉತ್ತಮ ಧರ್ಮವನ್ನು ತುಂಬಿ ಜಗತ್ತಿಗೆ ಒಳ್ಳೆಯದನ್ನು ಮಂಗಳವನ್ನು ಉಂಟುಮಾಡಲು ನನ್ನನ್ನು ನಾನೇ ಸೃಷ್ಟಿಸಿಕೊಳ್ಳುತ್ತೇನೆ ಎಂದು ಉತ್ತರವನ್ನು ಕೊಡುತ್ತಾನೆ. ಪರಮಾತ್ಮ ಅಂದರೆ ಶ್ರೀಕೃಷ್ಣ ಈ ಪ್ರಕೃತಿಮಂಡಲದಲ್ಲೇ ಒಂದು ರೂಪವನ್ನೆತ್ತಿ ಅವತರಿಸುತ್ತಾನೆ ಪರಮಾತ್ಮ. ಎತಕ್ಕಾಗಿ ಅವತಾರ ಮಾಡುತ್ತಾನೆ ಎಂದರೆ ಸ್ವಧರ್ಮದಲ್ಲಿ ಆಸಕ್ತರೂ, ಸಮದರ್ಶಿಗಳು, ಆಸ್ತಿಕರು ಆದ ಸತ್ಪುರುಷರನ್ನು

ಸರ್ವತೋಮುಖಿವಾಗಿ ಕಾಪಾಡಲು, ಹಾಗೂ ದುಷ್ಕರ್ಮಿಗಳಿಗೆ ಶಿಕ್ಷಣವನ್ನು ಕೊಟ್ಟು (ಶಿಕ್ಷಣ) ಜೀವಕೋಟಿಗಳನ್ನು ನೆಮ್ಮದಿಯಾಗಿ ಬೆಳೆಸುವಂತೆ ಮಾಡಲು ಸಹ ಪ್ರತಿಯೊಂದು ಯುಗದಲ್ಲೂ ಜನ್ಮವನ್ನು ತಾಳುವೆನು ಎಂದ ಪರಮಾತ್ಮ.

ಹೀಗೆ ವೈಜ್ಞಾನಿಕವಾಗಿ ಅವತಾರ ರಹಸ್ಯವನ್ನು ತಿಳಿದವನು ಧನ್ಯತೆಯ ದಾರಿಯನ್ನು ಹಿಡಿದು ಜೀವನದಲ್ಲಿ ಮುಂದುವರಿಯುವನು, ಯಾವನು ಸತ್ಯಸಂಕಲ್ಪಕ್ಕೆ ಅನುಗುಣವಾಗಿಯೂ, ತಾತ್ವಿಕವಾಗಿಯೂ ತತ್ವದ ಹಿನ್ನೆಲೆ ಮತ್ತು ಧ್ಯೇಯದೊಂದಿಗೂ ಮನಸ್ಸಿಗೆ ತಂದುಕೊಳ್ಳುವನೋ ಅಂತಹವನು ಈ ದೇಹವನ್ನು ತೊರೆದ ನಂತರ ಮತ್ತೆ ದ್ವಂದ್ವಮಯವಾದ ಜನ್ಮವನ್ನು ಪಡೆಯಲಾರನು. ಅಷ್ಟು ಮಾತ್ರವಲ್ಲದೆ ಕರ್ಮಚಕ್ರದ ಅನಿವಾರ್ಯವಾದ ಜನ್ಮದಲ್ಲೂ ಸಹ ಭಗವತ್ ಭಕ್ತನಾಗಿ, ಧರ್ಮದ ಅನುಭವವನ್ನು ಪಡೆದು ಧನ್ಯತೆಗೆ ದಾರಿಯನ್ನು ಕಾಣುವನು. ಅವನು ಮುಕ್ತನೇ ಆಗುವನು.

ಭಗವಂತನ ಸ್ವರೂಪವನ್ನು ಅವತಾರದ ರಹಸ್ಯವನ್ನು ಜೀವಿಯ ಸ್ವರೂಪವನ್ನೂ ಅರಿತು, ಅಶಾಶ್ವತವಾದ ಪ್ರಕೃತಿಸಹಜವಾದ ವಿಷಯಾಸಕ್ತಿ, ಬಂದಕವಾದ, ಅತಿಸ್ನೇಹ, ಭಯ ಹಾಗೂ ದುಃಖಜಾಲದಿಂದ ಮೂಡಿಬರುವ ಗಾಬರಿ, ಕಾಮಕ್ರೋಧವು ತನಗೆ ಅಪಕಾರಕಗಳು ಎಂದು ಅರಿತು, ಅವನ ಅಂತರಾತ್ಮನಾದ ಪರಮಾತ್ಮನನ್ನು ತ್ರಿಕರಣಶುದ್ಧಿಯಿಂದ ಶರಣು ಹೊಂದುತ್ತಾನೆ. ಭಗವಂತನ ಅವತಾರ ರಹಸ್ಯ ಧ್ಯಾನರೂಪವಾದ, ಜ್ಞಾನವೆಂಬ ತಪಸ್ಸು, ಇವೆರಡರ ಫಲವಾದ ಜ್ಞಾನಯೋಗದಿಂದ ಪವಿತ್ರವಾದ ಆತ್ಮಸ್ವರೂಪವುಳ್ಳವರಾಗಿ ಭಗವನ್ಮಯವಾದ ದೈವೀಜೀವನವನ್ನು ಪಡೆದು ಧನ್ಯರಾಗಿರುತ್ತಾರೆ.

ಅರ್ಜುನನ ಮನಸ್ಸಿನಲ್ಲಿ ಮೂಡುವ ಪ್ರಶ್ನೆ ಯಾವುದೆಂದರೆ, ಅನಂತರೂಪನಾದ ನಿನ್ನ ನಿಷ್ಕಾಮಭಕ್ತರೂ ಹಾಗೂ ಸಕಾಮಭಕ್ತರೂ ಯಾವ ರೂಪದಲ್ಲಿ ಭಜಿಸಿ ನಿನ್ನನ್ನೇ ಒಲಿಸಿಕೊಳ್ಳುತ್ತಾರೆ? ಇನ್ನೂ ನಿನ್ನ ನಿಜಭಾವದೊಂದಿಗೆ ಹೊಂದಿಕೊಳ್ಳುವ ಮಾರ್ಗವಾದರೂ ಯಾವುದು ?

ಓ ಅರ್ಜುನ! ಆಸ್ತಿಕರಾದವರು ಯಾರ್ಯಾರು ಯಾವ ಯಾವ ರೂಪದಲ್ಲಿ (ದೇವತಾ–ಶಕ್ತಿ) ಯಾವ ಯಾವ ಫಲವನ್ನು ಬಯಸುತ್ತ ನನ್ನನ್ನು ಶರಣು

ಹೊಂದಿ ಭಜಿಸುವರೋ, ಅವರನ್ನು, ಅವರು ಬಯಸುವ ಫಲವನ್ನು ನೀಡುವ ಭಂಗಿಯಲ್ಲೇ ಒಲಿದು ಅನುಗ್ರಹಿಸುತ್ತೇನೆ. ಮಾನವೀಯತೆಯನ್ನು ಉಳಿಸಿಕೊಂಡಿರುವ ಜನರೆಲ್ಲರೂ ಒಂದಲ್ಲ ಒಂದು ರೀತಿಯಲ್ಲಿಯೂ (ಎಲ್ಲಾ ರೀತಿಯಲ್ಲಿಯೂ) ನನ್ನ ನಿಜಭಾವಕ್ಕೆ ಹೊಂದಿಕೊಳ್ಳದೆ, ಏನಾದರೊಂದು ಭಂಗಿಯ ಹಾದಿಯನ್ನೇ ಹಿಡಿದು ಕಾಲಕ್ರಮದಲ್ಲಿ ನನ್ನನ್ನು ಬಂದು ಸೇರುವವರಾಗುತ್ತಾರೆ ಎಂಬುದೇ ನನ್ನ ಆಕಾಂಕ್ಷೆ. ಇದೊಂದು ದೈವನಿಯಮ, ಇದು ಸಹ ಶರಣಾಗತಿಯ ತತ್ತ್ವವೇ ಆಗಿರುತ್ತದೆ.

ಯೋಗವು ಬಹಳ ಕಾಲದಿಂದ ಭೂಲೋಕದಲ್ಲಿ ಪ್ರಾಯಶಃ ನಶಿಸಿಹೋಗಿತ್ತು. ಅದೇ ಪುರಾತನ ಯೋಗವನ್ನು ನಿನಗೋಸ್ಕರ ನನ್ನ ಭಕ್ತನಿಗೋಸ್ಕರ ಮತ್ತು ನನ್ನ ಪ್ರಿಯಸಖನಿಗಾಗಿ ಬಹಳ ರಹಸ್ಯವಾದ ಮತ್ತು ಉತ್ತಮವಾದ, ಜ್ಞಾನಕರ್ಮ ವಿಷಯವನ್ನು ನಿನಗೆ ವಿವರಿಸುತ್ತಿದ್ದೇನೆ. ನಿನ್ನ ಜನ್ಮ ಇತ್ತೀಚಿನದು, ಆದರೆ ಸೂರ್ಯನ ಜನ್ಮ ಬಹಳ ಪುರಾತನವಾದದ್ದು, ಕಲ್ಪ (ಸೃಷ್ಟಿ) ಆದಿಯಲ್ಲಿ ಆದುದ್ದು ಎಂದು ಹೇಳಿದ್ದೇ ಆದರೆ ಅರ್ಜುನ ಮತ್ತೆ ಶ್ರೀಕೃಷ್ಣಪರಮಾತ್ಮನಿಗೆ ಕೇಳುತ್ತಾನೆ. ಇದನ್ನು ನಾನು ಹೇಗೆ ತಿಳಿದುಕೊಳ್ಳಲಿ ? ಎಂದು ಅದಕ್ಕೆ ಉತ್ತರ ಪರಮಾತ್ಮ ಈ ಅಧ್ಯಾಯದಲ್ಲಿ ಕರ್ಮಯೋಗ ಹಾಗೂ ಸನ್ಯಾಸಯೋಗ, ಜ್ಞಾನಯೋಗ ಮೂರನ್ನು ಒಂದಕ್ಕೊಂದು ಹೇಗೆ ಸಮನ್ವಯ ಮಾಡಿಕೊಳ್ಳಬೇಕು ಎಂಬುದನ್ನು ವಿವರವಾಗಿ ವಿವರಿಸುತ್ತಾನೆ.

ಅರ್ಜುನ ನಿನ್ನ ಮತ್ತು ನನ್ನ ಅನೇಕ ಜನ್ಮಗಳು ಆಗಿಹೋಗಿವೆ. ಆದರೆ ಅದನ್ನು ನೀನು ಅವುಗಳನ್ನೆಲ್ಲಾ ತಿಳಿಯಲಾರೆ ಆದರೆ ನಾನು ತಿಳಿದಿರುತ್ತೇನೆ. ಏಕೆಂದರೆ ಅಂತರಾರ್ಥವನ್ನು ಇಲ್ಲಿ ನಾವು ಅರಿಯಬೇಕು, "ಶ್ರೀಕೃಷ್ಣಪರಮಾತ್ಮ" ಆದಿ ಅಂತ್ಯವೆಲ್ಲವನ್ನೂ, ಯುಗಯುಗಾಂತರಗಳ ವಿಷಯದ ಅಂತರಾಳವನ್ನು ಅರಿತವನು ಸೃಷ್ಟಿಕರ್ತಾ, ಕ್ರಿಯೆ, ಕರ್ಮವು ಅವನ ಅಧೀನ. ನಾವೆಲ್ಲರೂ ಪರಮಾತ್ಮನ ಸ್ವತ್ತು. ಅವನ ಲೀಲಾವಿಭೂತಿಯೇ ಈ ಭೂಲೋಕದ ಮಾಯೆಯಾಗಿರುತ್ತದೆ. ಪರಮಾತ್ಮ ಅವಿನಾಶಿ ಸ್ವರೂಪ, ಜನ್ಮರಹಿತನಾದಾಗ್ಯೂ ಸಹ, ಪ್ರಪಂಚದಲ್ಲಿ ಸಮಸ್ತ ಚರಾಚರ ವಸ್ತುಗಳಿಗೂ ಒಡೆಯನಾಗಿದ್ದರೂ ಸಹ ಈ ಪ್ರಕೃತಿಯನ್ನು ಅಧೀನ ಮಾಡಿಕೊಂಡು ತನ್ನ ಯೋಗಮಾಯೆಯಿಂದ

ಅವತರಿಸುತ್ತಾನೆ. ಧರ್ಮಕ್ಕೆ ಚ್ಯುತಿ ಉಂಟಾದಾಗಲೆಲ್ಲಾ ಮತ್ತು ಅಧರ್ಮವು ಹೆಚ್ಚಾದಾಗ ಅವತಾರ ತಾಳಿ ಸಾಕಾರರೂಪದಿಂದ ಎಲ್ಲರಿಗೂ ಗೋಚರಿಸುತ್ತಾನೆ. ಆದರೆ ಎಲ್ಲರು ಅರಿಯಲಾಗುವುದಿಲ್ಲ. ಸತ್ಪುರಷರನ್ನು ಉದ್ಧಾರಮಾಡುವುದಕ್ಕಾಗಿ ದುಷ್ಕರ್ಮಿಗಳನ್ನು ನಾಶಮಾಡುವುದಕ್ಕಾಗಿಯೂ ಮತ್ತು ಧರ್ಮವನ್ನು ಸಂಸ್ಥಾಪನೆ ಮಾಡುವುದಕ್ಕಾಗಿ ಯುಗ–ಯುಗಳಲ್ಲಿ (4 ಯುಗ) ಅವತಾರ ತಾಳುತ್ತಾನೆ. (ಕರ್ಮಸನ್ಯಾಸ) (ಜ್ಞಾನಪೂರಕ)

ಅರ್ಜುನ–ನನ್ನ ಈ ಜನ್ಮ ಮತ್ತು ಕರ್ಮ (ಮಾಡುವ ಕೆಲಸ) ದಿವ್ಯವಾದದು, ಅರ್ಥಾತ್ ಅಲೌಕಿಕವಾದದು. ಇದು ಲೌಕಿಕವಲ್ಲ. ಪರಮಾತ್ಮನ ಸೃಷ್ಟಿಸ್ಥಿತಿಲಯ ಕಾರ್ಯಗಳು ಎಲ್ಲಾ ಯುಗದಲ್ಲೂ ಉಂಟು. ಹಿಂದಿನ ಅಧ್ಯಾಯದಲ್ಲಿ ತಿಳಿಸಿರುವಂತೆ ಆತ್ಮಜ್ಞಾನವುಳ್ಳವನು, "ಪರಮಾತ್ಮನನ್ನು ಸರ್ವಶಕ್ತ, ಸರ್ವಜ್ಞ, ಸಚ್ಚಿದಾನಂದ ಸ್ವರೂಪನು, ಪರಮಾತ್ಮ ಜನ್ಮರಹಿತ, ಅವಿನಾಶಿ, ವಿಶ್ವಕ್ಕೆ ಚರಾಚರ ವಸ್ತುಗಳಿಗೆಲ್ಲಾ ಪರಮಗತಿ ಹಾಗೂ ಪರಮ ಆಶ್ರಯದಾತನಾಗಿದ್ದಾನೆ. ಎಂದು ತಿಳಿಯುತ್ತಾನೆ. ಕೇವಲ ಧರ್ಮಸ್ಥಾಪನೆಗಾಗಿ ಮತ್ತು ಜಗತ್ತಿನ ಉದ್ಧಾರಕ್ಕಾಗಿಯೇ ತನ್ನ ಯೋಗಮಾಯೆಯಿಂದ ಸಗುಣರೂಪವಾಗಿ ಅವತರಿಸುತ್ತಾನೆ ಎಂದು ಅರಿಯುವವರು ಪರಮೇಶ್ವರನಂತಹ ಸಹೃದಯಪ್ರೇಮ ಹಾಗೂ ಪತಿತಪಾವನ ಬೇರೆ ಯಾರು ಇಲ್ಲೆಂದು ತಿಳಿದುಕೊಂಡು ಪರಮೇಶ್ವರನನ್ನು ಅನನ್ಯ ಪ್ರೇಮದಿಂದ ನಿರಂತರ ಸ್ಮರಣೆ ಮಾಡುತ್ತಾ ಪ್ರತಿಯೊಂದು ಕೆಲಸದಲ್ಲೂ ಅವನನ್ನು ಸ್ಮರಿಸುತ್ತ ಪ್ರಾಪಂಚಿಕ ವಿಷಯದಲ್ಲಿ ಆಸಕ್ತಿರಹಿತರಾಗಿ ಸಂಸಾರದಲ್ಲಿ ಜೀವನ ಸಾಗಿಸುತ್ತಾರೋ ಅವರು ಪರಮಾತ್ಮನನ್ನು ಯಥಾರ್ಥವಾಗಿ ಅರ್ಥಮಾಡಿಕೊಳ್ಳಲು ಸಾಧ್ಯವಾಗಿ ಪರಮಾತ್ಮನ ಸ್ವರೂಪವನ್ನು ತಿಳಿಯುತ್ತಾರೆ. ಅವರು (ಜೀವ) ಶರೀರವನ್ನು ತ್ಯಜಿಸಿದ ಮೇಲೆ ಪುನಃ ಜನ್ಮವನ್ನು ಪಡೆಯುವುದಿಲ್ಲ. ಆ ಜೀವಿಯು ನನ್ನನೇ ಪಡೆಯುತ್ತಾರೆ. ಇದರಲ್ಲಿ ಸಂಶಯವಿಲ್ಲ ಎಂಬುದು ಶ್ರೀಕೃಷ್ಣಪರಮಾತ್ಮನ ನೇರವಾದ ಮಾತಾಗಿದೆ.

ಪರಮಾತ್ಮನಲ್ಲಿ ಶರಣಾಗತರಾದ ಅನೇಕ ಪುರುಷರು ಜ್ಞಾನರೂಪೀ ತಪಸ್ಸಿನ್ನಿಂದ ಪವಿತ್ರರಾಗಿ ನನ್ನ ಸ್ವರೂಪವನ್ನು ಪಡೆದುಕೊಂಡಿದ್ದಾರೆ. ಅಂತಹವರಿಗೆ ಆಸಕ್ತಿ, ಭಯ, ಕ್ರೋಧಗಳಿಲ್ಲದೆ ಅನನ್ಯಭಾವದಿಂದ ಕರ್ಮವನ್ನು

ಮಾಡುತ್ತಾ ನನ್ನಲ್ಲಿಯೇ ದೃಢವಾದ ಮನಸುಳ್ಳವರಾಗಿರುತ್ತಾರೆ. ಯಾರ್ಯಾರು ಯಾರು ಹೇಗೆ ನನ್ನನ್ನು ಭಜಿಸುತ್ತಾರೋ ಅವರನ್ನು ನಾನೂ ಸಹ ಅದರಂತೆಯೇ ರಕ್ಷಿಸುತ್ತೇನೆ. ಈ ರಹಸ್ಯವನ್ನು ತಿಳಿದುಕ್ಕೊಂಡೇ ಬುದ್ಧಿವಂತರಾದ ಮಾನವ ಸಮೂಹವು ಎಲ್ಲಾ ರೀತಿಯಿಂದಲೂ ನನ್ನ ಮಾರ್ಗಕ್ಕೆ ಅನುಸಾರವಾಗಿಯೇ ನಡೆದುಕೊಳ್ಳುತ್ತಾರೆ. ಈ ಮಾನವ ಕಲಿಯುಗದಲ್ಲಿ ಕರ್ಮಗಳ ಫಲವನ್ನು ಬಯಸುತ್ತಾ ತತ್ಕ್ಷಣದ ಸುಖಕ್ಕಾಗಿ ದೇವತೆಗಳನ್ನು ಆರಾಧಿಸುತ್ತಾರೆ. ಏಕೆಂದರೆ ಕರ್ಮಗಳಿಂದ ಉತ್ಪತ್ತಿಯಾದ ಸಿದ್ಧಿಯೂ ಸಹ ಬಹುಬೇಗ ದೊರಕುತ್ತದೆ. ಆದರೆ ಅವರಿಗೆ ನನ್ನ ಸಾಕ್ಷಾತ್ಕಾರ ಪ್ರಾಪ್ತಿಯಾಗುವುದಿಲ್ಲ. ಆದರೆ ನೀನು ಹಾಗೆ ಮಾಡಬೇಡ ನೀನು ನನ್ನನ್ನೇ ಎಲ್ಲಾ ರೀತಿಯಿಂದಲೂ ಭಜಿಸು, ಮಿಕ್ಕ ಎಲ್ಲವನ್ನೂ ನಾನು ನೋಡಿಕೊಳ್ಳುತ್ತೇನೆ ಎನ್ನುವ ಅರ್ಥವನ್ನು ಗಂಭೀರವಾಗಿ ಅರ್ಜುನನಿಗೆ ತಿಳಿಸುತ್ತಾನೆ.

ಪ್ರಪಂಚದ ಸೃಷ್ಟಿಯು ಗುಣಕರ್ಮಗಳ ವಿಭಾಗದಿಂದ ಬ್ರಾಹ್ಮಣ, ಕ್ಷತ್ರಿಯ, ವೈಶ್ಯ, ಶೂದ್ರ ಎಂದು ನಾಲ್ಕು ವರ್ಣವು ನನ್ನ ಮೂಲಕವೇ ರಚಿಸಲ್ಪಟ್ಟಿವೆ. ಅವುಗಳಿಗೆಲ್ಲಾ ನಾನೇ ಕರ್ತಾ. ಆದರೆ ನೀನು ನನ್ನನ್ನು ಅವಿನಾಶಿ ಪರಮೇಶ್ವರನಾದ ಕರ್ತೃವಲ್ಲ ಎಂದು ತಿಳಿದುಕೋ ಪರವಾಗಿಲ್ಲ. ಆದರೆ ಕರ್ಮಗಳು ಮತ್ತು ಕರ್ಮಗಳ ಫಲದಲ್ಲಿ ನನಗೆ ಇಚ್ಛೆ ಇರುವುದಿಲ್ಲ. ನನ್ನನ್ನು ಕರ್ಮಗಳು ಅಂಟಿಕ್ಕೊಳ್ಳುವುದಿಲ್ಲ ಎಂಬುದನ್ನು ಯಾರು ನನ್ನನ್ನು ಯಥಾರ್ಥವಾಗಿ ತಿಳಿದುಕೊಳ್ಳುತ್ತಾರೆಯೋ, ಅವರೂ ಸಹ ಈ ಕರ್ಮಗಳಿಂದ ಬಂಧಿಸಲ್ಪಡುವುದಿಲ್ಲ. ಈ ರೀತಿ ತಿಳಿದುಕ್ಕೊಂಡ ಪೂರ್ವಕಾಲದ ಮುಮುಕ್ಷು ಪುರುಷರಿಂದ ಕರ್ಮಮಾಡಲ್ಪಟ್ಟಿದೆ. ಅದೇ ರೀತಿಯಲ್ಲಿ ನೀನು ಸಹ ಪೂರ್ವಜರಿಂದ ನಿರಂತರ ಮಾಡಲ್ಪಟ್ಟ ಕರ್ಮವನ್ನೇ ಮಾಡು ಎಂದು ನಿರ್ದಿಷ್ಟ ಜ್ಞಾನವನ್ನು ತಿಳಿಸಿ ಪ್ರಚೋದಿಸುವನು. "ಭಗವಂತನು ಕರುಣಾಮಯಿ, ಒಂದು ಸಲ ಅವನಲ್ಲಿ ಶರಣಾಗತರಾದರೆ ಅವನನ್ನು ತನ್ನಲ್ಲಿಗೆ ಕರೆದೊಯ್ಯಲು ಅನೇಕ ರೀತಿಯಲ್ಲಿ ಸನ್ಮಾರ್ಗಕ್ಕೆ ಧರ್ಮಮಾರ್ಗಕ್ಕೆ ಕರೆದೊಯ್ದು ತನ್ನಲ್ಲಿ ಸೇರಿಸಿಕೊಳ್ಳುವನು ಎಂಬುದು ಅರ್ಥವಾಗುತ್ತದೆ. ಶರಣಾಗತರಾದ ಭಕ್ತರನ್ನು ಸದಾಸರ್ವದಾ ರಕ್ಷಿಸುತ್ತಾ, ಶಿಕ್ಷಣ ಕೊಡುತ್ತಾ ಕಾಪಾಡುತ್ತಾನೆ". ನಾವುಗಳು

ಅಜ್ಞಾನಿಗಳಾದುದರಿಂದ ನಮಗೆ ಅದು ಅರ್ಥವಾಗುವುದಿಲ್ಲ.

ಇದು ಅರ್ಜುನನಿಗೆ ಅರ್ಥವಾಗದೇ ಮುಂದೆ ಪ್ರಶ್ನೆ ಕೇಳುತ್ತಾನೆ. ಕರ್ಮ ಯಾವುದು ? ಅಕರ್ಮ ಯಾವುದು? ಅರ್ಜುನ ಮತ್ತೇ ಭ್ರಮೆಗೆ ಒಳಗಾಗುತ್ತಾನೆ. ಈ ವಿಷಯಗಳಲ್ಲಿ ಕುಶಲಮತಿಗಳೂ ಸಹ ಭ್ರಮೆಗೊಳಗಾಗಿದ್ದಾರೆ. ಆದುದರಿಂದ ನಾನು ಕರ್ಮಗಳ ತತ್ವವನ್ನು ನಿನಗೋಸ್ಕರವಾಗಿ ಹೇಳುತ್ತೇನೆ. ಅದನ್ನು ನೀನು ತಿಳಿದುಕ್ಕೊಂಡು ಅಶುಭ ಕರ್ಮಬಂಧನದಿಂದ ಬಿಡುಗಡೆ ಹೊಂದುವೆ ಎಂದು ಹೇಳಿ ಕರ್ಮ ಅಕರ್ಮ ನಿಷಿದ್ಧಕರ್ಮವನ್ನು ವಿವರಿಸುತ್ತಾನೆ.

ಪ್ರತಿಯೊಬ್ಬರೂ ಕರ್ಮದ ಸ್ವರೂಪ, ಅಕರ್ಮದ ಸ್ವರೂಪ ಮತ್ತು ನಿಷಿದ್ಧಕರ್ಮದ ಸ್ವರೂಪವನ್ನು ತಿಳಿದುಕೊಳ್ಳಲೇಬೇಕು. ಏಕೆಂದರೆ ಕರ್ಮದ ಗತಿಯು ಗಹನವಾಗಿರುತ್ತದೆ. ಯಾವ ಪುರುಷರು ಕರ್ಮದಲ್ಲಿ ಅರ್ಥಾತ್ ಅಹಂಕಾರವಿಲ್ಲದೆ ಮಾಡಲ್ಪಟ್ಟ ಎಲ್ಲ ಪ್ರಯತ್ನಗಳನ್ನು ಭಗವಂತನಿಗೆ ಅರ್ಪಿಸುತ್ತಾರೆಯೋ ಅಕರ್ಮ ಅರ್ಥಾತ್ ವಾಸ್ತವವಾಗಿ ಮಾಡುವ ಕರ್ಮಗಳಲ್ಲಿ ಕರ್ತೃತ್ವದ ಅಭಾವವನ್ನು ನೋಡುತ್ತಾನೆಯೋ, ಯಾವ ಪುರುಷರು ಅಕರ್ಮದಲ್ಲಿ ಆ ಜ್ಞಾನಿಯೆಂಬ ಪುರುಷದಿಂದ ಮಾಡಲ್ಪಟ್ಟ ಎಲ್ಲಾ ಕ್ರಿಯೆಗಳ, ತ್ಯಾಗದಲ್ಲಿಯೂ, ಕರ್ಮವನ್ನು ಮತ್ತು ತ್ಯಾಗರೂಪಿ ಕ್ರಿಯೆಯೆಂದು ನೋಡುವನೋ ಆ ಪುರುಷನು ಮನುಷ್ಯರಲ್ಲಿ ಬುದ್ಧಿವಂತ ಮತ್ತು ಅವನೇ ಯೋಗಿ. ಆದುದರಿಂದಲೇ ಅವನ್ನು ಎಲ್ಲಾ ಕರ್ಮಗಳನ್ನು ಮಾಡುವನು. ಅವನು ಕರ್ಮಗಳನ್ನು ಧರ್ಮದ ದೃಷ್ಟಿಯಿಂದ ಮಾಡುವನು. ಅವನಿಗೆ ಕರ್ಮಗಳಲ್ಲಿ ಫಲಾಪೇಕ್ಷೆ ಇರುವುದಿಲ್ಲ.

ಯಾವ ಕರ್ಮಗಳೆಲ್ಲಾ ಶಾಸ್ತ್ರಸಮ್ಮತವಾಗಿದ್ದು ಆಸೆ, ಆಕಾಂಕ್ಷೆ ಮತ್ತು ಫಲಾಪೇಕ್ಷೆ ಸಂಕಲ್ಪಗಳಿಂದ ರಹಿತವಾಗಿರುತ್ತವೆಯೋ ಅವನು ಮಾಡುವ ಕರ್ಮಗಳೆಲ್ಲವೂ ಅಗ್ನಿಯಿಂದ ಭಸ್ಮವಾಗಿರುತ್ತವೆ. ಆ ಜ್ಞಾನರೂಪಿ ಪುರುಷನನ್ನು ಜ್ಞಾನಿಗಳೂ ಸಹ ಪಂಡಿತ ಎಂದು ಹೇಳುತ್ತಾರೆ. ಯಾವ ಪುರುಷನು ಸಂಸಾರದ ಸಂಬಂಧವಿಲ್ಲದ ಸದಾ ಪರಮಾನಂದ ಪರಮಾತ್ಮನಲ್ಲಿಯೇ ನಿತ್ಯತೃಪ್ತನಾಗಿರುವನೋ ಅವನಿಗೆ ಕರ್ಮದ ಫಲದ ಅಪೇಕ್ಷೆ ಇರುವುದೇ ಇಲ್ಲ. ಕರ್ಮಫಲವನ್ನು ತ್ಯಜಿಸುವನು. ಅದರ ಫಲದ ಆಸಕ್ತಿಯನ್ನು ತ್ಯಜಿಸಿ

ಕರ್ಮದಲ್ಲಿ ಚೆನ್ನಾಗಿ ನಿರತನಾಗಿದ್ದರೂ ಸಹ ವಾಸ್ತವದಲ್ಲಿ ಏನನ್ನೂ ಮಾಡುವುದಿಲ್ಲ ಅನ್ನುವಂತೆ ಇರುತ್ತಾನೆ. ಅಂತಃಕರಣ ಮತ್ತು ಇಂದ್ರಿಯಗಳ ಸಹಿತ ಶರೀರವನ್ನು ಜಯಿಸಿರುವವನೂ ಎಲ್ಲಾ ಭೋಗವಸ್ತುಗಳನ್ನು ತ್ಯಜಿಸಿರುವವನೂ, ಅಂತೆಯೇ ಆಸೆ ಆಕಾಂಕ್ಷೆಗಳನ್ನು ಬಿಟ್ಟಿರುವವನು ಲೋಕದ ದೃಷ್ಟಿಯಿಂದ ಕೇವಲ ಶರೀರದ ನಿರ್ವಹಣೆಗಾಗಿ ಕರ್ಮವನ್ನು ಮಾಡುತ್ತಾನೆ. ಆ ಕರ್ಮದಲ್ಲಿ ಪಡೆಯುವ ಪಾಪವನ್ನು ಮತ್ತು ದೋಷವನ್ನು ಪಡೆಯುವುದಿಲ್ಲ. ಆ ಕರ್ಮಗಳು ದೋಷಕ್ಕೆ ಗುರಿಯಾಗುವುದಿಲ್ಲ ಅಂತಹ ಪುರುಷ ತಾನಾಗಿಯೇ ಜೀವನದಲ್ಲಿ ಏನು ದೊರೆಯುತ್ತದೆಯೋ ಅದರಲ್ಲಿಯೇ ಸಂತುಷ್ಟತೃಪ್ತನಾಗಿರುವನು ಮತ್ತು ಹರ್ಷಶೋಕಾದಿಗಳಿಂದ ದೂರವಾಗಿರುತ್ತಾನೆ ಹಾಗೂ ಅವನು ಅಸೂಯೆಯಿಲ್ಲದವನಾಗಿ, ಸಿದ್ಧಿ ಮತ್ತು ಅಸಿದ್ಧಿಯಲ್ಲಿ ಸಮಾನ ಭಾವನೆಯುಳ್ಳವನಾಗಿ, ಕರ್ಮವನ್ನು ಮಾಡುತ್ತಾನೆ. ಆಗಲೂ ಸಹ ಕರ್ಮಗಳು ಬಂದಕವಾಗುವುದಿಲ್ಲ, ಲೋಕದ ಮಾತುಗಳಿಗೆ, ಜನರ ಹಿತಾಹಿತವಾದ ಮಾತುಗಳಿಗೆ ಕಿವಿಗೊಡುವುದಿಲ್ಲ. ಅಂತಹ ಕರ್ಮಯೋಗಿಯೂ ಕರ್ಮಗಳನ್ನು ಮಾಡಿದರೂ ಸಹ ಬಂಧಿತನಾಗುವುದಿಲ್ಲ. ಅವನೇ ಕರ್ಮಸನ್ಯಾಸಿ ಪರಮಾತ್ಮನ ಜ್ಞಾನದಲ್ಲಿ ಸ್ಥಿರವಾದ ಮನಸುಳ್ಳವನೂ ಮಾಡುವ ಎಲ್ಲಾ ಕರ್ಮಗಳು ಯಜ್ಞಕ್ಕಾಗಿಯೇ ಹೊರತು ಬೇರೆಯಲ್ಲ ಅಂತಹ ಜ್ಞಾನಿ ದೇಹಾಭಿಮಾನವಿಲ್ಲದವನು ಮತ್ತು ದೇಹದ ಮೇಲೆ ಮಮತೆ ಇಲ್ಲದವನು. ಅಂತಹ ಜ್ಞಾನಿ, ಮಾತ್ರವೇ ಪರಮಾತ್ಮನಲ್ಲಿ ಆಸಕ್ತನಾಗಿ, ಮಾಡುವ ಎಲ್ಲಾ ಕರ್ಮಗಳನ್ನು ಯಜ್ಞಕ್ಕಾಗಿಯೇ ಆಚರಣೆ ಮಾಡುತ್ತಾ ಇರುವವನು. ಕರ್ಮಗಳೆಲ್ಲಾ ಅವನನ್ನೇ ಲೀನವಾಗುತ್ತದೆ. ಎಲ್ಲವೂ ಭಗವಂತನಿಗೆ ಅರ್ಪಣಾತ್ಮವಾಗಿರುತ್ತದೆ. (ಉದಾಹರಣೆಗೆ ಜನಕ ಮಹಾರಾಜ) ಈ ಭಾವನೆಯಿಂದಲೇ ಕೆಲವರು ಯಜ್ಞಗಳನ್ನು ಮಾಡುತ್ತಾರೆ. "ಬ್ರಹ್ಮಾರ್ಪಣಂ, ಬ್ರಹ್ಮಹವಿ:, ಬ್ರಹ್ಮಾಗ್ನೌ ಬ್ರಹ್ಮಣಾಹುತಮ್" ಅರ್ಪಣಾ ಮನೋಭಾವನೆಯಿಂದ ಮಾಡುವ ಯಜ್ಞ ಎಲ್ಲವೂ ಬ್ರಹ್ಮನೇ ಆಗುತ್ತದೆ. ಯಜ್ಞ ಆಚರಣೆಯಲ್ಲಿ ಉಪಯೋಗಿಸುವ ತುಪ್ಪದ ಪಾತ್ರೆಗಳು, ಉದ್ಧರಣೆ ಇತ್ಯಾದಿಗಳೂ, ಹವಿಸ್ಸು ದ್ರವ್ಯಗಳೂ, ಬ್ರಹ್ಮ ಅಗ್ನಿರೂಪಿಯಲ್ಲಿ ಮಾಡುವ ಹೋಮದಕರ್ತ್ಯವು ಬ್ರಹ್ಮವೇ ಆಗಿರುತ್ತದೆ. ಬ್ರಹ್ಮರೂಪಿಯಾಗಿ ಕರ್ಮದಲ್ಲಿ ಸಮಾದಿಸ್ಥ ಪುರುಷನು ಬ್ರಹ್ಮವೇ, ಅದರ ಫಲವೂ ಬ್ರಹ್ಮವೇ ಆಗಿದೆ. ಕೆಲವು ಯೋಗಿಗಳೂ ದೇವತೆಗಳ

ಉಪಾಸನೆರೂಪದಲ್ಲಿ ಚೆನ್ನಾಗಿ ಯಜ್ಞವನ್ನು ಅನುಷ್ಠಾನ ಮಾಡುತ್ತಾರೆ. ಆದರೆ ಕೆಲವರು ಜ್ಞಾನಿಗಳಾದವರು ಪರಬ್ರಹ್ಮ ಪರಮಾತ್ಮರೂಪೀ ಅಗ್ನಿಯಲ್ಲಿ ಯಜ್ಞದ ಮೂಲಕವೇ ಯಜ್ಞವನ್ನು ಹೋಮ ಮಾಡುತ್ತಾರೆ.

ಇನ್ನೂ ಬೇರೆ ಯೋಗಿಗಳು ಶ್ರೋತ್ರಾದಿಗಳಾದ ಇಂದ್ರಿಯಗಳನ್ನೆಲ್ಲ ಸ್ವಾದೀನತಾರೂಪೀ ಅಗ್ನಿಯಲ್ಲಿ ಹೋಮ ಮಾಡುತ್ತಾರೆ. ಅಂದರೆ ಇಂದ್ರಿಯಗಳನ್ನು ಇಂದ್ರಿಯ ವಿಷಯಗಳಿಂದ ತಡೆದು ತಮ್ಮ ವಶಮಾಡಿಕೊಳ್ಳುತ್ತಾರೆ. ಹಲವರು ಶಬ್ದಾದಿ ವಿಷಯಗಳನ್ನು ಇಂದ್ರಿಯರೂಪಿ ಅಗ್ನಿಯಲ್ಲಿ ಹೋಮ ಮಾಡುತ್ತಾರೆ. ಅರ್ಥಾತ್ ರಾಗದ್ವೇಷರಹಿತವಾದ ಇಂದ್ರಿಯಗಳ ಮೂಲಕ ವಿಷಯಗಳನ್ನು ಗ್ರಹಿಸುತ್ತಿದ್ದರೂ ಸಹ ಭಸ್ಮರೂಪದಲ್ಲಿ ಹೋಮ ಮಾಡುತ್ತಾರೆ.

ಬೇರೆ ಯೋಗಿಗಳು ಸಂಪೂರ್ಣವಾಗಿ ಇಂದ್ರಿಯಗಳ ಯತ್ನಗಳನ್ನು ಹಾಗೂ ಪ್ರಾಣದ ಸಮಸ್ತ ಕ್ರಿಯೆಗಳನ್ನು ಜ್ಞಾನದಿಂದ ಪ್ರಕಾಶಗೊಂಡ ಆತ್ಮಸಂಯಮರೂಪೀ ಯೋಗಾಗ್ನಿಯಲ್ಲಿ ಹೋಮ ಮಾಡುತ್ತಾರೆ. ಸಚ್ಚಿದಾನಂದ ಘನ ಪರಮಾತ್ಮನ ಹೊರತು ಬೇರೆ ಯಾವುದನ್ನು ಸಹ ಯೋಚಿಸದೇ ಯಜ್ಞ ಹೋಮಾದಿಗಳನ್ನು ಹೋಮ ಮಾಡುವರು. ಮತ್ತೆ ಇತರರು (ಅಪರೇ) ಹಲವರು (ಭಗವಂತ) ಈಶ್ವರಾರ್ಪಣ ಬುದ್ಧಿಯಿಂದ ಲೋಕದ ಉದ್ಧಾರಕ್ಕಾಗಿ ದ್ರವ್ಯಗಳನ್ನು ಒದಗಿಸುತ್ತಾರೆ. ಅದರಂತೆಯೇ ಅನೇಕರು ಸ್ವಧರ್ಮಪಾಲನಾರೂಪಿ ತಪೋಯಜ್ಞವನ್ನು ಮಾಡುವುದೂ ಉಂಟು. ಕೆಲವರು ಅಷ್ಟಾಂಗ ಯೋಗರೂಪಿ ಯಜ್ಞವನ್ನು ಮಾಡುವರು. ಇನ್ನೂ ಕೆಲವರು ಅಹಿಂಸಾದಿ ಕಠಿಣ ವ್ರತಗಳಿಂದ ಇನ್ನೂ ಕೆಲವು ಕೂಡಿದ ಪ್ರಯತ್ನಶೀಲ ವ್ಯಕ್ತಿಗಳು ಭಗವಂತನ ನಾಮಸ್ಮರಣೆ, ಜಪ ಹಾಗೂ ಭಗವತ್ ಸಾಕ್ಷಾತ್ಕಾರದ ವಿಷಯಗಳ ಶಾಸ್ತ್ರಗಳ ಅಧ್ಯಯನರೂಪೀ ಜ್ಞಾನಯಜ್ಞವನ್ನು ಮಾಡುವರು.

ಅನ್ಯಯೋಗಿಗಳು ಅಪಾನವಾಯುವನ್ನು ಪ್ರಾಣವಾಯುವಿನಲ್ಲಿ ಹೋಮ ಮಾಡುತ್ತಾರೆ. ಪ್ರಾಣವಾಯುವಿನಲ್ಲಿ ಅಪಾನವಾಯುವನ್ನು ಹೋಮ ಮಾಡುತ್ತಾರೆ ಹಾಗೂ ಪ್ರಾಣಯಾಮ ಪರಾಯಣರಾದ ಯೋಗಿಗಳು ಪ್ರಾಣ ಮತ್ತು ಅಪಾನಗಳ ಗತಿಯನ್ನು ತಡೆದು ಪ್ರಾಣವನ್ನು ಪ್ರಾಣದಲ್ಲಿಯೇ

ಹೋಮ ಮಾಡುತ್ತಾರೆ. ಈ ಪ್ರಕಾರ ಯಜ್ಞಗಳ ಮೂಲಕ ಯಾರ ಪಾಪಗಳು ನಾಶವಾಗಿ ಹೋಗಿವೆಯೋ ಅಂತಹವರೆಲ್ಲರೂ ಸಹ ಯಜ್ಞಗಳನ್ನು ತಿಳಿದವರಾಗಿರುತ್ತಾರೆ. ಈ ಯೋಗವು (ದುಃಖಿಗಳನ್ನು ನಾಶಮಾಡುವ) ಯಥೋಚಿತ ಆಹಾರವಿಹಾರಗಳನ್ನು ಅನುಸರಿಸುವವನಿಗೆ ಮತ್ತು ಕರ್ಮಗಳಲ್ಲಿ ಯಥೋಚಿತ ಪ್ರಯತ್ನ ಮಾಡುವವನಿಗೆ ಹಾಗೂ ನಿದ್ರೆ ಮತ್ತು ಜಾಗ್ರತ ಅವಸ್ಥೆಗಳನ್ನು ಯಥೋಚಿತವಾಗಿ ಅನುಸರಿಸುವವನಿಗೆ ಸಿದ್ಧಿಸುತ್ತದೆ. ಎಲ್ಲರಿಗೂ ಸಿದ್ಧಿಸುವುದಿಲ್ಲ. ಎಲೈ ಕುರುಶ್ರೇಷ್ಠನಾದ ಅರ್ಜುನ! ಯಜ್ಞಗಳ ಪರಿಣಾಮರೂಪಿ ಜ್ಞಾನಾಮೃತವನ್ನು ಸವಿಯುವ ಯೋಗಿಗಳು ಸನಾತನವಾದ ಪರಬ್ರಹ್ಮ ಪರಮಾತ್ಮನನ್ನು ಪಡೆಯುತ್ತಾರೆ. ಈ ರೀತಿ ಯಜ್ಞವನ್ನು ಮಾಡದವರಿಗೆ ಈ ಮಾನವ ಲೋಕವೂ ಸಹ ಸುಖದಾಯಕವಾಗುವುದಿಲ್ಲ. ಅಂದ ಮೇಲೆ ಪರಲೋಕವು ಹೇಗೆ ಸುಖಿಕರವಾಗಬಲ್ಲದು? ವೇದದಲ್ಲಿ ವಿಸ್ತಾರವಾಗಿ ಯಾಗ ಯಜ್ಞಗಳ ಪ್ರಕಾರವನ್ನು ವಿಸ್ತಾರವಾಗಿ ವಿವರಸಲ್ಪಟ್ಟಿದೆ. ಆದುದರಿಂದ ನೀನು ಅವುಗಳೆಲ್ಲವನ್ನೂ ಶರೀರ, ಮನಸ್ಸು ಮತ್ತು ಇಂದ್ರಿಯಗಳ ಕ್ರಿಯೆಯ ಮೂಲಕವೇ ಉತ್ಪತ್ತಿಯಾದದ್ದು ಎಂದು ತಿಳಿದಿಕೋ. ಈ ರೀತಿ ಯಥಾರ್ಥವಾಗಿ ತಿಳಿದುಕೊಂಡು ನಿಷ್ಕಾಮ ಕರ್ಮಯೋಗದ ಮೂಲಕ ಸಂಸಾರಬಂಧನದಿಂದ ಮುಕ್ತನಾಗಿ ಹೋಗುವೆ. ಸಾಂಸಾರಿಕ ವಸ್ತುಗಳಿಂದ ಸಿದ್ಧಿಸುವಂತಹ ಯಜ್ಞಕ್ಕಿಂತ ಜ್ಞಾನರೂಪಿಯಜ್ಞವು ಎಲ್ಲಾ ರೀತಿಯಿಂದಲೂ ಶ್ರೇಷ್ಠ. ಕಾರಣ ಎಲ್ಲಾ ಸರ್ವಾಂಗೀಣ ಕರ್ಮಗಳು ಜ್ಞಾನದಲ್ಲಿ ಪರಿಸಮಾಪ್ತಿಯನ್ನು ಹೊಂದುತ್ತದೆ. ಜ್ಞಾನವು ಅವುಗಳ ಪರಾಕಷ್ಠೆಯಾಗಿದೆ. ಆದುದರಿಂದ ತತ್ವಾರ್ಥವನ್ನು ತಿಳಿದ ಜ್ಞಾನಿಗಳ ಬಳಿಗೆ ಹೋಗಿ ಸ್ರಾಷ್ಟಾಂಗ ನಮಸ್ಕಾರ ಮಾಡಿ ಹಾಗೂ ಅವರ ಸೇವೆ ಮಾಡಿ ಒಳ್ಳೆಯ ಭಾವನೆಯಿಂದ ಪ್ರಶ್ನೆ ಮಾಡಿ ಆ ಜ್ಞಾನವನ್ನು ತಿಳಿದಿಕೋ (ಆತ್ಮಜ್ಞಾನ) ಆ ಗೂಢಾರ್ಥವನ್ನು ತಿಳಿದುಕೊಂಡಿರುವ ಜ್ಞಾನಿಗಳು ನಿನಗೆ ಆ ಜ್ಞಾನದ ಉಪದೇಶ ಮಾಡುವರು. ಆ ಜ್ಞಾನಿ ಯಾರೆಂದರೆ ಸರ್ವವ್ಯಾಪಿ ಅನಂತಚೇತನದಲ್ಲಿ ಒಂದೇ ಭಾವದಿಂದಿರುವ ಯೋಗದಿಂದ ಕೂಡಿದ ಆತ್ಮವುಳ್ಳವನು ಹಾಗೂ ಎಲ್ಲವನ್ನೂ ಸಮಭಾವದಿಂದ ನೋಡುವ ಯೋಗಿಯು, ಆತ್ಮನನ್ನು ಎಲ್ಲಾ ಜೀವಿಗಳಲ್ಲಿಯೂ ಇದೆ ಎಂದು ನೋಡುತ್ತಾನೆ. (ಪರಮಾತ್ಮನೇ ಎಲ್ಲರಲ್ಲೂ ಅಂತರ್ಯಾಮಿಯಾಗಿ ವ್ಯಾಪಿಸಿಕೊಂಡಿರುವನು

ಎಂಬುದನ್ನು ಪರೋಕ್ಷವಾಗಿ ತಿಳಿಸಿರುವನು).

ಎಲೈ ಅರ್ಜುನ! ಯಾವುದನ್ನು ತಿಳಿದುಕೊಂಡರೆ ನೀನು ಪುನಃ ಈ ರೀತಿ ಮೋಹಕ್ಕೆ ಒಳಗಾಗುವುದಿಲ್ಲವೋ ಆ ಜ್ಞಾನದ ಮೂಲಕ ಸರ್ವವ್ಯಾಪಿ, ಅನಂತಚೇತನರೂಪನಾದ ಆತ್ಮನಲ್ಲಿ ಅರ್ಥಾತ್ ಅಂತರ್ಗತವಾದ ಸಮಷ್ಟಿ ಬುದ್ಧಿಯಿಂದ ನಿನ್ನಲ್ಲೇ ಎಲ್ಲಾ ಜೀವಿಗಳನ್ನೂ ಕಾಣುವೆಯೋ ಮತ್ತು ಅನಂತರ ನನ್ನಲ್ಲಿ ಬಂದು ಸಚ್ಚಿದಾನಂದ ಸ್ವರೂಪದಲ್ಲಿ ಒಂದೇ ಭಾವದಿಂದ ಸಚ್ಚಿದಾನಂದಮಯವನ್ನೆ ನೋಡುವೆ. ನೀನು ಎಲ್ಲಾ ಪಾಪಿಗಳಿಗಿಂತಲೂ ಸಹ ಹೆಚ್ಚು ಪಾಪಮಾಡಿದವನೇ ಆಗದ್ದರೂ ಸಹ ಜ್ಞಾನರೂಪಿ ದೋಣಿಯ ಮೂಲಕ ನಿಸ್ಸಂದೇಹವಾಗಿ ಪಾಪರೂಪಿ ಸಮುದ್ರವನ್ನು ಚೆನ್ನಾಗಿ ದಾಟಿ ಪಾರಾಗುವೆ ಉದಾ: ಯಾವ ರೀತಿ ಪ್ರಜ್ವಲಿಸುವ ಅಗ್ನಿಯ ಉರುವಲನ್ನು (ಸೌದೆ) ಸುಟ್ಟುಬೂದಿಯನ್ನಾಗಿ ಮಾಡಿಬಿಡುವುದೋ, ಹಾಗೇ ಜ್ಞಾನರೂಪಿ ಅಗ್ನಿಯೂ ಸಕಲ (ಪಾಪಕರ್ಮಗಳನ್ನು) ಕರ್ಮಗಳನ್ನು ಭಸ್ಮಮಯವಾಗಿ ಮಾಡಿಬಿಡುವುದು. ಈ ಜಗತ್ತಿನಲ್ಲಿ ಜ್ಞಾನಕ್ಕೆ ಸರಿಸಮಾನವಾದ ಪವಿತ್ರವಾದ ವಸ್ತು ನಿಸ್ಸಂದೇಹವಾಗಿಯೂ ಬೇರೆ ಯಾವುದೂ ಸಹ ಇರುವುದಿಲ್ಲ. ಆ ಜ್ಞಾನವನ್ನು ಕಾಲಾಂತರದಲ್ಲಿ ಸಾಧನೆಯ ಪರಿಪಕ್ವ ಅವಸ್ಥೆಯಿಂದ ತಾನೇ ಸ್ವತಃ ಸಮಸ್ತ ಬುದ್ಧಿರೂಪಿಕರ್ಮಯೋಗದಿಂದ ಒಳ್ಳೆಯ ಶುದ್ಧ ಅಂತಃಕರಣವುಳ್ಳ ಪುರುಷನು ಆತ್ಮನಲ್ಲಿ ಅನುಭವ ಪಡೆಯುತ್ತಾನೆ.

ಜಿತೇಂದ್ರಿಯನೂ, ಸಾಧನ–ಪರಾಯಣನೂ, ಮತ್ತು ಶ್ರದ್ಧಾವಂತನಾದವನೂ ಆದವನು ಜ್ಞಾನವನ್ನೂ ನಿತ್ಯಾನುಷ್ಠಾನದಲ್ಲಿ ಸತತವಾಗಿ ಭಗವಂತನ ಆಜ್ಞೆ (ಎಂದರೆ ಶಾಸ್ತ್ರಸಮ್ಮತವಾಗಿ ಹೇಳಿರುವ ಪರಮಾತ್ಮನ ಮಾತು ಮತ್ತು ಧರ್ಮಾನುಷ್ಠಾನ ದಾನಧರ್ಮಾದಿಗಳು, ಭಾಗವತ ಕೈಂಕರ್ಯವನ್ನು ಶ್ರದ್ಧೆ ಮತ್ತು ನಿಷ್ಠೆಯಿಂದ ಸತ್ಯವಂತನಾಗಿ ನಡೆದವನಿಗೆ) ತಿಳಿಯುತ್ತದೆ. ಆ ಜ್ಞಾನವನ್ನು ಪಡೆದುಕೊಂಡ ಕೂಡಲೇ ಭಗವತ್ ಸಾಕ್ಷಾತ್ಕಾರವೆಂಬ ಪರಮಶಾಂತಿಯನ್ನು ಪಡೆಯುತ್ತಾನೆ. ಭಗವತ್ ವಿಷಯಗಳನ್ನು ತಿಳಿಯುವ ಅಜ್ಞಾನಿ ಹಾಗೂ ಶ್ರದ್ಧೆಯಿಲ್ಲದವನೂ ಹಾಗೂ ಸಂಶಯ ಸ್ವಭಾವದವನು ಪಾರಮಾರ್ಥಿಕವಾಗಿ ಭ್ರಷ್ಟನಾಗುತ್ತಾನೆ. ಅಂತಹ ಸಂಶಯಪಡುವ ಪುರುಷನಿಗಾದರೂ ಇಹಲೋಕ

ಪರಲೋಕ ಎರಡರಲ್ಲೂ ಸುಖವಿರುವುದಿಲ್ಲ. ಎರಡು ಲೋಕದಲ್ಲೂ ಭ್ರಷ್ಟನಾಗಿ ಹೋಗುತ್ತಾನೆ. ಇದರ ಸಾರಾರ್ಥವೇನೆಂದರೆ – ಯಾರು ಕರ್ಮಗಳನ್ನೆಲ್ಲಾ ಸಮತ್ವಬುದ್ಧಿರೂಪಿಯಾಗಿ ಯೋಗದಿಂದ ಭಗವದರ್ಪಣ ಮಾಡುತ್ತಾರೋ ಮತ್ತು ಯಾರ ಸಂಶಯಗಳು ಜ್ಞಾನದ ಮೂಲಕ ನಾಶಕವಾಗಿ ಹೋಗುತ್ತವೆಯೋ ಅಂತಹ ಜಿತೇಂದ್ರಿಯ ಪುರುಷನನ್ನು ಮಾತ್ರ ಕರ್ಮಗಳು ಬಂಧಿಸಲಾರವು. ಆದುದರಿಂದ ಅರ್ಜುನ (ಭರತವಂಶಜ), ನೀನು ಸಮತ್ವಬುದ್ಧಿಯಿಂದ ಕರ್ಮಯೋಗದಲ್ಲಿ ಏಕಾಗ್ರತೆಯುಳ್ಳವನಾಗು ಮತ್ತು ಅಜ್ಞಾನದಿಂದ ಉಂಟಾಗಿರುವ ಮತ್ತು ಮನಸ್ಸಿನಲ್ಲಿ ಅಡಗಿರುವ ಈ ನಿನ್ನ ಸಂಶಯವನ್ನು ಜ್ಞಾನರೂಪಿ ಎಂಬ ಕತ್ತಿಯಿಂದ ಕತ್ತರಿಸಿ ಯುದ್ಧ ಮಾಡಲು ಸಿದ್ಧನಾಗಿ ನಿಲ್ಲು ಎಂದು ಕ್ಷತ್ರಿಯ ಧರ್ಮಪಾಲಕನಾಗಲು ಎಚ್ಚರಿಸಿ ತನ್ನ ಭಕ್ತನನ್ನು ಸನ್ಮಾರ್ಗಕ್ಕೆ ಕರೆದೊಯ್ಯುತ್ತಾನೆ. ಪರಮಾತ್ಮ ಶರಣಾಗತರಾದ ಭಕ್ತರನ್ನು ರಕ್ಷಿಸಿದನು. ಅರ್ಜುನ ಪ್ರಿಯಸಖಿನಲ್ಲವೇ ಆದ್ದರಿಂದ ಅವನನ್ನು ಸನ್ಮಾರ್ಗಕೆ ಕರೆದೊಯ್ಯಲು 18 ಅಧ್ಯಾಯದಲ್ಲೂ ಬುದ್ಧಿವಾದ ಮತ್ತು ಪ್ರಜ್ಞಾಪೂರ್ವಕವಾದ ಕರ್ಮಜ್ಞಾನವನ್ನು ವಿವರಿಸುತ್ತಾ ಧರ್ಮಮಾರ್ಗದಲ್ಲಿ ಕರೆದೊಯ್ಯುತ್ತಾನೆ ಭಕ್ತರನ್ನು ಕಂಡರೆ ಬಹುಪ್ರೀತಿ ಪರಮಾತ್ಮನಿಗೆ.

– ಓಂ ತತ್ಸತ್

ಅಧ್ಯಾಯ–5
ಕರ್ಮಸನ್ಯಾಸ ಯೋಗ

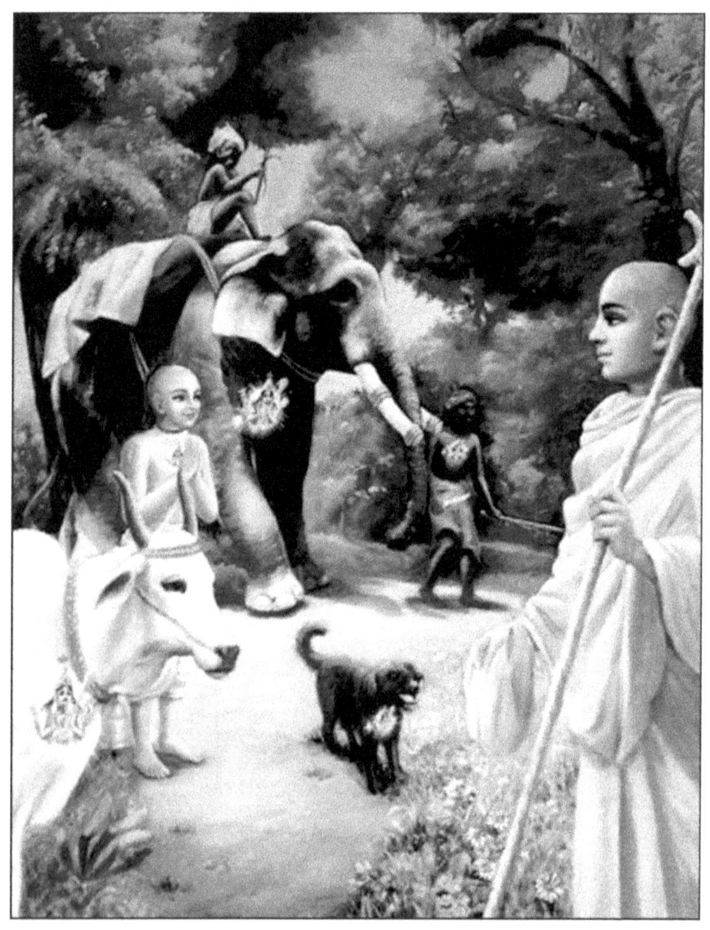

ಕರ್ಮಸನ್ಯಾಸ ಯೋಗ

ಅರ್ಜುನ ಶ್ರೀಕೃಷ್ಣಪರಮಾತ್ಮನನ್ನು ಮತ್ತೇ ಪ್ರಶ್ನಿಸುತ್ತಾನೆ. "ಪರಮಾತ್ಮ ಹೇ ಶ್ರೀಕೃಷ್ಣ" ನೀನು ಕರ್ಮಗಳ ಸನ್ಯಾಸವನ್ನು ಅರ್ಥಾತ್ ತ್ಯಾಗವನ್ನು ಮತ್ತು ನಿಷ್ಕಾಮ ಕರ್ಮಯೋಗದ ಪ್ರಶಂಸೆಯನ್ನು ವಿವರಿಸಿ ಹೇಳಿದೆ. ಆದರೆ ಇವೆರಡರಲ್ಲಿ ಸಾಧನೆಗೆ ಯಾವುದು ಶ್ರೇಯಸ್ಕರ ಎಂದು ನನ್ನಿಂದ ಅರಿಯಲಾಗಲಿಲ್ಲ. ಆದ್ದರಿಂದ ನೀನು ನನಗೋಸ್ಕರ ಮತ್ತೆ ಯಾವುದು ಶ್ರೇಯಸ್ಕರ ಎಂದು ನಿಶ್ಚಯಿಸಿ ಒಂದೇ ಒಂದು ಸಾಧನೆಯನ್ನು ನನಗೆ ತಿಳಿಸು ಎಂದು ಕೇಳುತ್ತಾನೆ. ಆಗ ಪರಮಾತ್ಮ ಕರ್ಮಸನ್ಯಾಸವನ್ನು ವಿವರಿಸುತ್ತಾನೆ.

ಅರ್ಜುನ, ಕರ್ಮಸನ್ಯಾಸ ಮತ್ತು ನಿಷ್ಕಾಮ ಕರ್ಮಯೋಗ ಇವೆರಡೂ ಸಹ ಪರಮ ಶ್ರೇಯಸ್ಕರವಾಗಿವೆ. ಆದರೆ ಇವೆರಡರಲ್ಲಿ ಕರ್ಮಸನ್ಯಾಸಕ್ಕಿಂತ ನಿಷ್ಕಾಮಕರ್ಮಯೋಗ ಸಾಧನೆಯಲ್ಲಿ ಸುಲಭವಾದುದರಿಂದ ಉತ್ಕೃಷ್ಟವಾಗಿದೆ. ಎಲೈ ಅರ್ಜುನ, ಯಾವ ಮನುಷ್ಯನು ಯಾರನ್ನೂ ದ್ವೇಷಿಸುವುದಿಲ್ಲವೋ ಮತ್ತು ಯಾವುದನ್ನೂ ಅಪೇಕ್ಷಿಪಡುವುದಿಲ್ಲವೋ ಆ ಕರ್ಮಯೋಗಿಯನ್ನು ಯಾವಾಗಲೂ ಸನ್ಯಾಸಿಯೇ ಎಂದು ತಿಳಿದುಕೊಳ್ಳಲು ಯೋಗ್ಯನಾಗಿರುತ್ತಾನೆ. ಏಕೆಂದರೆ ಅವನಲ್ಲಿ ರಾಗದ್ವೇಷಾದಿ ದ್ವಂದ್ವಗಳಿಲ್ಲದೆ ಅವನು ಸುಖವಾಗಿ ಸಂಸಾರ ಬಂಧನದಿಂದ ಬಿಡುಗಡೆ ಹೊಂದುತ್ತಾನೆ. ಅರ್ಥಾತ್ ಮನಸ್ಸು, ಪಂಚೇಂದ್ರಿಯಗಳು ಮತ್ತು ಶರೀರದ ಮೂಲಕ ನಡೆಯುವ ಎಲ್ಲಾ ಕರ್ಮಗಳಲ್ಲಿ ಅವನು ಕರ್ತೃತ್ವಭಾವವನ್ನು ತ್ಯಜಿಸಿರುತ್ತಾನೆ. ಅರ್ಥಾತ್ ಸಮತ್ವ ಬುದ್ಧಿಯಿಂದ ಎಲ್ಲಾ ಕರ್ಮಗಳನ್ನು ಭಗವದ್ ಪ್ರೀತ್ಯರ್ಥವಾಗಿ ಮಾಡುವುದು ಅವನ ಸ್ವಭಾವವಾಗಿರುತ್ತದೆ. ಅಜ್ಞಾನಿಗಳು ಈ ಎರಡು ಕರ್ಮಗಳ ಫಲಗಳು ಬೇರೆ ಬೇರೆ ಎಂದು ಹೇಳುತ್ತಾರೆ – ಆದರೆ ಪಂಡಿತರು ಹೇಳುವುದಿಲ್ಲ. ಇವೆರಡರಲ್ಲಿ ಯಾವುದಾದರೂ ಒಂದರಲ್ಲಿ ಚೆನ್ನಾಗಿ ಸ್ಥಿರವಾಗಿ ನಿಂತವನೂ ಪರಮಾತ್ಮನ ಸಾಕ್ಷಾತ್ಕಾರವನ್ನು ಪಡೆಯುತ್ತಾನೆ. ಜ್ಞಾನಯೋಗಿಗಳಿಗೆ ಯಾವ ಪರಂಧಾಮವು ದೊರೆಯುವುದೋ, ನಿಷ್ಕಾಮಕರ್ಮಯೋಗಿಗಳಿಗೂ ಸಹ

ಅದೇ ದೊರೆಯುವುದು. ಆದುದರಿಂದ ಯಾರು ಫಲದರೂಪದಿಂದ ಒಂದೇ ಎಂದು ನೋಡುತ್ತಾನೆಯೋ ಅವನೇ ಯಥಾರ್ಥವನ್ನು ಅರಿತವನು.

ಆದರೆ ಅರ್ಜುನ – ನಿಷ್ಕಾಮ ಕರ್ಮಯೋಗದ ಸಿದ್ಧಿಯಿಲ್ಲದೇ ಸನ್ಯಾಸ ಅರ್ಥಾತ್ ಮನಸ್ಸು ಇಂದ್ರಿಯಗಳು ಮತ್ತು ಶರೀರದಿಂದ ನಡೆಯುವ ಎಲ್ಲ ಕರ್ಮಗಳಲ್ಲಿಯೂ ಕರ್ತೃತ್ವಭಾವದ ತ್ಯಾಗವನ್ನು ಪಡೆಯುವುದು ಬಹಳ ಕಠಿಣವಾದದು ಅಷ್ಟು ಸುಲಭವಲ್ಲ. ಆದರೆ ಭಗವಂತನ ಸ್ವರೂಪವನ್ನು ಮನನಮಾಡುವ ನಿಷ್ಕಾಮ ಕರ್ಮಯೋಗಿಯು ಪರಬ್ರಹ್ಮ ಪರಮಾತ್ಮನನ್ನು ಬಹುಬೇಗ ಪಡೆದುಕೊಳ್ಳುತ್ತಾನೆ. ಮನಸ್ಸನ್ನು ವಶದಲ್ಲಿಟ್ಟಿರುವವನು, ಇಂದ್ರಿಯಗಳನ್ನು ಜಯಿಸಿದವನು, ಮನಸ್ಸನ್ನು ತನ್ನ ಹತೋಟಿಯಲ್ಲಿ ಸದಾ ಸರ್ವದಾ ಇಟ್ಟಿರುವವನು, ಶುದ್ಧವಾದ ಅಂತಃಕರಣವುಳ್ಳವನು, ಹಾಗೂ ಎಲ್ಲಾ ಜೀವಿಗಳ ಆತ್ಮರೂಪವಾದ ಪರಮಾತ್ಮನಲ್ಲಿ ಒಂದೇ ಭಾವವುಳ್ಳವನಾಗಿ ಕರ್ಮಗಳನ್ನು ಮಾಡುತ್ತಾ ಇದ್ದರೂ ಸಹ ಅವನು ಕರ್ಮಗಳಲ್ಲಿ ಲಿಪ್ತನಾಗಿರುವುದಿಲ್ಲ.

ಇಲ್ಲಿ ಎರಡನೆ ಅಧ್ಯಾಯದ ಸ್ಥಿತಪ್ರಜ್ಞನ ಲಕ್ಷಣಗಳನ್ನು ಜ್ಞಾನಿಯಾದ ಸಾಂಖ್ಯಯೋಗಿಯ ಲಕ್ಷಣವನ್ನು ತಿಳಿಸುತ್ತಾನೆ ಪರಮಾತ್ಮ. ತತ್ತ್ವಜ್ಞಾನಿಯಾದ ಸಾಂಖ್ಯಯೋಗಿಯೂ ಸದಾ ಸರ್ವದಾ ನೋಡುವಾಗ, ಕೇಳುವಾಗ, ವಸ್ತುಗಳನ್ನು ಮುಟ್ಟುವಾಗ, ಮೂಸುವಾಗ, ಊಟ ಮಾಡುವಾಗ, ನಿದ್ರಿಸುವಾಗ, ಉಸಿರಾಡುವಾಗ, ಮಾತನಾಡುವಾಗ, ವಸ್ತುಗಳನ್ನು ತ್ಯಜಿಸುವಾಗ, ಸ್ವೀಕರಿಸುವಾಗ ಕಣ್ಣು ತೆರೆಯುವಾಗ ಮತ್ತು ಮುಚ್ಚುವಾಗಲೂ ಸಹ ಇಂದ್ರಿಯಗಳೆಲ್ಲವೂ ತಮ್ಮ ತಮ್ಮ ಸ್ವಾಭಾವಿಕ ವಿಷಯಗಳಲ್ಲಿ ಪ್ರವೃತ್ತವಾಗಿರುತ್ತವೆ ಎಂದು ತಿಳಿದುಕೊಳ್ಳುತ್ತಾ ನಾನೂ ಏನನ್ನೂ ಸಹ ಮಾಡುತ್ತಿಲ್ಲ ಎಂದು ನಿಸ್ಸಂದೇಹವಾಗಿ ತಿಳಿಯುತ್ತಾನೆ. ಹೀಗೆ ಯಾರು ಕರ್ಮಗಳನ್ನೆಲ್ಲ ಪರಮಾತ್ಮನಿಗೆ ಸಮರ್ಪಿಸಿ ಆಸಕ್ತಿಯನ್ನು ತ್ಯಜಿಸಿ ಕರ್ಮಮಾಡುತ್ತಾನೆಯೋ ಅವನು ನೀರಿನಲ್ಲಿರುವ ತಾವರೆಎಲೆಯಂತೆ ಪಾಪದಿಂದ ಲೇಪಿಸಲ್ಪಡುವುದಿಲ್ಲ. ನಿಷ್ಕಾಮ ಕರ್ಮಯೋಗಿಗಳು ಮಮಕಾರ ಬುದ್ಧಿಯಿಲ್ಲದೇ ಇಂದ್ರಿಯಗಳ ಮೂಲಕ ಮಾಡುವ ಕರ್ಮಗಳಲ್ಲಿ ಆಸಕ್ತಿಯನ್ನು ಬಿಟ್ಟು (ಫಲದ) ಅಂತಃಕರಣದ ಶುದ್ಧಿಗಾಗಿಯೇ ಕರ್ಮವನ್ನು ಮಾಡುತ್ತಾರೆ.

ಸರ್ವವನ್ನು ಭಗವಂತನಿಗೆ ಸಮರ್ಪಿಸಿ ಕೆಲಸ ಮಾಡುತ್ತಾನೆ. ಅದನ್ನು ತನ್ನ ಕರ್ತವ್ಯ ದೃಷ್ಟಿಯಿಂದ ಧರ್ಮವೆಂದು ಅರಿತು ನುಡಿಯುತ್ತಾನೆ. ಆದರೆ ಶಾರೀರಿಕ ಸುಖಕ್ಕೇ ಅಂಟಿಕೊಳ್ಳುವುದಿಲ್ಲ. ಕಾಮದಲ್ಲಿ ಆಸಕ್ತಿಯುಳ್ಳವನು ಸಕಾಮಿ ಪುರುಷನು, ಫಲದಲ್ಲಿ ಆಸಕ್ತನಾಗಿ ಕಾಮಪ್ರೇರಣೆಯಿಂದ ಬಂಧಿಸಲ್ಪಡುತ್ತಾನೆ. ಆದುದರಿಂದ ನಿಷ್ಕಾಮ ಕರ್ಮಯೋಗವೇ ಶ್ರೇಷ್ಠ ಎಂದು ಹೇಳಿದಂತಾಯಿತು.

ಎಲೈ ಅರ್ಜುನ! ಸಾಂಖ್ಯಯೋಗದ ಆಚರಣೆ ಮಾಡುವ ಪುರುಷನು ತನ್ನ ಅಂತಃಕರಣವನ್ನು ವಶದಲ್ಲಿಟ್ಟುಕೊಂಡು ಏನನ್ನೂ (ಕರ್ಮವನ್ನೂ) ಮಾಡದೇ ಏನನ್ನೂ ಮಾಡಿಸದೇ ಒಂಭತ್ತು ದ್ವಾರಗಳುಳ್ಳ (ಈ ದೇಹ) ಶರೀರರೂಪಿ ಮನೆಯಲ್ಲಿ ಎಲ್ಲಾ ಕರ್ಮಗಳನ್ನು ಮನಸ್ಸಿನಿಂದಲೇ ತ್ಯಜಿಸಿ (ಅರ್ಥಾತ್) ಇಂದ್ರಿಯಗಳನ್ನು ಅವುಗಳ ವಿಷಯಗಳಲ್ಲಿ ಪ್ರವರ್ತಿಸುತ್ತಿವೆ ಎಂದು ತಿಳಿದುಕೊಳ್ಳುತ್ತಾ, ಇವೆಲ್ಲವೂ ಭಗವಂತನ ಅಧೀನ ಎಂದು ದೃಢವಾಗಿ ನಂಬಿ ಸ್ಥಿರತೆಯಿಂದ ಆನಂದವಾಗಿ ಸಚ್ಚಿದಾನಂದ ಪರಮಾತ್ಮನಲ್ಲಿ ಸ್ಥಿರಗೊಂಡಿರುತ್ತಾನೆ ಅವನೇ ಸನ್ಯಾಸಿ ಪರಮೇಶ್ವರನು ಪ್ರತಿಯೊಬ್ಬ ಮನುಷ್ಯರಿಗೂ ವಾಸ್ತವವಾಗಿಯೂ ಕರ್ತೃತ್ವವನ್ನು ವ್ಯವಸ್ಥೆ ಮಾಡುವುದಿಲ್ಲ, ಕರ್ಮವನ್ನೂ ವ್ಯವಸ್ಥೆ ಮಾಡುವುದಿಲ್ಲ ಮತ್ತು ಕರ್ಮಗಳ ಫಲಗಳ ಸಂಯೋಗದ ವ್ಯವಸ್ಥೆಯನ್ನೂ ಮಾಡುವುದಿಲ್ಲ. ಆದರೆ ಪ್ರಕೃತಿಯೇ ಅವರವರ ಕರ್ಮಗಳಲ್ಲಿ ಪ್ರವರ್ತಿಸುತ್ತದೆ ಅರ್ಥಾತ್ ಅವನ ಗುಣಗಳೇ ತಮ್ಮ ಗುಣಗಳಂತೆ ಸ್ವಾಭಾವಿಕವಾಗಿ ವ್ಯವಹರಿಸುತ್ತವೆ. ಸರ್ವವ್ಯಾಪಿಯಾದ ಪರಮಾತ್ಮ ಯಾವ ಪಾಪಕರ್ಮಗಳನ್ನಾಗಲಿ, ಶುಭಕರ್ಮವನ್ನಾಗಲೀ ತೆಗೆದುಕೊಳ್ಳುವುದಿಲ್ಲ. (ಶರಣಾಗತನಾದ ಪ್ರಪನ್ನನಿಗೆ ಮಾತ್ರ ಆ ಕರ್ಮಗಳನ್ನು ನಾಶಮಾಡಿ ಕರೆದೊಯ್ಯುತ್ತಾನೆ, ಇದರ ವಿವರ ಪ್ರಪತ್ತಿ ಸ್ವರೂಪ ಅರಿತವರಿಗೆ ಮಾತ್ರ ಅರಿವು ಉಂಟಾಗುತ್ತದೆ ಮತ್ತು ತಿಳಿದುಬರುತ್ತದೆ). ಅಜ್ಞಾನದಿಂದ ಜ್ಞಾನವು ಆವರಿಸಲ್ಪಟ್ಟಿದೆ, ಆದುದರಿಂದ ಅಜ್ಞಾನಿ ಜೀವರುಗಳೆಲ್ಲಾ ಈ ಪ್ರಕೃತಿ ವಿಷಯಗಳಲ್ಲಿ ಮೋಹಿತರಾಗುತ್ತಿದ್ದಾರೆ. ಆದರೆ ಯಾರಿಗೆ ಆತ್ಮಜ್ಞಾನದಿಂದ ಅಜ್ಞಾನವು ನಾಶವಾಗುತ್ತದೆಯೋ ಅಂತಹವರಿಗೆ ಜ್ಞಾನವು ಪರಬ್ರಹ್ಮನನ್ನು ಸೂರ್ಯನಂತೆ ಬೆಳಗಿಸಿ ತೋರಿಸುತ್ತದೆ. ಜ್ಞಾನಿಗೆ (ಸನ್ಯಾಸಿಗೆ) ಪರಮಾತ್ಮನ ಸ್ವರೂಪವನ್ನು ಸಾಕ್ಷಾತ್ಕಾರ ಮಾಡಿಸುತ್ತದೆ. ಆದರೆ ಯಾರ

ಅಂತಃಕರಣದ ಜ್ಞಾನವು ಆತ್ಮಜ್ಞಾನದ ಮೂಲಕ ನಾಶವಾಗಿ ಹೋಗುತ್ತದೆಯೋ ಅವರ ಜ್ಞಾನವು ಸಚ್ಚಿದಾನಂದ ಪರಮಾತ್ಮನನ್ನು ಪ್ರಕಾಶಪಡಿಸುತ್ತದೆ. ಯಾರ ಬುದ್ಧಿಯಿಂದ ಸಚ್ಚಿದಾನಂದ ಪರಮಾತ್ಮನಲ್ಲಿಯೇ ತಲ್ಲೀನವಾಗಿದೆಯೋ, ಅವನ ಮನಸ್ಸು, ಅವನ ನಿಷ್ಠೆಯೂ, ಒಂದೇ ಭಾವದಿಂದ ಸದಾ ಸ್ಥಿರವಾಗಿ ಆ ಪರಮಾತ್ಮನಲ್ಲೇ ಮುಳುಗಿರುತ್ತದೆ, ಅಂತಹ ತತ್ಪರರಾದವರು ಮಾತ್ರ ಆ ಜ್ಞಾನದ ಮೂಲಕ ಪಾಪರಹಿತರಾಗಿ ಅರಿತ್ರಸಾರ ವೃತ್ತಿಯನ್ನು ಅರ್ಥಾತ್ ಹುಟ್ಟು ಸಾವುಗಳ ಆ ವೃತಿಗಳಿಂದ ಮುಕ್ತರಾಗಿ ಪರಮಗತಿಯನ್ನು ಹೊಂದುತ್ತಾರೆ. (ಅದೇ ಮೋಕ್ಷ) ಆ ಜ್ಞಾನಿಗಳು ಪ್ರಕೃತಿಯಲ್ಲಿರುವ ಎಲ್ಲಾ ಸಮಷ್ಟಿ ಜೀವಿಗಳನ್ನು ಸಮಾನ ಭಾವನೆಯಿಂದ ನೋಡುತ್ತಾರೆ.

ಯಾರ ಮನಸ್ಸು, ಸಮತ್ವದ ಭಾವನೆಯಲ್ಲಿ ಸ್ಥಿರಗೊಂಡಿದೆಯೋ, ಅವರಿಂದ ಈ ಜೀವಿತಕಾಲದಲ್ಲಿಯೇ ಇಡೀ ಜಗತ್ತು ಜಯಿಸಲ್ಪಟ್ಟಿರುತ್ತದೆ. ಅರ್ಥಾತ್ ಅವರು ಜೀವನ್ಮುಕ್ತರಾಗಿದ್ದಾರೆ ಎಂದರ್ಥ. ಏಕೆಂದರೆ ಸಚ್ಚಿದಾನಂದ ಪರಮಾತ್ಮನು ದೋಷರಹಿತನು ಮತ್ತು ಸಮಾನ ಭಾವನೆಯುಳ್ಳವನು. ಆದ್ದರಿಂದ ಅವರ ಸಚ್ಚಿತ್ ಆನಂದ ಪರಮಾತ್ಮನಲ್ಲಿಯೇ ಸ್ಥಿರವಾಗಿರುತ್ತಾರೆ. ಇಂತಹವರು ಪ್ರಿಯವಾದುದು ಮತ್ತು ಅಪ್ರಿಯವಾದದ್ದರಲ್ಲಿ ಸಂತೋಷಪಡದೇ ಮತ್ತು ಉದ್ವೇಗದಿಂದ ಉಂಟಾದ ವಿಷಯದಲ್ಲಿ ದುಃಖವನ್ನು ಪಡೆಯದೇ ಇರುತ್ತಾರೆ. ಇಂತಹ ಸ್ಥಿರಬುದ್ಧಿಯುಳ್ಳ ಹಾಗೂ ಸಂಶಯರಹಿತನಾದ ಬ್ರಹ್ಮಜ್ಞಾನಿ (ಆತ್ಮಜ್ಞಾನ) ಪುರುಷನು ಪರಬ್ರಹ್ಮ ಪರಮಾತ್ಮನಲ್ಲಿ ಒಂದೇ ಭಾವನೆಯಿಂದ ಲೀನವಾಗುತ್ತಾನೆ.

ಬಾಹ್ಯವಿಷಯಗಳಲ್ಲಿ ಅರ್ಥಾತ್ ಸಾಂಸಾರಿಕ ಸುಖಭೋಗಗಳಲ್ಲಿ ಆಸಕ್ತಿ ಇಲ್ಲದ ಅಂತಃಕರಣವುಳ್ಳ ಸಾಧಕನಿಗೆ ಅಂತಃಕರಣದಲ್ಲಿ ಯಾವ ಆನಂದ ಭಗವಂತನ ಧ್ಯಾನದಿಂದ ಉಂಟಾಗುವುದೋ ಅದನ್ನು ಪಡೆಯುತ್ತಾನೆ. ಅನಂತರ ಅವನು ಸಚ್ಚಿದಾನಂದ ಪರಮಾತ್ಮರೂಪಿ ಧ್ಯಾನಯೋಗದಲ್ಲಿ ಒಂದೇ ಭಾವದಿಂದ ಸ್ಥಿರವಾದ ಆನಂದವನ್ನು ಅನುಭವಿಸುತ್ತಾನೆ. ಅಂತಹವರು ಈ ಇಂದ್ರಿಯಗಳ ಮತ್ತು ಅದರ ವಿಷಯಗಳ ಸಂಯೋಗದಿಂದ ಉತ್ಪತ್ತಿಯಾಗುವ ಯಾವ ಭೋಗಗಳುಂಟೋ ಅವು ವಿಷಯಲೋಲುಪರಾದವರಿಗೆ

ಸುಖರೂಪಿಯಾಗಿ ಭಾಸವಾದರೂ ಸಹ ನಿಸ್ಸಂದೇಹವಾಗಿಯೂ ಇದು ದುಃಖಕ್ಕೆ ಕಾರಣವಾಗಿದೆ ಎಂದೂ ಮತ್ತು ಇದರ ಆದಿಅಂತ್ಯಗಳೆಲ್ಲವೂ ಅನಿತ್ಯವಾದವುಗಳು ಎಂದು ಅರಿತಿರುತ್ತಾರೆ. ಆದುದರಿಂದ ಅರ್ಜುನ ಜ್ಞಾನಿಗಳು ಅವುಗಳಲ್ಲಿ ತೊಡಗುವುದಿಲ್ಲ. ಯಾರು ಶರೀರ ನಾಶವಾಗುವುದಕ್ಕಿಂತ ಮೊದಲೇ ಅಂದರೆ ಜೀವಾವಧಿಯಲ್ಲಿಯೇ ಕಾಮಕ್ರೋಧಗಳಿಂದ ಉಂಟಾಗುವ ಉದ್ವೇಗವನ್ನು ಸಹಿಸಿಕೊಳ್ಳಲು ಹಾಗೂ ಯಾರು ಈ ಅಜಾತಶತ್ರುಗಳಾದ ಕಾಮಕ್ರೋಧಗಳನ್ನು ಶಾಶ್ವತವಾಗಿ ಜಯಿಸಿದ್ದಾನೆಯೋ ಆ ಮನುಷ್ಯನೇ ಯೋಗಿಯು ಮತ್ತು ಅವನೇ ಜೀವನದಲ್ಲಿ ಸುಖಿಯು.

ಯಾರು ಇಂತಹ ಜೀವನವನ್ನು (ಯೋಗಿ) ನಿಶ್ಚಯಿಸಿಕೊಂಡು ಸರ್ವವ್ಯಾಪಿ ಆತ್ಮನಲ್ಲಿಯೇ ಸುಖಿಯಾಗಿರುತ್ತಾನೆಯೋ ಮತ್ತು ಆತ್ಮನಲ್ಲಿಯೇ ಆನಂದಾನುಭವವನ್ನು ಪಡೆಯುತ್ತಾನೆಯೋ ಹಾಗೂ ಆತ್ಮಜ್ಞಾನವುಳ್ಳವನೋ ಪರಮಾತ್ಮನಲ್ಲಿ ಒಂದೇ ಭಾವವಾಗಿ ಬೆರೆತ ಸಾಂಖ್ಯಯೋಗಿಯು ಬ್ರಹ್ಮಾನಂದವನ್ನು ಪಡೆಯುತ್ತಾನೆ. ಪಾಪಗಳನ್ನೆಲ್ಲಾ ಕಳೆದುಕೊಂಡವರು ಜ್ಞಾನದ ಮೂಲಕ ಸಂಶಯಗಳನ್ನು ನಿವಾರಿಸಿಕೊಂಡವರು, ಎಲ್ಲಾ ಚರಾಚರ ಹಿತಗಳಲ್ಲಿ ನಿರತರಾದವರು ಮತ್ತು ಏಕಾಗ್ರತೆಯಿಂದ ಭಗವಂತನ ಧ್ಯಾನದಲ್ಲಿ ಮನಸ್ಸಿಟ್ಟಿರುವಂತಹ ಬ್ರಹ್ಮಜ್ಞಾನಿಯಾದವರು ಬ್ರಹ್ಮಾನಂದವನ್ನು ಪಡೆಯುತ್ತಾರೆ. ಪ್ರತಿನಿತ್ಯವೂ ಧ್ಯಾನಕ್ಕಾಗಿ ವೇಳೆಯನ್ನು ನಿಗದಿಸಿಕೊಂಡು ಭಗವಂತನ ಅನುಗ್ರಹವನ್ನು ಪಡೆಯಬೇಕು. ಅವನ ಗುಣಗಾನದಲ್ಲಿ ಸದಾ ಸರ್ವದಾ ನಿರತರಾಗಿರಬೇಕು, ಮಾಡುವ ಪ್ರತಿಯೊಂದು ಕರ್ಮಗಳಲ್ಲೂ ಅವನನ್ನೇ (ಪರಮಾತ್ಮ) ನೆನೆಯುತ್ತಿರಬೇಕು. ಕಾಮಕ್ರೋಧಗಳಿಂದ ಬಿಡುಗಡೆ ಹೊಂದಿದವನಿಗೆ, ಮನಸ್ಸು ವಶದಲ್ಲಿರುವವನಿಗೆ, ಪರಮಾತ್ಮನ ಸಾಕ್ಷಾತ್ಕರ ಮಾಡಿಕೊಂಡ ಜ್ಞಾನಿಪುರುಷನಿಗೆ, ಎಲ್ಲೆಲ್ಲಿಯೂ ಶಾಂತಪರಬ್ರಹ್ಮ ಪರಮಾತ್ಮನೇ ಪರಿಪೂರ್ಣವಾಗಿ ಜೊತೆಯಲ್ಲಿ ಇರುತ್ತಾನೆ. ಯಾವಾಗಲೂ ಪರಮೇಶ್ವರನ ಸ್ವರೂಪದ ಚಿಂತನೆ ಮಾಡುವವನೂ ಹೊರಗಿನ ವಿಷಯಗಳ ಭೋಗಗಳನ್ನು ಯೋಚಿಸದೇ ಹೊರಗಡೆಯೇ ತ್ಯಜಿಸಿ, ಅಂತರ್ಮುಖಿನಾಗಿ ಪ್ರಾಣಾಪಾನವಾಯುವನ್ನು ಸಮಾನವಾಗಿ ಮಾಡಿಕೊಂಡು, ಯಾವನು

ಮನಸ್ಸು ಇಂದ್ರಿಯಗಳನ್ನು ಜಯಿಸಲ್ಪಟ್ಟ ಇಚ್ಛೆ, ಭಯ, ಕ್ರೋಧಗಳಿಲ್ಲದವ– ನಾಗಿರುತ್ತಾನೆಯೋ ಅವನು ಯಾವಾಗಲೂ ಮುಕ್ತನೇ ಆಗಿರುತ್ತಾನೆ. ಅವನು ನನ್ನನ್ನು ಯಜ್ಞ ಮತ್ತು ತಪಸ್ಸುಗಳನ್ನು ಮಾಡಿ ನನ್ನನ್ನು ಅನುಭವಿಸುವನು. ಅವನ ದೃಷ್ಟಿಯಲ್ಲಿ ಸ್ವಾರ್ಥವಿಲ್ಲದೇ ಪರಮಾತ್ಮನನ್ನು ಯಥಾರ್ಥವಾಗಿ ತಿಳಿದುಕೊಂಡು ಶಾಂತಿಯನ್ನು ಪಡೆಯುತ್ತಾನೆ. ಆತ್ಮಜ್ಞಾನವಿಲ್ಲದೇ ಪರಮಾತ್ಮನನ್ನು ಅರಿಯಲು ಅಸಾಧ್ಯ ಮತ್ತು ಕಠಿಣವಾದುದು. ಅರ್ಜುನ ಕರ್ಮಜ್ಞಾನ ಬಹಳ ಶ್ರೇಷ್ಠವಾದದು ಮತ್ತು ಉತ್ತಮವಾದದು. ಕರ್ಮಯೋಗ ಪರಮಾತ್ಮನನ್ನು ಒಲಿಸಿಕೊಂಡು (ಅರಿತು) (ಆತ್ಮಜ್ಞಾನ) ನಂತರ ಮಾಡುವ ಕರ್ಮವು ಧರ್ಮಮಾರ್ಗದಲ್ಲಿ ನಮ್ಮನ್ನು ಕರೆದೊಯ್ಯುತ್ತದೆ. ಕರ್ಮಯೋಗದಿಂದ ಬರುವ ಜ್ಞಾನವೇ ಜ್ಞಾನಯೋಗದ ಪೀಠಿಕೆಯಾಗುತ್ತದೆ. 'ನಾನು, ನನ್ನದು' ಎಂಬ ಜ್ಞಾನವು ಬರುವುದು ಬಹಳ ಬೇಗ ಅದರಿಂದ ಬಿಡುಗಡೆ ಪಡೆಯುವುದು ಬಹಳ ಕಷ್ಟ. ಅದನ್ನು ಅರಿಯಲು ಕರ್ಮಯೋಗವೇ ಮುಖ್ಯ.

ಕಾಮಕ್ರೋಧಗಳಿಂದ ಬಿಡುಗಡೆ ಹೊಂದಿದ ನಿಷ್ಕಾಮ ಕರ್ಮಯೋಗ ಉತ್ತಮ ನಿಷ್ಕಾಮ ಕರ್ಮಯೋಗಿ ಕರ್ಮಗಳ ಫಲವನ್ನು ತ್ಯಾಗ ಮಾಡಿ ಎಲ್ಲವನ್ನೂ ಪರಮಾತ್ಮನಿಗೆ ಸಮರ್ಪಿಸಿ ಭಗವತ್ ಸಾಕ್ಷಾತ್ಕಾರ ಶಾಂತರೂಪವನ್ನು ಪಡೆಯುತ್ತಾನೆ. ಈತನು ತನ್ನ ಅಂತಃಕರಣವನ್ನು ವಶದಲ್ಲಿಟ್ಟುಕೊಂಡು 'ತಾನು ಆತ್ಮ' ಎಂದು ತಿಳಿದು ಮಾನಸಿಕವಾಗಿ ಎಲ್ಲಾ ಕರ್ಮಗಳನ್ನು ಮನಸ್ಸಿನಿಂದಲೇ ತ್ಯಜಿಸಿ, ತ್ಯಾಗ ಮಾಡಿ ನವದ್ವಾರಗಳಪುರವಾದ ಈ ಶರೀರದಲ್ಲಿ ಸುಖಿವಾಗಿರುವನು. ಪರಮೇಶ್ವರನು ಮನುಷ್ಯರಿಗೆ ವಾಸ್ತವವಾಗಿಯೇ ಕರ್ತವ್ಯವನ್ನು ವ್ಯವಸ್ಥೆ ಮಾಡುವುದಿಲ್ಲ. ಕರ್ಮವನ್ನು ವ್ಯವಸ್ಥೆ ಮಾಡುವುದಿಲ್ಲ – ಫಲಸಂಯೋಗದ ವ್ಯವಸ್ಥೆಯನ್ನೂ ಮಾಡುವುದಿಲ್ಲ. ಆದರೆ ಪ್ರಕೃತಿಯೇ ಪ್ರವರ್ತಿಸುತ್ತದೆ. ಅರ್ಥಾತ್ ಅವರವರ ಗುಣಗಳೇ ತಮ್ಮ ಗುಣಗಳಂತೇ ಸ್ವಾಭಾವಿಕವಾಗಿ ವ್ಯವಹರಿಸುತ್ತದೆ. ಸರ್ವವ್ಯಾಪಿ ಪರಮಾತ್ಮನು ಯಾರ ಪಾಪಕರ್ಮವನ್ನಾಗಲೇ, ಶುಭಕರ್ಮವನ್ನಾಗಲೇ ತೆಗೆದುಕೊಳ್ಳುವುದಿಲ್ಲ. ಅಜ್ಞಾನದಿಂದ ಜ್ಞಾನವು ಆವರಿಸಲ್ಪಟ್ಟಿದೆ. ಆದ್ದರಿಂದ ಅಜ್ಞಾನಿಗಳಾದ ಜೀವರುಗಳೆಲ್ಲಾ ಮೋಹಿತರಾಗಿರುತ್ತಾರೆ. ಯಾರಿಗೆ ಆತ್ಮಜ್ಞಾನದಿಂದ ಅಜ್ಞಾನವು

ನಾಶವಾಗಿದೆಯೋ ಅವರ ಅಜ್ಞಾನ ಸೂರ್ಯನಂತೆ ಬೆಳಗಿಸಿ ತೋರಿಸುತ್ತದೆ. ಯಾರ ಬುದ್ಧಿಯು ಸಚ್ಚಿದಾನಂದ ಪರಮಾತ್ಮನಲ್ಲಿಯೇ ತಲ್ಲೀನವಾಗಿರುವುದೋ, ಯಾರ ಮನಸ್ಸು, ನಿಷ್ಠೆ, ಪ್ರಾಮಾಣಿಕತೆ, ಪರಮಾತ್ಮನಲ್ಲಿಯೇ ಸ್ಥಿರವಾಗಿರುವುದೋ, ಅಂತಹ ತತ್ಪರರಾದವರೂ ಜ್ಞಾನದ ಮೂಲಕ ಪಾಪರಹಿತರಾಗಿ ಅಪುನರಾವೃತ್ತಿಯನ್ನು ಹುಟ್ಟು ಸಾವುಗಳ ಆವೃತ್ತಿಗಳಿಂದ ಮುಕ್ತರಾಗಿ ಪರಮಗತಿಯನ್ನು ಹೊಂದುತ್ತರೆ. ವಿದ್ಯಾವಿನಯ ಸಂಪನ್ನರು ಜ್ಞಾನಿಗಳು ಆದ ಬ್ರಾಹ್ಮಣರನ್ನ ಗೋವು, ಆನೆ, ನಾಯಿ ಮತ್ತು ಚಂಡಾಲರನ್ನು ಸಹ ಸಮಾನಭಾವನೆಯಿಂದ ನೋಡುತ್ತಾರೆ. ಸಮತ್ವಭಾವದಲ್ಲಿ ಯಾರ ಮನಸ್ಸು ನೆಲೆಸಿರುವುದೋ ಅಂತಹವರು ಈ ಲೋಕದಲ್ಲಿ ಜನನ ಮರಣಗಳನ್ನು ಕಳಚಿಹಾಕಿ ಬ್ರಹ್ಮನಲ್ಲೇ ನಿಷ್ಠೆಯನ್ನು ಪಡೆದಿರುವರು. ಬ್ರಹ್ಮಜ್ಞಾನಿಯು ಸ್ಥಿರವಾದ ಬುದ್ಧಿ ಹೊಂದಿದ್ದು ಮೋಹಗೊಂಡಿರದೇ, ಬ್ರಹ್ಮನಲ್ಲೇ ನೆಲೆಸಿರುವುದರಿಂದ, ಪ್ರಾಪ್ತಿಯಾದಾಗ ಹಿಗ್ಗುವುದಿಲ್ಲ, ಇಲ್ಲವೇ ಅಪ್ರಿಯರಾದದು ಹತ್ತಿರ ಬಂದರೆ ಕುಗ್ಗುವುದು ಇಲ್ಲ ಅಂತಹವರು ಬಾಹ್ಯ (ಹೊರಗಿನ) ಪ್ರಪಂಚದ ಸಂಪರ್ಕಕ್ಕೆ ಅಸಂಗತನಾಗಿ ಆತ್ಮಸಂತುಷ್ಟರಾಗಿರುತ್ತಾರೆ, ಬ್ರಹ್ಮಜ್ಞಾನದಲ್ಲಿ ನೆಲೆನಿಂತು, ಕೊನೆಯಿಲ್ಲದ ಆನಂದವನ್ನು ಪಡೆಯುತ್ತಾನೆ. (ಭಗವಂತನ ಧ್ಯಾನದಿಂದ ಉಂಟಾಗುತ್ತದೆ).

ವಿಷಯ ಇಂದ್ರಿಯ ಸಂಪರ್ಕದಿಂದ ಉತ್ಪನ್ನವಾಗುವ ಭೋಗಗಳು ದುಃಖಕ್ಕೆ ಕಾರಣವಾಗುತ್ತದೆ. ಕಾರಣ ಅವುಗಳಿಗೆ ಆದಿ, ಅಂತ್ಯವೂ ಉಳ್ಳವುಗಳು. ವಿವೇಕಿಯಾದವನು ಅವುಗಳಲ್ಲಿ ರಮಿಸುವುದಿಲ್ಲ.

ಯಾವಾತನು ಈ ಜನ್ಮದಲ್ಲಿಯೇ, ದೇಹವನ್ನು ಬಿಡುವ ಮುನ್ನವೇ ಬಯಕೆ ಮತ್ತು ಕ್ರೋಧದಿಂದ ಉಂಟಾದ ಪ್ರಚೋದನೆಯನ್ನು ತಡೆಯಬಲ್ಲ ಶಕ್ತಿಬುದ್ಧಿಯುಳ್ಳವನೋ ಅವನೇ ಯೋಗಿಯು, ಅವನೇ ಸುಖಿಯು ಸಹ. ಯಾರು ನಿಶ್ಚಯಿಸಿಕೊಂಡು ಸರ್ವವ್ಯಾಪಿ ಆತ್ಮನಲ್ಲಿಯೇ ಸುಖಿಯಾಗಿರುತ್ತಾನೆಯೋ ಮತ್ತು ಆತ್ಮನಲ್ಲಿಯೇ ಆನಂದಾನುಭವವನ್ನು ಪಡೆಯುತ್ತಾನೋ, ಯಾರು ಆತ್ಮಜ್ಞಾನವುಳ್ಳವನೋ ಅಂತಹ ಯೋಗಿಯು ತಾನೇ ಬ್ರಹ್ಮನಾಗಿ ಮೋಕ್ಷವನ್ನು ಪಡೆಯುತ್ತಾನೆ. (ಬ್ರಹ್ಮಪದಕ್ಕೆ "ಜೀವಾತ್ಮ ಜೀವ" ಎಂದರ್ಥ).

ಅಂತಹವನ್ನು ತನ್ನ ಪಾಪಗಳನ್ನೆಲ್ಲಾ ನಾಶಮಾಡಿಕೊಂಡು, ಸಂಶಯಗಳನ್ನೆಲ್ಲಾ ಕತ್ತರಿಸಿಕೊಂಡು (ದ್ವೈತ್ಯಭಾವನೆಗಳೆಲ್ಲಾ ನಾಶವಾಗಿ) ಜಿತೇಂದ್ರಿಯರಾದ ಮತ್ತು ಎಲ್ಲಾ ಜೀವಿಗಳಿಗೂ ಹಿತವನ್ನೆಸಗುವುದರಲ್ಲೇ ನಿರತರಾಗಿರುವರು ಮತ್ತು ಇಂತಹ ಖುಷಿಗಳು ಮೋಕ್ಷವನ್ನು ಪಡೆಯುತ್ತಾರೆ. ಇಂತಹವರಿಗೆ ಎಂದರೆ ಕಾಮಕ್ರೋಧಗಳಿಂದ ವಿಮುಕ್ತರಾದ ಯತಿಗಳಿಗೆ ಮತ್ತು ಚಿತ್ತವನ್ನು ಸದಾ ಸಮತ್ವದಿಂದ ಇಟ್ಟುಕೊಂಡಿರುವ ಆತ್ಮವೇತ್ತರಿಗೆ ಬ್ರಹ್ಮನಿರ್ವಾಣವೂ ಕೂಡಲೇ ಪ್ರಾಪ್ತಿಯಾಗುತ್ತದೆ. ಎಲ್ಲಾ ಬಾಹ್ಯ ಸಂಪರ್ಕಗಳನ್ನು ಕಡೆದುಹಾಕಿ ನೆಟ್ಟದೃಷ್ಟಿಯನ್ನು ಹುಬ್ಬುಗಳ ನಡುವೆ ಇಟ್ಟು, ಮೂಗಿನ ಹೊಳ್ಳೆಗಳ ಮೂಲಕ ಸರಿದಾಡುವ ಪ್ರಾಣಾಪಾನಗಳನ್ನು ಸಮನ್ವಯಗೊಳಿಸಿ, ಇಂದ್ರಿಯಗಳನ್ನು, ಮನಸ್ಸು, ಬುದ್ಧಿ ಇವುಗಳನ್ನು ತನ್ನ ಹತೋಟಿಯಲ್ಲಿಟ್ಟುಕೊಂಡು, ಮೋಕ್ಷವನ್ನೇ ತನ್ನ ಪರಮಗುರಿಯನ್ನಾಗಿ ಮಾಡಿಕೊಂಡಿರುವನೋ ಅವನು ಯಾವಾಗಲೂ ಮುಕ್ತನೇ ಆಗಿರುತ್ತಾನೆ. ಇಂತಹ ಜೀವಿಯು, ಭಗವಂತನನ್ನು ಯಜ್ಞ ಮತ್ತು ತಪಸ್ಸುಗಳನ್ನು ಅನುಭವಿಸುವನು. ಇಡೀ ಜಗತ್ತಿನ ಒಡೆಯರಿಗೆಲ್ಲಾ ಒಡೆಯನು. ಇವನು ಸುಹೃದಯದಿಂದ, ಸ್ವಾರ್ಥವಿಲ್ಲದೇ ಜೀವಿಗಳಲ್ಲಿ ಪ್ರಾಣಿಗಳಲ್ಲಿ ಪ್ರೇಮಿಯಾಗಿ, ಯಥಾರ್ಥವನ್ನು ತಿಳಿದುಕೊಂಡು ಇಹದಲ್ಲಿರುವವರೆಗೂ ಶಾಂತಿಯನ್ನು ಮತ್ತು ನೆಮ್ಮದಿಯನ್ನು ಪಡೆಯುತ್ತಾನೆ.

– ಓಂ ತತ್ಸತ್ –

ಅಧ್ಯಾಯ–೬

ಆತ್ಮಸಂಯಮಯೋಗ

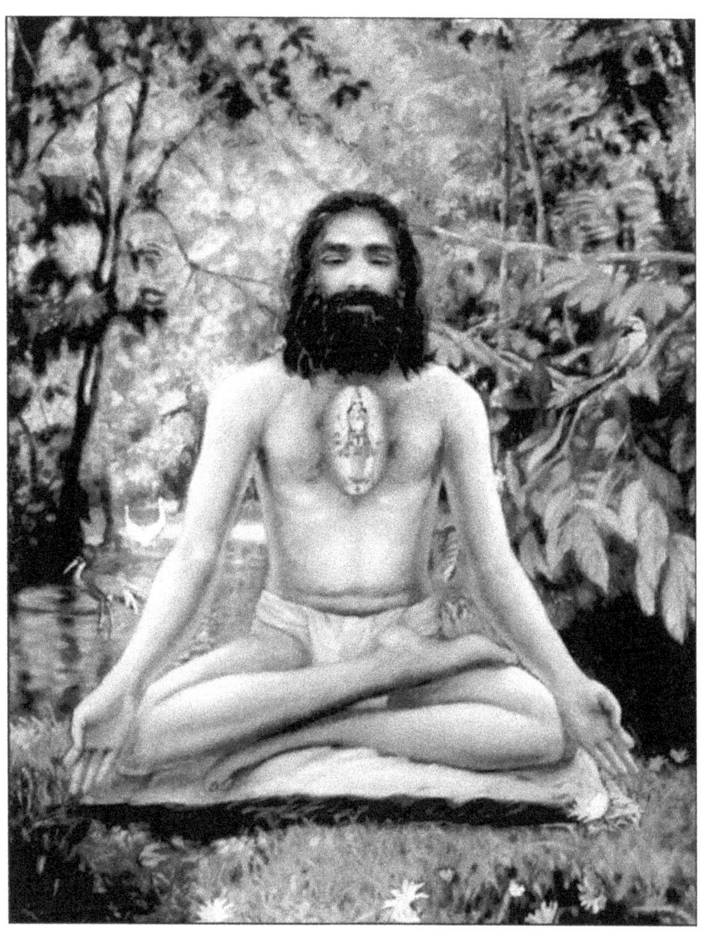

ಆತ್ಮಸಂಯಮ ಯೋಗ

ಅರ್ಜುನನಿಗೆ ಉಂಟಾದ ಶೋಕವು ಒಂದು ದೃಷ್ಟಿಯಿಂದ ಸ್ವಾರ್ಥವು ಮನಸ್ಸಿನ ಮತ್ತು ಇಂದ್ರಿಯಗಳ ದೌರ್ಬಲ್ಯದ ಲಕ್ಷಣ. ಅರ್ಜುನನು ದೌರ್ಬಲ್ಯವಶನಾಗಿ ತನ್ನನ್ನು, ತನ್ನ ಕರ್ತವ್ಯವನ್ನು ಮರೆತಿದ್ದ. ವಾಸ್ತವಿಕತೆಯಿಂದ ಬಹುದೂರ ಸರೆದಿದ್ದ. ಯಥಾರ್ಥಸ್ಥಿತಿಯನ್ನು ಅರ್ಥಮಾಡಿಕೊಳ್ಳದಿರುವುದು ತಾಮಸಿಕ ಸ್ಥಿತಿ. ಈ ಗುಣದಿಂದ ಸತ್ವಗುಣಪ್ರೇರಿತನಾಗಿ ತನ್ನ ಧರ್ಮವನ್ನು ಪಾಲಿಸಲು ಪ್ರೇರೇಪಿಸಿ ಅವನ ಸ್ವಾಭಿಮಾನವನ್ನು ಮತ್ತು ಅವನ ನಿಜಸ್ವರೂಪವನ್ನು ತಿಳಿಯಲು ಅದಕ್ಕೆ ಪೀಠಿಕೆಯಾಗಿ ತಿಳಿಯಬೇಕಾದ ಸತ್ಯವನ್ನು, ಜೀವನದ ಕಷ್ಟವಾದ ಅನುಭವಗಳನ್ನೂ, ದೇಹದ ಸ್ವರೂಪ, ಮರಣವನ್ನೂ ಕೂಡ ತಮ್ಮ ತಮ್ಮ ಮನಸ್ಸಿನ್ನಿಂದ ಹುಲ್ಲುಕಡ್ಡಿಯ ಹಾಗೆ ಎಣಿಸುವಂತೆ ಮಾಡಲು ಐದು ಅಧ್ಯಾಯದಲ್ಲೂ ಸಹ ಜೀವಿಯು ಯಾರು, ಹೇಗೆ ಆತ್ಮಜ್ಞಾನವನ್ನು ಪಡೆಯಬೇಕು? ಕರ್ಮ ಸನ್ಯಾಸಿ, ಜ್ಞಾನಯೋಗಿ ಹೇಗಿರುತ್ತಾನೆ? ಎಂಬುದನ್ನು ಭಗವಂತನು ವಿವರಿಸಿದ್ದಾನೆ. ಪ್ರತಿಯೊಬ್ಬ ಜೀವಿಯು ತಾನು ಆತ್ಮ ದೇಹವಲ್ಲ, ಎಂಬ ಜ್ಞಾನದ ಅರಿವು ಮೂಡಿಸಲು ಸೂಕ್ಷ್ಮವಾಗಿ, ಅವನ ಕರ್ತವ್ಯವನ್ನು ಮಾಡಲೇಬೇಕು ಎಂದು ತಿಳಿಸಿ ಎಲ್ಲಾ ಜೀವಿಗಳ ಜೀವನದ ಘಟನೆಯು ಬ್ರಹ್ಮಸ್ವರೂಪವನ್ನು ಪರಮಾತ್ಮನಿಗೆ ಅರ್ಪಣೆ ಮಾಡುವುದರಿಂದ ಯಾವ ಕರ್ಮಕ್ಲೇಶವು ಅಂಟುವುದಿಲ್ಲ ಎಂಬುದನ್ನು ತಿಳಿಸಿದ್ದಾನೆ. ಶ್ರೀಕೃಷ್ಣಪರಮಾತ್ಮ ಪ್ರತಿಯೊಬ್ಬನು ಮಾಡುವ ಕೆಲಸವನ್ನು ನಿಷ್ಠೆಯಿಂದ ಪ್ರಾಮಾಣಿಕವಾಗಿ ಮಾಡುವುದು ಅವನ ಕರ್ತವ್ಯವಾಗಿರುತ್ತದೆ. ಕರ್ಮ ಎಂದರೆ ಏನು? ಯೋಗಿ ಯಾರು? ಸನ್ಯಾಸಿ ಯಾರು? ಎಂದು ವಿವರಿಸಿ ಜ್ಞಾನವನ್ನುಂಟು ಮಾಡಿದ ಪರಮಾತ್ಮ ಅರ್ಜುನನಿಗೆ, ಅರ್ಜುನನ ಅಂತಃಕರಣವನ್ನು ಅರಿತುಕೊಂಡು ಅವನ ಅಹಂಕಾರವನ್ನು ಅಡಗಿಸಿ ನಿಜವಾದ ಆತ್ಮಸ್ವರೂಪ ಜ್ಞಾನವನ್ನು ಬೋಧಿಸಿದ್ದಾನೆ. ಅದರ ಸಾಧನಗಳು ಮಾತ್ರ ನಿತ್ಯನಿಜಸ್ವರೂಪ ಜ್ಞಾನವನ್ನು ಉಂಟುಮಾಡುವುದು. ಅರ್ಜುನನ ಅಹಂಕಾರಕ್ಕೆ ಸರಿಯಾದ ಪೆಟ್ಟನ್ನು ಕೊಟ್ಟು, ಅವನ ದೌರ್ಬಲ್ಯತೆ ಅರಿವಾಗಿ ಗೊಂದಲದಿಂದ ಎಚ್ಚೆತ್ತು, ಶ್ರೀಕೃಷ್ಣನಲ್ಲಿ ಯಥಾರ್ಥಜ್ಞಾನವನ್ನು ಉಪದೇಶಿಸಲು ಪ್ರಾರ್ಥಿಸುತ್ತಾನೆ. ಆಗಲೇ

ಕರ್ಮಯೋಗ, ಕರ್ಮಸನ್ಯಾಸವನ್ನು ತಿಳಿಸಿ ಆತ್ಮಸಂಯಮ ಯೋಗವನ್ನು ಉಪದೇಶಿಸುತ್ತಾನೆ.

ಆತ್ಮಸಂಯಮ ಯೋಗವೇ ಆರನೇ ಅಧ್ಯಾಯ ಶ್ರೀಕೃಷ್ಣಪರಮಾತ್ಮ ಹೇಳುವುದೇನೆಂದರೆ, ಯಾರೇ ಆಗಲೀ ಕರ್ಮಗಳನ್ನು ಮಾಡುವಾಗ ಫಲವನ್ನು ಅಪೇಕ್ಷಿಸಬಾರದು. ಫಲಾಪೇಕ್ಷೆ ಇಲ್ಲದೆ ಮಾಡಲು ಯೋಗ್ಯವಾದ ಕರ್ಮವನ್ನು ಯಾರು ಮಾಡುತ್ತಾರೋ ಅವರೇ ಸನ್ಯಾಸಿ ಹಾಗೂ ಯೋಗಿಯೂ ಕೂಡ ಕೇವಲ ಅಗ್ನಿಕರ್ಮಗಳನ್ನು ತ್ಯಾಗಮಾಡುವವನು ಸನ್ಯಾಸಿಯೂ ಅಲ್ಲ. ಹಾಗೆ ಕ್ರಿಯೆಯನ್ನು ತ್ಯಾಗಮಾಡಿದವನು ಯೋಗಿಯೂ ಅಲ್ಲ. ಮಾಡುವ ಕರ್ಮಗಳ ಸಂಕಲ್ಪಗಳು ಭಗವತ್ ಪ್ರೀತ್ಯರ್ಥವಾಗಿರಬೇಕೇ ಹೊರತು, ಸನ್ಯಾಸ ಯೋಗಿ ಎನ್ನುವುದು ಮುಖ್ಯವಲ್ಲ. 'ಸಾಧನೆಯ ಪರಿಪಕ್ವಾವಸ್ಥೆ ಅರ್ಥಾತ್ ಪರಾಕಾಷ್ಠತೆಯ ಹೆಸರೇ ನಿಷ್ಠೆ'. ಮಾಯೆಯಿಂದ ಉತ್ಪತ್ತಿಯಾಗುವ ಗುಣಗಳೆಲ್ಲವೂ ಗುಣಗಳಲ್ಲಿಯೇ ವರ್ತಿಸುತ್ತದೆ ಎಂದು ತಿಳಿದುಕೊಂಡು ಹಾಗೂ ಮನಸ್ಸು, ಇಂದ್ರಿಯ ಮತ್ತು ಶರೀರದ ಮೂಲಕ ನಡೆಯುವ ಎಲ್ಲಾ ಕ್ರಿಯೆಗಳ ಕರ್ತ್ಯ ತಾನೇ ಎಂಬ ಅಭಿಮಾನವಿಲ್ಲದೇ, ಸರ್ವವ್ಯಾಪಿಯಾದ ಸಚ್ಚಿದಾನಂದ ಭಗವಂತನಲ್ಲಿ ತಲ್ಲೀನವಾಗಬೇಕು. ಫಲ ಮತ್ತು ಆಸಕ್ತಿಯನ್ನು ತ್ಯಜಿಸಿ ಬುದ್ಧಿಯಿಂದ ಮಾಡುವುದೇ ನಿಷ್ಕಾಮ ಕರ್ಮಯೋಗ. ಈ ರೀತಿ ಸಂಕಲ್ಪಗಳನ್ನು ತ್ಯಾಗಮಾಡದಿರುವ ಯಾವ ಪುರುಷನು ಸಹ ಯೋಗಿಯಾಗುವುದಿಲ್ಲ. ಬುದ್ಧಿಯೋಗದಲ್ಲಿ ನಿರತನಾಗಲು ಬಯಸುವ ಮನನಶೀಲ ಪುರುಷನಿಗೆ ಯೋಗ ಸಿದ್ಧಿಸಲು ಸಾಧ್ಯವಾಗುತ್ತೆ. ಅದಕ್ಕೆ ನಿಷ್ಕಾಮಕರ್ಮ ಮಾಡುವುದೇ ಕಾರಣ ಯೋಗನಿರತನಾದವನಿಗೆ ಹಾಗೇ ಅವನ ಸಂಕಲ್ಪಗಳೇ ಶ್ರೇಯಸ್ಸಿಗೆ ಕಾರಣ. ಯೋಗನಿರತನಾದವನು ಇಂದ್ರಿಯ ಭೋಗಗಳಲ್ಲಿಯೂ ಕರ್ಮಗಳಲ್ಲಿಯೂ ಆಸಕ್ತನಾಗುವುದಿಲ್ಲ. ಪ್ರಾಕೃತಿಕ ಸರ್ವಸಂಕಲ್ಪಗಳನ್ನು ತ್ಯಜಿಸಿದವನಾಗಿರುತ್ತಾನೆ. ಅವನೇ ಯೋಗಪುರುಷ ಎನಿಸಿಕೊಳ್ಳುತ್ತಾನೆ. ಈ ರೀತಿಯಲ್ಲಿರುವ ಪುರುಷ ತನ್ನಿಂದಲೇ ತನ್ನನ್ನು ಸಂಸಾರ ಸಾಗರದಿಂದ ಉದ್ಧಾರ ಮಾಡಿಕೊಳ್ಳಬೇಕು. ತನ್ನನ್ನು ತಾನೇ ಅಧೋಗತಿಗೆ ತಳ್ಳಿಕೊಳ್ಳಬಾರದು. ಏಕೆಂದರೆ ಜೀವಾತ್ಮನೇ ತನ್ನ ಮಿತ್ರ ಹಾಗೂ ಶತ್ರು. (ಹಾಗೆಂದರೆ ತನ್ನೊಳಗಿರುವ

ಅಜಾತಶತ್ರು–ಕಾಮ, ಕ್ರೋಧ, ಲೋಭ, ಮೋಹ, ಮದ, ಮಾತ್ಸರ್ಯ ಶತ್ರು, ಇಂದ್ರಿಯ ಮತ್ತು ಮನಸ್ಸು. ಅವುಗಳನ್ನು ತನ್ನ ಹತೋಟಿಯಲ್ಲಿಟ್ಟುಕೊಂಡರೆ ಮಿತ್ರ ಇಲ್ಲದಿದ್ದರೆ ಶತ್ರು). ಬೇರೆ ಯಾರು ಹೊರಗಿನ ಶತ್ರುವಾಗಲೀ ಮಿತ್ರರಾಗಲೀ ಇಲ್ಲ. ಯಾವ ಮನುಷ್ಯನು ಇಂದ್ರಿಯಗಳನ್ನು ಜಯಿಸಿ ಮನಸ್ಸನ್ನು ತನ್ನ ಹಿಡಿತದಲ್ಲಿ ಇಟ್ಟು ಜಯಿಸಿರುವನೋ, ಆ ಜೀವಾತ್ಮನಿಗೆ ತಾನೇ ತನ್ನ ಮಿತ್ರನಾಗುತ್ತಾನೆ. ಮನಸ್ಸು ಮತ್ತು ಇಂದ್ರಿಯಗಳನ್ನು ಜಯಿಸದೇ ಇರುವವನಿಗೆ ತನಗೆ ತಾನು ಶತ್ರು ಎಂಬ ಭಾವದಿಂದ ನಡೆದುಕೊಳ್ಳುತ್ತಾನೆ. ಯಾವ ಮನುಷ್ಯನು ಜೀವನದಲ್ಲಿ ಸುಖ ದುಃಖ, ಶೀತ, ಉಷ್ಣ, ಮಾನ ಅಪಮಾನವನ್ನು ತನ್ನ ಅಂತಃಕರಣದ ಪ್ರವೃತ್ತಿಗಳನ್ನು ಸಮನಾಗಿ ತೆಗೆದುಕೊಂಡು ಶಾಂತವಾಗಿರುತ್ತಾನೋ, ಅವನ ಹೃದಯದಲ್ಲಿ ಪರಮಾತ್ಮ ನೆಲೆಯಾಗಿ ನಿಂತಿರುತ್ತಾನೆ. ತನ್ನನ್ನು ತಾನು ಅರಿತು ಆತ್ಮಜ್ಞಾನದಿಂದ ಜೀವನ ಸಾಗಿಸುತ್ತಾನೆ. ಅವನ ಜ್ಞಾನದಲ್ಲಿ ಪರಮಾತ್ಮನಲ್ಲದೇ ಬೇರೆ ಏನೂ ಇರುವುದಿಲ್ಲ. ತಾನು ಪರಮಾತ್ಮನ ಅಧೀನ, ಈ ಶರೀರ ಪರಮಾತ್ಮನ ಸ್ವತ್ತು ಎಂದು ತಿಳಿದಿರುತ್ತಾನೆ. ಜ್ಞಾನ ವಿಜ್ಞಾನಗಳಿಂದ ತೃಪ್ತಿ ಪಡೆದ ಅಂತಃಕರಣವುಳ್ಳವನು, ಜೀವನದ ವಿಕಾರರಹಿತ ಸ್ಥಿತಿಯುಳ್ಳವನು, ಸರಿಯಾಗಿ ಇಂದ್ರಿಯಗಳನ್ನು ಜಯಿಸಿದವನು, ಮನಸ್ಸನ್ನು ತನ್ನ ಹತೋಟಿಯಲ್ಲಿಟ್ಟುಕೊಂಡಿರುವವನು, ಪ್ರಪಂಚದಲ್ಲಿ ಕಾಣುವ ಎಲ್ಲಾ ವಸ್ತುಗಳನ್ನು ಸಮಾನವಾಗಿ ಕಾಣುವವನು. ಅವನೇ ಯೋಗಿಯು, ಅರ್ಥಾತ್ ಭಗವತ್ ಪ್ರಾಪ್ತಿಯಾದವನು ಎಂದರ್ಥ. ಯಾವ ಪುರುಷನು ಸ್ವಾರ್ಥತೆ ಇಲ್ಲದೆ ಪಕ್ಷಪಾತವಿಲ್ಲದೆ ಸಹೃದಯ, ಸ್ನೇಹಿತ, ದ್ವೇಷ, ಬಂಧು ಬಾಂಧವರಲ್ಲಿ ಸಾದು ಸತ್ಪುರಷರಲ್ಲಿಯೂ ಪಾಪಿಗಳಲ್ಲಿಯೂ ಸಹ ಸಮಾನಭಾವನೆಯುಳ್ಳವನೋ ಅವನು ಅತ್ಯಂತ ಶ್ರೇಷ್ಠನೆನಿಸಿಕೊಳ್ಳುತ್ತಾನೆ. ಅಂತಹ ಯೋಗಿಯು ಒಬ್ಬನೇ ಏಕಾಂತ ಸ್ಥಳದಲ್ಲಿ ಇದ್ದುಕೊಂಡು ಯಾವಾಗಲು ಆತ್ಮನನ್ನು ಪರಮಾತ್ಮನ ಧ್ಯಾನದಲ್ಲಿ ತೊಡಗಿಸಿಕೊಂಡು ಶ್ರೇಯಸ್ಸನ್ನು ಬಯಸುವನು. ಧ್ಯಾನ ಎಂದರೆ ಒಂದು ವಿಷಯವನ್ನು ಅಥವಾ ವಸ್ತುವನ್ನು ಕುರಿತು ಆಳವಾಗಿ ಮತ್ತು ದೀರ್ಘವಾಗಿ ಚಿಂತನೆ ಮಾಡುವುದು. ತನ್ನ ಆಸನವನ್ನು ಭೂಮಿಯ ಮೇಲೆ ದರ್ಭೆ ಕೃಷ್ಣಾಜಿನ ಹಾಕಿಕೊಂಡು ದೇವರನಾಮವನ್ನಾಗಲಿ, ಓಂಕಾರ ಅಥವಾ ಭಗವಂತನ ಗುಣವನ್ನಾಗಲಿ

ಸುಲಭ ಮತ್ತು ಸಹಜವಾದ ರೀತಿಯಲ್ಲಿ ಏಕಾಗ್ರತೆಯಿಂದ ಮನನ ಮಾಡುತ್ತಿರುತ್ತಾನೆ. ಜಪಮಾಲೆಯನ್ನು ಉಪಯೋಗಿಸದೇ ಕೇವಲ ಮನಸ್ಸಿನಲ್ಲಿ ಮನನ ಮಾಡುವುದೇ ಧ್ಯಾನ, ಮನಸ್ಸು ಅಂತರ್ ಮುಖವಾಗದ ಹೊರತು ಆತ್ಮಪರಮಾತ್ಮಗಳ ಅನುಭವವಾಗುವುದಿಲ್ಲ. ಇಂದ್ರಿಯ ಮತ್ತು ಮನಸ್ಸನ್ನು ಏಕಾಗ್ರತೆ ಮಾಡಿ ಕ್ರಿಯೆಯನ್ನು ವಶಮಾಡಿಕೊಂಡು ಅಂತಃಕರಣದ ಶುದ್ಧಿಗಾಗಿ ಯೋಗದ ಅಭ್ಯಾಸ ಮಾಡಬೇಕು. ಇದು ಆಧ್ಯಾತ್ಮಿಕ ಸತ್ಯ. ಜಪತಪವು/ ಧ್ಯಾನವು ಅತ್ಯಂತ ಶ್ರೇಷ್ಠ ಎಂದು ಪರಮಾತ್ಮನೇ ಹೇಳಿರುವನು. ಶ್ರೀಕೃಷ್ಣ ಪರಮಾತ್ಮನಲ್ಲೇ ಮನಸನ್ನಿಟ್ಟು ಅವನಲ್ಲಿಯೇ ಶರಣಾಗತರಾಗಿ ಕುಳಿತುಕೊಂಡಿರಬೇಕು. ನನ್ನಲ್ಲೆ ಮನಸ್ಸನ್ನಿಟ್ಟು ನನ್ನ ಸ್ವರೂಪವನ್ನೇ ನೆನೆಯುತ್ತಾಯಿರುವ ಯೋಗಿಯೂ ಪರಾಕಾಷ್ಠೆಯ ರೂಪವಾದ ಶಾಂತಿಯನ್ನು ಪಡೆಯುತ್ತಾನೆ. ಅತಿಯಾಗಿ ತಿನ್ನುವವರಿಗೆ ಯೋಗ ಸಿದ್ಧಿಸುವುದಿಲ್ಲ. ಏನನ್ನೂ ತಿನ್ನದೇ ಇರುವವನಿಗೂ ಸಿದ್ಧಿಸುವುದಿಲ್ಲ. ಅತಿನಿದ್ರೆ, ಅತಿ ಜಾಗರಣೆ ಮಾಡುವವನಿಗೂ ಸಿದ್ಧಿಸುವುದೇ ಇಲ್ಲ. ಅರ್ಥಾತ್ ಮಿತಹಿತವಾದ ಆಹಾರ ವಿಹಾರಗಳನ್ನು ಅನುಸರಿಸುವವನಿಗೆ, ಹಾಗೂ ಕರ್ಮಗಳಲ್ಲಿ ಯಥೋಚಿತ ಪ್ರಯತ್ನ ಮಾಡುವವನಿಗೆ, ಯಥೋಚಿತ ನಿದ್ರೆ, ಜಾಗರಣೆ ಅವಸ್ಥೆಗಳನ್ನು ಅನುಸರಿಸುವವನಿಗೆ ಸಿದ್ಧಿಸುತ್ತದೆ. ಸಂಪೂರ್ಣವಾಗಿ ವಶಪಡಿಸಿಕೊಂಡು ಮನಸ್ಸು ಯಾವ ಪರಮಾತ್ಮನಲ್ಲಿಯೇ ಸರಿಯಾಗಿ ಸ್ಥಿರಗೊಳ್ಳುತ್ತದೆಯೋ, ಆಗ ಅವನ ಮನಸ್ಸು ಭೋಗಾಪೇಕ್ಷೆಗಳಲ್ಲಿ ಇಚ್ಛೆಯಿಲ್ಲದೆ ಇರುವವನು ಯೋಗಿ ಎನಿಸಿಕೊಳ್ಳುವನು. ಯಾವ ರೀತಿ ನಿರ್ವಾತ (ಗಾಳಿ ಇಲ್ಲದ ಜಾಗ) ಸ್ಥಳದಲ್ಲಿ ದೀಪವು ಚಲಿಸುವುದಿಲ್ಲವೋ ಹಾಗೆಯೇ ಪರಮಾತ್ಮನ ಧ್ಯಾನದಲ್ಲಿ ಮಗ್ನನಾದ ಯೋಗಿಯು ಸಹ ಎಂಬ ಉದಾಹರಣೆ. ಯೋಗಾಭ್ಯಾಸದಿಂದ ಇಂದ್ರಿಯಗಳನ್ನು, ಮನಸ್ಸನ್ನು ನಿಗ್ರಹಿಸಿ, ಯಾವ ಸ್ಥಿತಿಯಲ್ಲಿ ಧ್ಯಾನದಿಂದ ಶುದ್ಧವಾದ ಸೂಕ್ಷ್ಮಬುದ್ಧಿಯ ಮೂಲಕ ಪರಮಾತ್ಮನ ಸಾಕ್ಷಾತ್ಕಾರ ಮಾಡಿಕೊಂಡು ಸಚ್ಚಿದಾನಂದ ಪರಮಾತ್ಮನಲ್ಲಿಯೇ ಸಂತುಷ್ಟವಾಗಿರುತ್ತಾನೋ, ಆ ಅವಸ್ಥೆಯಲ್ಲಿ ಆನಂದವನ್ನು ಅನುಭವಿಸುತ್ತಿರುತ್ತಾನೋ ಆ ಯೋಗಿಯು ಪರಮಾತ್ಮನ ಸ್ವರೂಪದಿಂದ ವಿಚಲಿತವಾಗುವುದಿಲ್ಲ. ಪರಮಾತ್ಮನ ಆನಂದ ಮತ್ತು ಲಾಭವನ್ನು ಪಡೆದ ಮೇಲೆ ಬೇರೆ ಯಾವ ಲಾಭವು ಇಲ್ಲ ಎಂದು ತಿಳಿದುಕೊಳ್ಳುತ್ತಾನೆ.

ಅವನಿಗೆ ದುಃಖವು ಸಹ ವಿಚಲಿತವಾಗುವುದಿಲ್ಲ. ಸಂಸಾರ ಸಂಯೋಗದಿಂದ ಉಂಟಾಗುವ ದುಃಖವಿಲ್ಲದಂತಹ ಯೋಗ ಎಂದು ತಿಳಿದು ಧೈರ್ಯವಾದ ಮನಸ್ಸಿನಿಂದ ತತ್ಪರತೆಯಿಂದ, ದೃಢಮನಸ್ಸಿನಿಂದ ಮಾಡುವ ಎಲ್ಲಾ ಕರ್ಮ (ಧರ್ಮ)ವು ಕರ್ತವ್ಯವಾಗುತ್ತದೆ. ಮೊದಲು ಮನುಷ್ಯನ ಸಂಕಲ್ಪದಿಂದ ಉಂಟಾಗುವ ಎಲ್ಲಾ ಆಸೆ ಆಕಾಂಕ್ಷೆಗಳನ್ನು ನಿಶ್ಶೇಷವಾಗಿ ತ್ಯಜಿಸಿ ಮನಸ್ಸಿನಿಂದ ಇಂದ್ರಿಯಗಳ ಸಮುದಾಯವನ್ನು ಎಲ್ಲಾ ಕಡೆಗಳಿಂದಲೂ ಸರಿಯಾಗಿ ವಶಪಡಿಸಿಕೊಂಡು ಕ್ರಮೇಣ ಕ್ರಮ ಕ್ರಮವಾಗಿ (ಮೆಟ್ಟಿಲು ಮೆಟ್ಟಲಾಗಿ) ಅಭ್ಯಾಸ ಮಾಡುತ್ತಾ ವಿರಕ್ತಿ ಪಡೆಯಬೇಕು. ಒಂದೇಸಲ ಯಾವ ಇಂದ್ರಿಯಗಳು ಹತೋಟಿಗೆ ಬರುವುದಿಲ್ಲ. ಸತತವಾದ ಅಭ್ಯಾಸ ನಿರಂತರವಾಗಿ ನಡೆಸಿಕೊಂಡು ಧೈರ್ಯ ಬುದ್ಧಿಯಿಂದ ಮನಸ್ಸನ್ನು ಪರಮಾತ್ಮನಲ್ಲಿ ನೆಲೆಸುವಂತೆ ಮಾಡಿ ಸತತವಾಗಿ ಯೋಗದಲ್ಲಿರುವಂತೆ ಪ್ರಾಣಾಯಾಮದಿಂದ ಮನಸ್ಸನ್ನು ಹತೋಟಿಗೆ ತರಲು ಅಭ್ಯಾಸ ಮಾಡಿ ಅನಂತರ ತನ್ನ ಹೃದಯದಲ್ಲಿ ಪರಮಾತ್ಮನ ಸ್ವರೂಪವನ್ನು ಇಟ್ಟು ಧ್ಯಾನಿಸಬೇಕು ಮತ್ತು ಪರಮಾತ್ಮನನ್ನು ಬಿಟ್ಟು ಬೇರೆ ಏನನ್ನೂ ಸಹ ಚಿಂತಿಸದೇ ಇರಬೇಕು. ಮನಸ್ಸು ಶಬ್ದಾದಿ ಸಂಸಾರದ ವಿಷಯದಲ್ಲಿ ಸಂಚರಿಸುತ್ತದೆ. ಆಗ ಆಯಾಯ ವಿಷಯಗಳಿಂದ ತಡೆದು, ಪದೇ ಪದೇ ಪರಮಾತ್ಮನಲ್ಲಿಯೇ ಮನಸ್ಸನ್ನು ತೊಡಗಿಸಿ ಕೇಂದ್ರೀಕರಿಸುತ್ತಾ ಇರಬೇಕು. ಯಾರ ಮನಸ್ಸು ಶಾಂತವಾಗಿ ಭಗವಂತನೊಡನೆ ಐಕ್ಯಭಾವದಿಂದ ಇರುತ್ತದೆಯೋ ಅವರಿಗೆ ಅತ್ಯುತ್ತಮ ಆನಂದ ದೊರಕುತ್ತದೆ. ಯಾವಾಗ ಅವನ ಮನಸ್ಸು ಪರಮಾತ್ಮನಲ್ಲಿ ತಲ್ಲೀನಗೊಳಿಸುತ್ತಾನೋ ಆಗಲೇ ಆನಂದವಾಗಿ ಪರಬ್ರಹ್ಮಪರಮಾತ್ಮನ ಸಾಕ್ಷಾತ್ಕಾರ ಆನಂದಾನುಭವವನ್ನು ಪಡೆಯುತ್ತಾನೆ. ಅಂತಹ ಯೋಗಿಯು ಸರ್ವವ್ಯಾಪಿ ಅನಂತಚೇತನದಲ್ಲಿ ಒಂದೇ ಭಾವದಿಂದ ಆತ್ಮವುಳ್ಳವನಾಗಿ, ಎಲ್ಲವನ್ನೂ ಎಲ್ಲರನ್ನೂ ಸಮಭಾವದಿಂದ ನೋಡುತ್ತಾನೆ. ಅವನಿಗೆ ಭಿನ್ನತೆ ಉಂಟಾಗುವುದಿಲ್ಲ. ಎಲ್ಲಾ ಜೀವಿಗಳನ್ನು ಆತ್ಮನಲ್ಲಿಯೇ ಕಲ್ಪಿಸಿ ನೋಡುತ್ತಾನೆ, ಯಾರು ಎಲ್ಲಾ ಚೇತನಾಚೇತನರಲ್ಲೂ ಎಲ್ಲರ ಆತ್ಮರೂಪಿಯಾಗಿರುವ ವಾಸುದೇವನಾದ ನನ್ನನ್ನು ವ್ಯಾಪಕವಾಗಿ ನೋಡುತ್ತಾನೋ ಅವನಿಗೆ ನಾನು ಅದೃಶ್ಯನಾಗುವುದಿಲ್ಲ ಮತ್ತು ಅವನು ನನಗೆ ಅದೃಶ್ಯವಾಗುವುದಿಲ್ಲ. ಏಕೆಂದರೆ ಅವನು ನನ್ನಲ್ಲಿ ಒಂದೇ ಭಾವನೆಯಿಂದ

ಇರುತ್ತಾನೆ. ಮನುಷ್ಯನು ಹೇಗೆ ತನ್ನ ಎಲ್ಲಾ ಅಂಗಗಳಲ್ಲಿಯೂ ತನ್ನ ಆತ್ಮವನ್ನು ಸಮಭಾವದಿಂದ ನೋಡುತ್ತಾನೋ, ಹಾಗೆಯೇ ಸಂಪೂರ್ಣ ಚರಾಚರ ಪ್ರಪಂಚದಲ್ಲಿ ತನ್ನನ್ನು ತಾನೇ ಸಮಭಾವದಿಂದ ನೋಡುವುದೇ ಸಾದೃಶ್ಯತೆ. ಪರಮಾತ್ಮ ನೀನು ಯೋಗಿಯ ಸ್ವರೂಪವನ್ನು ಹೇಳಿದೆ. ಆದರೆ ನನ್ನ ಮನದ ಚಂಚಲತೆಯ ಕಾರಣದಿಂದ ನಾನು ನೋಡುತ್ತಾ ಇಲ್ಲ. ಕೃಷ್ಣ ಮನಸ್ಸು ಬಹು ಚಂಚಲ ಸ್ವಭಾವವುಳ್ಳದ್ದು ಬಹಳ ದೃಢಶಾಲಿ ಹಾಗೂ ಬಲಶಾಲಿ, ಆದ್ದರಿಂದ ವಾಯುವನ್ನು ಹಿಡಿತದಲ್ಲಿ ಇಟ್ಟುಕೊಳ್ಳುವಂತೆ ಅತ್ಯಂತ ದುಷ್ಕರ ಕಷ್ಟ(ಸಾಧ್ಯ) ಎಂದು ಭಾವಿಸುತ್ತೇನೆ. ಆಗ ಭಗವಂತ ಉತ್ತರಿಸುತ್ತಾನೆ. ಅರ್ಜುನ ನೀನು ಹೇಳಿದ್ದು ಸತ್ಯ, ಮನಸ್ಸು ಬಹುಚಂಚಲ ಮತ್ತು ಕಷ್ಟ, ಆದರೆ ಅದನ್ನು ಸಾಧ್ಯತೆಯಿಂದ ವಶವಾಗುವಂತಹುದು ಎಂಬುದರಲ್ಲಿ ಸಂಶಯವಿಲ್ಲ. ಅಭ್ಯಾಸ – ಸತತ, ಪದೇ ಪದೇ ಯತ್ನಿಸುತ್ತಿರುವುದು ಮತ್ತು ವೈರಾಗ್ಯದಿಂದ ವಶವಾಗುತ್ತದೆ. ಮನಸ್ಸು ನಿಗ್ರಹವಿಲ್ಲದವನಿಗೆ ಯೋಗ ಸಿದ್ಧಿಸುವುದು ಬಹಳ ಕಠಿಣ ಮತ್ತು ಅದೇ ಮನೋನಿಗ್ರಹವುಳ್ಳ ಪ್ರಯತ್ನಶೀಲ ಪುರುಷನಿಗೆ ಸಾಧನೆ ಮಾಡುವುದರಿಂದ ಕರತರವಾಗುವುದು ಸಾಧ್ಯ. ಭಗವತ್‌ಪ್ರಾಪ್ತಿಯ ಮಾರ್ಗದಲ್ಲಿ ವಿಚಲಿತವಾದ ಮತ್ತು ಆಶ್ರಯವಿಲ್ಲದ ಪುರುಷನು ಚೆಲ್ಲಾಪಿಲ್ಲಿಯಾದ ಮೋಡದಂತೆ ಎರಡು ಕಡೆಯಿಂದಲೂ ಭ್ರಷ್ಟನಾಗಿ ಹಾಳಾಗಿ ಹೋಗುತ್ತಾನೆ ಎಂಬುದು ಅರ್ಜುನನ ಪ್ರಶ್ನ (ಭಗವತ್‌ಪ್ರಾಪ್ತಿ ಹಾಗೂ ಸಾಂಸಾರಿಕ ಸುಖಭೋಗಗಳಿಂದ). ಆದ್ದರಿಂದ ಇದನ್ನು ನಿವಾರಣೆ ಮಾಡಲು ನೀನಲ್ಲದೆ ಬೇರೆ ಯಾರು ಈ ಸಂಶಯವನ್ನು ಹೋಗಲಾಡಿಸುವವರು? ಆಗ ಭಗವಂತ ಹೇಳುತ್ತಾನೆ, ಎಲ್ಯೆ ಪಾರ್ಥ! ಶುಭಕಾರ್ಯಗಳನ್ನು ಮಾಡುವವನು ಅರ್ಥಾತ್ ಭಗವತ್‌ಪ್ರಾಪ್ತಿಗಾಗಿ ಕಾರ್ಯಗಳನ್ನು (ಕರ್ಮ) ಮಾಡುವವನು ಯಾರೇ ಆಗಲಿ ದುರ್ಗತಿಯನ್ನು ಹೊಂದುವುದಿಲ್ಲ. ಯೋಗಭ್ರಷ್ಟನಾದವನು ಪುಣ್ಯಶಾಲಿಗಳಾದ ಲೋಕಗಳನ್ನು ಪಡೆದು ಬಹಳ ವರ್ಷಗಳ ಕಾಲ ಅಲ್ಲೇ ವಾಸಿಸಿ ಪುನಃ ಶುದ್ಧ ಆಚಾರವಂತರಾದ ಶ್ರೀಮಂತರ ಮನೆಯಲ್ಲಿ ಜನಿಸುತ್ತಾನೆ. ವೈರಾಗ್ಯವುಳ್ಳವನು ಆಲೋಕಕ್ಕೆ (ಸ್ವರ್ಗಾದಿ) ಹೋಗದೇ ಜ್ಞಾನಿಗಳಾದ ಯೋಗಿಗಳ ಕುಲದಲ್ಲಿಯೇ ಹುಟ್ಟುತ್ತಾನೆ. ಇವರಿಬ್ಬರೂ ಸಹ ಪೂರ್ವಜನ್ಮದಲ್ಲಿ ಸಾಧಿಸಲ್ಪಟ್ಟಿರುವ ಬುದ್ಧಿ ಸಂಯೋಗ ಸಂಸ್ಕಾರಗಳನ್ನು ಅನಾಯಾಸವಾಗಿ

ಪಡೆಯುತ್ತಾರೆ. ಅದರ ಪ್ರಭಾವದಿಂದ ಪುನಃ ಉತ್ತಮ ರೀತಿಯಲ್ಲಿ ಭಗವತ್ ಸಾಕ್ಷಾತ್ಕಾರ ಸಿದ್ಧಿಗಾಗಿ ಪ್ರಯತ್ನಿಸುತ್ತಾರೆ. ಶ್ರೀಮಂತರ ಮನೆಯಲ್ಲಿ ಜನಿಸುವ ಯೋಗಭ್ರಷ್ಟನು ಅಭ್ಯಾಸಬಲದಿಂದ ನಿಸ್ಸಂದೇಹವಾಗಿ ಭಗವಂತನ ಕಡೆಗೆ ಆಕರ್ಷಿಸಲ್ಪಡುತ್ತಾನೆ. ಸಕಾಮಕರ್ಮಗಳ ಫಲವನ್ನು ದಾಟುತ್ತಾನೆ. ಪಾಪಗಳಿಂದ ಮುಕ್ತನಾಗಿ ಶುದ್ಧವಾದಾಗ ಆ ಸಾಧನೆಯ ಪ್ರಭಾವದಿಂದ ತತ್ಕಾಲಕ್ಕೆ ಪರಮಗತಿಯನ್ನು ಪಡೆಯುತ್ತಾನೆ. ಯೋಗಿಯು ತಪಸ್ವಿಗಳಿಗಿಂತ ಶ್ರೇಷ್ಠ. ಶಾಸ್ತ್ರವನ್ನರಿತ ಜ್ಞಾನವುಳ್ಳವರಿಗಿಂತ ಸಹಶ್ರೇಷ್ಠ. ಸಕಾಮಕರ್ಮ ಮಾಡುವರಿಗಿಂತಲೂ ಸಹ ಯೋಗಿಯು ಶ್ರೇಷ್ಠ. ಆದ್ದರಿಂದ ನೀನು ಯೋಗಿಯಾಗು ಎಂದು ಹಾರೈಯಿಸಿದ ಪರಮಾತ್ಮ. ಯಾರು ಶ್ರದ್ಧಾವಂತನಾದ ಯೋಗಿಯು ನನ್ನಲ್ಲಿಯೇ ತಲ್ಲೀನನಾಗಿ ಅಂತರಾತ್ಮದಿಂದ ನನ್ನನ್ನು ಸದಾ ಭಜಿಸುತ್ತಾನೆಯೋ ಆ ಯೋಗಿಯು ಪರಮಶ್ರೇಷ್ಠ..

ಯಾವನು ಕರ್ಮದ ಫಲವನ್ನು ಬಯಸದೇ ಮಾಡಬೇಕಾದ ಕರ್ಮಗಳನ್ನು ಕರ್ತವ್ಯದೃಷ್ಟಿಯಿಂದ ಮಾಡುತ್ತಲ್ಲೆ ಇರುತ್ತಾನೋ ಅವನೇ ಸನ್ಯಾಸಿ, ಯೋಗಿಯೂ ಆಗಿರುತ್ತಾನೆ. ಅಗ್ನಿಕಾರ್ಯವನ್ನು ಮಾಡದವನು ಮತ್ತು ಕರ್ಮತ್ಯಾಗ ಮಾಡಿದವನು ಯೋಗಿಯೂ ಅಲ್ಲ ಸನ್ಯಾಸಿಯಲ್ಲ, ಎಲೈ ಪಾರ್ಥ! ಯಾವುದನ್ನು ಸನ್ಯಾಸವೆಂದು ಕರೆಯುತ್ತಾರೋ ಅದನ್ನೇ ಯೋಗವೆಂದು ತಿಳಿ. ಏಕೆಂದರೆ ಸಂಕಲ್ಪವನ್ನು ತ್ಯಾಗ ಮಾಡದೇ ಇರುವ ಯಾವನು ಯೋಗಿಯಾಗುವುದಿಲ್ಲ. ಯೋಗವನ್ನು ಪಡೆಯುವ ಇಚ್ಛೆಯುಳ್ಳ ಮುನಿಗೆ, ಕರ್ಮವು ಸಾಧನವಾಗುತ್ತದೆ. ಯೋಗವನ್ನು ಪಡೆದ ಮೇಲೆ (ಶಮಃ–) ಆ ಕರ್ಮವು ಸಾಧನವಾಗುತ್ತದೆ. ಯಾವಾಗ ವ್ಯಕ್ತಿಯು ಇಂದ್ರಿಯವಿಷಯಗಳಿಂದಾಗಲೀ ಮತ್ತು ಕರ್ಮಗಳಿಂದಾಗಲೀ ತಳಮಳಗೊಳ್ಳುವುದಿಲ್ಲವೋ ಹಾಗೂ ತನ್ನ ಎಲ್ಲಾ ಸಂಕಲ್ಪಗಳನ್ನು ತ್ಯಜಿಸುತ್ತಾನೋ ಅವನು ಯೋಗಾರೂಢನೆನಿಸಿಕೊಳ್ಳುವನು. ವ್ಯಕ್ತಿಯು ತನ್ನ ಉದ್ಧಾರವನ್ನು ತಾನೇ ಮಾಡಿಕೊಳ್ಳಬೇಕು. ತನ್ನ ಅವನತಿಯನ್ನು ಮಾಡಿಕೊಳ್ಳಬಾರದು. ಮನುಷ್ಯನು ತನಗೆ ತಾನೇ ಶತ್ರು ಮತ್ತು ತನಗೆ ತಾನೇ ಮಿತ್ರನೂ ಸಹ. ಯಾವನು ಬುದ್ಧಿಯ ಮೂಲಕ ಮನಸ್ಸನ್ನು ಗೆದ್ದಿರುತ್ತಾನೋ ಅವನಿಗೆ ಅವನ

ಮನಸ್ಸೇ "ಬಂಧು", ಯಾರು ಗೆದ್ದಿರುವುದಿಲ್ಲವೋ ಅವರಿಗೆ ಅದೇ ಶತ್ರುವಾಗಿ ಪರಿಣಮಿಸುತ್ತದೆ. ಮನಸ್ಸನ್ನು ಗೆದ್ದ ಆತ್ಮಸಂಯಮಿಯೂ ಪ್ರಶಾಂತನಾಗಿ, ಅಂತಃಕರಣದಲ್ಲಿ ಆತ್ಮನನ್ನೇ ನೆನೆಸುತ್ತಾ, ಶೀತೋಷ್ಣಗಳಲ್ಲಿ, ಸುಖದುಃಖಗಳಲ್ಲಿ ಮಾನಾಪಮಾನಗಳಲ್ಲಿ ಸಮತೋಲನ ಹೊಂದಿರುತ್ತಾನೆ. ಜಿತೇಂದ್ರಿಯಾದ ಯೋಗಿಗೆ ಕಲ್ಲು, ಮಣ್ಣು, ಬಂಗಾರ ಎಲ್ಲವೂ ಕೂಡ ಸಮನಾಗಿ ಕಾಣುವುವು. ಚರಾಚರ ವಸ್ತುಗಳಲ್ಲಿ ಸಮಬುದ್ಧಿಯುಳ್ಳವನಾಗಿರುತ್ತಾನೆ. ಯೋಗಿಯು ಯಾವಾಗಲೂ ಸುಹೃದಯ, ಸ್ನೇಹಿತ, ಶತ್ರು, ಉದಾಸೀನ, ಮಧ್ಯಸ್ಥ, ದ್ವೇಷಿ ಬಂಧುಗಳಲ್ಲಿ, ಸಾಧುಗಳಲ್ಲಿ ಮತ್ತು ಪಾಪಿಗಳಲ್ಲಿ ಸಮಬುದ್ಧಿ ಹೊಂದಿರುತ್ತಾನೆ. ಈ ರೀತಿಯ ಸ್ವಭಾವವನ್ನು ಬೆಳೆಸಿಕೊಳ್ಳಲು ಪ್ರಯತ್ನಿಸುವ ಯೋಗಿಯು ಏಕಾಂತ ಸ್ಥಳದಲ್ಲಿದ್ದು, ನಿರಂತರವಾಗಿ ಮನಸ್ಸನ್ನು ಸ್ಥಿರವಾಗಿಡಲು ಅಭ್ಯಾಸ ಪ್ರಯತ್ನ ಮಾಡಬೇಕು. ತನ್ನ ಇಂದ್ರಿಯಗಳನ್ನು ಸಂಯಮದಲ್ಲಿಟ್ಟುಕೊಂಡು ತನ್ನ ಬಯಕೆಗಳನ್ನೆಲ್ಲಾ ನಿಯಂತ್ರಣದಲ್ಲಿ ಇಟ್ಟುಕೊಳ್ಳಬೇಕು. ಶುಚಿಯಾದ ಸ್ಥಳ, ಕುಶ, ಅಜಿನ, ಬಟ್ಟೆ ಇವುಗಳನ್ನು ಒಂದರ ಮೇಲೊಂದು ಹಾಕಿ, ತಗ್ಗು ಮತ್ತು ಎತ್ತರವಾಗಿಲ್ಲದೆ ಸ್ಥಿರವಾದ ಸ್ಥಳದಲ್ಲಿ ಆಸನವನ್ನು ತನಗಾಗಿ ಮಾಡಿಕೊಳ್ಳಬೇಕು. ಆಸನದಲ್ಲಿ ಕುಳಿತ ಬಳಿಕ ಮನಸ್ಸನ್ನು ಏಕಾಗ್ರವಾಗಿ ಮಾಡಿ, ಚಿತ್ತ ಮತ್ತು ಇಂದ್ರಿಯ ವ್ಯಾಪಾರಗಳನ್ನು ನಿಯಂತ್ರಿಸಿ, ಅಂತಃಕರಣ ಶುದ್ಧಿಗಾಗಿ ಯೋಗವನ್ನು ಅಭ್ಯಾಸ ಮಾಡಬೇಕು. ಶರೀರ, ತಲೆ, ಕತ್ತು ಈ ಮೂರನ್ನು ನೆಟ್ಟಗೆ ಅಲಗಾಡದಂತೆ ನಿಲ್ಲಿಸಿಕೊಂಡು ಅತ್ತ ಇತ್ತ ದೃಷ್ಟಿ ಹಾಯಿಸದೆ ತನ್ನ ಮೂಗಿನ ತುದಿಯನ್ನೇ ನೋಡುತ್ತಿರಬೇಕು. ಪ್ರಶಾಂತವಾಗಿ, ನಿರ್ಭಯನಾಗಿ, ಬ್ರಹ್ಮಚರ್ಯದಲ್ಲಿರುತ್ತ ಮನಸ್ಸನ್ನು ಅಂಕೆಯಲ್ಲಿ ಇಟ್ಟುಕೊಂಡು ಪರಮಾತ್ಮನ್ನಲ್ಲೇ ಚಿತ್ತವಿಟ್ಟು ಸ್ಥಿರಬುದ್ಧಿಯ ಮೂಲಕ ಪರಮಾತ್ಮನನ್ನೇ ಧ್ಯಾನಿಸುತ್ತಾ ಕುಳಿತುಕೊಳ್ಳಬೇಕು ಮನಸ್ಸನ್ನು ವಶಮಾಡಿಕೊಂಡು, ಹೀಗೆ ಮನಸ್ಸನ್ನೂ ನಿಯಂತ್ರಿಸುತ್ತ ಧ್ಯಾನಮಾಡುವ ಜಾಗರೂಕನಾದ ಯೋಗಿಯು ನನ್ನಲ್ಲಿಯೇ ಶರಣಾಗಿ ಕುಳಿತಿರಬೇಕು, ಆಗ ಭಗವಂತನ ಸ್ವರೂಪವೇ ಆದ ಪರಮಶಾಂತಿಯು ದೊರಕುತ್ತದೆ. ಎಲೈ ಪಾರ್ಥ!, ಅತಿಯಾಗಿ ತಿನ್ನುವವನಿಗೆ ಯೋಗವು ಅಸಾಧ್ಯ. ತಿನ್ನದೇ ಇರುವವನಿಗೂ ಅದು ದಕ್ಕುವುದಿಲ್ಲ. ಅತಿಯಾಗಿ ನಿದ್ರೆ ಮತ್ತು ಅತಿಯಾಗಿ ಎಚ್ಚರವಿರುವವನಿಗೂ ಅದು ಸಾಧ್ಯವಿಲ್ಲ. (ಇದರ

ಅರ್ಥ) ಆಹಾರ ವಿಹಾರದಲ್ಲಿ ಮತ್ತು ಎಲ್ಲಾ ಕರ್ಮಚೇಷ್ಟೆಗಳಲ್ಲಿಯೂ ಯಾರಿಗೆ ಇತಿಮಿತಿಯಿದೆಯೋ, ಅವನಿಗೆ ದುಃಖನಾಶಕವಾದ ಯೋಗವು ಸಿದ್ಧಿಸುವುದು. ಯೋಗದ ನಿಯಮಕ್ಕೆ ಒಳಪಟ್ಟ ಚಿತ್ತವು ಯಾವ ಭೋಗಗಳಲ್ಲಿಯೂ ಆಸಕ್ತಿ ವಹಿಸದೇ ಆತ್ಮನಲ್ಲೇ ನೆಲೆಸುವುದಾದರೆ ಅಂತಹವರನ್ನು ಯೋಗಿ ಎಂದು ಕರೆಯಬಹುದು. ಕರ್ಮಯೋಗವನ್ನು ಅಭ್ಯಾಸ ಮಾಡುವ (ಆತ್ಮನಲ್ಲೇ ನೆಲೆಸಿರುವ) ಯೋಗಿಯ ಸ್ಥಿರಮನಸ್ಸು, "ಗಾಳೀ ಬೀಸದೆಡೆ ಇರುವ ದೀಪದ ಜ್ವಾಲೆಯಂತೆ ಸ್ವಲ್ಪವೂ ಅಲುಗಾಡದೇ ಇರುವುದು, ಯಾವಾಗ ಮನಸ್ಸು ಕರ್ಮಯೋಗಾಭ್ಯಾಸದಿಂದ ನಿಗ್ರಹಿಸಲ್ಪಟ್ಟಿರುತ್ತದೋ ಆಗ ಅದು ತನ್ನಲ್ಲೇ ಆತ್ಮದರ್ಶನವನ್ನು ಮಾಡಿಕೊಂಡು ಆನಂದಗೊಳ್ಳುತ್ತದೆ. ಯಾವಾಗ ಯೋಗಿಯೂ ಈ ರೀತಿ ಇಂದ್ರಿಯಾತೀತವಾದ ಪರಮಾನಂದವನ್ನು ಅನುಭವಿಸುತ್ತಾನೋ ಅವನ ಮನಸ್ಸು ಪುನಃ ಚಂಚಲಗೊಳ್ಳುವುದಿಲ್ಲ. ಅದನ್ನು ಗಳಿಸಿದ ಮೇಲೆ ಅದಕ್ಕಿಂತ ಉತ್ತಮವಾದುದನ್ನು ಗಳಿಸುವುದಕ್ಕೆ ಬೇರೆ ಏನೂ ಇಲ್ಲವೆಂದು ಅವನು ತಿಳಿಯುತ್ತಾನೆ. ಆಸ್ಥಿತಿಯಲ್ಲಿ ನಿಂತವನನ್ನು ಎಂತೆಂತಹ ದುಃಖಗಳೂ ವಿಚಲಿತಗೊಳಿಸಲಾರವು. ಹೀಗೆ ದುಃಖಸಂಯೋಗದಲ್ಲಿರುವ ಮನಸ್ಸನ್ನು ಬಿಡುಗಡೆಗೊಳಿಸುವುದೇ ಯೋಗ ಎಂಬುದನ್ನು ತಿಳಿಯಬೇಕು. ಶುದ್ಧಮನಸ್ಸಿನಿಂದ ಈ ರೀತಿಯ ಯೋಗಕ್ಕೆ ಪ್ರಯತ್ನ ಮಾಡು ಎಂದು ಕೃಷ್ಣಪರಮಾತ್ಮ ಅರ್ಜುನನಿಗೆ ಹೇಳಿದ ಮಾತು ಎಲ್ಲರಿಗೂ ಅನ್ವಯವಾಗುತ್ತದೆ. ಈ ಯೋಗವು ಧೈರ್ಯವಾದ ಮನಸ್ಸಿನಿಂದಲೂ ತತ್ಪರತೆಯಿಂದ ದೃಢ ಮನಸ್ಸಿನಿಂದಲೂ ಮಾಡುವುದು ಕರ್ತವ್ಯ ದೃಷ್ಟಿಯಿಂದ ಕೂಡಿರುತ್ತದೆ.

ಸಂಕಲ್ಪದಿಂದ ಉದ್ಭವವಾದ ಎಲ್ಲಾ ಆಸೆಗಳನ್ನು ಸಂಪೂರ್ಣವಾಗಿ ತ್ಯಜಿಸಿ ಇಂದ್ರಿಯಗಳನ್ನು ಮನಸ್ಸಿನ ಮೂಲಕ ಹತೋಟಿಯಲ್ಲಿಟ್ಟುಕೊಂಡು, ಮನಸ್ಸನ್ನು ಸ್ಥಿರವಾದ ಬುದ್ಧಿಯಿಂದ ಮೆಲ್ಲನೆ ಹಿಡಿಯಬೇಕು. ಹೀಗೆ ಆತ್ಮನಲ್ಲಿ ಮನಸ್ಸನ್ನು ಸಿದ್ಧಗೊಳಿಸಿದ ಮೇಲೆ, ಬೇರೆ ಯಾವುದನ್ನೂ ಆಲೋಚಿಸಬಾರದು. ಹೇಗೇಗೆ ಚಂಚಲವಾದ ಮತ್ತು ಅಸ್ಥಿರವಾದ ಮನಸ್ಸು ಹೊರಗೆ ಓಡುತ್ತದೋ ಹಾಗೆ ಹಾಗೆಯೇ ಅದನ್ನು ಹಿಂದಕ್ಕೆಳೆದು ಆತ್ಮನಲ್ಲಿಯೇ ನಿಲ್ಲಿಸಿಕೊಳ್ಳಬೇಕು. ಹೇಗೆಂದರೆ ಸಂಕಲ್ಪದಿಂದ ಉಂಟಾಗುವ ಎಲ್ಲಾ ಆಸೆ ಆಕಾಂಕ್ಷೆಗಳನ್ನು

ನಿಶ್ಶೇಷವಾಗಿ ತ್ಯಜಿಸಿ, ಮನಸ್ಸಿನಿಂದ ಇಂದ್ರಿಯಗಳ ಸಮುದಾಯವನ್ನು ಎಲ್ಲಾ ಕಡೆಗಳಿಂದ ಸರಿಯಾಗಿ ವಶಮಾಡಿಕೊಂಡು ಕ್ರಮಕ್ರಮವಾಗಿ ಅಭ್ಯಾಸ ಮಾಡುತ್ತಾ ವಿರಕ್ತಿಯನ್ನು ಪಡೆಯುವುದು ಮತ್ತು ಧೈರ್ಯ ಮತ್ತು ಬುದ್ಧಿಯಿಂದ ಮನಸ್ಸನ್ನು ಪರಮಾತ್ಮನಲ್ಲಿ ನೆಲೆಸುವಂತೆ ಮಾಡಿ ಪರಮಾತ್ಮನ ಹೊರತು ಬೇರೆ ಏನನ್ನೂ ಚಿಂತಿಸದೇ ಇರುವುದು. ಸ್ಥಿರವಲ್ಲದ ಮತ್ತು ಚಂಚಲವಾದ ಈ ಮನಸ್ಸು ಯಾವ ಯಾವ ಕಾರಣದಿಂದ ಸಾಂಸಾರಿಕ ವಿಷಯಗಳಲ್ಲಿ ಸಂಚರಿಸುತ್ತದೋ ಆಯಾಯ ವಿಷಯಗಳಿಂದ ತಡೆದು ಪದೇ ಪದೇ ಪರಮಾತ್ಮನಲ್ಲಿ ತೊಡಗಿಸಿ ಚಿಂತಿಸುತ್ತಿರಬೇಕು. (ಅರ್ಥಾತ್ ಕೇಂದ್ರೀಕರಿಸುತ್ತಾ ಇರಬೇಕು) ಅಂತಹ ಯೋಗಿಗೆ ಅತ್ಯುತ್ತಮ ಆನಂದವು ದೊರೆಯುತ್ತದೆ. ಏಕೆಂದರೆ ಯಾರ ಮನಸ್ಸು ಉತ್ತಮ ರೀತಿಯಲ್ಲಿ ಶಾಂತವಾಗಿಯೂ, ಪಾಪರಹಿತವಾಗಿಯೂ ಇರುವುದೋ ಅಂತಹ ಯೋಗಿಗೆ ಆನಂದ ದೊರೆಯುತ್ತದೆ. ಯಾರಿಗೆ ಮನಸ್ಸು ಶಾಂತವಾಗಿದೆಯೋ ಅಂತಹವರಿಗೂ ಸಚ್ಚಿದಾನಂದ ಬ್ರಹ್ಮನೊಡನೆ (ಆತ್ಮ) ಐಕ್ಯಭಾವದಿಂದ ಇರುವ ಅತ್ಯುತ್ತಮ ಆನಂದ ದೊರೆಯುತ್ತದೆ. ಇಂತಹ ಯೋಗಿಯೂ ಮನಸ್ಸನ್ನು ಯೋಗಾಭ್ಯಾಸದಲ್ಲಿ ಇಟ್ಟುಕೊಂಡು, ಪಾಪಗಳಿಂದ ಮುಕ್ತನಾಗಿ ಬ್ರಹ್ಮಸ್ಪರ್ಶದ ಅನಂತ ಪರಮಾನಂದವನ್ನು ಸುಲಭವಾಗಿ ಪಡೆಯುತ್ತಾನೆ. ಜ್ಞಾನಿಯಾದ (ಯೋಗಿಯು) ಈತನು ಎಲ್ಲೆಲ್ಲಿಯೂ ಆತ್ಮನ್ನೇ ನೋಡುತ್ತಾನೆ ಮತ್ತು ಆತನಲ್ಲೇ ಎಲ್ಲವನ್ನೂ ಕಾಣುತ್ತಾನೆ. ಅವನು ಸಮದೃಷ್ಟಿಯನ್ನು ಪಡೆದವನು. ಹೀಗೆ ಯಾವನು ಸರ್ವವ್ಯಾಪಿಯಾದವನನ್ನು ಅನಂತಚೇತನರಲ್ಲಿ ಚರಾಚರಾ ವಸ್ತುಗಳಲ್ಲಿ ಒಂದೇ ಭಾವದಿಂದ ನೋಡುತ್ತಾನೋ ಅಂತಹ ಯೋಗಿಯು ಎಲ್ಲರ ಜೀವಗಳಲ್ಲಿಯೂ ಅದೇ ಆತ್ಮ ಇದೆ ಎಂದು ನೋಡುತ್ತಾನೆ ಹಾಗೂ ಎಲ್ಲಾ ಜೀವಿಗಳನ್ನು ಆತ್ಮನಲ್ಲಿಯೂ ಕಲ್ಪಿಸಿ ನೋಡುತ್ತಾನೆ. ಅಂತಹವನು ನನ್ನಿಂದ ಬೇರ್ಪಡುವುದೇ ಇಲ್ಲ, ಹಾಗೆಯೇ ಅವನಿಂದ ನಾನೂ ಸಹ ಬೇರ್ಪಡುವುದಿಲ್ಲ. ಯಾರು ಶುದ್ಧ ಮನಸ್ಸಿನಿಂದ ಎಲ್ಲಾ ಪ್ರಾಣಿಗಳಲ್ಲಿಯೂ ಎಲ್ಲರ ಆತ್ಮರೂಪಿಯಾಗಿರುವ ವಾಸುದೇವನಾದ ನನ್ನನ್ನು ವ್ಯಾಪಕವಾಗಿ ನೋಡುತ್ತಾನೆಯೋ, ಪೂಜಿಸುತ್ತಾನೆಯೋ ಅವನು ಎಲ್ಲಿ ಬೇಕಾದರೂ ಇರಲಿ ಅವನಿಗೆ ನಾನು ಅದೃಶ್ಯವಾಗುವುದಿಲ್ಲ ಮತ್ತು ಅವನು ನನಗೆ ಕೂಡ ಅದೃಶ್ಯನಾಗುವುದಿಲ್ಲ. ಏಕೆಂದರೆ ಆ ಜೀವಿ (ಯೋಗಿಯು) ನನ್ನಲ್ಲಿ

ಒಂದೇ ಭಾವನೆಯಿಂದ ಇರುತ್ತಾನೆ. ಮನಸ್ಸಿನಲ್ಲಿ ಚಂಚಲವಿರುವುದಿಲ್ಲ. ಎಲೈ ಅರ್ಜುನನೇ! ಸಮದೃಷ್ಟಿಯಿಂದ ಪ್ರಪಂಚವನ್ನು ನೋಡುವ ಈ ಯೋಗಿಗೆ ಸುಖದುಃಖಗಳೆರಡು ಸಮವೇ. ಅಂತಹ ಯೋಗಿಯೂ ಪರಮಶ್ರೇಷ್ಠನು ಎಂದು ಪರಮಾತ್ಮ ಹೇಳಿದ ಆಗ ಮತ್ತೆ ಅರ್ಜುನ ಹೇಳುತ್ತಾನೆ. ಪರಮಾತ್ಮ ಮಧುಸೂದನನೇ! ಯಾವ ಈ ಸಮತ್ವರೂಪಿ ಯೋಗವನ್ನು ನೀನು ಹೇಳಿದೆಯೋ ನನ್ನ ಮನಸ್ಸಿನ ಚಂಚಲತೆಯಿಂದ ಅದನ್ನು ಸಾಧಿಸುವುದು ಸಾಧ್ಯವಾದಿತು ಎಂದು ಕಾಣುವುದಿಲ್ಲ. ಹೇ ಕೃಷ್ಣ! ಮನಸ್ಸಿನ ಸ್ವರೂಪವೇ ಚಂಚಲತ್ವ, ಅದು ಕ್ಲೋಬೆಯನ್ನು ಉಂಟುಮಾಡುತ್ತದೆ. ಅತ್ಯಂತ ಬಲಶಾಲಿಯು ಹೌದು ಅದನ್ನು ನಿಗ್ರಹಿಸುವುದು ಎಂದರೆ ಗಾಳಿಯನ್ನು ಹಿಡಿಯುವಷ್ಟೇ ಕಷ್ಟವಾದದು ಎಂದು ನಾನು ಭಾವಿಸುತ್ತೇನೆ. (ಇಲ್ಲಿನ ಅಭಿಪ್ರಾಯ ಪ್ರತಿಯೊಬ್ಬ ವ್ಯಕ್ತಿಯು ದಿನನಿತ್ಯದ ಜೀವನದಲ್ಲಿ ಬರುವ ಆಸೆ ಆಕಾಂಕ್ಷೆಗಳಲ್ಲಿ ತಮ್ಮ ಮನಸ್ಸು ಹೋಗುವ ಕಡೆಗೆ ಹೋಗದೇ ತಡೆಗಟ್ಟುತ್ತಾ ಬಂದರೆ ಸಾಧ್ಯವಾಗುತ್ತದೆ. ಒಂದು ದಿವಸದಲ್ಲಿ ಆಗುವುದಿಲ್ಲ. ಸತತವಾಗಿ ನಿರಂತರವಾಗಿ ಸ್ವಲ್ಪಸ್ವಲ್ಪವೇ ಅಭ್ಯಾಸ ಮಾಡಬೇಕು. ಮೊದಲು ಇಂದ್ರಿಯ ನಿಗ್ರಹ ಅಭ್ಯಾಸ ಮಾಡಬೇಕು. ತಿನ್ನುವುದು, ನೋಡುವುದು, ಕೇಳುವುದು, ಬಯಸುವ ವಸ್ತುವನ್ನು ತಕ್ಷಣವೇ ಪಡೆಯುವುದನ್ನು ನಿಲ್ಲಿಸದೇ ಸತತ ಪ್ರಯತ್ನ ಮಾಡುತ್ತಾ ಇರಬೇಕು. ಕ್ರಮೇಣ ಅದು ಅಭ್ಯಾಸವಾದರೆ ಸಾಧನೆಗೆ ಅನುಕೂಲವಾಗುತ್ತದೆ. ಇಲ್ಲದಿದ್ದರೆ ಅರ್ಜುನನು ಹೇಳಿದ ಮಾತು ಬಹಳ ಸತ್ಯ ಮನಸ್ಸೆ ಎಲ್ಲದಕ್ಕೂ ಕಾರಣ, ಮನಸ್ಸನ್ನು ಹತೋಟಿಯಲ್ಲಿಟ್ಟುಕೊಳ್ಳಬೇಕು.

ಆಗ ಮತ್ತೆ ಪರಮಾತ್ಮ ಉತ್ತರಿಸುತ್ತಾನೆ. ಎಲೈ ಮಹಾಬಾಹುವೇ! ಮನಸ್ಸು ಚಂಚಲವೆಂಬುದು ನಿಜ. ಅದರ ನಿಗ್ರಹ ಕಷ್ಟ ಎಂಬುದು ಸುಳ್ಳಲ್ಲ ಆದರೆ ಸಾಧನೆಯಿಂದ ವಶವಾಗುವಂತಹುದು ಎಂಬುದರಲ್ಲಿ ಸಂಶಯವಿಲ್ಲ. ಕುಂತೀಪುತ್ರ "ಅಭ್ಯಾಸ" ಮನಸ್ಸನ್ನು ಸ್ಥಿರಪಡಿಸಲು ಪದೇ ಪದೇ ಯತ್ನಿಸುವುದರಿಂದ ಸಾಧ್ಯವಾಗುತ್ತದೆ ಹಾಗೂ ವೈರಾಗ್ಯದಿಂದ ವಶವಾಗುತ್ತದೆ. ಪ್ರಪಂಚದ ವಸ್ತುಗಳ ಹಾಗೂ ನಶ್ವರವಾದ ಜೀವನದ ಬಗ್ಗೆ ಚಿಂತಿಸುವುದನ್ನು ಬಿಟ್ಟು ಪರಮಾತ್ಮನನ್ನೇ ಚಿಂತಿಸುತ್ತಾ, ಅವನ ಗುಣಗ್ನಾನಗಳನ್ನು ಅಭ್ಯಾಸ ಮಾಡಿದರೆ

ಭಗವಂತನ ಕರುಣೆ ನಮ್ಮ ಮೇಲೆ ಬಂದರೆ ಆಗ ಅದು ಸಾಧ್ಯವಾಗುತ್ತದೆ. ಆಗ ನಮ್ಮ ಈ ಇಹಲೋಕದಲ್ಲಿ ಸ್ವಾಭಾವಿಕವಾಗಿ ವೈರಾಗ್ಯ ಉಂಟಾಗುತ್ತದೆ. ಆಗ ಮನಸ್ಸನ್ನು ಹತೋಟಿಯಲ್ಲಿಡಲು ಸಾಧ್ಯವಾಗುತ್ತದೆ. ತಕ್ಷಣ ಬರುವುದಿಲ್ಲ ಆದರೆ ಕ್ರಮೇಣ ವೈರಾಗ್ಯವು ಸಫಲಕಾರಿಯಾಗುತ್ತದೆ. (ಸತತ ಅಭ್ಯಾಸ ದಿನನಿತ್ಯದ ದಿನಚರಿಯಿಂದ) ಮನಸ್ಸು ನಿಗ್ರಹವಿಲ್ಲದವನಿಗೆ ಯೋಗ ಸಿದ್ಧಿಸುವುದು ಬಹಳ ಕಠಿಣ ಮತ್ತು ಮನೋನಿಗ್ರಹವುಳ್ಳ ಪ್ರಯತ್ನಶೀಲನಾದ ಪುರುಷನಿಗೆ ಸಾಧನೆ ಮಾಡುವುದರಿಂದ ಕರಗತವಾಗುತ್ತದೆ ಎಂಬುದನ್ನು ಪರಮಾತ್ಮ ಹೇಳುತ್ತಾನೆ. ಮನೋನಿಗ್ರಹವಿಲ್ಲದ ಮತ್ತು ಈ ರೀತಿ ಸಾಧನೆ ಮಾಡಿದವನು ಯೋಗವನ್ನು ಸಾಧಿಸಲಾರನು. ಜಿತೇಂದ್ರಿಯದಿಂದ ಸಾಧನೆ ಮಾಡುವವನಿಗಾದರೂ ಈ ಯೋಗವು ಪರಮಾತ್ಮನು ಹೇಳಿರುವ ಉಪಾಯದಿಂದ ಸಿದ್ಧಿಸುವುದು ಮತ್ತೆ ಅರ್ಜುನ ಕೇಳುತ್ತಾನೆ. ಹೇ ಕೃಷ್ಣ! ಯೋಗಾಭ್ಯಾಸದಲ್ಲಿ ಶ್ರದ್ಧೆಯಿಟ್ಟಿರುವನು ಆದರೆ ಸಂಯಮವಿಲ್ಲ, ಸರಿಯಾದ ಪ್ರಯತ್ನವನ್ನು ಸ್ವಲ್ಪಮಾಡಿ ಸಿದ್ಧಿಯನ್ನು ಪಡೆಯದೇ ಯೋಗದಿಂದ ವಿಚಲಿತನಾದರೆ ಅವನ ಗತಿ ಏನಾಗುವುದು? ಅಂತ್ಯಕಾಲದಲ್ಲಿ ಯಾವ ಗತಿಯನ್ನು ಹೊಂದುತ್ತಾನೆ? ಸಾಧನಮಾರ್ಗದಿಂದ ವಿಚಲಿತನಾದ ವ್ಯಕ್ತಿಯು ಸಿದ್ಧಿಯನ್ನು ಗಳಿಸದೇ ಉಭಯಭೃಷ್ಟನಾಗಿ ತುಂಡುಮೋಡದ ಹಾಗೆ ಹಾಳಾಗುವುದಿಲ್ಲವೇ? ಇದೇ ನನ್ನ ಸಂಶಯ ಇದನ್ನು ನಿವಾರಿಸುವ ಶಕ್ತಿ ನಿನಗಿಲ್ಲದೆ ಇನ್ಯಾರಿಗೂ ಇಲ್ಲ ಎಂದು ಭಗವಂತನಿಗೆ ಹೇಳಿದ ಅರ್ಜುನ, ಭಗವಂತ ಹೇಳುತ್ತಾನೆ, ಹೇ ಪಾರ್ಥ! ಆ ಯೋಗಭೃಷ್ಟ ಪುರುಷನಿಗೆ ಈ ಲೋಕದಲ್ಲಿಯೂ, ಪರಲೋಕದಲ್ಲಿಯೂ ವಿನಾಶವಿಲ್ಲ. ಪ್ರೀತಿಪಾತ್ರನೇ ಶುಭಕಾರ್ಯಗಳನ್ನು ಮಾಡುವವನು ಭಗವತ್‌ಪ್ರಾಪ್ತಿಗಾಗಿ, ಕಾರ್ಯಗಳನ್ನು ಮಾಡುವವನು, ಯಾರೇ ಆಗಲಿ ದುರ್ಗತಿಯನ್ನು ಹೊಂದುವುದಿಲ್ಲ. ಒಳ್ಳೆಯದನ್ನು ಬಯಸುವವನು ಮತ್ತು ಮಾಡುವವನು ಎಂದು ಕೆಡುವುದಿಲ್ಲ. ಹಾಗೆಯೇ ಯೋಗಭೃಷ್ಟನು ಸತ್ತಮೇಲೆ ಪುಣ್ಯಕೃತವಾಗಿ ಲೋಕಗಳಿಗೆ ಹೋಗಿ ಅಲ್ಲಿ ಸುಖವನ್ನು ಬಹುಕಾಲ ಅನುಭವಿಸಿ, ಅನಂತರ ಒಳ್ಳೆಯವರಾದ ಸದಾಚಾರಶೀಲರಾದ ಶ್ರೀಮಂತರ ಮನೆಯಲ್ಲಿ ಹುಟ್ಟಿಬರುತ್ತಾನೆ, ಅಥವಾ ಪ್ರಜ್ಞಾವಂತರಾದ ಯೋಗಿಗಳ ವಂಶದಲ್ಲಿಯಾದರೂ ಹುಟ್ಟುವನು. ಲೋಕದಲ್ಲಿ ಈ ರೀತಿಯ ಜನ್ಮವು ಅತ್ಯಂತ ದುರ್ಲಭಕರವಾದದು, ಮತ್ತು ನಿಸ್ಸಂದೇಹವಾಗಿದೆ.

ಹೇ ಕುರುನಂದನ, ಅಂತಹ ಯೋಗಿ ತನ್ನ ಪೂರ್ವಜನ್ಮದ ಯೋಗದ ಸಂಸ್ಕಾರಗಳನ್ನು ಅನಾಯಾಸವಾಗಿ ಪುನಃ ಉತ್ತಮ ರೀತಿಯಲ್ಲಿ ಭಗವತ್ ಸಾಕ್ಷಾತ್ಕಾರರೂಪಿ ಸಿದ್ಧಿಗಾಗಿ ಪ್ರಯತ್ನಿಸುತ್ತಾನೆ. ಪೂರ್ವಜನ್ಮದ ಸಂಸ್ಕಾರಬಲದಿಂದ ಅವನು ಅನಾಯಾಸವಾಗಿ ಯೋಗಮಾರ್ಗಕ್ಕೆ ಎಳೆಯಲ್ಪಡುತ್ತಾನೆ ಹಾಗೂ ಸಮತ್ವಬುದ್ಧಿರೂಪಿಯೋಗವನ್ನು ತಿಳಿಯಲು ಇಚ್ಛಿಸುವನು ಹಾಗೂ ಅವನು ಯೋಗದ ಜಿಜ್ಞಾಸುವಾಗಿ ಕರ್ಮಕಾಂಡರೂಪವಾದ, ವೇದದಲ್ಲಿ ಹೇಳಲಾದ ಸಕಾಮಕರ್ಮಗಳ ಫಲವನು, ಶಬ್ದಬ್ರಹ್ಮವನ್ನು ದಾಟಿ ನಿಲ್ಲುತ್ತಾನೆ. ಅಧಿಕ ಪ್ರಯತ್ನದಿಂದ ಅಭ್ಯಾಸ ಮಾಡುವ ಯೋಗಿಯು ಎಲ್ಲಾ ಪಾಪಗಳಿಂದಲೂ ಮುಕ್ತನಾಗಿ ಶುದ್ಧವಾದಾಗ, ಅನೇಕ ಜನ್ಮದ ಸಾಧನೆಯ ಫಲದಿಂದಾಗಿ ತತ್ಕಾಲಕ್ಕೆ ಪರಮಗತಿಯನ್ನು (ಮೋಕ್ಷ) ಪಡೆಯುತ್ತಾನೆ. ಯೋಗಿಯು ತಪಸ್ವಿಗಳಿಗಿಂತ ಶ್ರೇಷ್ಠ ಮತ್ತು ಶಾಸ್ತ್ರಗಳ ಜ್ಞಾನವುಳ್ಳವರಿಗಿಂತಲೂ ಸಹ ಶ್ರೇಷ್ಠ ಎಂದು ಭಾವಿಸಲಾಗಿದೆ ಹಾಗೂ ಸಕಾಮ ಕರ್ಮಮಾಡುವವರಿಗಿಂತಲೂ ಸಹ ಈ ಯೋಗಿಯು ಶ್ರೇಷ್ಠ ಆದ್ದರಿಂದ ಎಲೈ ಅರ್ಜುನ ! ನೀನು ಯೋಗಿಯಾಗು. ಯೋಗಿಗಳಲ್ಲಿ ಯಾರು ನನ್ನಲ್ಲೇ ಚಿತ್ತವನ್ನು (ಮನಸ್ಸನ್ನು) ನಿಲ್ಲಿಸಿ ಶ್ರದ್ಧೆಯಿಂದ ನನ್ನನೇ ಸೇವಿಸುವರೋ ಅಂತಹವರು ಅತ್ಯಂತ ಶ್ರೇಷ್ಠರೆಂದು ನನ್ನ ಅಭಿಪ್ರಾಯ ಎಂದು ಪರಮಾತ್ಮನ ಉತ್ತರ.

– ಓಂ ತತ್ಸತ್ –

ಅಧ್ಯಾಯ–೨

ಜ್ಞಾನ ವಿಜ್ಞಾನಯೋಗ

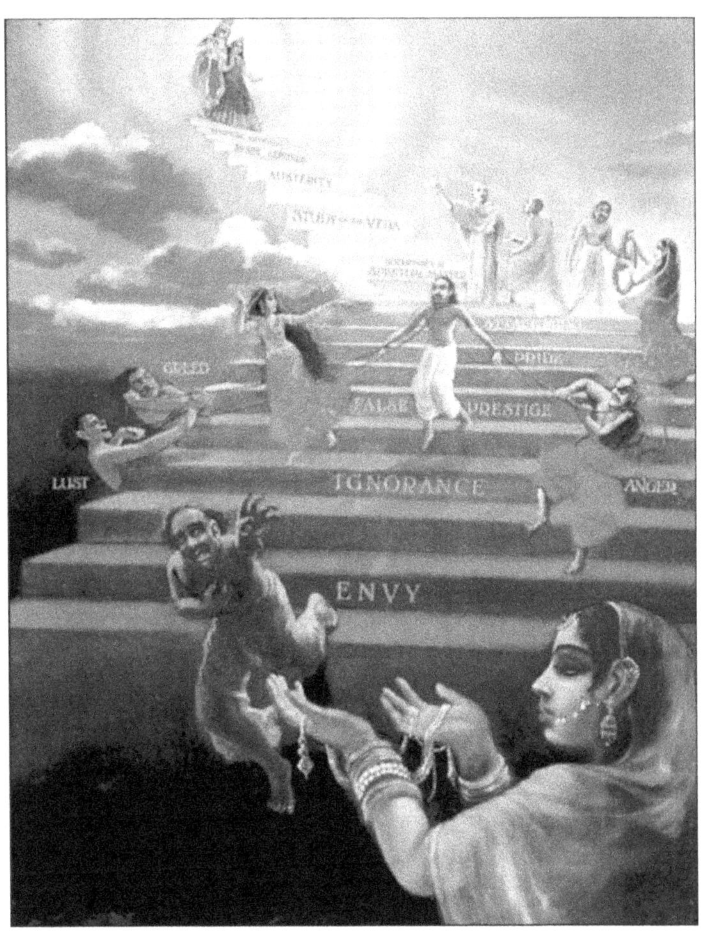

ಜ್ಞಾನವಿಜ್ಞಾನ ಯೋಗ

ಈ ಆರು ಅಧ್ಯಾಯದಲ್ಲಿ ಕರ್ಮಯೋಗ, ಜ್ಞಾನಯೋಗ ಹಾಗೂ ಕರ್ಮಸನ್ಯಾಸಯೋಗ ಮತ್ತು ಆತ್ಮಸಂಯಮಯೋಗ ಎಂದು ವಿಧವಿಧವಾದ ಕರ್ಮಗಳು ಅದರ ವಿವರಣೆ, ನಿಷ್ಕಾಮ ಕರ್ಮ ಹಾಗೂ ಕರ್ಮದ ಫಲ ಮತ್ತು ಶ್ರೇಷ್ಠತೆ, ಕರ್ಮಕ್ಕೂ ಸನ್ಯಾಸಕ್ಕೂ ಇರುವ ಸಂಬಂಧ ಮತ್ತು ವ್ಯತ್ಯಾಸವನ್ನು, ಜ್ಞಾನಯೋಗದಿಂದ ಮಾಡುವ ಕರ್ಮ ಮತ್ತು ಫಲ, ಸನ್ಯಾಸ ಎಂದರೆ ಕರ್ಮ ಹೇಗಿರಬೇಕು ಕರ್ಮ ಮತ್ತು ಸನ್ಯಾಸದ ವ್ಯತ್ಯಾಸವನ್ನು ವಿವರಿಸಿ ಆತ್ಮಸಂಯಮಯೋಗದಿಂದ ಮಾಡುವ ಯೋಗಿಯ ವಿಷಯವನ್ನು 6ನೇ ಅಧ್ಯಾಯದಲ್ಲಿ ಹೇಳಿ ಮಾನವನು ಮಾಡುವ ಕರ್ಮ ಹೇಗಿರಬೇಕು ಮತ್ತು ಯೋಗಿಯ, ಸ್ವರೂಪ ಮತ್ತು ಫಲವನ್ನು ವಿವರಿಸಿ 7ನೇ ಅಧ್ಯಾಯದ ಜ್ಞಾನ ಮತ್ತು ವಿಜ್ಞಾನದ ಪರಿಚಯವನ್ನು ಹಿಂದಿನ ಸಾಲುಗಳಲ್ಲಿ ಹೇಳಲಾಗಿದೆ.

ಈ ಆರು ಅಧ್ಯಾಯದ ಮುಖ್ಯಸಾರಾಂಶ ಏನೆಂದರೆ ಪ್ರಕೃತಿಯಲ್ಲಿರುವ ಈ ಜೀವನ ಶಾಶ್ವತವಲ್ಲ, ಹಾಗೂ ನಮಗಿಂತ ಮೇಲೆ ಒಬ್ಬ ಪರಮಾತ್ಮ ಇದ್ದಾನೆ ಅವನೇ ಎಲ್ಲರ ಅಂತರಾತ್ಮವಾಗಿ ಕೆಲಸಮಾಡುತ್ತಾನೆ. ನಮ್ಮ ಜೀವನದಲ್ಲಿ ಹುಟ್ಟುಸಾವು ನಿರಂತರವಾಗಿ ನಡೆಯುತ್ತಲೇ ಇರುತ್ತದೆ. ಅದನ್ನು ತಡೆಗಟ್ಟಲು ಸಾಧ್ಯವಿಲ್ಲ. ಜೀವನವೂ ಕೂಡ ಒಂದೇ ರೀತಿ ಇರುವುದಿಲ್ಲ. ದಿನದಿನವೂ ಸಮಸ್ಯೆಗಳನ್ನು ಎದುರಿಸುತ್ತಾ ಮುಂದಿನ ಹೆಜ್ಜೆ ಇಡುತ್ತೇವೆ. ಅದಕ್ಕೆ ಕಾರಣವೂ ತಿಳಿಯದು ಮುಂದಿನ ಕಾರ್ಯವೂ ತಿಳಿಯದು ನಮಗೆ ಪ್ರತ್ಯಕ್ಷವಾಗಿ ಕಣ್ಣಿಗೆ ಕಾಣುವ ವಾಸ್ತವಿಕ ಜೀವನ ಸತ್ಯಶಾಶ್ವತ ಎಂದು ನಂಬಿ ಸಾಗುತ್ತಿದ್ದೇವೆ. ಈ ವಿಷಯದ ಬಗ್ಗೆ ನಮ್ಮೆಲ್ಲರಿಗೂ (ಮಾನವನಿಗೆ) ಎಂದರೆ ಸರಿಯಾದ ಸ್ಪಷ್ಟವಾದ ತಿಳುವಳಿಕೆಯನ್ನು ಕೊಟ್ಟು ನಮ್ಮೆಲ್ಲರ ಉದ್ಧಾರಕ್ಕಾಗಿ ಈ ಭಗವದ್ಗೀತೆಯ ಮೊದಲ 6 ಅಧ್ಯಾಯದಲ್ಲಿ ಕರ್ಮ ಮತ್ತು ಜ್ಞಾನ ಎರಡು ಹೇಗೆ ಸಂಬಂಧದಿಂದ ಕೂಡಿದೆ, ಜೀವನ ಯಾವ ರೀತಿಯಲ್ಲಿ ನಡೆದರೆ ಸುಖಮಯವಾಗುತ್ತದೆ. ಬುದ್ಧಿವಂತಿಕೆಯಿಂದ ಮಾಡುವ ಕೆಲಸವನ್ನು ನಿಷ್ಠೆಯಿಂದ ಮಾಡಬೇಕು, ಮಾಡುವಾಗ (ನೋಡುವಾಗ) ಆ ಕೆಲಸದಲ್ಲಿ ಶ್ರದ್ಧೆ ಇಟ್ಟು, ಆ ಕೆಲಸವನ್ನು

ಪರಮಾತ್ಮನಿಗೆ ಅರ್ಪಿಸಿ ಮುಂದೆ ಸಾಗುತ್ತಿರಬೇಕು. ಅದರ ಫಲಾಪೇಕ್ಷೆಯನ್ನು ಚಿಂತಿಸಬಾರದು. ಪ್ರತಿಯೊಬ್ಬ ವ್ಯಕ್ತಿಯು ಭಗವಂತನ ಸೊತ್ತು. ತನ್ನ ಮಕ್ಕಳನ್ನು ತಾನು ಕಾಪಾಡಲು ಸಿದ್ಧನಾಗಿ ನಮಗೆ ಸನ್ಮಾರ್ಗವನ್ನು ತೋರಿಸುತ್ತಾನೆ. ಈ ಶರೀರದ ಬಗ್ಗೆ ಅದರ ಸ್ವರೂಪ, ವಿನಾಶ ಹಾಗೂ ಪರಿಣಾಮ ಮೂರನ್ನು ಹೇಳಿದ್ದಾನೆ. 2ನೇ ಅಧ್ಯಾಯ 11ನೇ ಶ್ಲೋಕದಿಂದ 5ನೇ ಅಧ್ಯಾಯದವರೆಗೂ ಪ್ರಶ್ನೆ ಮತ್ತು ಉತ್ತರದ ಮುಖಾಂತರ ವಿವರಿಸಿ ದೇಹವೆ ಒಂದು ದೇಗುಲ ಅದರೊಳಗಿರುವ ಯಂತ್ರವನ್ನು ನಡೆಸುವವನು ನಾನೇ ಎಂದು ಮತ್ತೆ ಮತ್ತೆ ಭಗವಂತ ಶ್ರೀಕೃಷ್ಣನು ಹೇಳುತ್ತಲೇ ಬರುತ್ತಾನೆ. ಕರ್ಮ ಎಂದರೆ ಕೆಲಸ – ಅದೇ ಧರ್ಮ ಪ್ರತಿಯೊಬ್ಬನಿಗೂ ನಿಯತವಾದ ನಿತ್ಯ ಮತ್ತು ನೈಮಿತ್ತಿಕ ಕರ್ಮಗಳು ಶಾಸ್ತ್ರದಲ್ಲಿ ಹೇಳಿರುವಂತೆ ನಡೆಯಲು ಮಾರ್ಗ ತೋರಿಸಿದೆ, ಕರ್ಮವಿಲ್ಲದಿದ್ದರೆ ಜ್ಞಾನ ಸನ್ಯಾಸದ ಬೆಲೆ ಅರಿಯಲು ಸಾಧ್ಯವಿಲ್ಲ. ಕರ್ಮಜ್ಞಾನವೇ ಬಹಳ ಮುಖ್ಯ. ಯೋಗವು ಎಲ್ಲರಿಗೂ ಸಾಧ್ಯವಾಗುವುದಿಲ್ಲ. ಆದ್ದರಿಂದಲೇ ಪರಮಾತ್ಮ ಕರ್ಮಯೋಗವೇ ಎಲ್ಲಾ ಯೋಗಕ್ಕಿಂತಲೂ ಉತ್ತಮವಾದದು ಎಂದು ತೋರಿಸಿರುವನು., ಈ ಅಧ್ಯಾಯಗಳಲ್ಲಿ 'ಚಾತುರ್ವಣ್ಯವು' ಅವರವರ ವೃತ್ತಿ ಮತ್ತು ಗುಣಗಳಿಂದ ಕೂಡಿದೆ ಜಾತಿ ಮತ ಭೇದವಿಲ್ಲ. ಎಲ್ಲರಿಗೂ ಧರ್ಮ ಮತ್ತು ಕರ್ಮಸಮಾನ ಅವರವರ ವರ್ಣಕ್ಕೆ ಅನುಸಾರವಾಗಿ (ಉದಾ: ಒಬ್ಬ ಮನುಷ್ಯನಿಗೆ ತಲೆ, ಕೈ, ಕಾಲು, ಕಣ್ಣು, ಭುಜ ಎಲ್ಲಾ ಅಂಗಗಳು ಇದೆ. ಇದರಲ್ಲಿ ಯಾವುದೇ ಒಂದು ಅಂಗವಿಲ್ಲದಿದ್ದರೂ ಮನುಷ್ಯನಿಗೆ ಕಷ್ಟವೇ. ಅದೇ ರೀತಿ ನಾಲ್ಕು ವರ್ಣಗಳು ಮುಖ್ಯವೇ. ಹೇಗೆಂದರೆ ಬುದ್ಧಿವಂತಿಕೆ (ತಿಳುವಳಿಕೆ) ಜೀವನಿಗೆ ಬಹಳ ಮುಖ್ಯ. ಅದೇ ಜ್ಞಾನ – ಆ ಜ್ಞಾನವೇ (ಬ್ರಾಹ್ಮಣ), ಭುಜಬಲವಿಲ್ಲದಿದ್ದರೆ (ಕ್ಷತ್ರಿಯ) – ಕೆಲಸ ಮಾಡಲು ಸಾಧ್ಯವಿಲ್ಲ. ನಮ್ಮ ಕೆಲಸ ಮತ್ತು ನಮ್ಮನ್ನು ಕಾಪಾಡಿಕೊಳ್ಳಲು ಇವೆರಡೂ ಇದ್ದರೆ ಸಾಲದು ಕತ್ತಿನ್ನಿಂದ ಕೆಳಭಾಗ ತಿನ್ನುವ ಆಹಾರ ವ್ಯಾಪಾರ ಹಾಗೂ ಜೀರ್ಣಕ್ರಿಯೆ ಮುಖ್ಯ – ಇದು ನಡೆಯಬೇಕಾದರೆ ಚಾಲನೆ (ಶೂದ್ರ) ಮುಖ್ಯ. ಇವೆಲ್ಲವೂ ಸರಿಯಿದ್ದರೆ ಮಾತ್ರ ಜೀವನ ಸುಗಮ. ಇವೆಲ್ಲಕ್ಕೂ ಮೂಲಾಧಾರ ಮತ್ತು ಕಾರಣ ಕರ್ತೃ, ಕ್ರಿಯೆಯನ್ನು ನಡೆಸುವವನು "ಪರಮಾತ್ಮ ಒಬ್ಬನೇ" ಎಂದು ಅರಿಯಬೇಕು. ವಿಶ್ವಕ್ಕೆ ತಂದೆ

ತಾಯಿ ಎರಡೂ ಪರಮಾತ್ಮನೇ ಆದ್ದರಿಂದ ಪ್ರತಿನಿತ್ಯವೂ ಪರಮಾತ್ಮನಲ್ಲೇ ಶರಣಾಗತನಾಗಿ ಕೆಲಸವನ್ನು ಪ್ರಾರಂಭಿಸಿದರೆ ಅದರ ಮುಂದಿನ ಕಾರ್ಯವನ್ನು ಪರಮಾತ್ಮನೇ ನಡೆಸುತ್ತಾನೆ.

ಮೊದಲು 6 ಅಧ್ಯಾಯ ಶರೀರ ಸ್ವರೂಪ ಮತ್ತು ಪ್ರಕೃತಿ ವಿವರಣೆ (ದೇಹದ ಬಗ್ಗೆ) ಹಾಗೂ ಪರಮಾತ್ಮ ತತ್ವಜ್ಞಾನದ ಮುಖಾಂತರ ಧರ್ಮಸೂಕ್ಷ್ಮವನ್ನು ಕರ್ಮಯೋಗದ ಪ್ರಾಶಸ್ತ್ಯ ಜ್ಞಾನಯೋಗದ ತಿಳುವಳಿಕೆಯಿಂದ ಕೆಲಸ ಹೇಗೆ ಮಾಡಬೇಕು. ಸನ್ಯಾಸ ಎಂದರೇನು? ಕರ್ಮ ಸನ್ಯಾಸ, ಜ್ಞಾನ ಸನ್ಯಾಸದ ವ್ಯತ್ಯಾಸ ಮತ್ತು ಯೋಗ ಎಂದರೇನು? ಯೋಗಿಯು ಹೇಗಿರಬೇಕು. ಯೋಗ ಮತ್ತು ಯೋಗಿ ಎರಡರ ಲಕ್ಷಣವನ್ನು ವಿವರಿಸಿ ಅರ್ಜುನನಿಗೆ ತಿಳುವಳಿಕೆ ಕೊಟ್ಟು ಮತ್ತೆ ಅವನಿಗೆ ಜ್ಞಾನ ವಿಜ್ಞಾನ ವಿವರಣೆಯನ್ನು ಕೊಟ್ಟು ತಿಳಿಸುತ್ತಾನೆ.

ಭಗವದ್ಗೀತೆಯಲ್ಲಿ ಎರಡನೆ ಘಟ್ಟ ಎಂದರೆ 7ನೇ ಅಧ್ಯಾಯದಿಂದ 12ನೇ ಅಧ್ಯಾಯದವರೆಗೂ ಆತ್ಮಸ್ವರೂಪ, ಲಕ್ಷಣ, ದೇಹ ಆತ್ಮಸಂಬಂಧ ವಿವರಣೆಯನ್ನು ತಿಳುವಳಿಕೆಯನ್ನು ನಾನಾರೀತಿಯ ಪ್ರಶ್ನೆಗಳ ಮುಖಾಂತರ ಉತ್ತರವನ್ನು ನೀಡುತ್ತಾನೆ ಪರಮಾತ್ಮ. ಎಲೈ ಪಾರ್ಥ ! ನೀನು "ನನ್ನಲ್ಲಿಯೇ" ಮನಸನ್ನಿಟ್ಟು "ನಾನೇ ಗತಿ" ಎಂದು ನಂಬಿ ಭಜಿಸುವುದಾದರೆ ಸರಿಯಾದ ರೀತಿಯಲ್ಲಿ ಯಾವ ಸಂಶಯವು ಇಲ್ಲದೆ ನನ್ನನ್ನು ನೀನು ತಿಳಿದುಕೊಳ್ಳುತ್ತೀಯೆ. ನೀನು ನನ್ನಲ್ಲಿಯೇ ಅನನ್ಯ ಪ್ರೇಮ ಆಸಕ್ತಿಯುಳ್ಳ ಮನಸ್ಸಿನಿಂದ ಮತ್ತು ಅನನ್ಯಭಾವದಿಂದ ನನ್ನನೇ ಆಶ್ರಯಿಸಿ ಯೋಗದಲ್ಲಿ ನಿರತನಾಗಿ, ಎಲ್ಲಾ ಅಲೌಕಿಕ ಬಲ ಐಶ್ವರ್ಯಾದಿ ಗುಣಗಳಿಂದ ಕೂಡಿದ ಹಾಗೂ ಎಲ್ಲರ ಅಂತರಾತ್ಮ ಸ್ವರೂಪಿಯಾದ ನನ್ನನ್ನು ಯಾವ ಪ್ರಕಾರವೂ ಸಂಶಯವಿಲ್ಲದೇ ತಿಳಿಯಬೇಕೋ ಅದನ್ನು ವಿವರಿಸುವೆನು ಕೇಳು. ನಾನು ನಿನಗೋಸ್ಕರ ಈ ವಿಜ್ಞಾನಸಹಿತ ತತ್ವಜ್ಞಾನವನ್ನು ನಿಶ್ಶೇಷವಾಗಿ ಹೇಳುವೆನು. ಅದನ್ನು ತಿಳಿದುಕೊಂಡ ಮೇಲೆ ಈ ಪ್ರಪಂಚದಲ್ಲಿ ಪುನಃ ತಿಳಿಯಬೇಕಾದದ್ದು ಮತ್ತೇನೂ ಸಹ ಉಳಿದಿರುವುದಿಲ್ಲ. ಸಾವಿರಾರು ಮನುಷ್ಯರಲ್ಲಿ ಯಾರೋ ಒಬ್ಬ ನನ್ನ ಸಾಕ್ಷಾತ್ಕಾರಕ್ಕಾಗಿ ಪ್ರಯತ್ನಿಸುತ್ತಾನೆ (ಜ್ಞಾನಸಿದ್ಧಿಗಾಗಿ) ಹಾಗೆ ಯತ್ನಿಸುವ ಯೋಗಿಗಳಲ್ಲಿಯೂ

ಸಹ ಯಾರೋ ಒಬ್ಬ ನನ್ನ ಪರಾಯಣನಾಗಿ ನನ್ನನ್ನು ಯಥಾರ್ಥವಾಗಿ ತಿಳಿದುಕೊಳ್ಳುತ್ತಾನೆ. ಅರ್ಥಾತ್ ರಹಸ್ಯಸಹಿತ ಅರಿಯುತ್ತಾನೆ. ಈ ನನ್ನ ಮೂಲ ಪ್ರಕೃತಿಯು ಎಂಟು ವಿಧವಾಗಿ ವಿಭಾಗಿಸಲ್ಪಟ್ಟಿದೆ. ಭೂಮಿ, ನೀರು, ಅಗ್ನಿ, ಗಾಳಿ ಮತ್ತು ಆಕಾಶ, ಮನಸ್ಸು, ಬುದ್ಧಿ ಹಾಗೂ ಅಹಂಕಾರವೂ ಸೇರಿ. ಇದು ನನ್ನದೇ ಪ್ರಕೃತಿ ಸ್ವರೂಪ. ಹಾಗೂ ಅಪರಾಪ್ರಕೃತಿ. ಜಡಪ್ರಕೃತಿಯಾಗಿದೆ. ಇದಕ್ಕಿಂತ ಬೇರೆಯಾದುದ್ದನ್ನು ಪರಾಪ್ರಕೃತಿ ನನ್ನ ಜೀವರೂಪಿ. ಅರ್ಥಾತ್ ಚೇತನ ಪ್ರಕೃತಿ ಎಂದು ತಿಳಿದುಕೋ. ಇದರಿಂದಲೇ ಈ ಜಗತ್ತೆಲ್ಲಾ ಧರಿಸಲ್ಪಟ್ಟಿರುವುದು. ಅದು ಜೀವಭೂತವಾಗಿದ್ದು ಚೈತನ್ಯಸ್ವರೂಪದಿಂದ ಕೂಡಿದೆ. ಈ ನನ್ನ ಪರಾಪರ ಪ್ರಕೃತಿಗಳಿಂದಲೇ ಎಲ್ಲಾ ಜೀವರಾಶಿಗಳು (ಚೇತನಾಚೇತನ) ಉತ್ಪತ್ತಿಯಾಗುವುದು ಮತ್ತು 'ನಾನು' (ಪರಮಾತ್ಮನೇ) ಸಮಸ್ತ ಜಗತ್ತಿನ ಉತ್ಪತ್ತಿ ಹಾಗೂ ಪ್ರಳಯಗಳಿಗೆ ಕಾರಣನಾಗಿದ್ದೇನೆ. ಜಗತ್ತಿನ "ಮೂಲಕಾರಣ ನಾನೇ" ಆಗಿದ್ದೇನೆ. ನನಗಿಂತಲೂ ಶ್ರೇಷ್ಠವಾದ ಪರಮಲುಚ್ಚ ಶರೀರದಲ್ಲಿ ಕಾರಣವಾದ ಬೇರೆ ವಸ್ತು ಯಾವುದೂ ಇಲ್ಲ ಒಂದು ದಾರದಲ್ಲಿ "ಮಣಿಗಳನ್ನು ಪೋಣಿಸಿದಂತೆ", ಇವೆಲ್ಲವೂ ನನ್ನ ಆಧಾರದಲ್ಲಿರುವುವು. ಎಲೈ ಅರ್ಜುನ! ನಾನು ನೀರಿನಲ್ಲಿ ರಸಸ್ವರೂಪಿಯಾಗಿಯೂ, ಚಂದ್ರಸೂರ್ಯರಲ್ಲಿರುವ ಪ್ರಕಾಶವು ನಾನೇ ಆಗಿ, ಎಲ್ಲಾ ವೇದಗಳಲ್ಲಿ "ಓಂ" ಕಾರನಾದವು ನಾನೇ, ಆಕಾಶದಲ್ಲಿ ಶಬ್ದವೂ, ನರರಲ್ಲಿ (ಪುರುಷರಲ್ಲಿ) ಪುರುಷತ್ವವು ನಾನೇ ಆಗಿದ್ದೇನೆ. ಭೂಮಿಯಲ್ಲಿ ಪವಿತ್ರವಾದ ಗಂಧವೂ ನಾನು, ಅಗ್ನಿಯಲ್ಲಿರುವ ತೇಜಸ್ಸು, ಪ್ರಾಣಿಗಳಲ್ಲಿರುವ ಜೀವಶಕ್ತಿ, ತಪೋನಿಷ್ಠರಲ್ಲಿ ತಪಸ್ಸು ನಾನೇ ಆಗಿದ್ದೇನೆ. ಎಲ್ಲಾ ಜೀವರಾಶಿಗಳಲ್ಲಿಯೂ ನಾನೇ ಸನಾತನವಾದ ಬೀಜವು ಮತ್ತು ಮೂಲಕಾರಣ ಹಾಗೂ ಬುದ್ಧಿವಂತರಲ್ಲಿರುವ ಬುದ್ಧಿಯೂ ಮತ್ತು ತೇಜಸ್ವಿಗಳ ತೇಜಸ್ಸೂ ಸಹ ನಾನೇ ಆಗಿದ್ದೇನೆ. ಭರತವಂಶದಲ್ಲಿ ಶ್ರೇಷ್ಠನಾದ ಹೇ ಅರ್ಜುನ ಬಲವಂತರಲ್ಲಿ ಕಾಮರಾಗಳಿಲ್ಲದ ಶುದ್ಧವಾದ ಬಲವು ನಾನೇ. ಎಲ್ಲಾ ಜೀವಿಗಳಲ್ಲಿರುವ ಧರ್ಮಾನುಕೂಲವಾದ (ಧರ್ಮಕ್ಕೆ ವಿರುದ್ಧವಲ್ಲದ) ಶಾಸ್ತ್ರೋಚಿತವಾದ ಕಾಮವೂ ನಾನೇ ಆಗಿದ್ದೇನೆ. ಸತ್ವ, ರಜ, ತಮ ಎಂಬ ಮೂರುಗುಣಗಳಿಂದ ಉತ್ಪತ್ತಿಯಾಗುವ ಯಾವ ಭಾವನೆಗಳಿವಿಯೋ ಅವುಗಳಲ್ಲೆವೂ ನನ್ನಿಂದಲೇ

ಉತ್ಪತ್ತಿಯಾದದ್ದು ಎಂದು ತಿಳಿದಿಕೋ ಆದರೆ ಅವುಗಳಲ್ಲಿ ನಾನಿಲ್ಲ. ಅವುಗಳು ನನ್ನಲ್ಲಿರುತ್ತವೆ. ಗುಣಗಳ ಈ ಮೂರು ಕಾರ್ಯರೂಪಿ ಭಾವಗಳಿಂದ ಈ ಸಮಸ್ತ (ಜೀವಿಗಳು) ಜಗತ್ತೆಲ್ಲಾ ಮೋಹಕ್ಕೆ ಒಳಗಾಗುತ್ತದೆ. ಜನರು ಪ್ರಕೃತಿಗಿಂತ ವಿಲಕ್ಷಣನಾದ (ಹೊರತಾದ) ಅವಿನಾಶಿಯಾದ ನನ್ನನ್ನು ಯಥಾರ್ಥವಾಗಿ ತಿಳಿಯಲಾರರು, ನನ್ನ ಅವ್ಯಯ ಸ್ವರೂಪವನ್ನು ಅರಿಯರು. ಈ ಅಲೌಕಿಕ ಅತ್ಯದ್ಭುತಾದ ತ್ರಿಗುಣಮಯವಾದ ಈ ನನ್ನ ದೈವೀಮಾಯೆಯನ್ನು ದಾಟುವುದು ಬಹಳ ಕಷ್ಟ. ಪಾರಾಗಲೂ ಇನ್ನೂ ಕಷ್ಟ. ಆದರೆ ನನಗೆ ಶರಣಾಗತರಾದವರು ಮಾತ್ರ ಹಾಗೂ ಯಾರು ನನ್ನನ್ನೇ ಸದಾ ಧ್ಯಾನಿಸುತ್ತಾ ಸ್ತುತಿಸುತ್ತಾರೆಯೋ, ಈ ಮಾಯೆಯನ್ನು ದಾಟಿ ಪಾರಾಗುತ್ತಾರೆ ಹಾಗೂ ಸಂಸಾರಬಂಧನದಿಂದ ಮುಕ್ತರಾಗುತ್ತಾರೆ. ಮಾಯೆಯಿಂದ ಅಪಹರಿಸಲ್ಪಟ್ಟ ಅರ್ಥಾತ್ ತಿಳುವಳಿಕೆಯನ್ನು ಕಳೆದುಕೊಂಡವರು, ನರಾಧಮರಾದ ದುಷ್ಕರ್ಮಿಗಳು ನನ್ನನ್ನು ಭಜಿಸುವುದೇ ಇಲ್ಲ ಹಾಗೂ ಆಸುರಿ ಸ್ವಭಾವವನ್ನು ಆಶ್ರಯಿಸಿರುವ ಮನುಷ್ಯರಲ್ಲಿ, ನೀಚ ಮತ್ತು ಕೆಟ್ಟ ಕೆಲಸ ಮಾಡುವ ಮೂರ್ಖರು ಸಹ ನನ್ನನ್ನು ಧ್ಯಾನಿಸುವುದಿಲ್ಲ. ಅವರ ಬುದ್ಧಿಯೂ ಮಾಯೆಯಿಂದ ಆವೃತ್ತವಾಗಿರುತ್ತದೆ. ಅವರು ಆಸುರಿ ವೃತ್ತಿಯನ್ನೇ ಅವಲಂಬಿಸಿರುತ್ತಾರೆ. (ಆಸುರಿ ಸಂಪತ್ತಿನ ಪ್ರಭಾವದ ವಿವರಣೆ 16ನೇ ಅಧ್ಯಾಯದಲ್ಲಿ ವಿವರವಾಗಿರುತ್ತದೆ).

ಹೇ ಅರ್ಜುನ ! ಆರ್ತನು, ಅರ್ಥಾರ್ಥಿಯು, ಜಿಜ್ಞಾಸು ಮತ್ತು ಜ್ಞಾನಿ ಎಂಬ ನಾಲ್ಕು ಪ್ರಕಾರಗಳ ಭಕ್ತರು ನನ್ನನ್ನು ಭಜಿಸುತ್ತಾರೆ. (1) ಸಾಂಸಾರಿಕ ವಸ್ತುಗಳಿಗಾಗಿ ಪ್ರಾರ್ಥಿಸುವವನು (2) ಸಂಕಟನಿವಾರಣೆಗಾಗಿ ಸ್ತುತಿಸುವನು (3) ಯಥಾರ್ಥರೂಪದಿಂದ ನನ್ನನ್ನು ತಿಳಿದುಕೊಳ್ಳುವ ಇಚ್ಛೆಯಿಂದ ಭಜಿಸುವವನು. (4) ಅದರಲ್ಲಿಯೂ ಸಹ ನಿತ್ಯವೂ ಒಂದೇಭಾವದಿಂದ ನನ್ನಲ್ಲಿಯೇ ಸ್ಥಿರವಾಗಿರುವ ಅನನ್ಯ ಪ್ರೇಮ–ಭಕ್ತಿಯುಳ್ಳ ಜ್ಞಾನಿಯು ಶ್ರೇಷ್ಠ ಮತ್ತು ಅತ್ಯುತ್ತಮ. ಹೀಗೆ ನಾಲ್ಕು ರೀತಿಯಲ್ಲಿ ಭಕ್ತರು ನನ್ನನ್ನು ಭಜಿಸುತ್ತಾರೆ. ನನ್ನನ್ನು "ತತ್ತ್ವತಃ" ತಿಳಿದ ಜ್ಞಾನಿಗೆ ನಾನು ಅತ್ಯಂತ ಪ್ರಿಯನು ಮತ್ತು ಆ ಜ್ಞಾನಿಯು ನನಗೆ ಅತ್ಯಂತ ಪ್ರಿಯನು. ಅವನು ನನ್ನಿಂದ ಎಂದೂ ದೂರವಾಗುವುದಿಲ್ಲ. ಅವನ ಭಕ್ತಿ ಅನನ್ಯವಾದದ್ದು. ಇದರ ಮೇಲೆ ಹೇಳಿದ

ಎಲ್ಲರೂ ಶ್ರೇಷ್ಠರು ಮತ್ತು ಉತ್ತಮರು. ಆದರೆ ಜ್ಞಾನಿಯು ಮಾತ್ರ ಸಾಕ್ಷಾತ್ ನನ್ನ ಸ್ವರೂಪನೇ. ಅವನು ಎಲ್ಲ ವಿಧದಿಂದಲೂ ನನ್ನನ್ನೇ ಪರಮಗತಿಯೆಂದು ನಂಬಿರುತ್ತಾನೆ. ಶ್ರೇಷ್ಟ ಹೇಗೆಂದರೆ, ಸಂಸಾರದಲ್ಲಿದ್ದು ಶ್ರದ್ಧೆಯಿಂದ ನನ್ನ ಧ್ಯಾನಕ್ಕಾಗಿ ಸಮಯವನ್ನು ವಿನಿಯೋಗಿಸುವ ಉತ್ತಮರು. ಪ್ರತಿನಿತ್ಯ ಅರ್ಧ ಗಂಟೆಯಾದರೂ ಧ್ಯಾನವನ್ನು ಮಾಡಿಯೇ ಮಾಡುತ್ತಾನೆ. ನನ್ನನ್ನು ಸುತ್ತಿಸುತ್ತಾ, ಚಿಂತಿಸುತ್ತಾ ಕಾಲವನ್ನು ಮಿತಿಯಿಲ್ಲದೆ ಮಾಡುವ ಮನಸ್ಸು ಅವನಲ್ಲಿರುತ್ತದೆ. ಆದರೆ ಜ್ಞಾನಿಯು ಸಾಕ್ಷಾತ್ ನನ್ನ ಸ್ವರೂಪ ಎಂದು ಪರಮಾತ್ಮ ಹೇಳಿರುವನು. ಬ್ರಹ್ಮಜ್ಞಾನವುಳ್ಳವನು ಕೊನೆಯಲ್ಲಿ ಜ್ಞಾನಿಯು ಇಲ್ಲಿ ಕಾಣುವುದೆಲ್ಲವೂ (ಅರ್ಥಾತ್) ವಾಸುದೇವನಲ್ಲದೇ ಬೇರೇನೂ ಇಲ್ಲವೇ ಇಲ್ಲ ಎಂದು ತಿಳಿದು ನಡೆಯುತ್ತಾನೆ. ಅನೇಕ ಜನ್ಮದಲ್ಲಿ ತತ್ವಜ್ಞಾನವನ್ನು ಪಡೆದು ಸರ್ವಸ್ವವೂ ವಾಸುದೇವನೇ ಎಂದು ನನ್ನನ್ನು ಧ್ಯಾನಿಸುತ್ತಾನೆ. ಅಂತಹ ಮಹಾತ್ಮರು ಅತ್ಯಂತ ದುರ್ಲಭರು ಮತ್ತು ಅಪರೂಪ. ಕೆಲವರು ತಮ್ಮ ತಮ್ಮ ಮನಸ್ಸಿನ ಕಾಮಗಳಿಂದ (ಆಸೆಯಿಂದ) ಸ್ವಭಾವದಿಂದ ಪ್ರೇರಣೆಗೊಂಡು ಆಯಾಯ ಸುಖ ಭೋಗಗಳ ಆಸೆಯಿಂದ, ಜ್ಞಾನಭ್ರಷ್ಟರಾದವರು, ವಿವೇಕಗಳನ್ನು ಕಳೆದುಕೊಂಡ ಜನರು ತಮ್ಮ ತಮ್ಮ ಮನಸ್ಸಿನ ಬಯಕೆಗಳನ್ನು ಪೂರೈಸಿಕೊಳ್ಳಲು ಅನ್ಯದೇವತೆಗಳನ್ನು ಉಪಾಸಿಸುತ್ತಾರೆ, ಭಜಿಸುತ್ತಾರೆ. ಆಯಾಯ ನಿಯಮವನ್ನು ಅವಲಂಬಿಸಿ ಭಜಿಸುತ್ತಾರೆ. ಆಗ "ನಾನು" ಯಾರು ಯಾರು ಯಾವ ಯಾವ ರೂಪದಲ್ಲಿ ದೇವತೆಗಳನ್ನು ಶ್ರದ್ಧೆಯಿಂದ. ಆರಾಧಿಸಲು ಇಚ್ಛಿಸುತ್ತಾರೋ ಆಯಾಯ ದೇವತೆಗಳಲ್ಲಿಯೇ ಶ್ರದ್ಧೆ ಉಂಟಾಗುವಂತೆ ಮಾಡಿ ಅದೇ ದೇವತೆಯಲ್ಲಿ "ನಾನು" ಸ್ಥಿರಪಡಿಸುತ್ತೇನೆ. ಇದಕ್ಕೂ ಪರಮಾತ್ಮನೇ ಕಾರಣ. ಅವನು ಶ್ರದ್ಧೆಯಿಂದ ತನ್ನ ಇಷ್ಟದೇವತೆಯನ್ನು ಆರಾಧಿಸುತ್ತಾನೆ. ಅವನಿಗೆ ಆ ದೇವತೆಯ ಮೂಲಕವೇ ಅವನ ಇಷ್ಟಾರ್ಥಗಳನ್ನು "ನಾನೇ" ಕೊಡುತ್ತೇನೆ. ಆದರೆ ಮೂಢರಾದ ಇವರಿಗೆ ದೊರಕುವ ಫಲವು ಅಶಾಶ್ವತವಾದದು ಎಂದು ಅರಿಯರು. ಅವರು ಅನ್ಯದೇವತೆಗಳ ಆರಾಧಕರು. ದೇವತೆಗಳ ಅನುಗ್ರಹವನ್ನು ಪಡೆಯುತ್ತಾರೆ. ಆದರೆ ನನ್ನ ಭಕ್ತರು ಹೇಗೆ ಧ್ಯಾನಿಸಿದರೂ, ಪೂಜಿಸಿದರೂ ಅಂತ್ಯದಲ್ಲಿ "ನನ್ನನ್ನೇ" ಪಡೆಯುತ್ತಾರೆ. ಅರ್ಥಾತ್ ಈ ಪ್ರಾಪಂಚಿಕ ಸುಖಭೋಗಗಳೆಲ್ಲವೂ

ನಶ್ವರ ಹಾಗೂ ಅಶಾಶ್ವತವಾದದು ಎಂದು ಅರಿತಿರುತ್ತಾರೆ. ಅವಿವೇಕಿಗಳು ನನ್ನ ಶ್ರೇಷ್ಠವಾದ ಅವ್ಯಕ್ತ ಸ್ವರೂಪವನ್ನು ತಿಳಿಯದೆ ನಾನು ಶರೀರಧಾರಿಯಾಗಿ ಕಂಡುಬರುವುದರಿಂದ ನನಗೂ ಜನ್ಮಗಳಿವೆ ಎಂದು ತಪ್ಪಾಗಿ ತಿಳಿಯುತ್ತಾರೆ. ಪರಮಾತ್ಮ, ಜನ್ಮರಹಿತ, ಅವಿನಾಶಿ (ಹುಟ್ಟು ಸಾವು ಇಲ್ಲದವನು ಹಾಗೂ ನಾಶವಾಗುವುದಿಲ್ಲ) ಆಗಿದ್ದರೂ ನನ್ನ ಮಾಯೆಯಿಂದ ಪ್ರಕಟವಾಗುತ್ತೇನೆ ಎಂಬ ಪ್ರಭಾವವನ್ನು "ತತ್ವತಃ" ತಿಳಿಯದೆ ಮನಸ್ಸು ಇಂದ್ರಿಯಗಳಿಗೆ ದೂರನಾದ ಸಚ್ಚಿದಾನಂದ ಘನಸ್ವರೂಪ ಪರಮಾತ್ಮನಾದ ನನ್ನನ್ನು ಮಾನವರಂತೆ ಜನಿಸಿ ವ್ಯಕ್ತಿತ್ವಭಾವವನ್ನು ಪಡೆದವನೆಂದು ಭಾವಿಸಿಕೊಳ್ಳುತ್ತಾರೆ.

ನಾನು ಎಲ್ಲರಿಗೂ ಕಾಣಿಸುವುದಿಲ್ಲ. ಏಕೆಂದರೆ, "ನಾನು" ಯೋಗ ಮಾಯೆಯಿಂದ ಆವೃತನಾಗಿದ್ದೇನೆ. ಮೂರ್ಖರು ನನ್ನ ಅವ್ಯಯಸ್ವರೂಪವನ್ನು ಅರಿಯಲಾರರು. ನನ್ನ ಯೋಗಮಾಯೆಯಿಂದ ನಾನು ಎಲ್ಲರಿಗೂ ಪ್ರತ್ಯಕ್ಷನಾಗುವುದಿಲ್ಲ. ಈ ಅಜ್ಞಾನಿ ಜನಸಮುದಾಯವು ಜನ್ಮರಹಿತನಾದ ಮತ್ತು ಅವಿನಾಶಿ ಪರಮಾತ್ಮನಾದ ನನ್ನನ್ನು ಯಥಾರ್ಥವಾಗಿ ತಿಳಿದುಕೊಳ್ಳುವುದಿಲ್ಲ. (ಉದಾ: ಮಹಾಭಾರತದಲ್ಲಿ ಪರಮಾತ್ಮ ಎದುರಿಗೆ ಇದ್ದರೂ ಅವನನ್ನು ಪರಮಾತ್ಮ ಎಂದು ತಿಳಿಯಲೇ ಇಲ್ಲದ ಪ್ರಸಂಗ ಅನೇಕ. ಅದನ್ನೇ ಕೃಷ್ಣನ ಲೀಲೆ ಎನ್ನುತ್ತಾರೆ. ಅವನೇ ಪರಮಾತ್ಮ, ಇಡೀ ವಿಶ್ವದ ಒಡೆಯ ಎಂದು ಅರಿಯುವುದಿಲ್ಲ). ಹೇ ಅರ್ಜುನ! ನಾನು ತ್ರಿಕಾಲದ ಮಹಿಮೆಯನ್ನು ತಿಳಿದವನು. ಹಿಂದೆ ಗತಿಸಿದ ಹೀಗೆ ನಡೆಯುತ್ತಿರುವುದು ಮುಂದೆ ಹುಟ್ಟಿಬರುವ ಎಲ್ಲಾ ಚರಾಚರಗಳ ಸ್ವರೂಪವನ್ನು ನಾನು ತಿಳಿದುಕೊಂಡಿದ್ದೇನೆ. ಆದರೆ ಯಾರೂ ಸಹ, ಶ್ರದ್ಧಾಭಕ್ತಿಗಳಿಲ್ಲದ ನನ್ನನ್ನು ತಿಳಿದುಕೊಳ್ಳಲಾರರು. ಈ ಪ್ರಪಂಚದಲ್ಲಿ ಎಲ್ಲಾ ಜೀವರಾಶಿಗಳು ರಾಗದ್ವೇಷರೂಪವಾದ ಸುಖ–ದುಃಖಾದಿ ದ್ವಂದ್ವರೂಪಿ ಮೋಹದಿಂದ (ಪ್ರಾಣಿಗಳೂ ಸಹ) ಹುಟ್ಟುವಾಗಲೇ ಎಲ್ಲಾ ಜೀವರಾಶಿಗಳು ಅಜ್ಞಾನ ಎಂಬ ಭ್ರಾಂತಿಗೊಳಗಾಗಿ ಸಿಕ್ಕಿಬೀಳುತ್ತವೆ. ಆದರೆ ಯಾರು ನಿಷ್ಕಾಮಭಾವದಿಂದ ಶ್ರೇಷ್ಠವಾದ ಕರ್ಮಗಳನ್ನು ಆಚರಿಸುವವರೊ ಹಾಗೂ ಪೂರ್ವಜನ್ಮದ ಕರ್ಮ (ಜನರ) ಪಾಪವು ನಾಶವಾಗಿ ಇರುತ್ತದೆಯೋ, ಅವರು ರಾಗದ್ವೇಷಾದಿ ಮೋಹದಿಂದ ಮುಕ್ತರಾದವರು ಮತ್ತು ದೃಢವಾದ ಭಕ್ತಿಯಿಂದ

ಧ್ಯಾನಿಸುವ ಭಕ್ತರು ಅವರು ದ್ವಂದ್ವಮೋಹಗಳನ್ನು ದಾಟಿ ಶ್ರದ್ಧೆಯಿಂದ ನನ್ನನ್ನು ಭಜಿಸುತ್ತಾರೆ ಮತ್ತು ಎಲ್ಲಾ ರೀತಿಯಿಂದಲೂ ಧ್ಯಾನಿಸಿ ಪೂಜಿಸುತ್ತಾರೆ. ಹೀಗೆ ಜನನಮರಣಗಳಿಂದ ಮುಕ್ತಿಯನ್ನು ಪಡೆಯಲು ನನ್ನನ್ನು (ಪರಮಾತ್ಮನನ್ನು) ಆಶ್ರಯಿಸಿಕೊಂಡು ನಿರಂತರ ಅಭ್ಯಾಸ ಹಾಗೂ ಸಾಧನೆಯನ್ನು ಮಾಡುವವರು ಹಾಗೂ ಬ್ರಹ್ಮಜ್ಞಾನವನ್ನು ಆಧ್ಯಾತ್ಮ ಜ್ಞಾನವನ್ನು, ಅಖಿಲಕರ್ಮಜ್ಞಾನವನ್ನು ತಿಳಿದುಕೊಳ್ಳುತ್ತಾರೆ. ಅದರ ಅರ್ಥಾತ್ ಯಾರು ಭಗವಂತನಲ್ಲಿ ಶರಣಾಗಿ ಹುಟ್ಟುಸಾವುಗಳಿಂದ ಬಿಡುಗಡೆಯಾಗಲು ಯತ್ನಿಸುತ್ತಾರೆಯೋ, ಅವರು ಆ ಬ್ರಹ್ಮವನ್ನೂ ಮತ್ತು ಸಂಪೂರ್ಣವಾಗಿ ಆಧ್ಯಾತ್ಮವನ್ನೂ ಹಾಗೂ ಸಂಪೂರ್ಣ ಜ್ಞಾನ ಅಖಿಲ ಕರ್ಮಜ್ಞಾನವನ್ನು ತಿಳಿದುಕೊಳ್ಳುತ್ತಾರೆ. ಅರ್ಥಾತ್! ಆವಿ, ಮೋಡ, ಹೊಗೆ, ನೀರು ಮತ್ತು ಮಂಜು ಇವುಗಳೆಲ್ಲವೂ ನೀರಿನ ಸ್ವರೂಪವೇ ಆಗಿದೆ. ಹಾಗೆಯೇ ಆದಿಭೂತ, ಆದಿದೈವ, ಆದಿಯಜ್ಞಗಳಿಂದ ಕೂಡಿದ ನನ್ನನ್ನು ಯಾರು (ಕರ್ಮ) ವಾಸುದೇವನ ಸ್ವರೂಪವೆಂದು ತಿಳಿದುಕೊಳ್ಳುತ್ತಾರೆಯೋ ಅವರು ಮುಕ್ತಮನಸ್ಸಿನವರಾಗಿದ್ದು ಮರಣ ಕಾಲದಲ್ಲೂ, ಅಖಿಲಾಂಡಕೋಟಿ ಬ್ರಹ್ಮಾಂಡನಾಯಕ ಪರಮಾತ್ಮನನ್ನೇ ಪಡೆಯುತ್ತಾರೆ. ಎಲ್ಲರ ಆತ್ಮರೂಪಿಯಾದ ನನ್ನನ್ನು ಯಾರು ಅಂತ್ಯಕಾಲದಲ್ಲಿ ಸಹ ತಿಳಿದುಕೊಳ್ಳುತ್ತಾರೆಯೋ ಆ ಮುಕ್ತ (ಚೇತನ) ಚಿತ್ತಪುರುಷರು ನನ್ನನ್ನೇ ತಿಳಿಯುವವರು. ಅರ್ಥಾತ್ ಸಾಕ್ಷಾತ್ಕರ ಪಡೆಯುವವರು.

– ಓಂ ತತ್ಸತ್ –

ಅಧ್ಯಾಯ–೮
ಅಕ್ಷರಬ್ರಹ್ಮ ಯೋಗ

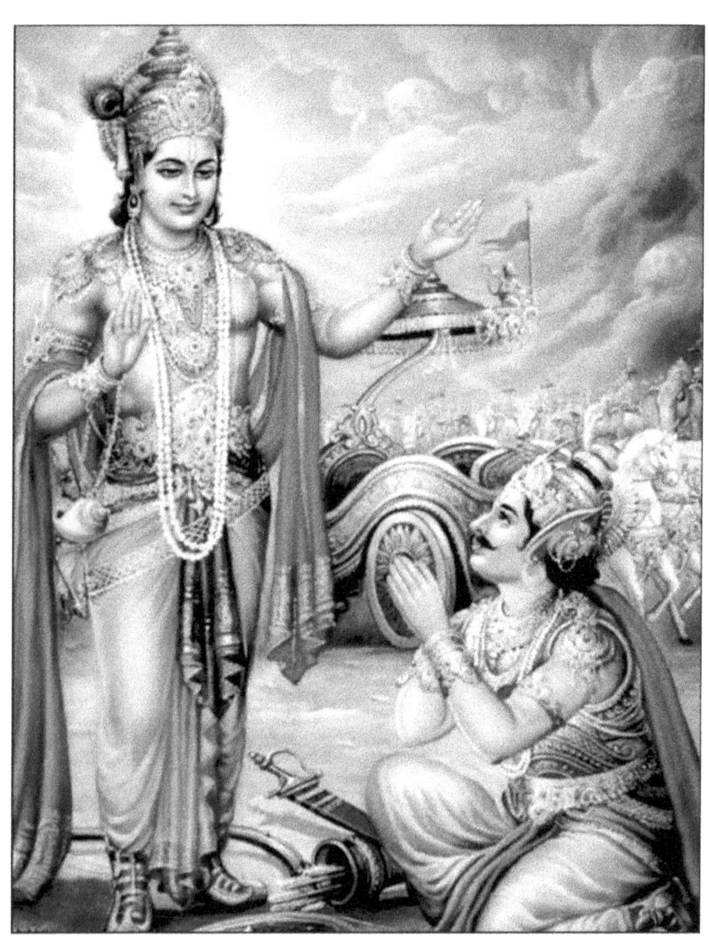

ಅಕ್ಷರಬ್ರಹ್ಮ ಯೋಗ

ಅರ್ಜುನ ಶ್ರೀಕೃಷ್ಣಪರಮಾತ್ಮನನ್ನು ಪ್ರಶ್ನಿಸುತ್ತಾನೆ : ಹೇ ಪುರುಷೋತ್ತಮ! ನೀನು ವಿವರಿಸಿದ ಆ ಬ್ರಹ್ಮ ಯಾವುದು ? ಆಧ್ಯಾತ್ಮಜ್ಞಾನ ಯಾವುದು ? ಕರ್ಮ ಯಾವುದು? ಅಧಿಭೂತ ಮತ್ತು ಅಧಿದೈವ ಎಂದು ಯಾವುದನ್ನು ಹೇಳಲಾಗುತ್ತದೆ? ಆಧ್ಯಾತ್ಮಜ್ಞಾನ ಎಂದರೇನು ? ಬ್ರಹ್ಮ ಎಂದರೇನು ಹೇಳು? ಪರಮಾತ್ಮ ಈ ದೇಹದಲ್ಲಿ ಅಧಿಯಜ್ಞನು ಯಾರು ? ಹೇಗಿದ್ದಾನೆ ಮತ್ತು ನಿಯತಾತ್ಮರಿಂದ ಅವರ ಕೊನೆಯ ಕಾಲದಲ್ಲಿ ನೀನು ಹೇಗೆ ಸ್ಮರಿಸಲ್ಪಡುತ್ತೀಯೇ? ಮತ್ತು ಯುಕ್ತ, ಚಿತ್ತ, ಪುರುಷರ ಮುಖೇನ ಅಂತ್ಯಕಾಲದಲ್ಲಿ ನೀನು ಯಾವ ರೀತಿ ತಿಳಿಯಲು ಸಾಧ್ಯವಾಗುವೆ ? ಆಗ ಅರ್ಜುನನಿಗೆ ಒಂದೊಂದನ್ನು ವಿವರಿಸಿ ಉತ್ತರಿಸುತ್ತಾನೆ. ಎಲೈ ಅರ್ಜುನ! ಇಲ್ಲಿಯವರೆಗೂ ಹೇಳಿರುವ ನಿರತಿಶಯವಾದ ಅಕ್ಷರ ಅರ್ಥಾತ್ ನಾಶರಹಿತವಾದ (ಅವಿನಾಶಿ) ಸಚ್ಚಿದಾನಂದ ಘನ ಪರಮಾತ್ಮನೇ "ಬ್ರಹ್ಮ" ವಸ್ತು ಅದರ ಸ್ವಭಾವವೇ ಆಧ್ಯಾತ್ಮ, ತನ್ನ ಸ್ವರೂಪ ಅರ್ಥಾತ್ ಚೇತನಜೀವ ಸಮುದಾಯವು ಆಧ್ಯಾತ್ಮ ಎಂಬುದಾಗಿ ಹೇಳಲಾಗುತ್ತದೆ. ಚರಾಚರ ಜೀವಿಗಳ ಭಾವೋತ್ಪತ್ತಿ ಹಾಗೂ ಅದರ ಸ್ಥಿತಿಗಳಿಗೆ ಸೃಷ್ಟಿ ರಚನಾರೂಪಕ್ರಿಯೆ ಅರ್ಥಾತ್ ಶಾಸ್ತ್ರೋಕ್ತ ಯಜ್ಞ, ದಾನ ಮತ್ತು ಹೋಮಾದಿಗಳ ನಿಮಿತ್ತವಾಗಿ ಮಾಡುವ ವಿವಿಧ ವಸ್ತುಗಳ ದ್ರವ್ಯ, ಉತ್ಪತ್ತಿ ಕ್ರಿಯೆಯನ್ನು ಕರ್ಮ ಎಂಬ ಹೆಸರಿನಿಂದ ಕರೆಯಲಾಗಿದೆ. ಅಂದರೆ, ಭೂತಕೋಟಿಗಳನ್ನು ಜೀವಿಗಳನ್ನು ಉತ್ಪನ್ನಮಾಡುವ ಸೃಷ್ಟಿ ವ್ಯಾಪಾರವೇ ಕರ್ಮ ಎನಿಸುತ್ತದೆ. ಉತ್ಪತ್ತಿ ಮತ್ತು ವಿನಾಶಧರ್ಮಗಳುಳ್ಳ ಪದಾರ್ಥಗಳೆಲ್ಲವೂ ಅಧಿಭೂತಗಳಾಗಿದೆ. ಹಿರಣ್ಮಯಿ ಪುರುಷನು (ಸುತಾತ್ಮ– ಹಿರಣ್ಯಗರ್ಭ– ಪ್ರಜಾಪತಿ ಹಾಗೂ ಬ್ರಹ್ಮ) ಅಧಿದೇವನು ದೇಹದಾರಿಗಳಲ್ಲಿ ಶ್ರೇಷ್ಠನಾದ ಅರ್ಜುನ! ಈ ಶರೀರದಲ್ಲಿ ವಾಸುದೇವನಾದ ನಾನೇ ಅಂತರ್ಯಾಮಿ ಅಧಿಯಜ್ಞನಾಗಿದ್ದೇನೆ. ಅಂತ್ಯಕಾಲದಲ್ಲಿ ಯಾರು ನನ್ನನ್ನೇ ಸ್ಮರಿಸುತ್ತಾ ಶರೀರವನ್ನು ತ್ಯಜಿಸಿ ಹೋಗುತ್ತಾರೆಯೋ ಅವರು ನನ್ನಸ್ವರೂಪವನ್ನೇ ಅರ್ಥಾತ್ ಸಾಕ್ಷಾತ್ಕಾರವನ್ನು ಪಡೆಯುತ್ತಾರೆ. ಇದರಲ್ಲಿ ಕಿಂಚಿತ್ತೂಸಹ ಸಂಶಯ ಎಂಬುದು ಇಲ್ಲವೇ ಇಲ್ಲ. ಮನುಷ್ಯನು ಮರಣಸಮಯದಲ್ಲಿ ಯಾವ ಯಾವ ಭಾವವನ್ನೇ ಸದಾಸ್ಮರಣೆ ಮಾಡುತ್ತ ಶರೀರವನ್ನು ತ್ಯಜಿಸುತ್ತಾನೆಯೋ ಅದನ್ನೇ ಪಡೆಯುತ್ತಾನೆ. ಏಕೆಂದರೆ, ಅವನು ಯಾವಾಗಲೂ ಅದೇ ಭಾವನೆಯಿಂದ

ಯೋಚಿಸುತ್ತಿರುತ್ತಾನೆ. ಅವನ ಚಿಂತನೆ ಮತ್ತು ಭಾವನೆ ಮನಸ್ಸಿನಲ್ಲಿ ಆಳವಾಗಿ ನೆಲೆಯೂರಿರುತ್ತದೆ. ಆದ್ದರಿಂದ ಅದನ್ನೇ ಚಿಂತನೆ ಮಾಡುತ್ತಾ, ಸ್ಮರಿಸುತ್ತಾ ಅಂತ್ಯಕಾಲದಲ್ಲಿ ಪ್ರಾಣವನ್ನು ಬಿಡುತ್ತಾನೆ. ಅದನ್ನೇ ಪಡೆಯುತ್ತಾನೆ. ಆದುದರಿಂದ ಎಲೈ ಅರ್ಜುನ! ನೀನು ಎಲ್ಲಾ ಸಮಯದಲ್ಲೂ ನನ್ನನ್ನೇ ಸ್ಮರಣೆ ಮಾಡುತ್ತಾ ಯುದ್ಧವನ್ನು ಮಾಡು, ಯಾವಾಗ ನಿನ್ನನ್ನು ನನಗೆ ಅರ್ಪಿಸಲ್ಪಡುವೆಯೋ ಮನಸ್ಸು ಬಂಧನೆಗೆ ಒಳಗಾಗದೆ ಸಂದೇಹವಿಲ್ಲದೆ ನನ್ನನ್ನೇ ಹೊಂದುವೆ. ಯುದ್ಧ ಮಾಡುವುದು ನಿನ್ನ ಕರ್ತವ್ಯ. ಉಳಿದಿದ್ದನ್ನು ನನಗೆ ಬಿಟ್ಟುಬಿಡು. ಯಾರೇ ಆಗಲಿ ಮಾಡುವ ಕೆಲಸವನ್ನು ಪರಮಾತ್ಮನಿಗೆ ಅರ್ಪಿಸಿ ಸಂಕಲ್ಪ ಮಾಡಿದರೆ ಕೆಲಸವು ತಾನಾಗಿ ನಡೆಯುವುದು ಅಲ್ಲಿ ನಾನು ಮಾಡುತ್ತಿದ್ದೇನೆ ಎಂಬ ಭಾವವು ಬರಬಾರದು ಎಂಬುದು ಇದರ ಅರ್ಥ. ಎಲೈ ಪಾರ್ಥ!, ಇದರಲ್ಲಿ ಒಂದು ನಿಯಮವಿದೆ – ಪರಮೇಶ್ವರನು ಜ್ಞಾನದ ಅಭ್ಯಾಸರೂಪಿ. ಯೋಗದಿಂದ ಕೂಡಿ ಅಚಲವಾದ ಮನಸ್ಸಿನಿಂದ ನಿರಂತರ ಚಿಂತಿಸುತ್ತಿರುವ ಮನುಷ್ಯನು ಪರಮದಿವ್ಯವಾದ ಪ್ರಕಾಶಸ್ವರೂಪಿ ಪುರುಷನನ್ನು ಮತ್ತು ಪರಮಾತ್ಮನ ಸಾಕ್ಷಾತ್ಕಾರವನ್ನು ಪಡೆದೇ ಪಡೆಯುತ್ತಾನೆ. ಇದಕ್ಕೆ ಮನುಷ್ಯನೂ ಅಭ್ಯಾಸಯೋಗದ ಮೂಲಕ ಮನಸ್ಸನ್ನು ಸ್ಥಿರಗೊಳಿಸಿ ಆತ್ಮ ಚಿಂತನೆಯನ್ನೇ ಮಾಡುವವನಾಗಬೇಕು. ಆಗ ಅವನು ಪರಮಾತ್ಮನನ್ನೇ ಪಡೆಯುವನು. ಸರ್ವಜ್ಞನೂ, ಆದಿಅಂತ್ಯವಿಲ್ಲದವನೂ, ಅನಾದಿಪರಮಪುರುಷನೂ, ಎಲ್ಲದರ ನಿಯಾಮಕನೂ, ಪುರಾಣಪುರುಷನೂ, ಸೂಕ್ಷ್ಮ ಅತಿಸೂಕ್ಷ್ಮನೂ, ಎಲ್ಲದಕ್ಕೂ ಆಧಾರಭೂತನಾಗಿರುವವನೂ, ಎಲ್ಲರ ಪೋಷಕ–ಪಾಲಕನಾದ ಅಚಿಂತ್ಯಸ್ವರೂಪನೂ, ಆದಿತ್ಯವರ್ಣನೂ, ಅವಿದ್ಯಾತೀತನೂ ಆಗಿರುತ್ತಾನೆಯೋ, ಆ ಪುರುಷನನ್ನು ಯಾರು ಧ್ಯಾನಿಸುತ್ತಾರೋ, ಅವರು ಆ ಪರಮಪುರುಷನನ್ನು ಪಡೆಯುತ್ತಾರೆ. ಪರಮಾತ್ಮ ಅಂತರ್ಯಾಮಿ ರೂಪದಿಂದ ಎಲ್ಲಾ ಚರಾಚರ ವಸ್ತುಗಳ ಶುಭ ಮತ್ತು ಅಶುಭ ಕರ್ಮಗಳಿಗೆ ಅನುಸಾರವಾಗಿ ನಿಯಂತ್ರಣ ಮಾಡುವವನು. ಆ ಭಕ್ತಿಯುಳ್ಳ ಪುರುಷನು ಅಂತ್ಯಕಾಲದಲ್ಲಿಯೂ ಸಹಯೋಗ ಬಲದಿಂದ ಹುಬ್ಬುಗಳ ಮಧ್ಯದಲ್ಲಿ ಪ್ರಾಣವಾಯುವನ್ನು ಚೆನ್ನಾಗಿ ಸ್ಥಿರಗೊಳಿಸಿ ಮತ್ತು ದೃಢವಾದ ಮನಸ್ಸಿನಿಂದ ಸ್ಮರಿಸಿದರೆ ಆ ದಿವ್ಯಸ್ವರೂಪಿ ಪರಮಪುರುಷನಿಗೆ ಪರಮಾತ್ಮನೇ ದೊರಕುತ್ತಾನೆ. ಅವನಿಗೆ ಪರಮಾತ್ಮನ ಸಾಕ್ಷಾತ್ಕಾರವು ಆಗುತ್ತದೆ.

ಇನ್ನು ಮುಂದೆ "ವೇದವಿತ್" ಎಂದರೆ ವೇದಗಳನ್ನು ಬಲ್ಲ ವಿದ್ವಾಂಸರು. ಯಾವ ಸಚ್ಚಿದಾನಂದ ಪರಮಪುರುಷನನ್ನೇ "ಅವಿನಾಶಿ" ಅಕ್ಷರಪುರುಷ ಎಂದು ಹೇಳುತ್ತಾರೋ ವೈರಾಗಿಗಳೆಲ್ಲರು ಯಾವ ಪದವನ್ನು ಪಡೆಯುತ್ತಾರೋ? ಯಾವುದನ್ನು ಇಚ್ಛಿಸಿ ಸಾಧಕರು ಬ್ರಹ್ಮಚರ್ಯವನ್ನು ಆಚರಿಸುತ್ತಾರೋ, ಆ ಪದವನ್ನು ಸಂಗ್ರಹವಾಗಿ ನಿನಗೆ ಹೇಳುತ್ತೇನೆ. ಎಲ್ಲಾ ಇಂದ್ರಿಯಗಳನ್ನು ಮತ್ತು ಇಂದ್ರಿಯದ್ವಾರಗಳನ್ನು ತಡೆದು ಅರ್ಥಾತ್ ಇಂದ್ರಿಯಗಳನ್ನು ಇಂದ್ರಿಯ ವಿಷಯಗಳಿಂದ ದೂರಮಾಡಿ ಮನಸ್ಸನ್ನು ಹೃದಯದಲ್ಲಿ ಸ್ಥಿರವಾಗಿ ನಿಲ್ಲಿಸಿ (ಅನಂತರ ಜಯಿಸಲ್ಪಟ್ಟ ಮನಸ್ಸಿನ ದ್ವಾರ) ಪ್ರಾಣವನ್ನು ಶಿರಸಿನಲ್ಲಿ ನೆಲೆಗೊಳಿಸಿ, ಪ್ರಾಣವಾಯುವನ್ನು ಬ್ರಹ್ಮರಂಧ್ರಕ್ಕೆ ಏರಿಸಿ, ಯೋಗಧಾರಣೆ ಮಾಡಿಕೊಂಡು ಬ್ರಹ್ಮವಾಚಕವಾದ "ಓಂ" ಕಾರವನ್ನು ಉಚ್ಚರಿಸುತ್ತಾ ನನ್ನನ್ನೇ ಚಿಂತಿಸುತ್ತಾ ಯಾವನು ದೇಹವನ್ನು ಬಿಡುವನೋ ಅದರ ಅರ್ಥಸ್ವರೂಪಿಯಾದ ನನ್ನ ನಿರ್ಗುಣ ಬ್ರಹ್ಮದ ಚಿಂತನೆ ಮಾಡುತ್ತ ಶರೀರವನ್ನು ತ್ಯಜಿಸಿ ಹೋಗುತ್ತಾನೋ ಅವನು ಪರಮಗತಿಯಾದ ಮೋಕ್ಷವನ್ನು ಪಡೆಯುತ್ತಾನೆ. ಯಾರು ನನ್ನಲ್ಲಿ ಅನನ್ಯಚಿಂತರಾಗಿ ನಿತ್ಯನಿರಂತರ ಪುರುಷೋತ್ತಮನಾದ ನನ್ನನ್ನು ಸ್ಮರಿಸುತ್ತಾರೆಯೋ ಆ ನಿರಂತರ (ಯೋಗಿ) ಸ್ಮರಣೆ ನನ್ನಲ್ಲಿಯೇ ಮಗ್ನರಾಗಿರುವ ಯೋಗಿಗೆ ನಾನು ಸುಲಭವಾಗಿ ಸಿಗುತ್ತೇನೆ. ಈ ರೀತಿ ನನ್ನನ್ನು ಪಡೆದವನು ಅಶಾಶ್ವತವಾದ ದುಃಖದಿಂದ ಕೂಡಿರುವ ಈ ಸಂಸಾರಕ್ಕೆ ಪುನಃ ಬರುವುದಿಲ್ಲ. ಅವರು ಪರಮಸಿದ್ಧಿಯನ್ನು ಪಡೆದವರು. ಎಲೈ ಅರ್ಜುನ! ಬ್ರಹ್ಮಲೋಕದ ಪರ್ಯಂತ ಎಲ್ಲ ಲೋಕಗಳೂ ಪುನರಾಗಮನ ಸ್ವಭಾವವುಳ್ಳದ್ದು ಆದರೆ ಎಲೈ ಕುಂತೀಪುತ್ರ! ನನ್ನ ಸಾಮೀಪ್ಯವನ್ನು ಪಡೆದವನಿಗೆ ಮಾತ್ರ ಪುನರ್ಜನ್ಮ ಉಂಟಾಗುವುದಿಲ್ಲ. ಏಕೆಂದರೆ, ನಾನು ಕಾಲಾತೀತನು ಮತ್ತು ಈ ಬ್ರಹ್ಮಾದಿ ಲೋಕಗಳೆಲ್ಲಾ ಕಾಲದ ಮೂಲಕ ಅವಧಿಗೆ ಒಳಪಟ್ಟಿರುವುದರಿಂದ ಅನಿತ್ಯವಾಗಿದೆ. ಬ್ರಹ್ಮಲೋಕವು ಕಾಲದ ಅವಧಿಯ ಪರಿಮಿತಿಗೆ ಒಳಪಟ್ಟಿರುತ್ತದೆ. (ಬ್ರಹ್ಮನ 1 ಹಗಲು 1 ಸಾವಿರ ವರ್ಷ ಅವಧಿಯುಳ್ಳದ್ದು ಹಾಗೆಯೇ 1 ರಾತ್ರಿ 1 ಸಾವಿರ ವರ್ಷ ಅವಧಿ) ಆದ್ದರಿಂದ ಇದನ್ನು ಯಾರು ತಿಳಿಯುತ್ತಾರೆಯೋ ಆ ಯೋಗಿಗಳು ಕಾಲತತ್ತ್ವವನ್ನು ತಿಳಿದವರು ಎನ್ನುತ್ತಾರೆ. ಬ್ರಹ್ಮನಿಗೆ ಹಗಲು ಆದಾಗ ಎಲ್ಲ ಚರಾಚರ ಜೀವರಾಶಿಗಳು ಬ್ರಹ್ಮನಸೂಕ್ಷ್ಮ ಶರೀರದಿಂದ (ಅವ್ಯಕ್ತ ಪ್ರಕೃತಿ) ಹುಟ್ಟುವುದು ಮತ್ತು ಬ್ರಹ್ಮನ ರಾತ್ರಿಯ ಪ್ರವೇಶಕಾಲದಲ್ಲಿ ಅವ್ಯಕ್ತ ಎಂಬ

ಬ್ರಹ್ಮನ ಸೂಕ್ಷ್ಮಶರೀರದಲ್ಲಿಯೇ ಲಯವಾಗುತ್ತದೆ (ಪ್ರಳಯವಾಗುವುದು). ಹೇ ಅರ್ಜುನ! ಈ ಭೂತಸಮುದಾಯವು (ಜೀವರಾಶಿಗಳು) ಮತ್ತೆ ಮತ್ತೆ ಹುಟ್ಟಿ ಮತ್ತೆ ಮತ್ತೆ ಪ್ರಳಯವಾಗುತ್ತದೆ. ಈ ರೀತಿ ಬ್ರಹ್ಮನ ಒಂದುನೂರು ವರ್ಷಗಳು ಪೂರ್ಣವಾದಾಗ ತನ್ನ ಲೋಕದಸಹಿತ ಬ್ರಹ್ಮನೂ ಸಹ ಶಾಂತನಾಗಿ ಹೋಗುತ್ತಾನೆ. ಈ ಅವ್ಯಕ್ತ ಪ್ರಕೃತಿಗಿಂತ ವಿಲಕ್ಷಣವೂ ಶ್ರೇಷ್ಠವೂ, ಸನಾತನವೂ ಆದದ್ದು ಬ್ರಹ್ಮತತ್ವವೂ ಆಗಿದೆ. ಎಲ್ಲಾ ಚರಾಚರ ಪ್ರಾಣಿಗಳೂ ನಾಶವಾಗಿ ಹೋದರೂ ಸಹ ಅವನು ನಾಶವಾಗುವುದಿಲ್ಲ, ಅರ್ಥಾತ್ ಅವು ನಾಶವಾಗುವ ಸಮಸ್ತ ಭೂತಗಳಲ್ಲಿದ್ದರೂ ಪರಮಾತ್ಮ ಅವಿನಾಶಿ. ಇದನ್ನೇ ಅವ್ಯಕ್ತವೆಂದೂ, ಅಕ್ಷರವೆಂದೂ, ಪರಮಗತಿಯೆಂದೂ ಹೇಳುತ್ತಾರೆ. ಯಾವುದನ್ನು ಸೇರಿದರೆ ಮತ್ತೆ ಪುನಃ ಸಂಸಾರಕ್ಕೆ ತಿರುಗಿಬರುವುದಿಲ್ಲವೋ ಅದು ಪರಮಾತ್ಮನಿರುವ ಸ್ಥಳ. ಹೇ ಪಾರ್ಥ! ಎಲ್ಲಾ ಜೀವರಾಶಿಗಳು ಯಾರಲ್ಲಿರುವುದೋ ಮತ್ತು ಯಾವ ಸಚ್ಚಿದಾನಂದ ಘನ ಪರಮಾತ್ಮನಿಂದ ಈ ಜಗತ್ತೆಲ್ಲವೂ ಪರಿಪೂರ್ಣವಾಗಿದೆಯೋ ಆ ಸನಾತನ ಅವ್ಯಕ್ತ ಪರಮಪುರುಷನು ಅನನ್ಯಭಕ್ತಿಯಿಂದ ಮಾತ್ರ ದೊರೆಯುತ್ತಾನೆ ಮತ್ತು ಅನನ್ಯಭಕ್ತಿಯಿಂದ ಮಾತ್ರ ಪಡೆಯಲು ಸಾಧ್ಯ. (ಉದಾ: ರಾಧೆ, ಮೀರಾ) (ಭಕ್ತಿಯ ಬಗ್ಗೆ ಮುಂದೆ ಬರುವ 12ನೇ ಅಧ್ಯಾಯದಲ್ಲಿ ತಿಳಿಯಬೇಕು). ಎಲೈ ಭರತರ್ಷಬ (ಅರ್ಜುನ)! ಯೋಗಿಗಳು ಯಾವ ಯಾವ ಕಾಲದಲ್ಲಿ ಶರೀರ ತ್ಯಾಗಮಾಡಿದ್ದಾರೆ ಹಿಂತಿರುಗಿ ಬರದಿರುವಂತಹ ಗತಿಯನ್ನು ಮತ್ತು ಹಿಂತಿರುಗಿ ಬರುವಂತಹ ಗತಿಯನ್ನು ಎರಡು ಮಾರ್ಗವನ್ನು ಹೇಳುವೆನು ಕೇಳು. ಕಾಲ ಎಂದರೆ ಮಾರ್ಗ ಎಂದರ್ಥ. ಯಾವ ಮಾರ್ಗದಲ್ಲಿ ಜ್ಯೋತಿರ್ಮಯ ಅಭಿಮಾನಿ, ಅಗ್ನಿದೇವತೆ ಹಗಲಿನ ಅಭಿಮಾನಿ ದೇವತೆ, ಶುಕ್ಲಪಕ್ಷದ ಅಭಿಮಾನಿ ದೇವತೆ ಇದ್ದಾರೆಯೋ ಮತ್ತು ಉತ್ತರಾಯಣದ 6 ಮಾಸಗಳ ಅಭಿಮಾನಿ ದೇವತೇ ಇದ್ದಾರೆಯೋ ಆ ಮಾರ್ಗದಲ್ಲಿ ಅಂತಿಮಯಾತ್ರೆ ಮಾಡಿದ ಬ್ರಹ್ಮಜ್ಞಾನಿ ಹಾಗೂ ಯೋಗಿಗಳು ಮೇಲೆ ಹೇಳಿದ ದೇವತೆಗಳ ಮೂಲಕ ಕ್ರಮಶಃ ಕರೆದೊಯ್ಯಲ್ಪಟ್ಟು ಬ್ರಹ್ಮವಸ್ತುವನ್ನು ತಲುಪುತ್ತಾರೆ ಹಾಗೂ ಯಾವ ಮಾರ್ಗದಲ್ಲಿ ಭೂಮಾಭಿಮಾನಿ ಅಂಧಕಾರದ ಅಭಿಮಾನಿ ದೇವತೆ, ರಾತ್ರಿ ಹಾಗೂ ಕೃಷ್ಣಪಕ್ಷದ ಅಭಿಮಾನಿ ದೇವತೆ ಇದ್ದಾರೆಯೋ, ಹಾಗೂ ದಕ್ಷಿಣಾಯನದ ಅಭಿಮಾನಿ ದೇವತೆಗಳಿದ್ದಾರೆಯೋ ಆ ಮಾರ್ಗದಲ್ಲಿ ಮೃತಪಟ್ಟ ಸಕಾಮ ಕರ್ಮಯೋಗಿಯು ಮೇಲೆ ತಿಳಿಸಿದ ಮೂಲಕ ಕ್ರಮಶಃ

ಕರೆದೊಯ್ಯಲ್ಪಟ್ಟು ಚಂದ್ರನ ಜ್ಯೋತಿಯನ್ನು ಸೇರಿ ತಮ್ಮ ತಮ್ಮ ಶುಭಕರ್ಮಗಳ ಫಲವನ್ನು ಅನುಭವಿಸಿ ಪುನರ್ಜನ್ಮವನ್ನು ಪಡೆಯುತ್ತಾರೆ. ಜಗತ್ತಿನಲ್ಲಿ ಈ ಎರಡು ಪ್ರಕಾರಗಳ ಕಾಲ (ಮಾರ್ಗ), ಶುಕ್ಲ ಕೃಷ್ಣ ಅರ್ಥಾತ್ ದೇವಯಾನ ಮತ್ತು ಪಿತೃಯಾನ ಮಾರ್ಗಗಳು, ಸನಾತನ ಎಂದು ತಿಳಿಯಲ್ಪಟ್ಟಿದೆ. ಇದರಲ್ಲಿ ಒಂದು ಪುನರ್ಜನ್ಮ ಮತ್ತೊಂದು ಪುನರ್ಜನ್ಮವಿಲ್ಲದು ಎಂದು ಅರಿಯಬೇಕು. ಅರ್ಥಾತ್ ಜನನ, ಮರಣಗಳು, ಮನುಷ್ಯನ ಅಧೀನವಲ್ಲ, ಭಗವಂತನ ಅಧೀನ ನಾವು ಭಗವಂತನಿಂದ ಉಪದೇಶಿಸಲ್ಪಟ್ಟಿರುವುದನ್ನು ಯಥಾರ್ಥ ಜ್ಞಾನದಿಂದ, ಭಕ್ತಿಯಿಂದ ಪೂಜಿಸುತ್ತಾ ಹಾಗೂ ಯಥಾಶಕ್ತಿ ತನ್ನಲ್ಲಿರುವ ದಾನಧರ್ಮಗಳನ್ನು ಮಾಡುತ್ತಾ ಸಾಮಾನ್ಯಧರ್ಮಗಳನ್ನು ಅನುಸರಿಸುತ್ತಾ ಭಗವಂತನಲ್ಲಿ ಶರಣಾಗತನಾದರೆ ನಮಗೆ ಸನ್ಮಾರ್ಗವನ್ನು ಭಗವಂತ ತೋರಿಸುತ್ತಾನೆ. ಈ ಎರಡು ಮಾರ್ಗಗಳಲ್ಲಿ ಯಾರಿಗೆ ಯಾವ ಮಾರ್ಗ ಎಂದು ಅರಿಯಲು ಸಾಧ್ಯವಿಲ್ಲ. ಇದು ಸಹ ಪರಮಾತ್ಮನದ್ದೇ. ಹೇ ಪಾರ್ಥ! ಈ ರೀತಿ ಎರಡು ಮಾರ್ಗವನ್ನು ಯಥಾರ್ಥವಾಗಿ ತಿಳಿಯುತ್ತಾ ಸರಿಯಾದ ಯೋಗದ ಸಾಧನೆ ಮಾಡುವವನು. ಈ ಲೌಕಿಕದಲ್ಲಿರುವ ವಸ್ತುಗಳ ಮೋಹಕ್ಕೆ ಒಳಗಾಗುವುದಿಲ್ಲ. ಆದರೆ ನೀನು ಅರ್ಜುನ ಸದಾ ಎಲ್ಲಾ ಕಾಲದಲ್ಲಿಯೂ ಸಮತ್ವ ಬುದ್ಧಿಯುಳ್ಳವನಾಗಿ ಯೋಗದಿಂದ ಕೂಡಿರು ಎಂದರೆ ನಿರಂತರ ನನ್ನ ಸಾಕ್ಷಾತ್ಕಾರಕ್ಕಾಗಿ ಸಾಧನೆ ಮಾಡು ಹಾಗೂ ಪ್ರಯತ್ನಗಳನ್ನು ಸಫಲಗೊಳಿಸಿಕೋ ಹಾಗೆಂದರೆ ನೀನು ಸದಾಕಾಲ ಯೋಗಯುಕ್ತನಾಗಿರು, ನಿನ್ನ ಕರ್ತವ್ಯವನ್ನು ನೀನು ಮಾಡು ಪುನಃ ಅವನು ನಿಷ್ಕರ್ಮಭಾವದಿಂದಲೇ ಸಾಧನೆಮಾಡುತ್ತಾನೆ. ಕಾಮ ಜಾಲ ಪ್ರಪಂಚದಲ್ಲಿ ಸಿಕ್ಕಿಕೊಳ್ಳುವುದಿಲ್ಲ. ಯೋಗಿಯು, ಈ ರಹಸ್ಯವನ್ನು ಯಥಾರ್ಥವಾಗಿ ತಿಳಿದುಕೊಂಡು ವೇದ ಮತ್ತು ಯಜ್ಞ, ತಪಸ್ಸು, ದಾನಾದಿಗಳನ್ನು ಮಾಡುವುದರಿಂದ ಈ ಪ್ರಪಂಚದಲ್ಲಿರುವ ಯಾವ ಪುಣ್ಯಫಲಗಳನ್ನು ಹೇಳಲಾಗಿದೆಯೋ ಅವುಗಳನ್ನೆಲ್ಲಾ ಉಲ್ಲಂಘಿಸಿಬಿಡುತ್ತಾನೆ ಹಾಗೂ ಸನಾತನ ಪರಮಪದವನ್ನು ಪಡೆದುಕೊಳ್ಳುತ್ತಾನೆ.

– ಓಂ ತತ್ಸತ್ –

ಅಧ್ಯಾಯ–೯

ರಾಜವಿದ್ಯಾ ರಾಜಗುಹ್ಯ ಯೋಗ

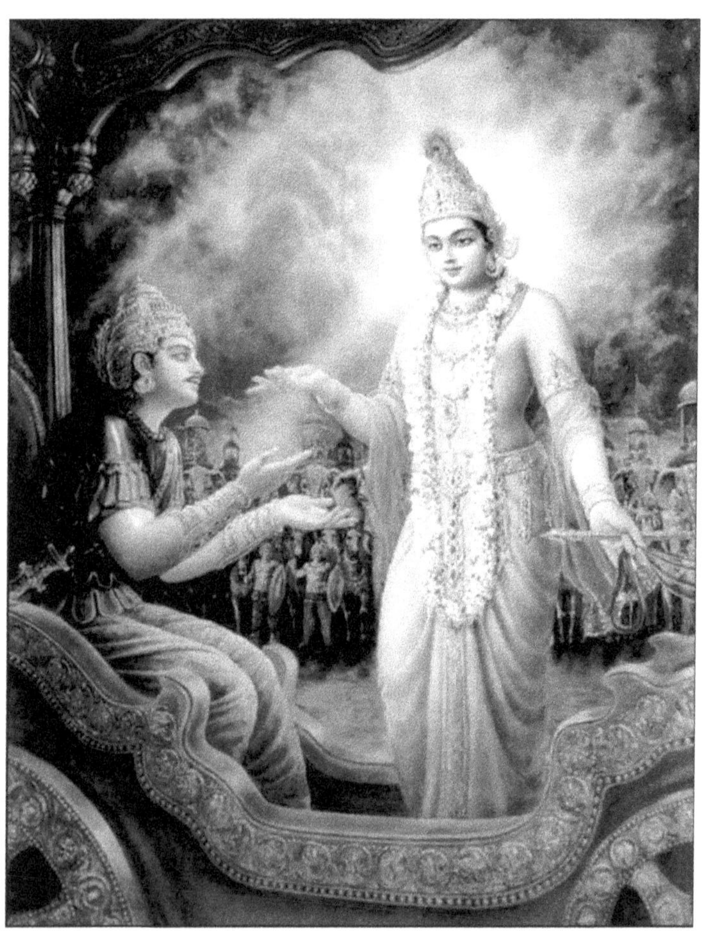

ರಾಜವಿದ್ಯಾ–ರಾಜಗುಹ್ಯ ಯೋಗ

ಹೇ ಅರ್ಜುನ! ದೋಷರಹಿತ (ಅನುಸೂಯವೇ) ದೃಷ್ಟಿಕೋನವುಳ್ಳವನು ಹಾಗೂ ಅಸೂಯಾರಹಿತನಾದ ನಿನಗೆ (ಭಕ್ತನಾದ) ಈಗ ಅತ್ಯಂತ ರಹಸ್ಯಜ್ಞಾನವನ್ನು ಪರಮಗೋಪ್ಯವಾದ ವಿಜ್ಞಾನಸಹಿತ ಜ್ಞಾನವನ್ನು ನಿನ್ನ ಅನುಭವಕ್ಕೆ ಬರುವಂತೆ ವಿವರಿಸುತ್ತೇನೆ. ಇದನ್ನು ತಿಳಿಯುವುದರಿಂದ ನೀನು ದುಃಖರೂಪಿ ಸಂಸಾರಬಂಧನದಿಂದ ಬಿಡುಗಡೆಯನ್ನು ಪಡೆಯುವೆ ಹಾಗೂ ಸಂಸಾರದಿಂದ ಮುಕ್ತನಾಗುವೆ. ಎಲ್ಲಾ ವಿದ್ಯೆಗಳಲ್ಲಿ ಅತ್ಯಂತ ಶ್ರೇಷ್ಠವಾದದ್ದು, ರಹಸ್ಯವಾದದ್ದು ಪವಿತ್ರವಾದದ್ದು ಹಾಗೂ ಸುಲಭಸಾಧ್ಯವಾದದ್ದು. ಈ ವಿಜ್ಞಾನಸಹಿತ ಜ್ಞಾನವು ಎಲ್ಲಾ ವಿದ್ಯೆಗಳ ರಾಜ, ಅತ್ಯುತ್ತಮ, ಪ್ರತ್ಯಕ್ಷ ಫಲಕಾರಿ ಮತ್ತು ಧರ್ಮಯುಕ್ತವಾದದು. ಅಷ್ಟುಮಾತ್ರವಲ್ಲ. ಸಾಧನೆ ಮಾಡಲು ಬಹಳ ಸುಲಭ ಹಾಗೂ ಅವಿನಾಶಿ, ಅವ್ಯಯವಾದದು. ಇದರ ಫಲವನ್ನು ಪ್ರತ್ಯಕ್ಷವಾಗಿ ನೀನೇ ನೋಡುತ್ತೀಯೇ. ಎಲೈ ಪರಂತಪ! (ಮೇಲೆ ಹೇಳಿದ ಪ್ರಕಾರ) ಈ ತತ್ವಜ್ಞಾನಿರೂಪಿ ಧರ್ಮದಲ್ಲಿ ಶ್ರದ್ಧೆಯಿಲ್ಲದ ಪುರುಷರು, ನನ್ನನ್ನು ಅರ್ಥಾತ್ ನನ್ನ ಸಾನಿಧ್ಯವನ್ನು ಪಡೆಯದೇ ಮೃತ್ಯುರೂಪಿ ಸಂಸಾರಚಕ್ರದಲ್ಲಿ ಸುತ್ತುತ್ತಿರುತ್ತಾರೆ. ಅವ್ಯಕ್ತರೂಪನಾದ ನನ್ನಿಂದ ಈ ಜಗತ್ತೆಲ್ಲವೂ ವ್ಯಾಪಿಸಿದೆ. ಈ ಇಡೀ ಜಗತ್ತು ನೀರಿನಿಂದಾದ ಹಿಮದ ಗೆಡ್ಡೆಯಂತೆ ಪರಿಪೂರ್ಣವಾಗಿದೆ ಮತ್ತು ಚರಾಚರಗಳೆಲ್ಲಾ ನನ್ನ ಸಂಕಲ್ಪದ ಆಧಾರದಿಂದ ಅಂತರ್ಗತವಾಗಿದೆ. ಅದರ ಪ್ರಯುಕ್ತ, ವಾಸ್ತವವಾಗಿ ನಾನು ಅವುಗಳಲ್ಲಿ ಇರುವುದಿಲ್ಲ. ಸಮಸ್ತ ಜೀವರಾಶಿಗಳು ನನ್ನಲಿವೆ. ಆದರೆ ನಾನು ಅವುಗಳಲ್ಲಿ ಇರುವುದಿಲ್ಲ. ಭಗವಂತನ ಸೃಷ್ಟಿ–ವಾಯು ಯಾವ ರೀತಿ ಆಕಾಶದಿಂದ ಉತ್ಪತ್ತಿಯಾಗಿ ಎಲ್ಲೆಲ್ಲಿಯೂ ಸಂಚರಿಸುತ್ತಾ ಹೇಗೆ ಆಕಾಶದಲ್ಲಿರುವುದೋ ಹಾಗೆಯೇ ಜೀವರಾಶಿಗಳು ನನ್ನ ಸಂಕಲ್ಪದಿಂದ ಉತ್ಪತ್ತಿಯಾಗುವುದರಿಂದ ಸಮಸ್ತಜೀವಿಗಳು ನನ್ನಲ್ಲಿಯೇ ಇರುತ್ತವೆ ಎಂದು ತಿಳಿದಿಕೋ. ಕಲ್ಪದ ಆದಿಯಲ್ಲಿ ಎಲ್ಲಾ ಜೀವರಾಶಿಗಳು ಉತ್ಪತ್ತಿಯಾಗಿ ನನ್ನ ಪ್ರಕೃತಿಯನ್ನು ಪಡೆಯುತ್ತವೆ. ಹಾಗೆಯೇ ಕಲ್ಪದ ಅಂತ್ಯದಲ್ಲಿ ಪ್ರಕೃತಿಯಲ್ಲೇ ಲಯವಾಗುತ್ತದೆ. ಮತ್ತೇ ಕಲ್ಪದ ಆದಿಯಲ್ಲಿ ಅವುಗಳನ್ನು ನಾನು ಪುನಃ ರಚಿಸುತ್ತೇನೆ. ಈ ಎರಡೂ ಕ್ರಿಯೆಯು ನನ್ನಲ್ಲೇ ನಡೆಯುವುವು. ನನ್ನ

ಮಾಯಾಶಕ್ತಿಯನ್ನು ಉಪಯೋಗಿಸಿಕೊಂಡು ತ್ರಿಗುಣಮಯ ಮಾಯೆಯನ್ನು (ಸತ್ವ, ರಜ, ತಮಸ್ಸು) ಅಂಗೀಕರಿಸಿ ಸ್ವಭಾವವಶದಿಂದ ಪರತಂತ್ರವಾಗಿರುವ ಈ ಸಮಸ್ತ ಪ್ರಾಣಿಸಮುದಾಯವನ್ನು, ಜೀವರಾಶಿಗಳನ್ನು ಮತ್ತೆ ಮತ್ತೆ ಅವುಗಳ ಕರ್ಮಗಳಿಗೆ ಅನುಸಾರವಾಗಿ ರಚಿಸುತ್ತೇನೆ. ಆದರೆ ಇದರಿಂದಾಗಿ ನನಗೆ ಯಾವರೀತಿಯ ಹಾನಿಯೂ ಇಲ್ಲ. ಏಕೆಂದರೆ ಸೃಷ್ಟಿ (ಉತ್ಪತ್ತಿ) ಸ್ಥಿತಿ ಮತ್ತು ಲಯಗಳಲ್ಲಿ ನಾನು ಉದಾಸೀನನೂ ಆಗಿರುತ್ತೇನೆ ಹಾಗೂ ತಟಸ್ಥನಾಗಿರುವೆನು ಮತ್ತು ನಿರಾಸಕ್ತನಾಗಿರುತ್ತೇನೆ. (ಯಾವ ಕಾರ್ಯಗಳೆಲ್ಲವೂ ಕರ್ತೃತ್ವಭಾವವಿಲ್ಲದೆ ತನ್ನಷ್ಟಕ್ಕೆ ತಾನೇ ಅಧಿಕಾರಮಾತ್ರದಿಂದಲೇ ನಡೆಯುತ್ತವೆಯೋ ಅದನ್ನು "ಉದಾಸೀನವತ್" ಎನ್ನುತ್ತಾರೆ). ಎಲೈ ಅರ್ಜುನ! ನಿಯಾಮಕನಾದ ನನ್ನ ಅಧ್ಯಕ್ಷತೆಯ ಸ್ಫೂರ್ತಿಯಿಂದ ಪ್ರಕೃತಿಯ ಮಾಯೆಯು, ಚರಾಚರಸಹಿತ ಇಡೀ ಜಗತ್ತನ್ನು ರಚಿಸುತ್ತದೆ ಮತ್ತು ಈ ಕಾರಣದಿಂದಾಗಿಯೇ ಇಡೀ ಜಗತ್ತು ಪರಿವರ್ತನೆಗೊಳ್ಳುತ್ತಿರುವುದು ಮತ್ತು ಸಂಸಾರಚಕ್ರವು ಸುತ್ತುತ್ತಾಯಿದೆ. ಮೂಢರು ಮಾನವ ಶರೀರಧಾರಿಯಾಗಿ ಕಾಣುವ ನನ್ನನ್ನು ಸರಿಯಾಗಿ ತಿಳಿಯುವುದಿಲ್ಲ. ಅವರಿಗೆ ನನ್ನಸ್ವರೂಪಜ್ಞಾನವಿರುವುದಿಲ್ಲ. ಅರ್ಥಾತ್ ಮಾನವ ಶರೀರವನ್ನು ಧರಿಸಿರುವ ಪರಮಾತ್ಮನಾದ ನನ್ನನ್ನು ಕೀಳಾಗಿ ಕಾಣುತ್ತಾರೆ. ಅಂದರೆ, ಭಗವಂತ ತನ್ನ ಯೋಗಮಾಯೆಯಿಂದ ಜಗತ್ತಿನ ಜೀವರಾಶಿಗಳ ಉದ್ಧಾರಕ್ಕಾಗಿ ಮನುಷ್ಯರೂಪದಲ್ಲಿ ನಡೆದುಕೊಳ್ಳುವ ನನ್ನನ್ನು ಸಾಧಾರಣ ಮನುಷ್ಯನೆಂದು ಭಾವಿಸುತ್ತಾರೆ. ಏಕೆಂದರೆ, ಅವರೆಲ್ಲಾ ರಾಕ್ಷಸೀರೂಪವಾದ ಆಸುರಿಪ್ರಕೃತಿಗೆ ಸಿಕ್ಕಿಕೊಂಡವರು ಇವರುಗಳ ವ್ಯರ್ಥವಾದ ಆಸೆ, ಕಾರ್ಯ ಹಾಗೂ ವ್ಯರ್ಥವಾದ ಜ್ಞಾನಗಳುಳ್ಳ ಅಜ್ಞಾನಿಗಳು. ಇವರು ವ್ಯರ್ಥವಾದ ಕರ್ಮಗಳನ್ನು ಡಂಬಾಚಾರದಲ್ಲಿ ಕಾರ್ಯಗಳನ್ನು ಪ್ರದರ್ಶಿಸುತ್ತಾ ನಾನಾ ರೀತಿಯ ಕರ್ಮಗಳನ್ನು ಮಾಡುತ್ತಾ ವ್ಯರ್ಥವಾಗಿ ಜೀವಿಸುತ್ತಾರೆ. (ಆಸುರಿ ಅಥವಾ ರಾಕ್ಷಸ) ರಾಕ್ಷಸರ ಮತ್ತು ಅಸುರರಂತಹ ಮೋಹಕಾರಿ ತಾಮಸ ಸ್ವಭಾವವನ್ನು ಆಶ್ರಯಿಸಿರುತ್ತಾರೆ. (ಆಸುರಿ ಈ ರೀತಿ ಸಂಪತ್ತುಳ್ಳ ಜನರ ಗುಣಗಳನ್ನು 16ನೇ ಅಧ್ಯಾಯದಲ್ಲಿ ವಿಸ್ತಾರವಾಗಿ ಹೇಳಲಾಗಿದೆ). ದೈವೀಸಂಪತ್ತುಳ್ಳ ಜನರು ಈ ಪ್ರಕೃತಿಯ ಆಶ್ರಯ ಪಡೆದ ಮಹಾತ್ಮರು ನನ್ನನ್ನು

ಎಲ್ಲಜೀವಿಗಳಿಗೂ ಸನಾತನದ ಧರ್ಮಕ್ಕೂ ಮೂಲಕಾರಣನೆಂದು ನಾಶವಿಲ್ಲದ ಅಕ್ಷರ ಸ್ವರೂಪಿಯೆಂದು ತಿಳಿದುಕೊಂಡು ಅನನ್ಯ ಮನಸ್ಕರಾಗಿ ನಿರಂತರವಾಗಿ ಭಜಿಸುತ್ತಾರೆ. ಸಜ್ಜನರಾದವರು ಸತ್ವಗುಣವನ್ನು ಆಶ್ರಯಿಸುವುದರಿಂದ ಜಗತ್ತಿನ ಸೃಷ್ಟಿಕರ್ತನೆಂದು ನನ್ನನ್ನು ಅನನ್ಯಭಾವದಿಂದ ಭಜಿಸುತ್ತಾರೆ. ಮಾನವನು ಭಗವಂತನನ್ನು ಪಡೆಯಲು ಸತತವಾಗಿ ಪ್ರಯತ್ನಿಸಬೇಕು ಎಂದರ್ಥ. ದೃಢನಿಶ್ಚಯವುಳ್ಳ ಭಕ್ತರು ನಿರಂತರವಾಗಿ ನನ್ನ ನಾಮ ಸ್ಮರಣೆ ಮತ್ತು ಗುಣಗಳ ಕೀರ್ತನೆ ಮಾಡುತ್ತಾ ಮತ್ತು ನನ್ನ ಸಾಕ್ಷಾತ್ಕಾರಕ್ಕಾಗಿ ಪ್ರಯತ್ನಿಸುತ್ತಿರುತ್ತಾರೆ. ನನಗೆ ಪದೇ ಪದೇ ನಮಸ್ಕರಿಸುತ್ತಾ ಯಾವಾಗಲೂ ನನ್ನ ನಾಮವನ್ನೇ ನೆನೆಯುತ್ತಾ, ಪ್ರತಿಯೊಂದು ಕೆಲಸದಲ್ಲೂ ಸ್ಮರಿಸುತ್ತಾ ಯಾವಾಗಲೂ ನನ್ನಧ್ಯಾನದಲ್ಲಿ ನಿರಂತರವಾಗಿ ಅನನ್ಯಭಕ್ತಿಯಿಂದ ನನ್ನನ್ನು ಆರಾಧಿಸುತ್ತಾರೆ. ನನ್ನ ಪ್ರಾಪ್ತಿಗಾಗಿ ಶ್ರಮಿಸುತ್ತಾರೆ. ಬೇರೆ ಬೇರೆ ಜ್ಞಾನಯೋಗಿಗಳು ನನ್ನನ್ನು ನಿರ್ಗುಣ, ನಿರಾಕಾರ ಬ್ರಹ್ಮನೆಂದು ಜ್ಞಾನಯಜ್ಞದ ಮೂಲಕ ಅಭಿನ್ನಭಾವದಿಂದ ಆರಾಧಿಸುತ್ತಿದ್ದರೂ ನನ್ನ ಉಪಸಾನೆಯನ್ನೇ ಮಾಡುತ್ತಾರೆ. ಇನ್ನು ಕೆಲವರು ವಿರಾಟಸ್ವರೂಪ ಪರಮೇಶ್ವರನಾದ (ವಿಶ್ವರೂಪ) ನನ್ನನ್ನು ಬೇರೆ ಬೇರೆ ಭಾವದಿಂದ ವಿಧವಿಧವಾಗಿ ಭಜಿಸುತ್ತಾರೆ. 'ಅಹಂಕೃತುಃ' ಅರ್ಥಾತ್ ಶ್ರೌತ ಕರ್ಮವೂ ನಾನೇ, ಯಾಗವೂ ನಾನೇ, ಯಜ್ಞ ಅರ್ಥಾತ್ ಪಂಚಮಹಾಯಜ್ಞ, ಸ್ಮಾರ್ಥಕರ್ಮವೂ ನಾನೇ ಸ್ವಧಾ ಅರ್ಥಾತ್ ಪಿತೃಗಳ ನಿಮಿತ್ತ ಅರ್ಪಿಸುವ ತರ್ಪಣ ನಾನೇ, ಔಷಧಿ. ವನಸ್ಪತಿಗಳೆಲ್ಲಾ ನಾನೇ ಮತ್ತು ಮಂತ್ರವೂ ನಾನೇ, ತುಪ್ಪವು, ಅಗ್ನಿಯು, ಅವನರೂಪಿ ಕ್ರಿಯೆಯು ಸಹ ನಾನೇ ಆಗಿದ್ದೇನೆ. ಯಜ್ಞೇಶ್ವರನು ಪರಮಾತ್ಮನೇ ಹಾಗೂ ಯಜ್ಞೇಶ್ವರನಿಗೆ ಕೊಟ್ಟ ಆಹುತಿಗಳು ನಾನೇ ಎಂದು ಹೇಳಿರುವನು. ಪರಮಾತ್ಮ ಇಷ್ಟಮಾತ್ರವಲ್ಲ. ಈ ಜಗತ್ತಿನ ತಾಯಿ ತಂದೆ ಮತ್ತು ಪೋಷಕ ಮತ್ತು ತಾತನು ನಾನೇ ಹಾಗೂ ಆಯಾಯ ಕರ್ಮಗಳ ಫಲದಾಯಕನೂ ನಾನೇ ಎಂದು ತಿಳಿಯಲು ಯೋಗ್ಯನಾದವನು ವೇದಗಳಲ್ಲಿ ಹೇಳಿರುವ ಪವಿತ್ರನಾದ 'ಓಂ' ಕಾರವೂ ನಾನೇ ಮತ್ತು ನಾಲ್ಕುವೇದಗಳು ನಾನೇ ಆಗಿದ್ದೇನೆ. ಈ ಜಗತ್ತಿಗೆ ಗತಿ ನಾನೇ ಎಂದರೆ ಪಡೆಯಲು ಯೋಗ್ಯವಾದ ಪವಿತ್ರಧಾಮ ಮತ್ತು ಜಗತ್ತನ್ನು (ಜೀವಿಗಳ) ಪಾಲನೆ – ಪೋಷಣೆ ಮಾಡುವವನೂ ನಾನೇ. ಎಲ್ಲರ

ಒಡೆಯನು, ಶುಭಾಶುಭ ಪ್ರೇಕ್ಷಕನೂ, ಪ್ರಭು ಮತ್ತು ಸಾಕ್ಷಿಯೂ ನಾನೇ. ಎಲ್ಲರ ವಾಸಸ್ಥಾನವೂ ಹಾಗೂ ಆಶ್ರಯದಾತನೂ ನಾನೇ. ಶರಣಾಗಲು ಯೋಗ್ಯನು ಪ್ರತ್ಯುಪಕಾರ ಬಯಸದ ಹಿತೈಷಿಯೂ, ಉತ್ಪತಿಯೂ, ಪ್ರಳಯರೂಪಿಯೂ ನಾನೇ. ಆಧಾರ ಮತ್ತು ನಿದನ ಎಂದರೆ (ಪ್ರಳಯಕಾಲದಲ್ಲಿ ಎಲ್ಲಜೀವಿಗಳು ಸೂಕ್ಷ್ಮರೂಪದಿಂದ ಲಯವಾಗಿ ಹೋಗುತ್ತವೆಯೋ ಅದರ ಹೆಸರೇ ನಿದನ) ಮತ್ತು ಅವಿನಾಶಿಕಾರಣವೂ ಸಹ ನಾನೇ ಆಗಿದ್ದೇನೆ ಹಾಗೂ ಅವ್ಯಕ್ತಬೀಜನೂ ನಾನೇ ಎಂದು ತಿಳಿದುಕೋ. ಪ್ರಪಂಚಕ್ಕೆ ಸೂರ್ಯನ ಮೂಲಕ ಶಾಖವನ್ನು ಕೊಡುವವನೂ ಹಾಗೂ ನಾನು ಸೂರ್ಯನರೂಪದಿಂದ ತಪಿಸುತ್ತೇನೆ. ಮಳೆಯನ್ನು ಆಕರ್ಷಿಸುತ್ತೇನೆ ಮತ್ತು ಸುರಿಸುತ್ತೇನೆ. ಎಲೈ ಅರ್ಜುನ! ನಾನು ಅಮೃತ್ಯು ಮತ್ತು ಮೃತ್ಯು ಹಾಗೂ ಸತ್ ಮತ್ತು ಅಸತ್ ಎಲ್ಲವೂ ಸಹ ನಾನೇ ಆಗಿದ್ದೇನೆ. ಮೂರು ವೇದಗಳಲ್ಲಿಯೂ ತಿಳಿಸಿರುವ ಸಕಾಮ ಕರ್ಮಗಳನ್ನು ಮಾಡುವ ಸೋಮಯಾಜಿಗಳು ಮತ್ತು ಸೋಮರಸವನ್ನು ಪಾನಮಾಡುವ ಪಾಪರಹಿತ ಪುರುಷರು, ನನ್ನನ್ನು ಯಜ್ಞಗಳ ಮೂಲಕ ಆರಾಧಿಸಿ ಸ್ವರ್ಗವನ್ನು ಬಯಸುತ್ತಾರೆ. ಅವರು ತಮ್ಮ ಪುಣ್ಯಫಲವನ್ನು ಹೊಂದಿ ಸ್ವರ್ಗಲೋಕವನ್ನು ಪಡೆದು ಸ್ವರ್ಗದಲ್ಲಿ ದಿವ್ಯವಾದ ದೇವತೆಗಳ ಸುಖವನ್ನು ಅನುಭವಿಸುತ್ತಾರೆ. ಅವರು ಈ ವಿಶಾಲವಾದ ಸರ್ವಸುಖವನ್ನು ಅನುಭವಿಸಿ ಪುಣ್ಯಫಲಗಳೆಲ್ಲ ಮುಗಿದ ನಂತರ ಪುನಃ ಈ ಕರ್ಮಭೂಮಿಗೆ ಹಿಂತಿರುಗುತ್ತಾರೆ (ಮರ್ತ್ಯಲೋಕ). ಈ ರೀತಿ ಮೂರು ವೇದಗಳಲ್ಲಿಯೂ ಹೇಳಲಾಗಿರುವ ಸಕಾಮ ಕರ್ಮಗಳನ್ನೇ ಆಶ್ರಯಿಸುವವರು, ಭೋಗ ಅಪೇಕ್ಷವುಳ್ಳರಾಗಿರುವುದರಿಂದ ಪದೇ ಪದೇ ಜನನ ಮರಣಗಳನ್ನು ಹಾಗೂ ಸಂಸಾರಚಕ್ರದಲ್ಲಿ ತಿರುಗುತ್ತಲೇ ಇರುತ್ತಾರೆ. ಯಾರು ಅನನ್ಯಭಾವದಿಂದ ಹಾಗೂ ನನ್ನಲ್ಲೇ ಸ್ಥಿರಗೊಂಡ ಮನಸ್ಸುಳ್ಳ ಭಕ್ತರು ಪರಮೇಶ್ವರನಾದ ನನ್ನ ಚಿಂತನೆಯನ್ನು ಸದಾಮಾಡುತ್ತ ನಿಷ್ಕಾಮಭಾವದಿಂದ ಧ್ಯಾನಿಸುತ್ತಾರೆಯೋ ಅಂತಹ ನಿರಂತರ ನಿತ್ಯಭಕ್ತರ ನಿತ್ಯಯೋಗಕ್ಷೇಮವನ್ನು ನಾನೇ ವಹಿಸಿಕೊಳ್ಳುತ್ತೇನೆ. (ಭಗವತ್ ಸ್ವರೂಪನ ಪ್ರಾಪ್ತಿಯ ಹೆಸರು ಯೋಗ ಮತ್ತು ಭಗವತ್ ಪ್ರಾಪ್ತಿಯ ನಿಮಿತ್ತವಾಗಿ ಮಾಡಲಾದ ಸಾಧನೆಯ ರಕ್ಷಣೆಯ ಹೆಸರು ಕ್ಷೇಮ).

ಎಲೈ ಅರ್ಜುನ! ಶ್ರದ್ಧಾವಂತರಾದ ಸಕಾಮಭಕ್ತರು ಬೇರೆ ಬೇರೆ ದೇವತೆಗಳನ್ನು ಶ್ರದ್ಧೆಯಿಂದ ನನ್ನನ್ನೇ ಆರಾಧಿಸುತ್ತಾರೆ. ಆದರೆ ಅವರ ಆ ಆರಾಧನೆಯು (ಪೂಜೆಯು) ಅಜ್ಞಾನ ಪೂರ್ವಕವಾಗಿರುತ್ತದೆ. ಸಮಸ್ತ ಪೂಜೆಗಳ ಭೋಕ್ತೃವೂ ನಾನೇ, ಪ್ರಭುವೂ ನಾನೇ, ಅರ್ಥಾತ್, ಎಲ್ಲ ಯಜ್ಞಗಳನ್ನು ಸ್ವೀಕರಿಸುವವನೂ ಮತ್ತು ಒಡೆಯನೂ ಸಹ ನಾನೇ ಎಂದಿರುವನು ಪರಮಾತ್ಮ. ಆದರೆ ಅವರು (ನಮ್ಮಲ್ಲಿ) ಅಂತರ್ಯಾಮಿ ಪರಮೇಶ್ವರನಾದ ನನ್ನನ್ನು ತತ್ತ್ವತಃ ಯಥಾರ್ಥವಾಗಿ ತಿಳಿದುಕೊಳ್ಳುವುದಿಲ್ಲ. ಆದ್ದರಿಂದ ವಿನಾಶವನ್ನು ಪಡೆಯುತ್ತಾರೆ, ಅಂದರೆ ಪುನರ್ಜನ್ಮ ಉಂಟಾಗುತ್ತದೆ. ಅವರು ನನ್ನನ್ನು ಸರಿಯಾಗಿ ತತ್ತ್ವತಃ ತಿಳಿಯದೆ ವಂಚಿತರಾಗುತ್ತಾರೆ. ದೇವತೆಗಳ ಆರಾಧಕರು ದೇವತೆಗಳನ್ನು, ಪಿತೃಗಳ ಆರಾಧಕರು ಪಿತೃಗಳನ್ನು, ಕ್ಷುದ್ರದೇವತೆಗಳನ್ನು ಪೂಜಿಸುವವರು ಯಾರು ಭೂತಗಳನ್ನು ಪೂಜಿಸುವವರೋ ಆಯಾಯ ದೇವತೆಗಳನ್ನೇ ಪಡೆಯುವರು, ಆದರೆ ನನ್ನನ್ನು ಭಜಿಸುವವರು, ನನ್ನನ್ನೇ ಪಡೆಯುವವರು ಇದು ನಿಶ್ಚಯವಾದದ್ದು. ಯಾವ ಭಕ್ತನು ನನಗಾಗಿ ಭಕ್ತಿಯಿಂದ ತುಳಸೀ, ಬಿಲ್ವಾದಿಗಳನ್ನು, ಹೂವನ್ನು, ಹಣ್ಣುಗಳನ್ನು ಮತ್ತು ನೀರನ್ನು ಇತ್ಯಾದಿಗಳನ್ನು ಅರ್ಪಿಸುತ್ತಾನೆಯೋ ಆ ಶುದ್ಧಬುದ್ಧಿಯ ನಿಷ್ಕಾಮ ಪ್ರೇಮ ಭಕ್ತನು ಅರ್ಪಿಸಿದ ಅದನ್ನು ನಾನು ಸಗುಣರೂಪದಿಂದ ಪ್ರಕಟವಾಗಿ ಪ್ರೀತಿಸಹಿತ ಸೇವಿಸುತ್ತೇನೆ. ಅಂದರೆ, ಸ್ವೀಕರಿಸುತ್ತೇನೆ ಎಂದರ್ಥ. ಹೀಗೇಕೆ ಹೇಳಿದೆ ಎಂದರೆ, ಅರ್ಜುನ ನೀನು ಯಾವ ಕೆಲಸ ಮಾಡುತ್ತಿಯೋ, ಏನನ್ನು ತಿನ್ನುತ್ತಿಯೋ, ಯಾವುದನ್ನು ಹೋಮ ಮಾಡುತ್ತಿಯೋ, ಏನು ತಪಸ್ಸು ಮಾಡುತ್ತಿಯೋ, ಯಾವುದನ್ನು ದಾನ ಕೊಡುತ್ತಿಯೋ ಅವೆಲ್ಲವನ್ನೂ ನನಗೆ ಅರ್ಪಣೆ ಮಾಡು. ಹೀಗೆ ಸಮಸ್ತ ಕರ್ಮಗಳನ್ನು ಭಗವದರ್ಪಣೆ ಮಾಡುವ ಸನ್ಯಾಸಯೋಗದಿಂದ ಕೂಡಿದ ಮನಸ್ಸುಳ್ಳ ನೀನು ಶುಭಾಶುಭ ಫಲಕಾರಿ ಕರ್ಮಬಂಧನದಿಂದ ಮುಕ್ತನಾಗಿ ಹೋಗುವೆ ಮತ್ತು ಅವುಗಳಿಂದ ಮುಕ್ತನಾಗಿ ನನ್ನನ್ನೇ ಸೇರುವೆ. ಅರ್ಜುನ! ಎಲ್ಲಾ ಜೀವರಾಶಿಗಳಲ್ಲಿಯೂ ನಾನು ಸಮನಾಗಿದ್ದೇನೆ. ನಾನು ಸಮಸ್ತ ಪ್ರಾಣಿಗಳಲ್ಲಿಯೂ ಸಮಭಾವದಿಂದ ವ್ಯಾಪಿಸಿದ್ದೇನೆ. ನನಗೆ ಯಾರೂ ಅಪ್ರಿಯರಾದವರೂ ಇಲ್ಲ ಹಾಗೂ ಪ್ರಿಯರಾದವರೂ ಇಲ್ಲ. ಯಾರ ಮೇಲೂ

ದ್ವೇಷವೂ ಇಲ್ಲ, ಪ್ರೀತಿಯೂ ಇಲ್ಲ, ಆದರೆ ಯಾವ ಭಕ್ತರು ನನ್ನನ್ನು ಪ್ರೀತಿ ಮತ್ತು ಭಕ್ತಿಗಳಿಂದ ಭಜಿಸುತ್ತಾರೆಯೋ ಅವರು ನನ್ನಲ್ಲಿ ಮತ್ತು ನಾನೂ ಸಹ ಅವರಲ್ಲಿ ಪ್ರತ್ಯಕ್ಷರೂಪದಿಂದ ಇರುತ್ತೇನೆ. ನನ್ನಲ್ಲಿ ಅವರಿರುತ್ತಾರೆ. ಪಾಪಿಗಳಲ್ಲಿ ಮಹಾಪಾಪಿಯಾದವನು ಹಾಗೂ ದುರಾಚಾರಿಯಾಗಿದ್ದರೂ ಸಹ ಅವನು ನನ್ನನ್ನು ಅನನ್ಯಭಾವದಿಂದ ಭಜಿಸುವುದಾದರೆ ಅವನು ಸಾಧು ಎಂದು, ಧನ್ಯನೆಂದು ತಿಳಿಯಬೇಕು. ಏಕೆಂದರೆ, ಅವನು ಯಥಾರ್ಥವಾದ ನಿಶ್ಚಿತಬುದ್ಧಿಯುಳ್ಳವನಾಗಿರುತ್ತಾನೆ. ಅರ್ಥಾತ್ ಪರಮೇಶ್ವರನ ಭಜನೆಗೆ ಸಮಾನವಾದುದ್ದು ಬೇರೆ ಏನಿಲ್ಲ ಎಂದು, ಅವನು ದೃಢನಿಶ್ಚಯ ಮಾಡಿಕೊಂಡಿರುತ್ತಾನೆ. (ಸೂಕ್ಷ್ಮರೂಪದಿಂದ ಎಲ್ಲೆಲ್ಲಿಯೂ ವ್ಯಾಪಿಸಿದರೂ ಸಹ ಹೇಗೆ ಅಗ್ನಿಯು ಸಾಧನಗಳ ಮೂಲಕ ಪ್ರಕಟಗೊಳಿಸುವುದರಿಂದಲೇ ಪ್ರತ್ಯಕ್ಷವಾಗುತ್ತದೆಯೋ ಅದರಂತೆಯೇ ಎಲ್ಲಕಡೆಗಳಲ್ಲಿ ಇದ್ದರೂ (ವ್ಯಾಪಿಸಿದರೂ ಸಹ) ಸಹ ಪರಮೇಶ್ವರನನ್ನು ಭಕ್ತಿಯಿಂದ ಭಜಿಸುವವರ ಅಂತಃಕರಣದಲ್ಲಿ ಪ್ರತ್ಯಕ್ಷರೂಪದಿಂದ ಪ್ರಕಟವಾಗುತ್ತೇನೆ). ಅವನು ಬೇಗ ಧರ್ಮಾತ್ಮನಾಗುತ್ತಾನೆ ಮತ್ತು ಶಾಶ್ವತವಾದ ಪರಮಶಾಂತಿಯನ್ನು ಪಡೆಯುತ್ತಾನೆ. ಎಲೈ ಅರ್ಜುನ! ನನ್ನ ಭಕ್ತನು ಎಂದೂ ನಾಶವಾಗುವುದಿಲ್ಲ ಎಂಬ ದೃಢಸತ್ಯವನ್ನು ತಿಳಿದುಕೋ. ಏಕೆಂದರೆ, ಎಲೈ ಅರ್ಜುನ! ಸ್ತ್ರೀಯರು, ವೈಶ್ಯರು, ಶೂದ್ರಾದಿಗಳು ಮತ್ತು ಪಾಪಯೋನಿಜರೂ ಸಹ ಯಾರೇ ಆಗಲೀ ಅವರೂ ಸಹ ನನ್ನನ್ನು ಆಶ್ರಯಿಸಿದರೆ, ಎಂದರೆ ಶರಣಾಗತರಾದರೆ ಅವರು ಪರಮಪದ (ಗತಿ)ಯನ್ನು ಪಡೆಯುತ್ತಾರೆ. ಇನ್ನು ಪುಣ್ಯಾತ್ಮರಾದ ಬ್ರಾಹ್ಮಣರ ಬಗ್ಗೆ, ಭಕ್ತರ ಬಗೆ, ರಾಜಾಶ್ರೀಗಳ ಬಗ್ಗೆ ಹೇಳುವುದೇನಿದೆ. ಅವರೆಲ್ಲರೂ ನನಗೆ ಶರಣಾಗತರಾಗಿ ಪರಮಗತಿಯನ್ನು ಪಡೆಯುತ್ತಾರೆ. ಆದುದರಿಂದ ಸುಖವಿಲ್ಲದ, ಕ್ಷಣ ಬಂಗುರವಾದ ಈ ಮಾನವಶರೀರವನ್ನು ಪಡೆದಿರುವ, ನೀನು ನಿರಂತರವಾಗಿ ನನ್ನನ್ನೇ ಭಜಿಸು, ಅರ್ಥಾತ್ ಮನುಷ್ಯ ಶರೀರ ಬಹುದುರ್ಲಭ, ನಾಶವಾಗುವಂತಹದು ಮತ್ತು ಸುಖವೂ ಇಲ್ಲದ್ದು ಆದುದರಿಂದ ಸಮಯವನ್ನು ನಂಬದೆ ಹಾಗೂ ಅಜ್ಞಾನದಿಂದ ಸುಖವೆಂಬಂತೆ ಭಾಸವಾಗುವ ವಿಷಯ ಭೋಗಗಳಲ್ಲಿ ಸಿಕ್ಕಿಹಾಕಿಕೊಳ್ಳದೇ ಯಾವಾಗಲೂ ನನ್ನನ್ನು ಧ್ಯಾನಿಸು. (ಹೀಗಿರುವಲ್ಲಿ ನೀನೂ

ಕೂಡ ಅನಿತ್ಯವೂ, ದುಃಖಮಯವೂ ಆದ ಪ್ರಪಂಚದ ಬಗ್ಗೆ ಸ್ಮರಿಸುವುದು ಹಾಗೂ ಕ್ಷಣಿಕವಾದ ಸುಖವನ್ನು ಬಿಟ್ಟು ನನ್ನನ್ನು ಸೇವಿಸಿ ಕೃತಕೃತ್ಯನಾಗು ಎಂದರ್ಥ ಮಾಡಿಕೊಳ್ಳಬೇಕೆಂದು ಅರ್ಜುನನಿಗೆ ಕೃಷ್ಣಪರಮಾತ್ಮ ಹೇಳಿದನು. (ಇದು ಎಲ್ಲರಿಗೂ ಅನ್ವಯವಾಗಬೇಕು). ಕೇವಲ ಸಚ್ಚಿದಾನಂದ ಘನ ಸ್ವರೂಪ ವಾಸುದೇವ ಪರಮಾತ್ಮನಾದ ನನ್ನಲ್ಲೇ (ಎಂದರೆ ಶ್ರೀಕೃಷ್ಣ) ಅನನ್ಯಪ್ರೇಮದಿಂದ ನಿರಂತರ ದೃಢಮನಸ್ಸುಳ್ಳವನಾಗು ಪರಮೇಶ್ವರನಾದ ನನ್ನನ್ನೇ ಶ್ರದ್ಧ ಪ್ರೇಮಗಳಿಂದ ನಿಷ್ಕಾಮಭಕ್ತಿಭಾವದಿಂದ ನಾಮಸ್ಮರಣೆ ಗುಣಪ್ರಭಾವಗಳ ಶ್ರವಣ ಕೀರ್ತನ ಮನನ ಮತ್ತು ಅಧ್ಯಯನ ಮತ್ತು ಅಧ್ಯಾಪನದ ಮೂಲಕ ನಿರಂತರವಾಗಿ ಭಜಿಸುವವನಾಗು. ಕಾಯ, ವಾಚ, ಮನಸ, ಸರ್ವಸ್ವವನ್ನು ನನಗೆ ಅರ್ಪಿಸಿ ಭಕ್ತಿ ಮತ್ತು ಪ್ರೇಮದಿಂದ ವಿನಯಪೂರ್ವಕವಾಗಿ ಭಕ್ತಿಯಿಂದ ಸಾಷ್ಟಾಂಗ ನಮಸ್ಕಾರ ಮಾಡು. ಈ ಪ್ರಕಾರ ನನಗೆ ಶರಣಾಗತನಾಗಿ (ನೀನು) ಆತ್ಮನನ್ನು ನನ್ನಲ್ಲಿ ಒಂದೇ ಭಾವದಿಂದ ಮನಸ್ಸನ್ನು ನಿಯುಕ್ತಿಗೊಳಿಸಿ ನನ್ನನ್ನೇ ಸೇರಿಕೊಳ್ಳುವೆ. ಹೀಗೆ ಎಲ್ಲಾ ವಿಧದಿಂದಲೂ ಎಲ್ಲರೂ ಭಗವಂತನನ್ನು ಶರಣು ಹೋಗಲೇಬೇಕು ಎಂದರ್ಥ. ಆಗಲೇ ನಮ್ಮ ಇಹಪರದ ಪರದೆಯ ಅಜ್ಞಾನವನ್ನು ತೊಲಗಿಸಿ ಸನ್ಮಾರ್ಗಕ್ಕೆ ಕರೆದೊಯ್ಯುತ್ತಾನೆ. ಶರಣಾಗತಿತತ್ವ ಈ ಅಧ್ಯಾಯದಲ್ಲಿ ನಿರೂಪಣೆಯಾಗಿರುತ್ತದೆ.

– ಓಂ ತತ್ಸತ್ –

ಅಧ್ಯಾಯ–೧೦

ವಿಭೂತಿಯೋಗ

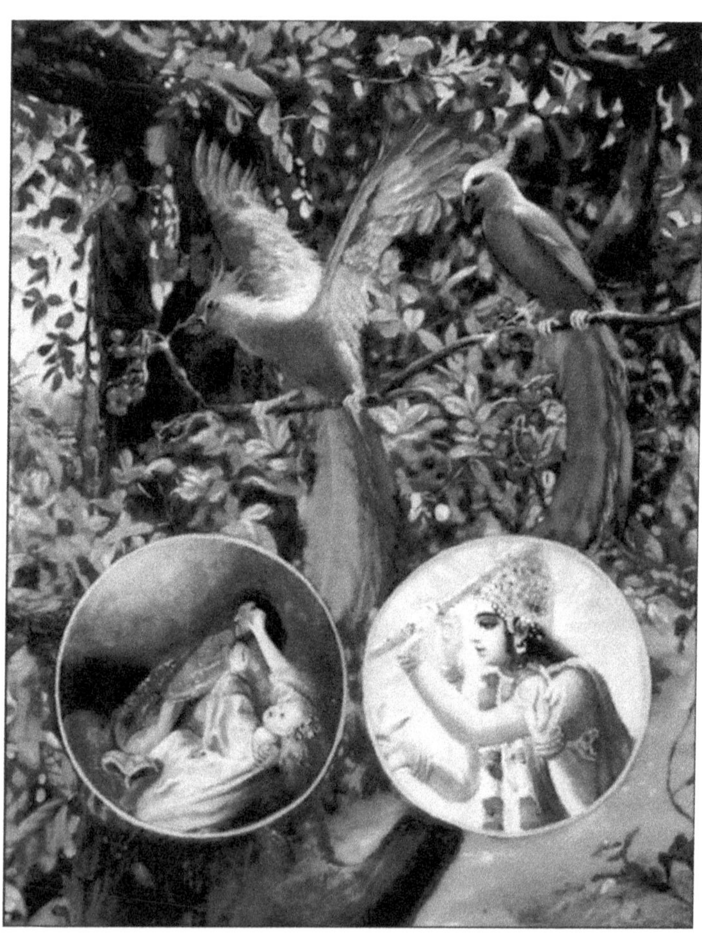

ವಿಭೂತಿಯೋಗ

ಭಗವಂತ ಶ್ರೀಕೃಷ್ಣಪರಮಾತ್ಮ ಹೇಳುತ್ತಾನೆ – ಅರ್ಜುನನ ಹಿತವನ್ನು ಬಯಸಿ ಪರಮರಹಸ್ಯ ಹಾಗೂ ಪ್ರಭಾವಯುಕ್ತ ವಚನಗಳನ್ನು ಕೇಳಲು ಉಪದೇಶವನ್ನು ಮಾಡುತ್ತಾನೆ. ಹೇ ಮಹಾಬಾಹುವೇ! ನನ್ನ ಉತ್ಪತ್ತಿ (ಅರ್ಥಾತ್) ವಿಭೂತಿ ಸಹಿತ ಅದ್ಭುತ ಲೀಲೆಯಿಂದ ಪ್ರಕಟವಾಗುವುದನ್ನು ದೇವತೆಗಳು, ಋಷಿಗಳು ಸಹ ತಿಳಿಯರು. ಏಕೆಂದರೆ, ಅವರೆಲ್ಲರಿಗೂ ನಾನೇ ಮೂಲಕಾರಣನಾಗಿದ್ದೇನೆ. ಯಾರು ನನ್ನನ್ನು ಆಜನ್ಮ ವಾಸ್ತವವಾಗಿಯೂ (ಅಂದರೆ ಅಜನೂ) ಜನ್ಮವಿಲ್ಲದವನು ಮತ್ತು ಅನಾದಿ (ಎಂದರೆ ಯಾವುದು ಆದಿ ಇಲ್ಲದ್ದಾಗಿದೆಯೋ ಮತ್ತು ಎಲ್ಲಕ್ಕೂ ಮೂಲಕಾರಣವೋ ಅದೇ ಅನಾದಿ) ಹಾಗೂ ಲೋಕಗಳಿಗೆಲ್ಲಾ ಮಹಾನ್ ಈಶ್ವರ (ಒಡೆಯ) ಎಂದು ಯಥಾರ್ಥವನ್ನು ತಿಳಿಯುತ್ತಾರೋ, ಅವರು ಮಾನವರಲ್ಲಿ ಬುದ್ಧಿವಂತ ಜ್ಞಾನಿಯಾದವರಾಗಿ ಎಲ್ಲಾ ಪಾಪಗಳಿಂದಲೂ ಮುಕ್ತರಾಗುತ್ತರೆ. ಎಲೈ ಅರ್ಜುನ! ಈ ಪ್ರಪಂಚದಲ್ಲಿ ಬುದ್ಧಿಜ್ಞಾನ, ತತ್ವಜ್ಞಾನ, ಮೋಹಶೂನ್ಯತೆ (ನಿರ್ಮೋಹತ್ವ) ಕ್ಷಮಾ, ಸತ್ಯ, ಇಂದ್ರಿಯಗಳ ನಿಗ್ರಹ, ಮನೋನಿಗ್ರಹ (ಶಮ ದಮ) ಸುಖದುಃಖ, ಉತ್ಪತ್ತಿ ಮತ್ತು ಪ್ರಳಯ, ಜನನ ಮರಣಗಳು, ಭಯ ಮತ್ತು ಅಭಯ, ಹಿಂಸೆ ಮತ್ತು ಅಹಿಂಸೆ, ಸಮಾನತೆ, ಸಂತೃಪ್ತಿ, ತಪಸ್ಸು, ದಾನ, ಕೀರ್ತಿ, ಅಪಕೀರ್ತಿ, ಈ ಎಲ್ಲಾ ಭಾವಗಳು ನನ್ನಿಂದಲೇ ಉಂಟಾಗುತ್ತದೆ ಎಂದು ತಿಳಿ. ಸ್ವಧರ್ಮದ ಆಚರಣೆಯಿಂದ ಕಷ್ಟಗಳನ್ನು ಸಹಿಸಿಕೊಂಡು ಮನಸ್ಸನ್ನು ಶುದ್ಧಗೊಳಿಸುವುದರ ಹೆಸರೇ ತಪಸ್ಸು. ಈ ಪ್ರಪಂಚದ ಸೃಷ್ಟಿಮೂಲಪುರುಷರೆನ್ನಲಾದ ಸಪ್ತ (7) ಋಷಿಗಳು, ಇದಕ್ಕೂ ಮೊದಲು ಸೃಷ್ಟಿಯಾದ ನಾಲ್ಕು (4) ಜನ ಸನಂದ ಸನಕಾದಿಗಳು (ಮುನಿಗಳು) ಹಾಗೂ ಸ್ವಾಯಂಭುವ್ವು ಮುಂತಾದ 14 ಜನ ಮನುಗಳು ನನ್ನ ಸಂಕಲ್ಪ ಮಾತ್ರದಿಂದಲೇ ಹುಟ್ಟಿದವರೆಂದು ತಿಳಿ. ಜಗತ್ತಿನ ಈ ಸಂಪೂರ್ಣ ಪ್ರಜೆಗಳೆಲ್ಲಾ ಇವರಿಂದಲೇ ವೃದ್ಧಿಯಾದವರು. ಯಾರು ಈ ನನ್ನ ಪರಮೈಶ್ವರ್ಯರೂಪಿ ವಿಭೂತಿಯನ್ನು ಮತ್ತು ಯೋಗಶಕ್ತಿಯನ್ನು ಯಥಾರ್ಥವಾಗಿ ತಿಳಿದುಕೊಳ್ಳುತ್ತಾರೆಯೋ ಅವರು ನಿಶ್ಚಲವಾದ ಧ್ಯಾನಯೋಗದಿಂದ ನನ್ನಲ್ಲಿ ಐಕ್ಯಭಾವದಲ್ಲಿ ಮಗ್ನರಾಗುತ್ತಾರೆ.

ಇದರಲ್ಲಿ ಸಂಶಯವಿಲ್ಲ. ಈ ಜಗತ್ತು ಏನಿದಿಯೋ ಅದೆಲ್ಲಾ ಭಗವಂತನ ಮಾಯೆ. "ವಾಸುದೇವ" ನೊಬ್ಬನೇ ಎಲ್ಲೆಲ್ಲೂ ಪರಿಪೂರ್ಣನಾಗಿದ್ದಾನೆ ಎಂಬ ಅರಿವೇ (ತಿಳುವಳಿಕೆಯೇ) ಯಥಾರ್ಥಜ್ಞಾನ. ವಾಸುದೇವನಾದ ನಾನೇ ಜಗತ್ತಿನ (ಸಮಸ್ತ) ಉತ್ಪತ್ತಿಗೆ ಕಾರಣನು, ನನ್ನಿಂದಲೇ ಇಡೀ ಜಗತ್ತು ವ್ಯವಹರಿಸುತ್ತದೆ, ಎಂಬುದನ್ನು ತಿಳಿದುಕೊಂಡು, ಶ್ರದ್ಧಾಭಕ್ತಿಗಳಿಂದ ಕೂಡಿರುವ ಬುದ್ಧಿಶಾಲಿ ಭಕ್ತರು ಪರಮೇಶ್ವರನಾದ ನನ್ನನ್ನು ನಿರಂತರವಾಗಿ ಭಜಿಸುತ್ತಾರೆ. ಅಂತಹವರು ನಿರಂತರವಾಗಿ ನನ್ನಲ್ಲಿಯೇ ಮನಸ್ಸನ್ನು ತೊಡಗಿಸುವರು, ನನ್ನಲ್ಲಿಯೇ ಪ್ರಾಣವುಳ್ಳವರು (ಇಂತಹ ಭಕ್ತರು) ಯಾವಾಗಲೂ ತಮ್ಮ ತಮ್ಮಲ್ಲಿ (ನನ್ನ ಭಕ್ತಿಯ ಚರ್ಚೆಯ ಮೂಲಕ) ನನ್ನ ಪ್ರಭಾವವನ್ನು ಹೇಳುತ್ತಾ, ಕೇಳುತ್ತಾ, ಸಂತೋಷಪಡುತ್ತಾ ಆನಂದವಾಗಿರುತ್ತಾರೆ. ಹೀಗೆ ಅನನ್ಯಭಾವದಿಂದ ಪ್ರೀತಿಪೂರ್ವಕವಾಗಿ ನನ್ನನ್ನು ಭಜಿಸುವ ಭಕ್ತರಿಗೆ ನಾನು ಆ ತತ್ವಜ್ಞಾನರೂಪಿ ಯೋಗವನ್ನು ಅವರಿಗೆ ಕೊಡುತ್ತೇನೆ. ಆದ್ದರಿಂದ ಅವರು ನನ್ನನ್ನು ಪಡೆಯುತ್ತಾರೆ. ಅವರನ್ನು ಅನುಗ್ರಹಿಸುವುದಕ್ಕಾಗಿ ನಾನೇ ಸ್ವತಃ ಅವರ ಅಂತಃಕರಣದಲ್ಲಿ ಆತ್ಮಭಾವದಿಂದ ಇದ್ದುಕೊಂಡು ಅಜ್ಞಾನದಿಂದ ಉಂಟಾದ ಅಂಧಕಾರವನ್ನು ನನ್ನ ಪ್ರಕಾಶಮಯ ತತ್ವಜ್ಞಾನಸ್ವರೂಪೀ ದೀಪದಿಂದ ನಾಶಮಾಡುತ್ತೇನೆ. ಹೀಗೆ ಪರಮಾತ್ಮ ತನ್ನ ವಿಭೂತಿಸ್ವರೂಪವನ್ನು ವಿವರಿಸಿದ ಮೇಲೆ ಅರ್ಜುನ ಹೇಳುತ್ತಾನೆ. ಓ ಪರಮಾತ್ಮ! ನೀನು ಪರಬ್ರಹ್ಮ, ಪರಂಧಾಮ, ಪರಮಪವಿತ್ರನು, ಪರಮಪುರುಷನು, ಶಾಶ್ವತನು, ದಿವ್ಯರೂಪಿಯಾಗಿ, ಆದಿದೇವನು, ಜನ್ಮರಹಿತನು ಹಾಗೂ ಸರ್ವವ್ಯಾಪಿ ಮತ್ತು ವಿಭುವಾಗಿರುವೆ. ಅಂತೆಯೇ ದೇವಋಷಿಗಳಾದ ನಾರದರು, ಪರಾಶರರು ಮತ್ತು ವ್ಯಾಸರು ಸಹ ನಿನ್ನನ್ನು ವರ್ಣಿಸುತ್ತಾರೆ. ಇದನ್ನೇ ನೀನು ಸಹ ಹೇಳುತ್ತಿರುವೆ. ಹೇ ಕೇಶವ! ಈವರೆಗೆ ನೀನು ಹೇಳಿದ್ದೆಲ್ಲವನ್ನೂ ನಿಜವೆಂದು ನಾನು ನಂಬಿದ್ದೇನೆ. ಆದರೆ ಈ ನನ್ನ ಸ್ವರೂಪವು ದೇವಾದಿದೇವತೆಗಳಿಗೂ ಮತ್ತು ದಾನವರಿಗೂ ತಿಳಿಯದಾಗಿದೆ. ನನ್ನ ಪಾಡೇನು? ಹೇ ಪುರುಷೋತ್ತಮ! ಸರ್ವೇಶ್ವರ, ಹೇ ದೇವ ದೇವ! ಹೇ ಜಗನ್ನಾಥ! ನಿನ್ನನ್ನು ನೀನು ಮಾತ್ರ ತಿಳಿಯಬಲ್ಲೆ. (11ನೇ ಅಧ್ಯಾಯ 6ನೇ ಶ್ಲೋಕದಲ್ಲಿ ಇದರ ವರ್ಣನೆ ನೋಡಬೇಕು) (ವಾಸುದೇವನಾದ ನನ್ನನ್ನು ಯಾರು ನನಗಾಗಿಯೇ ತಮ್ಮ ಜೀವನವನ್ನು ಅರ್ಪಿಸಿದ್ದಾರೆಯೋ ಅವರ ಹೆಸರು

ಮಧ್ಯಗತಪ್ರಾಣಾಃ) ಆದುದರಿಂದ ನೀನೇ ದಿವ್ಯವಾದ ಆ ನಿನ್ನ ವಿಭೂತಿಗಳನ್ನು ನಿಶ್ಶೇಷವಾಗಿ ಹೇಳಲು ಅರ್ಹನು ಅರ್ಥಾತ್ ಸಮರ್ಥನು. ಏಕೆಂದರೆ,   ಆ ನಿನ್ನ ವಿಭೂತಿಗಳ ಮೂಲಕ ಈ ಎಲ್ಲಾ ಲೋಕಗಳನ್ನು ವ್ಯಾಪಿಸಿಕೊಂಡಿರುವೆ ಹಾಗೂ ಪರಿಪೂರ್ಣನಾಗಿರುವೆ. ಅವುಗಳನ್ನು ಒಂದೂ ಬಿಡದಂತೆ ನನಗೆ ಹೇಳು.

ಹೇ ಯೋಗೇಶ್ವರ! ನಾನು ಯಾವ ಪ್ರಕಾರ ಯಾವಾಗಲೂ ಚಿಂತಿಸುತ್ತಾ ನಿನ್ನನ್ನು ತಿಳಿದುಕೊಳ್ಳಲಿ? ಹೇ ಭಗವಂತನೇ ಯಾವ ಯಾವ ವಸ್ತುಗಳಲ್ಲಿ ನಿನ್ನನ್ನು ನಾನು ಚಿಂತಿಸಬೇಕು? ಹೇ ಜನಾರ್ಧನ! ನಿನ್ನ ಯೋಗಶಕ್ತಿಯನ್ನು ಮತ್ತು ಪರಮೈಶ್ವರ್ಯರೂಪಿ ವಿಭೂತಿಗಳನ್ನು ಸವಿಸ್ತಾರವಾಗಿ ಪುನಃ ಸಹ ಹೇಳು. ಏಕೆಂದರೆ, ನಿನ್ನ ಅಮೃತವಾಣಿಗಳನ್ನು ಕೇಳುತ್ತಿದ್ದರೆ ನನಗೆ ತೃಪ್ತಿಯೇ ಆಗುತ್ತಿಲ್ಲ. ಅರ್ಥಾತ್ ಇನ್ನೂ ಕೇಳಬೇಕೆಂಬ ಉತ್ಕಟ ಇಚ್ಛೆಯುಂಟಾಗುತ್ತಿದೆ. ಎಷ್ಟು ಕೇಳಿದರೂ ತೃಪ್ತಿಯಾಗುವುದಿಲ್ಲ ಕೃಷ್ಣ ಪರಮಾತ್ಮ ಎಂದು. ಆಗ ಮತ್ತೆ ಕೃಷ್ಣ ಪರಮಾತ್ಮ ಹೇಳುತ್ತಾನೆ. ಕುರುಶ್ರೇಷ್ಠನೆ! ಈಗ ದಿವ್ಯವಾದ ನನ್ನ ವಿಭೂತಿಗಳಲ್ಲಿ ಮುಖ್ಯವಾದವುಗಳನ್ನು ನಿನಗೆ ತಿಳಿಸುವೆನು. ನನ್ನ ವ್ಯಾಪ್ತಿಗೆ ಅಂತ್ಯವೆಂಬುದೇ ಇಲ್ಲವಾಗಿದೆ. ಎಲೈ ಅರ್ಜುನ! ನಾನು ಎಲ್ಲಾ ಜೀವರಾಶಿಗಳ ಹೃದಯಾಂತರಾಳದಲ್ಲಿರುವ "ಆತ್ಮ" ನಾನಾಗಿದ್ದೇನೆ, ಹಾಗೂ ಸಮಸ್ತ ಜೀವಿಗಳ ಆದಿ, ಮಧ್ಯ ಮತ್ತು ಅಂತ್ಯವೂ ಸಹ ನಾನೇ ಆಗಿದ್ದೇನೆ. ಅದಿತಿಯ 12 ಮಂದಿ ಪುತ್ರರಲ್ಲಿ ವಿಷ್ಣುವು ನಾನೇ ಅರ್ಥಾತ್ ವಾಮನಾವತಾರ, ಜ್ಯೋತಿಗಳಲ್ಲಿ ಕಿರಣಗಳುಳ್ಳ ಸೂರ್ಯನೂ ನಾನೇ, 49 ವಾಯುದೇವತೆಗಳಲ್ಲಿ ತೇಜಸ್ಸು ನಾನೇ ಮತ್ತು ಅವುಗಳ ಅಧಿಪತಿ ಚಂದ್ರ ನಾನಾಗಿದ್ದೇನೆ. ನಾಲ್ಕು ವೇದಗಳಲ್ಲಿ ಸಾಮವೇದ, ದೇವತೆಗಳಲ್ಲಿ ಇಂದ್ರ ಮತ್ತು ಇಂದ್ರಿಯಗಳಲ್ಲಿ ಮನಸ್ಸು ಪ್ರಾಣಿಗಳಲ್ಲಿ ಚೇತನ ಅರ್ಥಾತ್ ಜೀವನಶಕ್ತಿ ಆಗಿದ್ದೇನೆ. ನಾನು ಏಕಾದಶ ರುದ್ರರಲ್ಲಿ ಶಂಕರನಾಗಿದ್ದೇನೆ. ಯಕ್ಷರಾಕ್ಷಸರಲ್ಲಿ ದನಾಧಿಪ ಕುಭೇರನಾಗಿದ್ದೇನೆ. ಅಷ್ಟವಸುಗಳಲ್ಲಿ ಅಗ್ನಿ ಮತ್ತು ಶಿಖರಗಳುಳ್ಳ ಪರ್ವತಗಳಲ್ಲಿ ಮೇರುಪರ್ವತವೂ ನಾನೇ ಆಗಿದ್ದೇನೆ. ಹೇ ಪಾರ್ಥ! ಇಷ್ಟು ಮಾತ್ರವಲ್ಲ, ಪುರೋಹಿತರಲ್ಲಿ ಮುಖ್ಯನಾದ ಬ್ರಹಸ್ಪತಿಯೂ ನಾನೇ, ಸೇನಾಧಿಪತಿಗಳಲ್ಲಿ ಸ್ವಾಮಿ ಕಾರ್ತಿಕ

ಮತ್ತು ಜಲಾಶಯಗಳಲ್ಲಿ ಸಮುದ್ರ ನಾನಾಗಿದ್ದೇನೆ. ಮಹರ್ಷಿಗಳಲ್ಲಿ ಭೃಗುವು ನಾನೇ, ಶಬ್ದಗಳಲ್ಲಿ ಓಂಕಾರವು ನಾನೇ, ಯಜ್ಞಗಳಲ್ಲಿ ಜಪಯಜ್ಞವೂ ನಾನೇ ಮತ್ತು ಸ್ಥಿರವಾದ ಪರ್ವತಗಳಲ್ಲಿ ಹಿಮಾಲಯವೂ ನಾನೇ ಆಗಿದ್ದೇನೆ. ವೃಕ್ಷಗಳಲ್ಲಿ ಅಶ್ವತ್ಥವು ನಾನೇ, ದೇವಋಷಿಗಳಲ್ಲಿ ನಾರದರು, ಗಂಧರ್ವರಲ್ಲಿ ಚಿತ್ರರಥ ಮತ್ತು ಸಿದ್ಧರಲ್ಲಿ ಕಪಿಲಮುನಿಯೂ ನಾನೇ ಆಗಿದ್ದೇನೆ. ಅಶ್ವಗಳಲ್ಲಿ ಅಮೃತಮಥನದಲ್ಲಿ ಹುಟ್ಟಿದ ಉಚ್ಛೈಃಶ್ರವಸ್ ನಾನೇ, ಆನೆಗಳಲ್ಲಿ ಐರಾವತ, ಮನುಷ್ಯರಲ್ಲಿ ರಾಜನು ನಾನೇ ಆಗಿದ್ದೇನೆ. ಆಯುಧಗಳಲ್ಲಿ ವಜ್ರಾಯುಧ, ಧೇನುಗಳಲ್ಲಿ ಕಾಮಧೇನು, ಪ್ರಜೋತ್ಪಾದಕರಲ್ಲಿ ಮನ್ಮಥ, ಸರ್ಪಗಳಲ್ಲಿ ವಾಸುಕಿಯೂ ನಾನೇ, ನಾಗಗಳಲ್ಲಿ ಅನಂತನೆಂಬ ಮಹಾಶೇಷ, ಜಲದೇವತೆಗಳಲ್ಲಿ ವರುಣ, ಪಿತೃಗಳಲ್ಲಿ ಅರ್ಯಮನು. ನಿಯಾಮಕರಲ್ಲಿ ಯಮನು ನಾನೇ ಆಗಿದ್ದೇನೆ. ದೈತ್ಯರಲ್ಲಿ ಪ್ರಹ್ಲಾದನು ನಾನೇ, ಲೆಕ್ಕಮಾಡುವವರಲ್ಲಿ ಕಾಲಪುರುಷನೂ ನಾನೇ, ಮೃಗಗಳಲ್ಲಿ ಸಿಂಹವೂ ಹಾಗೂ ಪಕ್ಷಿಗಳಲ್ಲಿ ಗರುಡನೂ ನಾನೆ ಎಂದು. ಪಾವನಗೊಳಿಸುವವರಲ್ಲಿ ಗಾಳಿಯೂ ನಾನೆ, ಶಸ್ತ್ರಧಾರಿಗಳಲ್ಲಿ ರಾಮನು ನಾನೆ, ಜಲಜಂತುಗಳಲ್ಲಿ ಮೊಸಳೆಯೂ ನಾನೆ, ನದಿಗಳಲ್ಲಿ ಗಂಗಾನದಿಯೂ, ಭಾಗೀರಥಿಯೂ ನಾನೇ ಆಗಿದ್ದೇನೆ. ಎಲೈ ಅರ್ಜುನ! ಸೃಷ್ಟಿಗಳ ಆದಿ, ಅಂತ್ಯ ಮತ್ತು ಮಧ್ಯಮ ಸಹ ನಾನೇ. ವಿದ್ಯೆಗಳಲ್ಲಿ ಆಧ್ಯಾತ್ಮವಿದ್ಯೆ ಅರ್ಥಾತ್ ಬ್ರಹ್ಮವಿದ್ಯೆಯೂ ಮತ್ತು ಪರಸ್ಪರ ಚರ್ಚಿಸುವುದರಲ್ಲಿ ತತ್ವನಿರ್ಣಯಕ್ಕಾಗಿ ಮಾಡಲಾಗುವ ವಾದವೂ ಸಹ ನಾನೇ ಆಗಿದ್ದೇನೆ. ಅಕ್ಷರಗಳಲ್ಲಿ "ಅ" ಕಾರವು ನಾನೇ, ಸಮಾಸಗಳಲ್ಲಿ ದ್ವಂದ್ವಸಮಾಸವು ನಾನೇ, ನಾಶವಾಗುವ ಕಾಲ, ಇಡೀ ಜಗತ್ತಿನ ಕರ್ಮಫಲದಾತನು ನಾನೇ ಹಾಗೂ ವಿಶ್ವತೋಮುಖ ನಾನೇ ಆಗಿದ್ದೇನೆ. ನಾನು ಎಲ್ಲರನ್ನೂ ಉತ್ಪತ್ತಿಮಾಡುವವನೂ ಹಾಗೂ ಎಲ್ಲರನ್ನೂ ನಾಶಮಾಡುವ ಮೃತ್ಯುವೂ ನಾನೇ ಆಗಿದ್ದೇನೆ (ಕಾರಣನು) ಹಾಗೂ ಸ್ತ್ರೀಯರಲ್ಲಿ ಕೀರ್ತಿ, ಶ್ರೀ, ವಾಕ್ಕು, ಸ್ಮೃತಿ, ಮೇಧಾ, ಧೃತಿ ಮತ್ತು ಕ್ಷಮೆ ನಾನೇ ಆಗಿದ್ದೇನೆ. ಸಾಮವೇದಗಳಲ್ಲಿ ಬೃಹತ್ ಸಾಮವು, ಛಂದಸ್ಸುಗಳಲ್ಲಿ ಗಾಯತ್ರಿಯೂ, ಮಾಸಗಳಲ್ಲಿ ಮಾರ್ಗಶೀರ್ಷವೂ, ಋತುಗಳಲ್ಲಿ ವಸಂತ ಋತುವು ನಾನೇ. ಮೋಸಕೃತ್ಯಗಳಲ್ಲಿ ಜೂಜು, ಗಾಯನ ಮಾಡಲು ಯೋಗ್ಯಶ್ರುತಿಗಳಲ್ಲಿ ಬೃಹತ್‌ಸಾಮ, ತೇಜಸ್ವಿಗಳ ತೇಜಸ್ಸು, ಜಯಶಾಲಿಗಳಲ್ಲಿ ವಿಜಯವೂ ಮತ್ತು ಪ್ರಯತ್ನವೂ, ಸಾತ್ವಿಕರಲ್ಲಿರುವ ಸತ್ವಗುಣವು ನಾನೇ,

ಯಾದವರಲ್ಲೇ ಅಂತರ್ಗತವಾಗಿದ್ದ ಯಾವ ಒಂದು ವೃಷ್ಣಿವಂಶವಿತ್ತೋ, ಅದರಲ್ಲಿ ವಾಸುದೇವನೂ ನಾನೇ ಪಾಂಡವರಲ್ಲಿ ಅರ್ಜುನನೂ ನಾನು, ಮುನಿಗಳಲ್ಲಿ ವ್ಯಾಸ, ಕವಿಗಳಲ್ಲಿ ಶುಕ್ಲಾಚಾರ್ಯನೂ ನಾನೇ. ಶಾಸನಮಾಡುವವರಲ್ಲಿ ದಂಡನೆಯೂ ನಾನು, ಜಯ ಅಭಿಲಾಷೆಯುಳ್ಳವರಲ್ಲಿ ರಾಜನೀತಿಯು ನಾನೇ. ಗೋಪ್ಯವಸ್ತುಗಳಲ್ಲಿ ಮೌನವು ನಾನು, ಜ್ಞಾನವಂತರಲ್ಲಿ ಜ್ಞಾನವು ನಾನೇ. ಹೇ ಅರ್ಜುನ! ಎಲ್ಲಾ ಜೀವರಾಶಿಗಳಿಗೆ ನಾನೇ ಮೂಲಬೀಜವು. ನಾನಿಲ್ಲದೇ ಇರುವ ಯಾವ ಚರಾಚರ ವಸ್ತುಗಳು ಇಲ್ಲವೇ ಇಲ್ಲ. ಆದ್ದರಿಂದ ಎಲ್ಲವೂ ನನ್ನ ಸ್ವರೂಪವೇ ಆಗಿವೆ. ಹೇ ಪರಂತಪ! ನನ್ನ ದಿವ್ಯವಿಭೂತಿಗಳಿಗೂ ನಿಜವಾಗಿಯೂ ಕೊನೆಯಿಲ್ಲ. ಇವುಗಳಲ್ಲಿ ಮುಖ್ಯವಾದ ಕೆಲವನ್ನು ನನ್ನ ವಿಭೂತಿಗಳ ವಿಸ್ತಾರವನ್ನು ನಿನಗೋಸ್ಕರ ಸಂಕ್ಷೇಪವಾಗಿ ಹೇಳಿದ್ದೇನೆ. ಯಾವ ಯಾವ ವಸ್ತುಗಳಲ್ಲಿ ತೇಜಸ್ಸು, ವಿಭೂತಿ, ಶೋಭ ನಿನಗೆ ಕಾಣುತ್ತದೋ ಅದು ನನ್ನ ತೇಜಸ್ಸಿನಿಂದ ಉಂಟಾದದ್ದು ಎಂದು ತಿಳಿದಿಕೋ. ಈ ವಿಭೂತಿಗಳನ್ನೆಲ್ಲಾ ವಿಶದವಾಗಿ ತಿಳಿದುಕೊಳ್ಳುವುದರಿಂದ ನಿನಗೆ ಪ್ರಯೋಜನವೇನು? ನಾನು ಈ ಸಂಪೂರ್ಣ ಜಗತ್ತನ್ನು ನನ್ನ ಯೋಗಮಾಯೆಯ ಒಂದು ಅಂಶಮಾತ್ರದಿಂದ ಧರಿಸಿಕೊಂಡಿದ್ದೇನೆ. ಆದುದರಿಂದ ನನ್ನನೇ ಯಥಾರ್ಥವಾಗಿ ತಿಳಿದುಕೊಳ್ಳಬೇಕು. ಇಡೀ ವಿಶ್ವಕ್ಕೆ ಕಾರಣ, ಕಾರ್ಯ, ಕರ್ತ ಮೂರೂ ಪರಮಾತ್ಮನದೇ ಆಗಿರುವುದು ಎಂದು ಅರಿತು, ನಮ್ಮ ಅಹಂಕಾರ (ನಾನು) ಮತ್ತು ಮಮಕಾರವನ್ನು (ನನ್ನದು) ಬಿಟ್ಟು ಸರ್ವವೂ ಪರಮಾತ್ಮನಿಗೆ ಅರ್ಪಿಸಿ ಜೀವನವನ್ನು ಸಾಗಿಸಬೇಕು. ಆಗ ಜೀವನದಲ್ಲಿ ಸುಖ ಶಾಂತಿ, ನೆಮ್ಮದಿಯೂ ಸ್ವಾಭಾವಿಕವಾಗಿ ಸ್ಥಿರವಾಗಿರುತ್ತದೆ ಬೇರೂರುತ್ತದೆ ಎಂದರ್ಥ.

– ಓಂ ತತ್ಸತ್ –

ಅಧ್ಯಾಯ–೧೧

ವಿಶ್ವರೂಪ ದರ್ಶನಯೋಗ

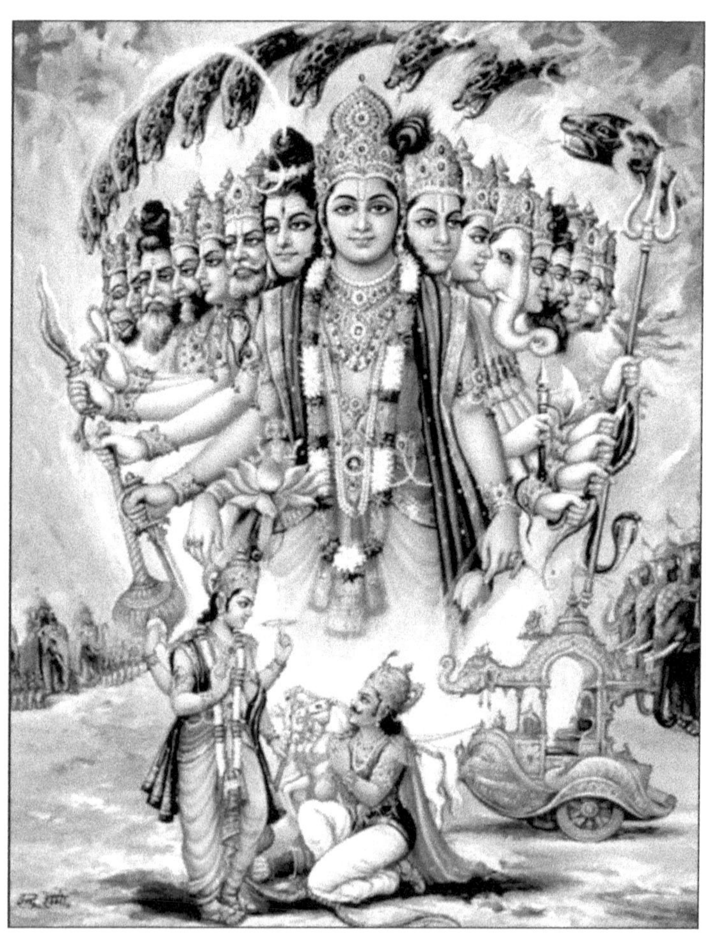

ವಿಶ್ವರೂಪ ದರ್ಶನಯೋಗ

ಭಗವಂತನ ವಿಭೂತಿಯೋಗವನ್ನು ಅರಿತುಕೊಂಡು ಸರ್ವವ್ಯಾಪಿಯಾದ ಕೃಷ್ಣನಿಗೆ ಅರ್ಜುನ ಹೇಳುತ್ತಾನೆ. ಪರಮಾತ್ಮ ನನ್ನನ್ನು ಅನುಗ್ರಹಿಸುವ ಸಲುವಾಗಿ ನಿನ್ನಿಂದ ಯಾವ ಪರಮಗೋಪ್ಯವಾದ ಆಧ್ಯಾತ್ಮಜ್ಞಾನ ವಿಚಾರಗಳು ಉಪದೇಶಿಸಲ್ಪಟ್ಟವೋ ಆಗಲೇ ನನ್ನ ಮೋಹವು ಮತ್ತು ನನ್ನ ಅಜ್ಞಾನವು ನಾಶವಾಗಿ ಹೋಗಿದೆ. ಕಮಲದ ಎಸಳಿನಂತಿರುವ ಕಣ್ಣುಗಳುಳ್ಳ ಹೇ, ಕಮಲ ಪತ್ರಾಕ್ಷನೇ ಇಲ್ಲಿಯವರೆಗೂ ಎಲ್ಲಾ ಜೀವರಾಶಿಗಳ ಉತ್ಪತ್ತಿ ಸ್ಥಿತಿ, ಪ್ರಳಯಗಳನ್ನು ನಿನ್ನಿಂದ ತಿಳಿದಿದ್ದಾಯಿತು. ಅಷ್ಟುಮಾತ್ರವಲ್ಲದೇ ಅಖಂಡವಾದ ನಿನ್ನ ಮಾಹಾತ್ಮ್ಯವನ್ನು ಅರಿತಿದ್ದಾಯಿತು. ಹೇ ಪರಮೇಶ್ವರ! ಇಲ್ಲಿಯವರೆಗೂ ನೀನು ಹೇಳಿದ ಎಲ್ಲಾ ವಿಚಾರಗಳು ಅಕ್ಷರಶಃ ಸತ್ಯವಾಗಿದೆ. ಹೇ ಪುರುಷೋತ್ತಮ! ನಿನ್ನ ಜ್ಞಾನ, ಬಲ ಐಶ್ವರ್ಯ, ವೀರ್ಯಶಕ್ತಿಯಿಂದ ಕೂಡಿರುವ ನಿನ್ನ ತೇಜಸ್ಸಿನ ಈಶ್ವರೀಯ ರೂಪವನ್ನು ಪ್ರತ್ಯಕ್ಷವಾಗಿ ನೋಡಲು ಬಯಸುತ್ತೇನೆ. ಹೇ ಪ್ರಭು! ನನ್ನಿಂದ ಆ ನಿನ್ನ ರೂಪವನ್ನು ನೋಡಲು ಸಾಧ್ಯ ಎಂಬುದಾಗಿ ಒಪ್ಪುವುದಾದರೆ ಹೇ ಯೋಗೇಶ್ವರ! ನೀನು ನಿನ್ನ ಅವಿನಾಶಿ ಸ್ವರೂಪವನ್ನು ನನಗೆ ದರ್ಶನ ಮಾಡಿಸು. ನಿನ್ನ ಅವ್ಯಯಸ್ವರೂಪವನ್ನು ನನಗೆ ತೋರಿಸು ಎಂದು ಪ್ರಾರ್ಥಿಸಿದ ಅರ್ಜುನ, ಆಗ ಭಗವಂತನು ತನ್ನರೂಪವನ್ನೇ ತೋರಿಸುತ್ತಾನೆ.

ಎಲೈ ಪಾರ್ಥ! ನಾನಾ ವಿವಿಧರೂಪಗಳಿಂದ ಕೂಡಿದ ನನ್ನ ನೂರಾರು, ಸಾವಿರಾರು, ನಾನಾವರ್ಣಗಳಿಂದ, ನಾನಾ ಆಕೃತಿಗಳಿಂದ ಕೂಡಿರುವ ದಿವ್ಯವಾದ ಅಲೌಕಿಕ ರೂಪವನ್ನು ನೀನೀಗ ನೋಡು ಎಂದ ಪರಮಾತ್ಮ! ಎಲೈ ಭರತವಂಶೀ ಅರ್ಜುನ! ನನ್ನಲ್ಲಿ ಅದಿತಿಪುತ್ರರು ಹಾಗೂ 12 ಆದಿತ್ಯರನ್ನು, 8 ಮಂದಿ ವಸುಗಳನ್ನು, 11 ಮಂದಿ ರುದ್ರರನ್ನು, 2 ಅಶ್ವಿನಿ ಕುಮಾರರನ್ನು, 49 ಮರುದ್ಗಣಗಳನ್ನು ಹಾಗೂ ನೀನು ಇಷ್ಟರವರೆಗೂ ನೋಡದ ಕೇಳದ ಆಶ್ಚರ್ಯಕರವಾದ, ಅದ್ಭುತವಾದ ರೂಪಗಳನ್ನು ನೋಡು. ಎಲೈ ಅರ್ಜುನ! ಈಗ ನನ್ನ ಶರೀರದಲ್ಲಿ ಚರಾಚರವಾದ ಸಕಲಜಗತ್ತನ್ನು ನೋಡಬೇಕು ಎಂದು ಕೇಳಿಕೊಂಡಿದ್ದೀಯೋ ಅವೆಲ್ಲವನ್ನೂ ಈ ನನ್ನ ಶರೀರ (ದೇಹ) ದಲ್ಲಿ ನೋಡು. ಅರ್ಜುನ, ಈ ನನ್ನ ಎಲ್ಲಾ ರೂಪವನ್ನು ನಿನ್ನ ಸಾಧಾರಣ ಕಣ್ಣುಗಳಿಂದ

ನನ್ನನ್ನು ನೋಡಲಾರೆ ಹಾಗೂ ಸಮರ್ಥನು ಅಲ್ಲ. ಅದರ ಪ್ರಯುಕ್ತ ನಿನಗೋಸ್ಕರ ದಿವ್ಯ ದೃಷ್ಟಿಯನ್ನು ಕೊಡುತ್ತೇನೆ. ಆಗ ನೀನು ನನ್ನ ಈಶ್ವರೀಯ ಪ್ರಭಾವವನ್ನು ಮತ್ತು ಯೋಗಶಕ್ತಿಯನ್ನು ನೋಡಬಹುದು ಎಂದನು. ಆಗ ಸಂಜಯನು ಧೃತರಾಷ್ಟ್ರನಿಗೆ ಅರ್ಜುನ ನೋಡಲು ತೋರಿಸಿದ ವಿಶ್ವರೂಪದ ಬಗ್ಗೆ ವಿವರಿಸುತ್ತಾನೆ. ಮಹಾರಾಜ ಮಹಾಯೋಗೇಶ್ವರನಾದ ಶ್ರೀಹರಿಯು ಮೇಲೆ ವಿವರಿಸಿದ ಎಲ್ಲವನ್ನು ಹೇಳಿ ತನ್ನ ಅದ್ಭುತವಾದ ವಿಶ್ವರೂಪವನ್ನು ಅರ್ಜುನನಿಗೆ ತೋರಿಸಿದನು ಎಂಬುದನ್ನು ವಿವರಿಸುತ್ತಾನೆ. ಅನೇಕ ವಿಧವಾದ ಮುಖಗಳಿಂದಲೂ ಮತ್ತು ಕಣ್ಣುಗಳಿಂದಲೂ ಹಾಗೂ ದಿವ್ಯ ಆಭರಣಗಳಿಂದಲೂ, ದಿವ್ಯ ಆಯುಧಗಳನ್ನು ಧರಿಸಿರುವುದಾಗಿಯೂ ಮತ್ತು ಅನೇಕ ಅದ್ಭುತ ದರ್ಶನಗಳಿರುವ ದಿವ್ಯವಾದ ವಸ್ತುಗಳಿಂದ ಹಾಗೂ ವೈಜಯಂತಿಮಾಲೆಯಿಂದ ಸುಶೋಭಿತವಾಗಿ, ದಿವ್ಯಗಂಧವನ್ನು ಲೇಪಿಸಿಕೊಂಡಿರುವ ಶರೀರವುಳ್ಳದ್ದಾಗಿಯೂ ಸರ್ವತೋಮುಖಿವಾಗಿದ್ದ ವಿರಾಟ್‌ಸ್ವರೂಪಿ ಪರಮದೇವ ಪರಮೇಶ್ವರನನ್ನು ಅರ್ಜುನನು ನೋಡಿದನು. ಇಷ್ಟೆ ಅಲ್ಲ ಸಾವಿರ ಸೂರ್ಯರು ಒಂದೇ ಸಾರಿ ಪೂರ್ವದಿಕ್ಕಿನಲ್ಲಿ ಉದಯಿಸಿದರೆ ಯಾವ ಪ್ರಕಾಶವು ಉಂಟಾಗುವುದೋ ಹಾಗೆ, ಈ ವಿಶ್ವರೂಪಿ ಪರಮಾತ್ಮನ ಪ್ರಕಾಶವು ಶೋಭಾಯಮಾನವಾಗಿ ಕಾಣುತ್ತಿತ್ತು. ಅದಕ್ಕೆ ಸಮಾನವಾದದು ಯಾವುದೂ ಇಲ್ಲ. ಚಿತ್ರವಿಚಿತ್ರಗಳಿಂದ ಕೂಡಿದ ಇಡೀ ವಿಶ್ವವು ದೇವದೇವನಾದ ಶ್ರೀಕೃಷ್ಣನ ಶರೀರದಲ್ಲಿ ಒಂದೇ ಕಡೆ ಇರುವುದನ್ನು ಅರ್ಜುನನು ನೋಡಿದನು. ಅನಂತರ ಅರ್ಜುನ ಆಶ್ಚರ್ಯಭರಿತನಾಗಿ ಹರ್ಷದಿಂದ, ಮೈಯೆಲ್ಲಾ ರೋಮಾಂಚನಗೊಂಡು ಸ್ತಬ್ದನಾಗುತ್ತಾನೆ. ಆಮೇಲೆ ಭಗವಂತನಿಗೆ ಶಿರಸಾ ನಮಸ್ಕಾರ ಮಾಡಿ ಕೈಜೋಡಿಸಿಕೊಂಡು ಸ್ತುತಿಸುತ್ತ ನೋಡುತ್ತ ವರ್ಣಿಸುತ್ತಾನೆ ಅರ್ಜುನ ಹೇ ದೇವಾ! ನಿನ್ನ ಶರೀರದಲ್ಲಿ ಎಲ್ಲಾ ದೇವತೆಗಳನ್ನು ಎಲ್ಲಾ ಜೀವಸಮುದಾಯವನ್ನೂ ಹಾಗೂ ಕಮಲಾಸನದಲ್ಲಿ ಕುಳಿತಿರುವ ಚತುರ್ಮುಖ ಬ್ರಹ್ಮನನ್ನು, ಮಹಾದೇವನನ್ನು, ಋಷಿಗಳನ್ನು ಹಾಗೂ ದಿವ್ಯವಾದ ಸರ್ಪಗಳನ್ನು ನೋಡುತ್ತಿದ್ದೇನೆ. ಹೇ ವಿಶ್ವೇಶ್ವರಾ! ನಿನ್ನ ಅನೇಕಬಾಹುಗಳು ಉದರಗಳು, ಮುಖಗಳು, ನೇತ್ರಗಳು ಮತ್ತು ಸರ್ವೋತ್ತಮನಾಗಿ ಸರ್ವತೋಮುಖನಾಗಿ ನೀನು ಕಾಣುತ್ತಿದ್ದೀಯೇ, ನಿನ್ನನು ನಾನು ನೋಡುತ್ತಿದ್ದೇನೆ. ಆದರೆ ಈ ನಿನ್ನ

ಆದಿಯೂ, ಮಧ್ಯಮವೂ ಮತ್ತು ಅಂತ್ಯವೂ ನನಗೆ ಕಾಣುತ್ತಿಲ್ಲ ಹಾಗೂ ಕಿರೀಟ, ಗದೆ, ಚಕ್ರ, ಇತ್ಯಾದಿ ಆಯುಧಗಳನ್ನು ಧರಿಸಿರುವ ರೂಪವೂ, ಎಲ್ಲೆಲ್ಲಿಯೂ ಸಹಸ್ರಪ್ರಭೆ ಸೂರ್ಯರ ಪ್ರಕಾಶಮಯವಾದ ತೇಜಪುಂಜಗಳು, ಅಗ್ನಿಯಂತೆ ಜ್ವಲಿಸುತ್ತಿರುವ ಸೂರ್ಯರಂತಹ ಜ್ಯೋತಿಸ್ವರೂಪವು ಹಾಗೂ ಅಪ್ರಮೇಯ ಸ್ವರೂಪಿಯಾದ ನಿನ್ನನ್ನು ಎಲ್ಲಾ ಕಡೆಗಳಿಂದಲೂ ನೋಡುತ್ತಿದ್ದೇನೆ. ನಾನು ತಿಳಿದುಕೊಳ್ಳಲೇಬೇಕಾದ ಅಕ್ಷರಬ್ರಹ್ಮನು ನೀನು, ಪರಮಾತ್ಮನು ನೀನೇ. ಈ ಜಗತ್ತಿಗೆ ಪರಮ ಆಶ್ರಯವು, ಅನಾದಿಧರ್ಮರಕ್ಷಕನು ನೀನೇ ಅವಿನಾಶಿಯೂ ನೀನೇ ಸನಾತನ ಪುರುಷನು ನೀನೇ ಎಂದು ನನ್ನ ಅಭಿಪ್ರಾಯ. ಓ ಪರಮೇಶ್ವರ! ಆದಿ,   ಮಧ್ಯ   ಅಂತ್ಯಗಳಿಲ್ಲದವನು,   ಅನಂತಸಾಮರ್ಥ್ಯವುಳ್ಳವನು, ಅನಂತಬಾಹುಗಳುಳ್ಳವನು, ಚಂದ್ರಸೂರ್ಯರು ನಿನ್ನ ಕಣ್ಣುಗಳಾಗಿ ಪ್ರಜ್ವಲಿಸುವ ಅಗ್ನಿರೂಪ ಮುಖವಾಗಿ ಮತ್ತು ನಿನ್ನ ತೇಜಸ್ಸಿನಿಂದ ಈ ಜಗತ್ತಿಗೆ ತಾಪವನ್ನು ಕೊಡುತ್ತಿರುವ ನಿನ್ನನ್ನು ನೋಡುತ್ತಿದ್ದೇನೆ. ಈ ಸ್ವರ್ಗ, ಭೂಮಿ ಮತ್ತು ಆಕಾಶ ಹಾಗೂ ಎಲ್ಲಾ ದಿಕ್ಕುಗಳು ನಿನ್ನೊಬ್ಬನಿಂದಲೇ ಪರಿಪೂರ್ಣವಾಗಿದೆ. ನಿನ್ನ ಈ ಅಲೌಕಿಕ ಭಯಂಕರ ರೂಪವನ್ನು ನೋಡಿ ಮೂರು ಲೋಕಗಳು ಭೀತಿಗೊಂಡಿವೆ ಕೃಷ್ಣ! ಈ ದೇವತಾ ಸಮೂಹಗಳು ನಿನ್ನಲ್ಲಿ ಪ್ರವೇಶಿಸುತ್ತಾ ಇವೆ. ಕೆಲವರು ಭಯಭೀತರಾಗಿ ಕೈಜೋಡಿಸಿಕೊಂಡು, ನಿನ್ನ ನಾಮ ಮತ್ತು ಗುಣಗಳನ್ನು ಸ್ಮರಿಸುತ್ತಿದ್ದಾರೆ. ಮಹರ್ಷಿಗಳು ಹಾಗೂ ಸಿದ್ಧರ ಸಮುದಾಯಗಳು ನಿನಗೆ ಮಂಗಳವಾಗಲಿ ಎಂದು ಉತ್ಕೃಷ್ಟವಾದ ಸ್ತೋತ್ರಗಳ ಮೂಲಕ ನಿನ್ನನ್ನು ಸ್ತೋತ್ರ ಮಾಡುತ್ತಿದ್ದಾರೆ. 11 ಜನ ರುದ್ರರು, 12 ಆದಿತ್ಯರು, ಅಷ್ಟವಸುಗಳು, ಸಾದ್ಯರು 49 ಮರುದ್ಗಣಗಳು, ವಿಶ್ವೇದೇವತೆಗಳು, ಅಶ್ವಿನಿ ದೇವತೆಗಳು, ಪಿತೃದೇವತೆಗಳು, ಯಕ್ಷರಾಕ್ಷಸ, ಗಂಧರ್ವ ಸಿದ್ಧರೂ, ಇವರೆಲ್ಲರೂ ನಿನ್ನನ್ನು ಆಶ್ಚರ್ಯದಿಂದ ನೋಡುತ್ತಿದ್ದಾರೆ. ಹೇ ಮಹಾಬಾಹೋ! ಅಸಂಖ್ಯಾತ ಮುಖಿಗಳು, ನೇತ್ರಗಳು, ತೊಡೆಗಳು,   ಪಾದಗಳು,   ಉದರಗಳು,   ಕೋರೆಹಲ್ಲುಗಳಿರುವ,   ನಿನ್ನ ಕರಾಳರೂಪವನ್ನು ನೋಡಿ ಲೋಕವು ಭಯಗ್ರಸ್ತವಾಗಿದೆ. ನಾನು ಸಹ ಹೆದರಿದ್ದೇನೆ. ವಿಶಾಲನೇತ್ರಗಳಿಂದ ಮತ್ತು ತೆರೆದ ಬಾಯಿಂದ ಕೂಡಿದ, ಗಗನಕ್ಕೆ ಮುಟ್ಟುವಂತೆ ಬೆಳೆದ ಈ ನಿನ್ನ ವಿಶ್ವರೂಪವನ್ನು ನೋಡಿ ನನ್ನ ಹೃದಯವು ಗಾಬರಿಗೊಂಡಿದೆ. ನಾನು ಕಂಗೆಟ್ಟಿದ್ದೇನೆ ಹೇ ವಿಷ್ಣೋ! ನನಗೆ ಶಾಂತಿಯೇ

ಇಲ್ಲದಾಗಿದೆ. ನಿನ್ನ ವಿಕರಾಳ ಕೋರೆದಾಡೆಗಳನ್ನು ಮತ್ತು ಪ್ರಳಯಾಗ್ನಿಯಂತೆ ಪ್ರಜ್ವಲಿಸುತ್ತಿರುವ ಮುಖಿಗಳನ್ನು ನೋಡಿ ದಿಕ್ಕುಗಳು ಕಾಣದಾಗಿದ್ದೇನೆ ಮತ್ತು ನೆಮ್ಮದಿಯನ್ನು ಸಹ ಪಡೆಯುತ್ತಿಲ್ಲ, ಹೇ ದೇವೇಶ! ಓ ಜಗನ್ನಾಥ! ಪ್ರಸನ್ನನಾಗು, ಭೀಷ್ಮ, ದ್ರೋಣ, ಧೃತರಾಷ್ಟ್ರ, ಆ ಸಮಸ್ತ ಪುತ್ರರೆಲ್ಲಾ ಹಾಗೂ ರಾಜರುಗಳ ಸಮುದಾಯದ ಸಹಿತ ನಿನ್ನಲ್ಲಿ ಪ್ರವೇಶಿಸುತ್ತಿದ್ದಾರೆ. ನಿನ್ನ ಆ ಭಯಾನಕ ಮುಖದೊಳಗೆ ಅತಿ ಶೀಘ್ರದಿಂದ ಪ್ರವೇಶಿಸುತ್ತಿದ್ದಾರೆ. ಹಲ್ಲುಗಳ ಸಂದಿಯಲ್ಲಿ ಅವರ ತಲೆಗಳು ಸಿಕ್ಕಿಕೊಂಡು ನುಚ್ಚುನೂರಾಗಿ ಹೋಗುತ್ತಿವೆ. ಹೇಗೆ ನದಿಗಳ ಎಲ್ಲಾ ಜಲಪ್ರವಾಹಗಳು ಸಮುದ್ರಕ್ಕೆ ಅಭಿಮುಖಿವಾಗಿ ಓಡುತ್ತವೆಯೋ ಹಾಗೆಯೇ ಆ ನರಲೋಕ ಶ್ರೇಷ್ಠವೀರರಗಳೂ ಸಹ ಪ್ರಜ್ವಲಿಸುತ್ತಿರುವ ನಿನ್ನ ಮುಖಿಗಳಲ್ಲಿ ಪ್ರವೇಶಿಸುತ್ತಾ ಇದ್ದಾರೆ. ಹೇಗೆ ಪತಂಗಗಳು ಮೋಹವಶದಿಂದ ನಾಶಹೊಂದುವುದಕ್ಕಾಗಿಯೇ ಅತ್ಯಂತ ವೇಗದಿಂದ ಪ್ರಜ್ವಲಿಸುವ ಅಗ್ನಿಯಲ್ಲಿ ಪ್ರವೇಶಿಸುತ್ತಿವೆಯೋ ಹಾಗೆಯೇ ಈ ಜನರೆಲ್ಲರೂ (ಯುದ್ಧರಂಗದಲ್ಲಿರುವ) ಸಹ ತಮ್ಮ ನಾಶಕ್ಕಾಗಿಯೇ ನಿನ್ನ ಮುಖಿಗಳಲ್ಲಿ ಅತಿವೇಗವಾಗಿ ಪ್ರವೇಶಿಸುತ್ತಿದ್ದಾರೆ. ಹೇ ವಿಷ್ಣೋ! ಅಪೂರ್ವವಾದ ಈ ನಿನ್ನ ತೇಜಸ್ಸಿನಿಂದ ಇಡೀ ಬ್ರಹ್ಮಾಂಡವೇ ತಪಿಸುತ್ತಿದೆ. ಹೇ ದೇವ! ಜ್ವಾಲೆಗಳನ್ನು ಹೊಮ್ಮುತ್ತಿರುವ ನಿನ್ನ ಬಾಯಿಗಳಿಂದ ಅವರನ್ನೆಲ್ಲಾ ನುಂಗುತ್ತಾ ನಾಲಿಗೆಯನ್ನು ಚಪ್ಪರಿಸುತ್ತಿರುವೆ. ಹೇ ದೇವಾ! ನಿನಗೆ ನಮೋ ನಮಃ ಏನಿದು ನಿನ್ನ ಲೀಲೆ? ಈ ರೀತಿಯಾಗಿ ಉಗ್ರರೂಪವನ್ನು ಧರಿಸಿರುವ ನೀನು ಯಾರು? ಎತಕ್ಕಾಗಿ ಧರಿಸಿದೆ? ನನಗೆ ಹೇಳು, ಪ್ರಸನ್ನನಾಗು, ಆದಿಪುರುಷನಾದ ನಿನ್ನನ್ನು ಯಥಾರ್ಥವಾಗಿ ತಿಳಿದುಕೊಳ್ಳಲು ಇಚ್ಛಸುತ್ತೇನೆ. ಏಕೆಂದರೆ, ನಿನ್ನ ಪ್ರವೃತಿ, ನಿವೃತ್ತಿಯನ್ನು ನಾನು ಅರಿಯೆನು (ತಿಲಿಯೆನು) ಎಂದು ಅರ್ಜುನನು ಮೊರೆಯಿಡುತ್ತಾನೆ. ಆಗ ಪರಮಾತ್ಮ ಅವನಿಗೆ ಉತ್ತರ ಕೊಡುತ್ತಾನೆ. ಎಲ್ಯೆ ಅರ್ಜುನ! ನಾನು ಇಡೀ ಲೋಕವನ್ನು ಕ್ಷಯಗೊಳಿಸುವುದಕ್ಕಾಗಿ ಬೆಳೆದ ಕಾಲಪುರುಷನು. ನಾನು ಎಲ್ಲರನ್ನೂ ನುಂಗುವುದಕ್ಕೆ ಇದೀಗ ಸಿದ್ಧನಾಗಿದ್ದೇನೆ. ಅರ್ಥಾತ್ ನೀನು ಯುದ್ಧ ಮಾಡಿದರೂ ಸರಿ, ಮಾಡದಿದ್ದರೂ ಸರಿ ಇವರೆಲ್ಲರೂ ನಾಶವಾಗಿ ಹೋಗುವರು. ಆದುದರಿಂದ ನೀನು ಯುದ್ಧಕ್ಕೆ ಸಿದ್ಧನಾಗಿ ನಿಲ್ಲು, ಕ್ಷತ್ರಿಯ ಧರ್ಮವನ್ನು ಪಾಲಿಸು, ಯಶಸ್ಸನ್ನು ಗಳಿಸು, ಶತ್ರುಗಳನ್ನು ನಾಶಮಾಡಿ, ಸಮೃದ್ಧವಾದ ರಾಜ್ಯವನ್ನು ಸ್ವೇಚ್ಛೆಯಾಗಿ ಅನುಭವಿಸು.

ಕೌರವರೆಲ್ಲಾ ಮೊದಲೇ ನನ್ನಿಂದ ಸತ್ತಿರುತ್ತಾರೆ. ಹೇ ಸವ್ಯಸಾಚಿ! ನೀನು ನಿಮಿತ್ತಮಾತ್ರವಾಗಿ ನಿಲ್ಲು. (ಎರಡೂ ಕೈಗಳಿಂದಲೂ ಸಹ ಬಾಣಪ್ರಯೋಗದ ಅಭ್ಯಾಸವಿದ್ದುದರಿಂದ ಅರ್ಜುನನ ಹೆಸರು ಸವ್ಯಸಾಚಿ ಎಂದಾಯ್ತು) ನನ್ನಿಂದ ಮೊದಲೇ ಹತರಾದ ಭೀಷ್ಮ, ದ್ರೋಣ, ಜಯದ್ರಥ, ಕರ್ಣ ಮೊದಲಾದ ಶತ್ರುವೀರರನ್ನು ಕೊಲ್ಲು, ಖಂಡಿತವಾಗಿಯೂ ನೀನು ಯುದ್ಧದಲ್ಲಿ ಜಯಗಳಿಸುವೆ, ಚಿಂತೆ ಮಾಡಬೇಡ (ಎಂದು ಆಶೀರ್ವಾದ ಮಾಡಿದನು ಪರಮಾತ್ಮ). ಕೇಶವನ ಈ ಮಾತುಗಳನ್ನು ಕೇಳಿ ಕಿರೀಟಧಾರಿಯಾದ ಶ್ರೀಕೃಷ್ಣನಿಗೆ ನಮಸ್ಕಾರ ಮಾಡಿ, ಕೈಜೋಡಿಸಿಕೊಂಡು ಬಗ್ಗಿನಿಂತು ಗದ್ಗದ ಸ್ವರದಿಂದ ಈ ರೀತಿ ಹೇಳಿದನು : (ಎಂದು ಸಂಜಯ ಧೃತರಾಷ್ಟ್ರನಿಗೆ ಹೇಳಿದ) ನೀನು ಎಲ್ಲಾ ಜೀವಕೋಟಿಗಳ ಅಂತರ್ಯಾಮಿ–ಯಾಗಿರುವೆ, ಆಗ ಅರ್ಜುನ ಹೇಳಿದ, ಹೃಷಿಕೇಶ ನಿನ್ನ ಕೀರ್ತಿಯಿಂದ ಇಡೀ ಜಗತ್ತು ಹರ್ಷಪಡುತ್ತಿದೆ ಮತ್ತು ನಿನ್ನಲ್ಲಿ ಹೆಚ್ಚಿನ ಭಕ್ತಿಯನ್ನು ತೋರಿಸುತ್ತಿದೆ. ರಾಕ್ಷಸರೆಲ್ಲಾ ಭಯಭೀತಿಯಿಂದ ದಿಕ್ಕುಪಾಲಾಗಿ ಓಡುತ್ತಿದ್ದಾರೆ, ಸಿದ್ಧರ ಸಂಘ ಸಮುದಾಯಗಳೆಲ್ಲಾ ನಮಸ್ಕಾರ ಮಾಡುತ್ತಿದೆ. ಇದೂ ನಿನ್ನ ಮಹಿಮೆಗೆ ಯುಕ್ತವು ಮತ್ತು ಸರ್ವೋಚಿತವು ಆಗಿದೆ. ಹೇ ಮಹಾತ್ಮ! ನೀನು ಚತುರ್ಮುಖ ಬ್ರಹ್ಮನಿಗೂ ಸಹ ಆದಿಕರ್ತಾ ಮತ್ತು ಆದಿಪುರುಷನಾದ ನಿನಗೆ ಮೇಲೆ ಹೇಳಿರುವವರೆಲ್ಲರೂ ನಮಸ್ಕರಿಸದೇ ಇರುವುದು ಹೇಗೆ ತಾನೇ ಸಾಧ್ಯ? ಏಕೆಂದರೆ, ಅನಂತ (ನೀನು) ದೇವೇಶ! ಜಗನ್ನಿವಾಸನಾದ ನೀನು ಅಕ್ಷರಬ್ರಹ್ಮನಲ್ಲವೆ. ಸತ್ ಮತ್ತು ಅಸತ್‌ಗಳಿಗಿಂತ ಅಚೇತವಾಗಿರುವ ಸಚ್ಚಿದಾನಂದ ಬ್ರಹ್ಮನಲ್ಲವೇ? ಅವೆಲ್ಲವೂ ನೀನೇ ಆಗಿದ್ದೀಯೆ. ನೀನು ಆದಿದೇವನು, ಪುರಾಣಪುರುಷನು, ಈ ವಿಶ್ವಕ್ಕೆ ಆಧಾರಶಕ್ತಿಯೂ ನೀನೇ, ಸರ್ವಜ್ಞ, ಸರ್ವಶಕ್ತ, ಸರ್ವಾಂತರ್ಯಾಮಿ, ಎಂದು ತಿಳಿದುಕೊಳ್ಳಬೇಕಾದವನು ಮತ್ತು ಪರಂಧಾಮ ಆಗಿರುವೆ. ಈ ಜಗತ್ತಿಗೆ ಪರಮಾಶ್ರಯ, ಹೇ ಅನಂತರೂಪನೇ! ನಿನ್ನಿಂದಲೇ, ಈ ಜಗತ್ತೆಲ್ಲಾ ವ್ಯಾಪಿಸಲಟ್ಟಿದೆ. ನೀನೆ ವಾಯು, ಯಮರಾಜ, ಅಗ್ನಿಯೂ, ವರುಣನು, ಚಂದ್ರನು. ಬ್ರಹ್ಮದೇವನು ಹಾಗೂ ಬ್ರಹ್ಮದೇವರಿಗೂ ತಂದೆಯು, ಅಂಥಾ ನಿನಗೆ ಸಾವಿರಾರು ನಮಸ್ಕಾರಗಳು. ಪದೇ ಪದೇ ನಮಸ್ಕಾರ ಎಂದು ಒತ್ತಿ ಒತ್ತಿ ಹೇಳುತ್ತಾನೆ (ಅರ್ಜುನ) ಹೇ ಅನಂತಸಾಮರ್ಥ್ಯವುಳ್ಳ ವಿಶ್ವರೂಪನೇ! ನಿನಗೆ ಮುಂದಿನಿಂದ ಮತ್ತು ಹಿಂದಿನಿಂದ ನಮಸ್ಕಾರ ಎಲ್ಲಾ ಕಡೆಗಳಿಂದಲೂ

ನಮಸ್ಕಾರ, ನೀನು ಅಪರಿಮಿತ ಸಾಮರ್ಥ್ಯವುಳ್ಳವನು ಎಲ್ಲರಲ್ಲೂ ಸರ್ವಾಂತಯರ್ಯಾಮಿಯಾಗಿಯೂ ಸರ್ವಸ್ವರೂಪಿಯಾಗಿಯೂ ಇರುವೆ ನಿನ್ನನ್ನು ಮಿತ್ರನೆಂಬುದಾಗಿ ಭಾವಿಸಿಕೊಂಡು, ನಿನ್ನ ಈ ಪ್ರಭಾವವನ್ನು ಮತ್ತು ನಿನ್ನ ಹಿರಿಮೆಯನ್ನು ತಿಳಿಯದೆ ಸ್ನೇಹದಿಂದಲೇ ಆಗಲಿ, ಬಾಯಿತಪ್ಪಿಯೋ ಹೇ ಕೃಷ್ಣ! ಹೇ ಯಾದವ! ಹೇ ಗೆಳೆಯನೆ! ಎಂದು ಹೀಯಾಳಿಸಿ ಕರೆದಿದ್ದೇನೆ, ಹೀಗೆಯೇ ಆಹಾರ ವಿಹಾರಗಳಲ್ಲಿ ಆಸನ ಶಯನದ ವೇಳೆಯಲ್ಲಿ ಅಪಹಾಸ್ಯ ಮಾತನಾಡಿರುವೆನು. ಈ ಎಲ್ಲಾ ವಿಷಯ ಒಂದುಗೂಡಿಸಿ ಅಚಿಂತ್ಯಪ್ರಭಾವವುಳ್ಳ ನಿನ್ನಲ್ಲಿ ಕ್ಷಮೆಯಾಚಿಸುತ್ತೇನೆ ಮತ್ತು ಬೇಡಿಕೊಳ್ಳುತ್ತೇನೆ. ನೀನು ಈ ಚರಚರಾತ್ಮಕವಾದ ಮತ್ತು ಜಗತ್ತಿಗೆ ತಂದೆ ಮತ್ತು ಗುರುವಿಗಿಂತಲೂ ಮಿಗಿಲಾದ ಗುರುವಾಗಿರುವೆ. ಹೇ ಅತಿಶಯಪ್ರಭಾವಶಾಲಿಯೇ! ಮೂರುಲೋಕಗಳಲ್ಲಿಯೂ ನಿನಗೆ ಸಮಾನರಾದವರು ಬೇರೆ ಯಾರೂ ಸಹ ಇರುವುದಿಲ್ಲ, ನಿನಗಿಂಥ ದೊಡ್ಡವರು ಹೇಗುಂಟು? ಆದ್ದರಿಂದ ಹೇ ಪ್ರಭು! "ನಾನು ಈ ಶರೀರವನ್ನು ನಿನ್ನ ಚರಣಗಳಲ್ಲಿ ಇಟ್ಟು ಸಾಷ್ಟಾಂಗ ನಮಸ್ಕಾರ ಮಾಡಿ ಬೇಡಿಕೊಳ್ಳುತ್ತಿದ್ದೇನೆ ಮತ್ತು ಈಶ್ವರನೇ ನಿನ್ನನ್ನು ಪ್ರಸನ್ನನಾಗೆಂದು ಪ್ರಾರ್ಥಿಸುತ್ತೇನೆ. ಹೇ ದೇವ! ತಂದೆ ಮಗನನ್ನು ಮಿತ್ರನನ್ನು ಪತಿಯು ಪ್ರಿಯಪತ್ನಿಯ ಅಪರಾಧವನ್ನು ಮನ್ನಿಸುವಂತೆ ನನ್ನ ಅಪರಾಧವೆಲ್ಲವನ್ನೂ ಸಹಿಸಿಕೊಂಡು ಕ್ಷಮಿಸುವೆ ಮತ್ತು ಮನ್ನಿಸಲು ಯೋಗ್ಯನಾಗಿರುವೇ ನೀನು ಅದೃಷ್ಟಪೂರ್ವವಾದ ಈ ಸ್ವರೂಪವನ್ನು ನೋಡಿ ನನಗೆ ಬಹಳ ಆನಂದವಾಗಿದೆ, ಜೊತೆಗೆ ಮನಸ್ಸು ಭಯಗ್ರಸ್ತವಾಗಿದೆ. ಜಗನ್ನಿವಾಸ ನೀನು ಆ ನಿನ್ನ ಚತುರ್ಭುಜ ವಿಷ್ಣುರೂಪವನ್ನು ನನಗೆ ತೋರಿಸು, ಪ್ರಸನ್ನನಾಗು ಎನ್ನುತ್ತಾನೆ. ಕಿರೀಟಧಾರಿಯಾಗಿರುವ ಗದೆ ಮತ್ತು ಶಂಖಚಕ್ರಗಳನ್ನು ಕೈಯಲ್ಲಿ ಹಿಡಿದಿರುವ ರೀತಿಯಲ್ಲಿಯೇ ನಿನ್ನನ್ನು ನೋಡಲು ಇಚ್ಛಿಸುತ್ತೇನೆ. ಆದುದರಿಂದ ಹೇ ವಿಶ್ವರೂಪಿಯೇ! "ಹೇ ಸಹಸ್ರಬಾಹುವೇ ಅದೇ ರೂಪದಿಂದ (ಚತುರ್ಭುಜ) ಪ್ರತ್ಯಕ್ಷನಾಗು ಎಂದು ಅರ್ಜುನನು ಶ್ರೀಕೃಷ್ಣನನ್ನು ಕೇಳಿಕೊಳ್ಳುತ್ತಾನೆ. ಆಗ ಭಗವಂತ ಅರ್ಜುನನಿಗೆ ಹೇಳುತ್ತಾನೆ. ಈ ವಿಶ್ವರೂಪವು ಹಿಂದೆ ಯಾರೂ ನೋಡಿಲ್ಲ, ಮುಂದೆ ಯಾರೂ ನೋಡುವುದಿಲ್ಲ. ಎಲೈ ಅರ್ಜುನ! ನಿನಗೆ ಅನುಗ್ರಹ ಮಾಡುವ ಪೂರ್ವಕವಾಗಿ, ನಾನು ನನ್ನ ಯೋಗಶಕ್ತಿಯ ಪ್ರಭಾವದಿಂದ ಅನಾದಿಯೂ, ಅನಂತವೂ ಆದ ಹಾಗೂ ಈ ನನ್ನ

ಪರಮತೇಜೋಮಯವಾದ ವಿರಾಟರೂಪವನ್ನು ನಿನಗೆ ತೋರಿಸಿದ್ದೇನೆ. ಇದನ್ನು ನಿನ್ನ ಹೊರತು ಬೇರೆ ಯಾರೂ ಮೊದಲು ನೋಡಿರಲಿಲ್ಲ. ಮಾನವಲೋಕದಲ್ಲಿ ಈ ವಿಶ್ವರೂಪವುಳ್ಳ ನಾನು ವೇದಯಜ್ಞಗಳ ಅಧ್ಯಯನದಿಂದಲೂ, ದಾನದಿಂದಲೂ, ಕರ್ಮಕ್ರಿಯೆಗಳಿಂದಲೂ ಮತ್ತು ಉಗ್ರವಾದ ತಪಸ್ಸಿನಿಂದಲೂ ಸಹ ಕಾಣಿಸಿಕೊಳ್ಳಲಾರೆ ಹಾಗೂ ನಿನ್ನ ಹೊರತು ಬೇರೆಯವರಿಂದ ನೋಡಲಾಗುವುದಿಲ್ಲ. ಈ ನನ್ನ ಉಗ್ರರೂಪವನ್ನು ನೋಡಿ ನೀನು ಹೆದರುವ ಕಾರಣವಿಲ್ಲ, ನಿರ್ಭಯನಾಗು. ಶಾಂತಚಿತ್ತನಾಗಿ ನನ್ನ ಹಿಂದಿನ ರೂಪವನ್ನೇ ನೋಡುವವನಾಗು ಎಂದ ಆಗ ಸಂಜಯ ಧೃತರಾಷ್ಟ್ರನಿಗೆ ಹೇಳಿದ. ಭಗವಾನ್ ವಾಸುದೇವನು ಅರ್ಜುನನಿಗೆ ಹೀಗೆ ಹೇಳಿ ಪುನಃ ಅದರಂತೆಯೇ ತನ್ನ ಚತುರ್ಭುಜರೂಪವನ್ನು ತೋರಿಸಿದನು. ಪುನಃ ಶ್ರೀಕೃಷ್ಣನು ಸೌಮ್ಯಮೂರ್ತಿಯಾಗಿ ಭಯಭೀತನಾಗಿದ್ದ ಅರ್ಜುನನಿಗೆ ಧೈರ್ಯತುಂಬಿದನು.

ಆಗ ಅರ್ಜುನ, ಹೇ ಜನಾರ್ಧನ! ನಿನ್ನ ಈ ಅತ್ಯಂತ ಶಾಂತವಾದ ಮನುಷ್ಯರೂಪವನ್ನು ನೋಡಿ ಈಗ ನಾನು ಶಾಂತಮನಸುಳ್ಳವನಾಗಿ ನನ್ನ ಸ್ವಾಭಾವಿಕ ಸ್ಥಿತಿಯನ್ನು ಪಡೆದುಕೊಂಡಿದ್ದೇನೆ. ನನ್ನ ಚಿತ್ತವೂ ಸಹ ಸ್ಥಿರವಾಯಿತು ಎಂದು ಅರ್ಜುನನು ಭಗವಂತನಿಗೆ ಹೇಳಿದನು. ಆಗ ಭಗವಂತನು ಹೇಳುತ್ತಾನೆ, ನನ್ನ ಯಾವ ಈ ಚತುರ್ಭುಜ ರೂಪವನ್ನು ನೀನು ನೋಡಿದೆಯೋ ಅದು ನೋಡಲು ಅತ್ಯಂತ ದುರ್ಲಭ. ಏಕೆಂದರೆ, ದೇವತೆಗಳೂ ಸಹ ಯಾವಾಗಲೂ ಈ ವಿಶ್ವರೂಪ ದರ್ಶನ ಮಾಡಲು ಇಚ್ಛೆಸುತ್ತಿರುತ್ತಾರೆ. ಆದರೆ ನೀನು ನನ್ನನ್ನು ನೋಡಿರುವಂತೆ ಈ ಚತುರ್ಭುಜರೂಪದಲ್ಲಿರುವ ನಾನು ವೇದಾಧ್ಯಯನದಿಂದಲೂ, ತಪಸ್ಸಿನಿಂದಲೂ, ದಾನದಿಂದಲೂ ಮತ್ತು ಯಜ್ಞದಿಂದಲೂ ಸಹ ಕಾಣಿಸಿಕೊಳ್ಳಲು ಸಾಧ್ಯವಿಲ್ಲ ಎಂದು ತಿಳಿದಿಕೋ. ಆದರೆ ಹೇ ಪರಂತಪ ಅರ್ಜುನ! ಅನನ್ಯ ಭಕ್ತಿಯಿಂದ ಮಾತ್ರ ಆ ರೀತಿ ನನ್ನನ್ನು ತಿಳಿದುಕೊಳ್ಳಲು, ನೋಡಲೂ ಮತ್ತು ನನ್ನನ್ನು ಸೇರಿಕೊಳ್ಳಲು ಸಾಧ್ಯ. ನನ್ನನು ಯಥಾರ್ಥವಾಗಿ ಅನನ್ಯ ಭಕ್ತಿಯಿಂದ ಅರಿತು ಪೂಜಿಸಿದರೆ ನಾನು ಒಲಿಯುವೆ (ಭಕ್ತನಿಗಾಗಿ), ಅನನ್ಯಭಕ್ತಿ ಮೂಲಕ ಚತುರ್ಭುಜರೂಪಿಯಾದ ನನ್ನನ್ನು ಪ್ರತ್ಯಕ್ಷವಾಗಿ ನೋಡಲೂ ಸಾಧ್ಯ. ಅರ್ಥಾತ್ ಒಂದೇ ಭಾವದಿಂದ

ಸಾಕ್ಷಾತ್ಕಾರಪಡಿಸಿಕೊಳ್ಳಲೂ ಕೂಡ ಸಾಧ್ಯ. ಎಲೈ ಅರ್ಜುನ! ಯಾರು ಕೇವಲ ನನಗಾಗಿಯೇ ಯಜ್ಞ–ದಾನ–ತಪಸ್ಸು ಮುಂತಾದ ಎಲ್ಲಾ ಕರ್ಮಗಳನ್ನು ಕರ್ತವ್ಯಭಾವದಿಂದ ಮಾಡುತ್ತಾರೆಯೋ, ನನ್ನಲ್ಲಿಯೇ ಭಕ್ತಿಯುಳ್ಳವರಾಗಿ, ನನ್ನನ್ನೇ ಸ್ತುತಿಸುತ್ತಾ, ಸ್ಮರಿಸುತ್ತಾ (ನಾಮಸ್ಮರಣೆ ಮೂಲಕ) ನನ್ನನ್ನೇ ಧ್ಯಾನಿಸುತ್ತಾ ನನ್ನನ್ನೇ ಆಶ್ರಯಿಸಿ ನಾನೇ ಪರಮಗತಿಯೆಂದು ಭಾವಿಸಿ ತತ್ಪರನಾಗಿದ್ದಾರೆಯೋ, ಲೌಕಿಕ ವಸ್ತುಗಳಲ್ಲಿ ಸಂಘವರ್ಜಿತರಾಗಿದ್ದಾರೋ (ಆಸಕ್ತಿ ಇಲ್ಲದವನೆಂದರ್ಥ) ಸಮಸ್ತಜೀವಗಳಲ್ಲಿಯೂ ಸಮತ್ವಭಾವನೆವುಳ್ಳವರಾಗಿ, ದ್ವೇಷಭಾವನೆ ಇಲ್ಲದವರಾಗಿ ಅನನ್ಯಭಕ್ತಿಯಿಂದ ನನ್ನನ್ನೇ ಸೇರುತ್ತಾನೆ.

ಇದರ ಸಾರ, ಪ್ರತಿಯೊಬ್ಬ ಮನುಷ್ಯನು ತಾನು ಮಾಡುವ ದಿನನಿತ್ಯದ ಕರ್ಮಗಳನ್ನು ಪರಮಾತ್ಮನಿಗೆ ಒಪ್ಪಿಸಿ ಕರ್ತವ್ಯಭಾವದಿಂದ ಬುದ್ಧಿಪೂರ್ವಕವಾಗಿ ಮತ್ತು ಭಗವಂತನಲ್ಲಿ ವಿಶ್ವಾಸವಿಟ್ಟು ಮಾತ್ರ ಮಾಡಬೇಕು. ಭಕ್ತಿಯಿಂದ ಎಂದರೆ ವಿಶ್ವಾಸ ಪೂರಿತ ಬುದ್ಧಿ ಮತ್ತು ಶ್ರದ್ಧೆಯಿಂದ ಹರಿನಾಮಸ್ಮರಣೆ ಮಾಡುತ್ತಾ ಸತತವಾಗಿ ಸಮಸ್ತ ಕಾರ್ಯಗಳನ್ನು ಮಾಡಬೇಕು. ಆದರೆ ಯಾವ ಕರ್ಮದಲ್ಲಿಯು ವ್ಯಾಮೋಹವಾಗಲಿ, ನನ್ನದು ಎಂಬ ಭಾವನೆಯಾಗಲಿ ಬರಬಾರದು. ಸರ್ವವೂ ಪರಮಾತ್ಮನದು, ಎಂಬ ಸ್ಥಿರವಾದ ಭಾವದಿಂದ ಎಲ್ಲ ಕಾರ್ಯಗಳನ್ನು ಆಚರಿಸಬೇಕೆಂಬ ಅರಿವು ಇರಬೇಕು ನಮ್ಮದು ಬರಿಕೈ ಚಳಕವೇ ಹೊರತು ಬೇರೆ ಇಲ್ಲ ಎಂದು ಅರಿಯಬೇಕು. ಎಲ್ಲಿಯೂ ಕೂಡ ನಾನು ಎಂಬ ಭಾವನೆಯೂ ಬರಬಾರದು. ಅನನ್ಯವಾಗಿ ಪರಮಾತ್ಮನ ವಿಷಯ, ಗುಣಗಾನಗಳಲ್ಲಿ ಮುಳಗಬೇಕು ಎಂದರ್ಥ.

– ಓಂ ತತ್ಸತ್ –

ಅಧ್ಯಾಯ–೧೨

ಭಕ್ತಿಯೋಗ

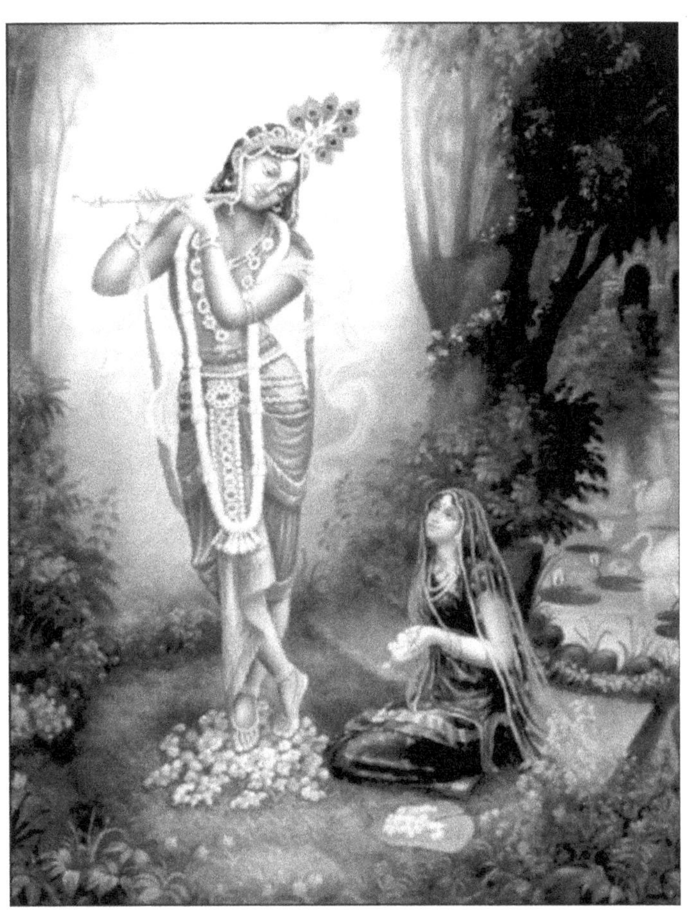

ಭಕ್ತಿಯೋಗ

11ನೇ ಅಧ್ಯಾಯದ ಸಾರವನ್ನು ಅರಿತು ಭಗವಂತನ ವಚನಗಳನ್ನು ಕೇಳಿ ಅರ್ಜುನ ಹೇಳಿದನು. ಅನನ್ಯಭಕ್ತಿಯಿರುವವನಿಗೆ ಸರ್ವತ್ರ ಭಗವತ್ ಬುದ್ಧಿಯಿರುವುದರಿಂದ ಅವನಿಗೆ ಹೆಚ್ಚು ಅಪರಾಧ ಮಾಡುವವನ ಮೇಲೆಯೂ ಮತ್ತು ಯಾರಲ್ಲಿಯೂ ಕೂಡ ದ್ವೇಷಭಾವ ಸಹ ಇರುವುದಿಲ್ಲ. ಈ ರೀತಿ ಭಕ್ತಿಯುಳ್ಳವನು ನಿನಗಾಗಿ ಸತ್ಕರ್ಮಗಳನ್ನು ಮಾಡುತ್ತಾ ನಿನ್ನನ್ನೇ ಶರಣು ಹೊಂದುತ್ತಾನೆ ಎಂದು ಹೇಳಿದೆಯಲ್ಲಾ, ಇದರ ಪ್ರಕಾರ, ಸತತವಾಗಿ ನಿನ್ನ ಸಗುಣರೂಪವನ್ನು ಭಜಿಸುವವರು ಶ್ರೇಷ್ಠರೋ ಅಥವಾ ನಿರ್ಗುಣ ಸ್ವರೂಪವನ್ನು ಭಜಿಸುವವರು ಶ್ರೇಷ್ಠರೋ? (ಅರ್ಥಾತ್) 11ನೇ ಅಧ್ಯಾಯದ 55ನೇ ಶ್ಲೋಕದಲ್ಲಿ ಬರೆದಿರುವ ಪ್ರಕಾರ ನಿರಂತರ ನಿನ್ನಲ್ಲಿಯೇ ತತ್ಪರರಾಗಿರುವವರು ಎಂದರ್ಥ). ಆಗ ಶ್ರೀಕೃಷ್ಣಪರಮಾತ್ಮ ಹೇಳಿದನು, ನನ್ನಲ್ಲಿ ಮನಸ್ಸನ್ನು ಏಕಾಗ್ರಗೊಳಿಸಿ ನಿರಂತರ ನನ್ನನ್ನೇ ಪ್ರಾರ್ಥಿಸುತ್ತಾ (ಧ್ಯಾನದಲ್ಲಿ ನಿರತರಾದ) ಯಾವ ಭಕ್ತರು ಅತಿಶಯವಾದ, ಶ್ರೇಷ್ಠವಾದ, ಸಗುಣರೂಪಿ ಪರಮೇಶ್ವರನಾದ ನನ್ನನ್ನು ಶ್ರದ್ಧಾಯುಕ್ತರಾಗಿ ಆರಾಧಿಸುತ್ತಾರೋ ಅವರನ್ನು ನಾನು ಅತ್ಯುತ್ತಮ ಯೋಗಿ ಎಂದು ಭಾವಿಸುವೆನು. ಆದರೆ ಯಾರು ಇಂದ್ರಿಯಗಳ ಸಮುದಾಯವನ್ನು ಚೆನ್ನಾಗಿ ವಶಮಾಡಿಕೊಂಡು ಪರಮಾತ್ಮನಲ್ಲಿ ಮನಸ್ಸು ಬುದ್ಧಿಗಳಿಗೂ ಸಿಲುಕದ ಸರ್ವವ್ಯಾಪಿ, ಶಾಶ್ವತವೂ, ಅಚಲನೂ, ಅವಿನಾಶಿ, ನಿರಾಕಾರರೂಪಿಯಾಗಿರುವ ಸಚ್ಚಿದಾನಂದ ಪರಬ್ರಹ್ಮಸ್ವರೂಪವನ್ನು ನಿರಂತರವಾಗಿ ಏಕೀಭಾವದಿಂದ ಧ್ಯಾನಿಸುತ್ತಾ ಆರಾಧಿಸುತ್ತಾರೋ ಅವರೇ ಶ್ರೇಷ್ಠ ಹಾಗೂ ಎಲ್ಲಾ ಜೀವರಾಶಿಗಳ ಹಿತಕ್ಕಾಗಿ ಬದುಕುತ್ತಿರುವರೋ ಅವರು ನನ್ನನ್ನೇ ಪಡೆಯುತ್ತಾರೆ. ಏಕೆಂದರೆ, ಆ ಸಚ್ಚಿದಾನಂತ ಘನನಿರಾಕಾರ ಬ್ರಹ್ಮನಲ್ಲಿ ಆಸಕ್ತಿ ಮತ್ತು ಮನಸ್ಸುಳ್ಳವನ (ಸಾಧನೆಯಲ್ಲಿ) ಪರಿಶ್ರಮ ವಿಶೇಷವಾಗಿರುತ್ತದೆ. ದೇಹಾಭಿಮಾನಿಗಳಾದವರು ಜ್ಞಾನಮಾರ್ಗ (ಅವ್ಯಕ್ತದ)ವನ್ನು ಬಹಳ ಕಷ್ಟದಿಂದ ಪಡೆದುಕೊಳ್ಳುತ್ತಾರೆ. ದೇಹಾಭಿಮಾನವುಳ್ಳವರಿಗೆ ನಿರ್ಗುಣ ಉಪಾಸನೆ ಬಹಳ ಕಷ್ಟ. ಹೇ ಪಾರ್ಥ! ಯಾರು ತಮ್ಮ ಎಲ್ಲಾ ಕೆಲಸಗಳನ್ನು ನನಗೆ ಅರ್ಪಿಸಿ, ನಾನೇ ಸರ್ವೋತ್ತಮ ಎಂದು ಭಾವಿಸಿ ಅನನ್ಯಭಾವದಿಂದ ಭಕ್ತಿಯೋಗದ ಮೂಲಕ ನಿರಂತರ ಚಿಂತನೆ ಮಾಡುತ್ತಾ, ಸ್ಮರಿಸುತ್ತಾರೆಯೋ ಅವರನ್ನು ನಾನೇ ನೋಡಿಕೊಳ್ಳುತ್ತೇನೆ. ಅಂದರೆ,

ನನ್ನಲ್ಲೇ ಮನಸ್ಸಿಟ್ಟು ಆ ಭಕ್ತರನ್ನು ನಾನು ಶೀಘ್ರವಾಗಿಯೇ ಮೃತ್ಯುರೂಪಿ ಸಂಸಾರಸಾಗರದಿಂದ ಯಾವ ತಡೆ ಇಲ್ಲದೆ ಉದ್ಧಾರ ಮಾಡುತ್ತೇನೆ ಎಂದು ನಿಶ್ಚಯವಾದ ಮಾತನ್ನು ಅರ್ಜುನನಿಗೆ ಭಗವಂತನು ಹೇಳಿದನು. ಆದ್ದರಿಂದ ನನ್ನಲ್ಲಿಯೇ ನಿನ್ನ ಮನಸ್ಸನ್ನು ಕೇಂದ್ರೀಕರಿಸು ಹಾಗೂ ಬುದ್ಧಿಯನ್ನು ನನ್ನಲ್ಲಿಯೇ ಸ್ಥಿರವಾಗಿಟ್ಟುಕೋ. ಈ ರೀತಿಯಲ್ಲಿ ನೀನು ಮಾಡುವುದಾದರೆ ನಿನಗೆ ಶ್ರೇಯಸ್ಸುಂಟಾಗುತ್ತದೆ ಮತ್ತು ನೀನು ನನ್ನಲ್ಲೇ ನಿವಾಸಮಾಡುವೆ. ಇದರಲ್ಲಿ ಸ್ವಲ್ಪವೂ ಸಹ ಸಂಶಯವೆಂಬುದೇ ಇಲ್ಲವೇ ಇಲ್ಲ ಅರ್ಥಾತ್ ನನ್ನನ್ನು ಸೇರುವೆ. ಹೇ ಧನಂಜಯ! ಒಂದು ವೇಳೆ ನೀನು ಮನಸ್ಸನ್ನು ನನ್ನಲ್ಲಿ ಸ್ಥಿರವಾಗಿ ನೆಲೆಗೊಳಿಸಲು ಸಾಧ್ಯವಾಗದಿದ್ದರೆ ಅಭ್ಯಾಸವೆಂಬ ಯೋಗವನ್ನು ಮಾಡು. ಆ ಮೂಲಕ ನನ್ನನ್ನು ಪಡೆಯಲು ಇಚ್ಛಿಸಿ ಪ್ರಯತ್ನಮಾಡು. ಅಭ್ಯಾಸಯೋಗವು ನಿನಗೆ ಸಾಧ್ಯವಾಗದಿದ್ದರೆ ನನಗಾಗಿ ಕರ್ಮಗಳನ್ನು ಧರ್ಮಕಾರ್ಯ ಮಾಡುವುದಕ್ಕೆ ಪ್ರಯತ್ನಮಾಡು. ನನಗಾಗಿ ಕರ್ಮಗಳನ್ನು (ಧರ್ಮಕಾರ್ಯಗಳನ್ನು) ಮಾಡುವುದಾದರೆ ನೀನು ಸಿದ್ಧಿಯನ್ನು ಪಡೆಯುವೆ. ಒಂದು ವೇಳೆ ನನ್ನ ಪ್ರಾಪ್ತಿರೂಪಿಯೋಗವನ್ನು ಆಶ್ರಯಿಸಿ ಸಾಧನೆಮಾಡಲು ಅಸಮರ್ಥನಾದರೆ ಮನಸ್ಸು ಮತ್ತು ಬುದ್ಧಿ ಮೊದಲಾದವುಗಳನ್ನು ಜಯಿಸಿ ಎಲ್ಲ ಕರ್ಮಗಳ ಫಲಗಳನ್ನು ತ್ಯಾಗಮಾಡು. ಏಕೆಂದರೆ, ರಹಸ್ಯವನ್ನು ತಿಳಿಯದೆ ಮಾಡಲಾದ ಅಭ್ಯಾಸಕ್ಕಿಂತ ಪರೋಕ್ಷಜ್ಞಾನ ಶ್ರೇಷ್ಠ ಪರೋಕ್ಷಜ್ಞಾನಕ್ಕಿಂತ ಪರಮಾತ್ಮನಾದ ನನ್ನಧ್ಯಾನವು ಶ್ರೇಷ್ಠ. ಜ್ಞಾನಕ್ಕಿಂತ ಕರ್ಮಫಲಗಳ ತ್ಯಾಗವು ಶ್ರೇಷ್ಠ. ಏಕೆಂದರೆ, ತ್ಯಾಗದಿಂದ ಕೂಡಲೇ ಪರಮಶಾಂತಿಯು ಲಭಿಸುತ್ತದೆ.

ಅಭ್ಯಾಸರೂಪಿ ಎಂದರೆ ಭಗವಂತನ ನಾಮ ಮತ್ತು ಗುಣಗಳ ಶ್ರವಣ, ಕೀರ್ತನ, ಮನನ ಹಾಗೂ ಶ್ವಾಸದ ನಿಧಿದ್ಯಾಸನ – ಮೂಲಕ ಜಪತಪಾದಿಗಳು ಮತ್ತು ಭಗವತ್‌ಪ್ರಾಪ್ತಿ ವಿಷಯವಾದ ಶಾಸ್ತ್ರಗಳ ಅಧ್ಯಯನ – ಅಧ್ಯಾಪನ ಇತ್ಯಾದಿ ಪ್ರಯತ್ನಗಳನ್ನು ಭಗವತ್ ಸಾಕ್ಷಾತ್ಕಾರ ಪಡೆಯುವ ಸಲುವಾಗಿ ಪದೇ ಪದೇ ಮಾಡುವುದರ ಹೆಸರೇ ಅಭ್ಯಾಸ.

ಸ್ವಾರ್ಥವನ್ನು ತ್ಯಜಿಸಿ ಪರಮೇಶ್ವರನನ್ನೇ ಪರಮಾಶ್ರಯ ಮತ್ತು ಪರಮಗತಿ ಅವನೇ ಸರ್ವಕಾರ್ಯಕ್ಕೂ ಕಾರಣ. ಕರ್ತವ್ಯ ಎಂದು ತಿಳಿದುಕೊಂಡು ನಿಷ್ಕಾಮ ಪ್ರೇಮಭಾವದಿಂದ ಕಾಯೇನ, ವಾಚ, ಮನಸ,

ಪರಬ್ರಹ್ಮ ಪರಮಪುರುಷನಿಗಾಗಿಯೇ ಯಜ್ಞ ದಾನ ಮತ್ತು ತಪಸ್ಸು ಇತ್ಯಾದಿ ಎಲ್ಲಕರ್ಮಗಳನ್ನು ಕರ್ತವ್ಯಭಾವದಿಂದ ಮಾಡುವುದೇ ಭಗವಂತನ ನಿಮಿತ್ತವಾಗಿ ಮಾಡುವುದೇ ಕರ್ಮಪಾರಾಯಣವಾಗುವುದು.

ಪರೋಕ್ಷಜ್ಞಾನ ಎಂದರೆ – ಶ್ರವಣ – ಮನನದಿಂದ ಮತ್ತು ಶಾಸ್ತ್ರ ಅಧ್ಯಯನದಿಂದ ಪರಮಾತ್ಮನ ಸ್ವರೂಪದ ಯಾವ ಊಹೆಯ ಅನುಭವ ದೊರೆಯುತ್ತದೆಯೋ ಅದೇ ಪರೋಕ್ಷಜ್ಞಾನ ಕೇವಲ ಭಗವಂತನ ನಿಮಿತ್ತವಾಗಿ ಕರ್ಮಮಾಡುವವನಿಗೆ ಭಗವಂತನಲ್ಲಿ ಪ್ರೇಮ ಮತ್ತು ಶ್ರದ್ಧೆ ಮತ್ತು ಭಗವಂತನ ಚಿಂತನೆಯೂ ಸಹ ಸದಾ ಇರುತ್ತದೆ. ಆದುದರಿಂದ ಜ್ಞಾನಕ್ಕಿಂತ ಕರ್ಮಫಲ ತ್ಯಾಗ ಶ್ರೇಷ್ಠ ಎಂದು ಹೇಳಲಾಗಿದೆ.

ಈ ರೀತಿ ಶಾಂತಿಯನ್ನು ಪಡೆದವನು ಎಲ್ಲಾಜೀವರಾಶಿಗಳಲ್ಲಿ ರಾಗ ದ್ವೇಷ ಇಲ್ಲದೇ ಇರುತ್ತಾನೆ ಎಲ್ಲರಿಗೂ ಮಿತ್ರನೂ, ದಯಾಳೂ, ಅಹಂಕಾರ ಮತ್ತು ಮಮಕಾರ ಇಲ್ಲದವನಾಗಿ (ನಾನು, ನನ್ನದು ಎಂಬ ಭಾವನೆ) ಸುಖದುಃಖಿಗಳಲ್ಲಿ ಸಮನಾಗಿರುವವನಾಗಿ ಹಾಗೆಯೇ ಕ್ಷಮಾಶೀಲನಾಗಿದ್ದಾನೆಯೋ (ಸಹನೆ), ಅವನಿಗೆ ಭಗವಂತನು (ಶ್ರೀಕೃಷ್ಣನು) ಅಭಯವನ್ನು ಕೊಡುತ್ತಾನೆ. ಈ ಗುಣವುಳ್ಳದವನು ಒಂದು ವೇಳೆ ಅಪರಾಧ ಮಾಡಿದವನಾದರೂ ಸಹ ಅಭಯಕೊಡುವವನೂ ಪರಮಾತ್ಮ. ಯಾರು ಸದಾ ಸಂತುಷ್ಟನಾಗಿ ಯೋಗಿಯಾಗಿ, ಆತ್ಮಸಂಯಮಿಯಾಗಿಯೂ ಮನಸ್ಸು ಮತ್ತು ಇಂದ್ರಿಯಗಳ ಸಹಿತ ಶರೀರವನ್ನು ವಶದಲ್ಲಿಟ್ಟುಕೊಂಡಿರುವನೋ ಅವನು ನನ್ನಲ್ಲಿ ಮನಸ್ಸು ಇಂದ್ರಿಯಗಳನ್ನು ನನ್ನಲ್ಲೇ ಅರ್ಪಿಸಲ್ಪಟ್ಟಿರುತ್ತಾನೆ. ಆ ನನ್ನ ಭಕ್ತ, ನನಗೆ ಬಹುಪ್ರಿಯನು ಎಂದ ಭಗವಂತ ಶ್ರೀಕೃಷ್ಣ, ಯಾರಿಂದಾಗಿ ಲೋಕಕ್ಕೆ ಕೆಡುಕಿಲ್ಲವೋ, ಯಾರಿಗೆ ಲೋಕದಿಂದ ಯಾವ ಕೆಡುಕು ಇಲ್ಲವೋ ಅವನು ಪರಮಾತ್ಮನಿಗೆ ಪ್ರಿಯನು ಹಾಗೂ ಯಾರು ಹರ್ಷ, ಕೋಪ, ಅಸಹನೆ, ಭಯ, ಉದ್ವೇಗಗಳಿಂದ ಮುಕ್ತನಾಗಿರುವನೋ, ಅಂತಹ ಭಕ್ತನು ನನಗೆ ಪ್ರಿಯ ಎಂದ ಭಗವಂತ ಶ್ರೀಕೃಷ್ಣ. ಯಾರಲ್ಲೂ ಸಹ ಯಾವ ರೀತಿ ಫಲ ಅಪೇಕ್ಷೆಯಿಲ್ಲದವನು, ಅಂತರಂಗ– ಬಹಿರಂಗ ಪರಿಶುದ್ಧನೂ, ಚತುರನೂ, ಯಾವ ಉದ್ದೇಶಕ್ಕಾಗಿ ಜನಿಸಿರುವನೂ, ಆ ಉದ್ದೇಶ ಪೂರ್ತಿಗಳಿಸಿದವನೋ ಮತ್ತು ಪಕ್ಷಪಾತವಿಲ್ಲದವನೋ. ದುಃಖಾದಿಗಳಿಂದ ಪಾರಾದವನೋ ಮತ್ತು ಎಲ್ಲಕರ್ಮಗಳಲ್ಲಿನ ಮಮತೆ, ಆಸಕ್ತಿ

ಮತ್ತು ಫಲಾಪೇಕ್ಷೆ ಇಲ್ಲದವನೋ, ಪರಿತ್ಯಾಗಿಯೋ, ಅಂತಹವನು ನಿಜವಾದ ಭಕ್ತನು ಮತ್ತು ನನಗೆ ಪ್ರಿಯವಾದವನು. ಯಾರು ಒಳ್ಳೆಯದು ಬಂದಾಗ ಹಿಗ್ಗದೆ ಕೆಟ್ಟದ್ದು ಆದಾಗ ಕುಗ್ಗದೆ, ಬಯಸಿದ್ದು ಆಗಲಿಲ್ಲವೆಂದಾಗ ದುಃಖಿಸದೇ ಮತ್ತು ಬೇಕೆಂದು ಯಾವುದನ್ನು ಬಯಸದೇ, ಶುಭಾಶುಭಗಳನ್ನು ತ್ಯಾಗಮಾಡಿರುವ ಭಕ್ತನು ನನಗೆ ಬಹುಪ್ರಿಯನು. ನಿಂದಾಸ್ತುತಿಗಳಲ್ಲಿ ಸಮಭಾವದಿಂದಿರುವನು, ಮಿತಭಾಷಿಯೂ, ತನಗೆ ದೊರಕಿದ್ದುದರಲ್ಲಿ ತೃಪ್ತಿಯನ್ನು ಪಡೆಯುವವನು. ನಿವಾಸಿಗಳ (ಮನೆ ಮಕ್ಕಳು ಇತ್ಯಾದಿ) ಬಗ್ಗೆ ಮಮತೆ ಇಲ್ಲದಿರುವವನು (ಅವನಿಗೆ ಸರ್ವವೂ ಪರಮಾತ್ಮನೇ ಎಂಬ ಭಾವನೆ). ಆ ಸ್ಥಿರಬುದ್ಧಿಯುಳ್ಳ ಭಕ್ತನಾದ ಮನುಷ್ಯನು, ನನಗೆ ಅತಿ ಪ್ರಿಯನು. (ಅರ್ಥಾತ್ ಸದಾ ಈಶ್ವರನ ಮನನ ಮತ್ತು ಸ್ಮರಣೆ ಮಾಡುವವನು).

ಯಾರು ಶತ್ರು–ಮಿತ್ರರಲ್ಲಿ ಮತ್ತು ಮಾನಾಪಮಾನಗಳಲ್ಲಿ ಸಮಾನಭಾವನೆ ಇಟ್ಟಿರುವನೋ ಹಾಗೂ ಶೀತೋಷ್ಣ ಸುಖದುಃಖಾದಿ ದ್ವಂದ್ವಗಳಲ್ಲಿ ಸಮಾನನಾಗಿರುವನೋ, ಎಲ್ಲವನ್ನೂ ಸಮದೃಷ್ಟಿಯಿಂದ ಎದುರುಗೊಳ್ಳುವನೋ ಮತ್ತು ಸಂಗವರ್ಜಿತನಾಗಿರುವನೋ ನಿಂದಾಸ್ತುತಿಗಳಲ್ಲಿ ಸಮಭಾವದಿಂದಿರುವನೋ ಪರಮಾತ್ಮನಿಗೆ ಬಹುಪ್ರಿಯನಾಗುತ್ತಾನೆ. ಅಂದರೆ, ಯಾರು ಅಮೃತರೂಪಿಯಾದ ಪರಮಾತ್ಮನನ್ನೇ ಚಿಂತಿಸುತ್ತಾ ಹಿಂದೆ ಹೇಳಿದ ಉಪದೇಶ–ಧರ್ಮವನ್ನು ಅನುಸರಿಸುತ್ತಾ ವಿಶ್ವಾಸ ಪೂರಿತವಾದ ಶ್ರದ್ಧೆಯಿಂದ ಶಾಸ್ತ್ರದಲ್ಲಿ ಹೇಳಿರುವಂತೆ ಅಮೃತವಾಣಿಯನ್ನು ಅನುಸರಿಸಿ, ನಡೆದುಕೊಳ್ಳುತ್ತಾನೋ ಅಂತಹ ಭಕ್ತನು ನನಗೆ ಅತ್ಯಂತ ಪ್ರಿಯನು. ಅರ್ಥಾತ್ ಪರಮಾತ್ಮ ಶ್ರೀಕೃಷ್ಣನೇ ಪರಮಾಶ್ರಯ, ಪರಮಾಗತಿ, ಎಲ್ಲರ ಆತ್ಮಸ್ವರೂಪಿ, ಸರ್ವೋತ್ಕೃಷ್ಟ, ಪರಮಪುರುಷ ಪರಮಪೂಜ್ಯನೆಂದು ತಿಳಿದುಕೊಂಡು ವಿಶುದ್ಧ ಪ್ರೇಮದಿಂದ ಪರಮಾತ್ಮ ಶ್ರೀಕೃಷ್ಣನ ಸಾಕ್ಷಾತ್ಕಾರಕ್ಕಾಗಿಯೇ ತತ್ಪರರಾದವರು ಮತ್ತು ಪರಮಾತ್ಮ ಶ್ರೀಕೃಷ್ಣ ವಚನಗಳಲ್ಲಿ ದೃಢವಿಶ್ವಾಸವಿಡುವುದೇ ಶ್ರದ್ಧೆ ಎಂದು ತಿಳಿದುಕೊಳ್ಳಬೇಕು.

– ಓಂ ತತ್ಸತ್ –

ಅಧ್ಯಾಯ–೧೩

ಕ್ಷೇತ್ರಕ್ಷೇತ್ರಜ್ಞಯೋಗ

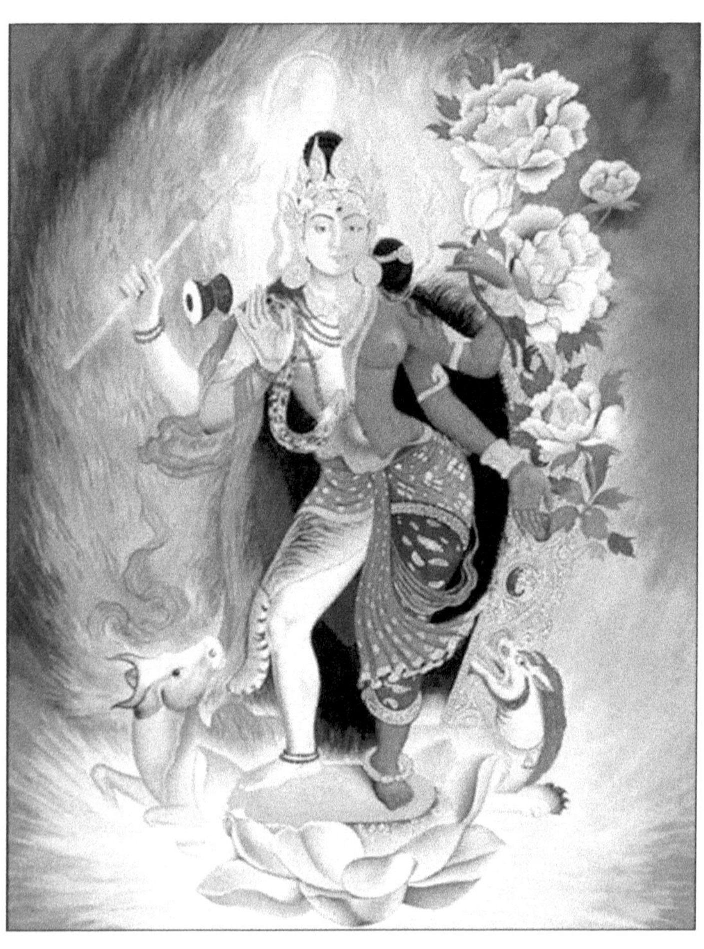

ಕ್ಷೇತ್ರಕ್ಷೇತ್ರಜ್ಞ ಯೋಗ

ಭಗವಂತ ಶ್ರೀಕೃಷ್ಣನು ಅರ್ಜುನನಿಗೆ ಹೇಳುತ್ತಾನೆ – ಹೇ ಕೌಂತೇಯ! ಇಲ್ಲಿಯವರೆಗೂ ಪ್ರಕೃತಿ ಮತ್ತು ಪುರುಷರ (ಶರೀರ ಮತ್ತು ಆತ್ಮ) ಬಗ್ಗೆ ವಿವರಿಸಿದೆ. ಆದರೆ ಈಗ ಕ್ಷೇತ್ರ, ಕ್ಷೇತ್ರಜ್ಞರ ಬಗ್ಗೆ ಹಾಗೂ ಜ್ಞಾನ ಮತ್ತು ಜ್ಞೇಯಗಳ ಬಗ್ಗೆ ಹೇಳುತ್ತೇನೆ ಕೇಳು – ಎಲೈ ಅರ್ಜುನ! ಈ ಶರೀರ ಅಂದರೆ ಕ್ಷೇತ್ರ. ಇದನ್ನು ಯಾರು ತಿಳಿದುಕೊಂಡಿದ್ದಾರೆಯೋ ಆತನನ್ನು ಕ್ಷೇತ್ರಜ್ಞ ಎಂದು ತಿಳಿದುಕೋ, ಅವುಗಳ ಯಥಾರ್ಥವನ್ನು ತಿಳಿದುಕೊಂಡ ಜ್ಞಾನಿಗಳು ಹೀಗೆ ಹೇಳುತ್ತಾರೆ. (ಉದಾ: ಹೊಲದಲ್ಲಿ ಬಿತ್ತಲ್ಪಟ್ಟ ಬೀಜಗಳಿಗೆ ಅನುಗುಣವಾಗಿ ಅದರ ಫಲವು ಸಮಯ ಬಂದಾಗ ಪ್ರಕಟವಾಗುತ್ತದೆ. ಅರ್ಥಾತ್ ಕಾಣಿಸಿಕೊಳ್ಳುತ್ತದೆ). ಅದರಂತೆಯೇ ಶರೀರದಲ್ಲಿ ಬಿತ್ತಲ್ಪಟ್ಟ ಕರ್ಮಗಳ ಸಂಸ್ಕಾರರೂಪಿ ಬೀಜಗಳ ಫಲವು ಸಮಯ ಒದಗಿದಾಗ ಪ್ರಕಟವಾಗುತ್ತದೆ. ಆದುದರಿಂದ ಶರೀರವನ್ನು ಕ್ಷೇತ್ರ ಎಂದು ಹೇಳಿದೆ. ಅರ್ಜುನ! ಎಲ್ಲಾ ಕ್ಷೇತ್ರಗಳಲ್ಲಿಯೂ (ಶರೀರ) ಮತ್ತು ಕ್ಷೇತ್ರಜ್ಞನೂ (ಜೀವಾತ್ಮ) ಸಹ ನಾನೇ ಆಗಿದ್ದನೇ ಎಂದು ತಿಳಿದಿಕೋ. ಕ್ಷೇತ್ರಕ್ಷೇತ್ರಜ್ಞರ (ಅರ್ಥಾತ್) ವಿಕಾರ ಸಹಿತ ಪ್ರಕೃತಿಯ ಮತ್ತು ಪುರುಷನ ಯಾವ ಯಥಾರ್ಥವಾದ ತಿಳುವಳಿಕೆ ಇದೆಯೋ ಅದೇ ಜ್ಞಾನ (ಅರಿವು). ಆ ಕ್ಷೇತ್ರ ಯಾವುದು? ಅದರ ಸ್ವರೂಪ ಹೇಗಿದೆ ಯಾವ ವಿಕಾರಗಳು ಇರುತ್ತದೆ? ಯಾವ ಕಾರಣದಿಂದ ಬಂದಿರುತ್ತದೆ? ಆ ಕ್ಷೇತ್ರಜ್ಞನೂ ಸಹ ಯಾರು? ಯಾವ ಪ್ರಭಾವವುಳ್ಳವನು? ಅದೆಲ್ಲವನ್ನೂ ಸಂಕ್ಷೇಪವಾಗಿ ನನ್ನಿಂದ ಕೇಳು ಎಂದು ಅರ್ಜುನನಿಗೆ ಹೇಳಿದ ಪರಮಾತ್ಮ. ಅನಂತರ ಈ ಕ್ಷೇತ್ರ ಮತ್ತು ಕ್ಷೇತ್ರಜ್ಞ ತತ್ವವನ್ನು ಹೇಳಲು ಪ್ರಾರಂಭಿಸುತ್ತಾನೆ.

ಈ ಕ್ಷೇತ್ರ ಕ್ಷೇತ್ರಜ್ಞರ ತತ್ವವು ಋಷಿಗಳಿಂದ ಬಹುಪ್ರಕಾರವಾಗಿ ಹಾಡಿ ಹೊಗಳಿದ್ದಾರೆ, ಮತ್ತು ನಾನಾಪ್ರಕಾರದ ವೇದಮಂತ್ರಗಳಿಂದ ನಾನಾವಿಧವಾಗಿ, ವಿಭಾಗಪವೂರ್ವಕವಾಗಿಯೂ ಸಹ ತಿಳಿಸಲ್ಪಟ್ಟಿದೆ. ಯುಕ್ತಿಸಹಿತವಾಗಿ ಕೂಡಿದ ಬ್ರಹ್ಮಸೂತ್ರದ ಪದಗಳಿಂದಲೂ ಸಹ ತಿಳಿಸಿದ್ದಾರೆ. (ಐದು) ಪಂಚಮಹಾಭೂತಗಳು (ಆಕಾಶ, ವಾಯು, ಅಗ್ನಿ, ಜಲ ಮತ್ತು ಭೂಮಿ) ಅಹಂಕಾರ, ಬುದ್ಧಿ ಮಹತತ್ವವು ಹಾಗೂ ಅವ್ಯಕ್ತವು (ಮೂಲಪ್ರಕೃತಿಯೂ

ಅರ್ಥಾತ್ ತ್ರಿಗುಣಮಯೀ ಮಾಯೆಯೂ) ಹಾಗೂ ಹತ್ತು ಇಂದ್ರಿಯಗಳು ಮತ್ತು ಹನ್ನೊಂದನೆಯದಾದ ಮನಸ್ಸು ಮತ್ತು ಇಂದ್ರಿಯಗಳಿಗೆ ಗೋಚರವಾಗುವ ವಿಷಯಗಳು ಶ್ರೋತ್ರ–ಶಬ್ದ, ತ್ವಚಾ–ಸ್ಪರ್ಶ, ನೇತ್ರ–ರೂಪ ನಾಲಿಗೆ–ರಸ, ಮೂಗು–ಗಂಧ (ಅರ್ಥಾತ್ ಶ್ರೋತ್ರ–ತ್ವಚಾ) ನೇತ್ರ, ನಾಲಿಗೆ, ಮೂಗು ಮತ್ತು ವಾಕ್ಕು ಹಸ್ತ, ಪಾದ, ಮೂತ್ರದ್ವಾರ ಮತ್ತು ಮಲದ್ವಾರ) ಮತ್ತು ಇವೆಲ್ಲವೂ ಕ್ಷೇತ್ರದ ಸ್ವರೂಪ ಎಂದು ತಿಳಿಯಬೇಕು ಹಾಗೂ ಇಚ್ಛಾ, ದ್ವೇಷ, ಸುಖ, ದುಃಖ ದೇಹೇಂದ್ರಿಯಗಳ ಸಮೂಹ (ಸ್ಥೂಲದೇಹದ ಪಿಂಡ), ಚೇತನ ವೃತ್ತಿಯೂ, ದೇಹೇಂದ್ರಿಯಗಳನ್ನು ಹಿಡಿದು ನಿಲ್ಲಿಸಿಕೊಂಡಿರುವ ಧೃತಿ ಎಂಬ ಶಕ್ತಿಯೂ, ಇವೆಲ್ಲಾ ಒಟ್ಟಿಗೆ ಇರುವುದು ಕ್ಷೇತ್ರವು. ಈ ಕ್ಷೇತ್ರವು ವಿಕಾರಗಳ ಸಹಿತವಾಗಿದೆ ಎಂದು ತಿಳಿದುಕೊಳ್ಳಬೇಕು.

ಆತ್ಮಪ್ರಶಂಸೆ ಮಾಡಿಕೊಳ್ಳದಿರುವುದು, ಎಂದರೆ (ಹೆಮ್ಮೆಯಿಲ್ಲದಿರುವುದು) ಶ್ರೇಷ್ಠತ್ವದ ಅಭಿಮಾನದ ಅಭಾವ ಮತ್ತು ಡಂಬಾಚಾರವಿಲ್ಲದಿರುವುದು, ಯಾವ ಕಾರಣಕ್ಕೂ ಪ್ರಾಣಿಹಿಂಸೆ ಮಾಡದಿರುವುದು, ಕ್ಷಮಾಶೀಲತೆ, ಮಾತು ಮತ್ತು ಮನಸ್ಸಿನಲ್ಲಿ ಸರಳತೆ, ಶ್ರದ್ಧಾಭಕ್ತಿ ಸಹಿತ ಗುರುಸೇವೆ, ಅಂತರಂಗ ಬಹಿರಂಗಗಳ ಶುದ್ಧಿ ಅರ್ಥಾತ್–ಸತ್ಯ ಶುದ್ಧ ವ್ಯವಹಾರದಿಂದ, ದ್ರವ್ಯದ ಮತ್ತು ಅನ್ನದಿಂದ ಆಹಾರದ ಹಾಗೂ ಯೋಗ್ಯ ನಡುವಳಿಕೆಯಿಂದ ಆಚರಣೆಯ ಮೂಲಕ ಬಹಿರಂಗ ಶುದ್ಧಿಮಾಡಿಕೊಂಡು ಮತ್ತು ಜಲ ಮೃತ್ತಿಕೆಗಳಿಂದ ಶರೀರದ ಶುದ್ಧಿಯನ್ನು ಮಾಡಿದರೆ, ಅದೇ ಬಾಹ್ಯಶುದ್ಧಿ ಎಂದು ಹೇಳುತ್ತಾರೆ. ಹಾಗೂ ದ್ವೇಷ ಮತ್ತು ಕಪಟ ಮುಂತಾದ ವಿಕಾರಗಳನ್ನು ನಾಶಮಾಡಿಕೊಂಡರೆ ಆಗ ಅಂತಃಕರಣವು ಶುದ್ಧವಾಗುವುದು ಎಂದು ತಿಳಿಯಬೇಕು. ಈ ರೀತಿ ನಡೆದರೆ ಇಂದ್ರಿಯಗಳ ಸಹಿತ ಶರೀರದ ನಿಗ್ರಹವಾಗುತ್ತದೆ. ಶುಚಿತ್ವ, ಮೋಕ್ಷಮಾರ್ಗದಲ್ಲಿ ನಿಷ್ಠೆ ಮತ್ತು ಆತ್ಮಸಂಯಮ ಉಂಟಾಗುವುದು. ಇಂದ್ರಿಯ ವಿಷಯಗಳ ಭೋಗಗಳಲ್ಲಿ ಜನನ–ಮರಣ, ಮುಪ್ಪು–ರೋಗ, ದುಃಖ–ದೋಷಗಳು ಇತ್ಯಾದಿ ವಿಷಯ ಎಲ್ಲದರ ಬಗ್ಗೆ ಪದೇ ಪದೇ ಯೋಚಿಸಿ ನೋಡುವುದು, ಹೆಂಡತಿ ಮಕ್ಕಳು ಮನೆ ಐಶ್ವರ್ಯಾಧಿಗಳಲ್ಲಿ ಆಸಕ್ತಿಯಿಲ್ಲದಿರುವುದು, ಮಮತೆ ಇಲ್ಲದಿರುವುದು ಹಾಗೂ ಪ್ರಿಯವಾದದ್ದಾಗಲೀ ಅಪ್ರಿಯವಾದದ್ದಾಗಲೀ ಒದಗಿಬಂದಾಗ

ಮನಸ್ಸು ಸಮಸ್ಥಿತಿಯಲ್ಲಿರುವುದು, (ಸ್ಥಿರತೆ) ಮನಸ್ಸಿಗೆ ಅನುಕೂಲವಾದ ಅಥವಾ ಅನಾನುಕೂಲವಾದ ಸ್ಥಿತಿ ಒದಗಿದಾಗ ಹರ್ಷಶೋಕಾದಿ ವಿಕಾರಗಳು ಉಂಟಾಗದಿರುವುದು. ಸಮಚಿತ್ತತೆಯ ಸ್ವರೂಪ ಅರ್ಥಾತ್ ಪದ್ಮಪತ್ರಮಿವಾಂಬಸಿ ಎಂಬಂತೆ ಇರಬೇಕು ಎಂದು ಅರ್ಥಮಾಡಿಕೊಳ್ಳಬೇಕು, ಎಲ್ಲವನ್ನು ಬಿಡಬೇಕು ಎಂಬ ಅರ್ಥವಲ್ಲ. ಸಂಸಾರದಲ್ಲಿದ್ದು ಇವೆಲ್ಲವನ್ನೂ ರೂಢಿಗೆ ತಂದುಕೊಳ್ಳಬೇಕು ಆಗ ನಮ್ಮ ಮನಸ್ಸು, ಭಗವಂತನಲ್ಲಿ ಲೀನವಾಗುತ್ತದೆ ಎಂದರ್ಥ.

ಹೀಗೆ ಮೇಲೆ ಹೇಳಿದಂತೆ ತಿಳಿದುಕೊಂಡರೆ ಭಗವಂತನಾದ ಶ್ರೀಕೃಷ್ಣನಲ್ಲಿ ಅವ್ಯಭಿಚಾರಿಣಿ ಭಕ್ತಿ ಏಕಾಂತಸ್ಥಳದಲ್ಲಿರುವುದು, ಜನರ ಗುಂಪು ಸೇರಿರುವ ಕಡೆ ಹೋಗದಿರುವುದರ ಜೊತೆಗೆ ವಿಷಯಾಸಕ್ತರಾದ ಜನಸಮೂಹದಲ್ಲಿ ಪ್ರೀತಿಯಿಲ್ಲದಿರುವಿಕೆ ಸ್ವಾಭಾವಿಕವಾಗಿ ಉಂಟಾಗುತ್ತದೆ. ಅವ್ಯಭಿಚಾರಿಣಿ ಭಕ್ತಿ ಎಂದರೆ ಅರ್ಥಾತ್. ಕೇವಲ ಸರ್ವಶಕ್ತ ಪರಮಾತ್ಮನೊಬ್ಬನನ್ನೇ ತನ್ನ ಸ್ವಾಮಿ ಸರ್ವಸ್ವ ಎಂದು ನಂಬಿಕೊಂಡು ಸ್ವಾರ್ಥ ಮತ್ತು ಅಭಿಮಾನವನ್ನು ತ್ಯಜಿಸಿ ಶ್ರದ್ಧಾ ಹಾಗೂ ಭಾವಸಹಿತ ಪರಮಪ್ರೇಮದಿಂದ ನಿರಂತರ ಭಗವಂತನ ಚಿಂತನೆ ಮಾಡುವುದೇ ಅವ್ಯಭಿಚಾರಿಣಿ ಭಕ್ತಿ".

ಜ್ಞಾನ – ಯಾವ ಜ್ಞಾನದ ಮೂಲಕ ಆತ್ಮವಸ್ತು ಮತ್ತು ಅನಾತ್ಮವಸ್ತು ಎಂಬುದನ್ನು ತಿಳಿಯಲಾಗುವುದೋ ಆ ಜ್ಞಾನವೇ ಆಧ್ಯಾತ್ಮ ಜ್ಞಾನ. ಆಧ್ಯಾತ್ಮ ಜ್ಞಾನದಲ್ಲಿ ಯಾವಾಗಲೂ ಸದಾ ಮನಸ್ಸಿನಲ್ಲಿ ನಿಶ್ಚಯನಾಗಿರುವುದು ಮೋಕ್ಷ ತತ್ವಜ್ಞಾನದ ಅರ್ಥಸ್ವರೂಪಿ ಪರಮಾತ್ಮನನ್ನು ಚಿಂತಿಸುವುದು ಮತ್ತು ಎಲ್ಲೆಲ್ಲಿಯೂ ಪರಮಾತ್ಮನನ್ನು ಕಾಣುವುದು ಅವೆಲ್ಲವೂ ಆಧ್ಯಾತ್ಮ ಜ್ಞಾನ. ಯಾವುದು ಇದಕ್ಕಿಂತ ಬೇರೆಯಾಗಿದೆಯೋ ಅದೇ ಅಜ್ಞಾನ ಎಂದು ಹೇಳಲಾಗಿದೆ. ತತ್ವಜ್ಞಾನದ ಪ್ರಯೋಜನವಾದ ಮೋಕ್ಷವನ್ನು ಕುರಿತು ಚಿಂತಿಸುತ್ತಿರುವುದು ಜ್ಞಾನ. (ಈ ಅಧ್ಯಾಯದ 7ನೇ ಶ್ಲೋಕದಿಂದ ಇಲ್ಲಿಯವರೆಗೂ ಯಾವ ಸಾಧನೆಗಳು ಹೇಳಲ್ಪಟ್ಟಿದೆಯೋ ಅವೆಲ್ಲವೂ ತತ್ವಜ್ಞಾನ ಪ್ರಾಪ್ತಿಯಾಗಲು ಕಾರಣವಾದ ಪ್ರಯುಕ್ತ ಇದನ್ನು ಜ್ಞಾನ ಎಂದು ಹೇಳಲ್ಪಟ್ಟಿವೆ). ಜ್ಞಾನದ ಸಾಧನೆಗಳಿಗೆ ವಿರುದ್ಧವಾದ ಮಾನ, ಗರ್ವ, ಅಹಂಕಾರ, ಹಿಂಸೆ ಮುಂತಾದವು ಅಜ್ಞಾನ ಹೆಚ್ಚಲು ಕಾರಣವಾಗಿದೆ. ಆದ್ದರಿಂದ ಅದನ್ನು ಅಜ್ಞಾನ ಎಂದು ಹೇಳಲ್ಪಟ್ಟಿದೆ).

ಯಾವುದು ತಿಳಿದುಕೊಳ್ಳಲು ಯೋಗ್ಯವಾಗಿದೆಯೋ, ಯಾವುದನ್ನು ತಿಳಿದುಕೊಂಡ ನಂತರ ಮನುಷ್ಯನು ಪರಮಾನಂದವನ್ನು ಪಡೆಯುತ್ತಾನೆಯೋ ಅದನ್ನು ಚೆನ್ನಾಗಿ ಹೇಳುವೆನು ಕೇಳು ಎಂದ ಅರ್ಜುನನಿಗೆ. ಅದೇ ಜ್ಞೇಯ ಎನ್ನುವುದು. ಅದನ್ನು ತಿಳಿಯುವುದರಿಂದ ಮನುಷ್ಯನು ಅಮೃತನಾಗುತ್ತಾನೆ. ಆದಿಅಂತ್ಯವಿಲ್ಲದ, ಸತ್ ಮತ್ತು ಅಸತ್ ಎರಡೂ ಅಲ್ಲದ "ಪರಬ್ರಹ್ಮ"ವು ಅದೇ ಆಗಿದೆ. ಅವರ್ಣನೀಯ (ವರ್ಣಿಸಲು ಆಗದೇ ಇರುವುದು ಅವನ ಸ್ವರೂಪ) ಆ ಪರಬ್ರಹ್ಮ ವಸ್ತುವು ಎಲ್ಲೆಲ್ಲಿಯೂ ವ್ಯಾಪಿಸಿಕೊಂಡಿದೆ. ಅದು ಎಲ್ಲೆಲ್ಲಿಯೂ ಕೈಕಾಲುಗಳುಳ್ಳದ್ದು, ಕಣ್ಣು, ಕಿವಿ, ತಲೆ ಮತ್ತು ಮುಖಗಳುಳ್ಳದ್ದು. ಅದು ಜಗತ್ತಿನಲ್ಲಿ ಎಲ್ಲವನ್ನೂ ವ್ಯಾಪಿಸಿಕೊಂಡು ಸ್ಥಿರಗೊಂಡಿರುವುದು. ಅವನು ವಾಸ್ತವವಾಗಿ ಎಲ್ಲಾ ಇಂದ್ರಿಯಗಳಿಂದ ಹೊರತಾದವನು. ಅರ್ಥಾತ್ ಇಂದ್ರಿಯಾತೀತ ಮತ್ತು ಆಸಕ್ತಿ ಇಲ್ಲದವನಾದರೂ ಸಹ ತನ್ನ (ಯೋಗಮಾಯೆಯಿಂದ) ಎಲ್ಲಾ ಚರಾಚರ ವಸ್ತುಗಳನ್ನು ಚೇತನಾಚೇತನಗಳ ಪಾಲನೆಯನ್ನು ಮತ್ತು ಪೋಷಣೆಯನ್ನು ಮಾಡುವನು, ಆದರೆ ಯಾವ ವಸ್ತುಗಳ ಸಂಬಂಧವೂ ಅದಕ್ಕಿಲ್ಲ. ಯಾವ ಇಂದ್ರಿಯಗಳೂ ಅದಕ್ಕಿರುವುದಿಲ್ಲ. ಆದರೆ ಎಲ್ಲವನ್ನು ಧರಿಸಿರುವನು. ಯಾವ ಗುಣಗಳು ಅದಕ್ಕಿರುವುದಿಲ್ಲ ಸತ್ವರಜ ತಮಸ್ಸುಗುಣ ಗುಣಾತೀತನಾದರೂ ಸಹ ಗುಣಗಳ ಫಲ ಅನುಭವಿಯಾಗಿದ್ದಾನೆ. ಉದಾ: (1) ಆಕಾಶವು ಯಾವ ರೀತಿ ವಾಯು, ಅಗ್ನಿ, ಜಲ ಮತ್ತು ಭೂಮಿಗೆ ಕಾರಣರೂಪಿಯಾದುದರಿಂದ ಅವುಗಳನ್ನು ವ್ಯಾಪಿಸಿಕೊಂಡಿದೆಯೋ ಅದರಂತೆಯೇ ಪರಮಾತ್ಮನೂ ಸಹ ಎಲ್ಲದಕ್ಕೂ ಕಾರಣರೂಪಿಯಾದುದರಿಂದ ಸಮಸ್ತ ಚರಾಚರ ಜಗತ್ತನ್ನು ವ್ಯಾಪಿಸಿಕೊಂಡಿದ್ದಾನೆ. (ಸರ್ವವ್ಯಾಪ್ತಿ ಎಂದರ್ಥ) (2) ಸೂರ್ಯನ ಕಿರಣಗಳಲ್ಲಿರುವ ನೀರು ಸೂಕ್ಷ್ಮವಾದ್ದರಿಂದ ಸಾಧಾರಣ ಮನುಷ್ಯರು ಅದನ್ನು ತಿಳಿದುಕೊಳ್ಳಲು ಆಗುವುದಿಲ್ಲ. ಅದರಂತೆಯೇ ಪರಮಾತ್ಮನೂ ಸಹ ಸೂಕ್ಷ್ಮ ರೂಪವಾದುದರಿಂದ ಸಾಧಾರಣ ಮನುಷ್ಯರ ತಿಳುವಳಿಕೆಗೆ ಬರುವುದಿಲ್ಲ.

ಆ ಪರಮಾತ್ಮನು ಎಲ್ಲಾ ಚರಾಚರ ಜೀವಿಗಳ (ಪ್ರಾಣಿಗಳ) ಬಾಹ್ಯ (ಹೊರಗೆ) ಅಂತರಂಗಗಳಲ್ಲಿ (ಒಳಗೆ) ಪರಿಪೂರ್ಣನಾಗಿದ್ದಾನೆ ಮತ್ತು ಸ್ಥಾವರ ಜಂಗಮವು ಆಗಿರುತ್ತಾನೆ. ಚರಾಚರರೂಪಿಯೂ ಸಹ ಅವನೇ ಆದರೆ ಅವನ

ಸ್ವರೂಪ ಸೂಕ್ಷ್ಮವಾದುದರಿಂದ ಅರಿಯಲು ಅಸಾಧ್ಯ. ನಮ್ಮೆಲ್ಲರ (ಹೃದಯದಲ್ಲಿ) ಅತಿ ಸಮೀಪವಾಗಿದ್ದುಕೊಂಡು ಮತ್ತು ದೂರವಾಗಿಯೂ ಇರುವವನೂ ಸಹ ಅವನೇ ಆ ಪರಮಾತ್ಮನು ಎಲ್ಲೆಲ್ಲಿಯೂ ಪರಿಪವೂರ್ಣ ಮತ್ತು ಎಲ್ಲರ ಆತ್ಮ. ಆದುದರಿಂದಲೇ ಅತ್ಯಂತ ಸಮೀಪದಲ್ಲಿದ್ದರೂ ಹೃದಯದಲ್ಲಿ ಶ್ರದ್ಧೆಯಿಲ್ಲದ ಅಜ್ಞಾನಿ ಪುರುಷರು ಅದನ್ನು ತಿಳಿದುಕೊಳ್ಳದಿರುವ ಕಾರಣ ಅವರಿಗೆ ದೂರವಾಗಿದ್ದಾನೆ. ಉದಾ: (ಮಹಾಕಾಶವು ವಿಭಾಗರಹಿತನಾಗಿದ್ದರೂ ಸಹ ಬಿಂದಿಗೆಗಳಲ್ಲಿ ಬೇರೆ ಬೇರೆ ಎಂಬಂತೆ ಕಂಡುಬರುತ್ತದೆ). ಅದರಂತೆಯೇ ಪರಮಾತ್ಮನು ಎಲ್ಲಾ ಪ್ರಾಣಿಗಳಲ್ಲಿಯೂ ಏಕರೂಪದಿಂದ ಇದ್ದರೂ ಸಹ ಭಿನ್ನ ಭಿನ್ನ ಎಂಬಂತೆ ಕಂಡುಬರುತ್ತಾನೆ. ಅದು ಬೇರೆ ಬೇರೆಯಾಗಿಲ್ಲದಿದ್ದರೂ ಬೇರೆ ಬೇರೆಯಾಗಿರುತ್ತಾನೆ. ಆದರೂ ಬೇರೆ ಬೇರೆಯಾಗಿಲ್ಲದಿದ್ದರೂ ಬೇರೆ ಬೇರೆಯಾಗಿರುವಂತೆಯೂ ಕಾಣುವುದು. ಹೇಗೆಂದರೆ ಪರಮಾತ್ಮನು ಸೃಷ್ಟಿಸ್ಥಿತಿಲಯಕ್ಕೆ ಕಾರಣಮಾತ್ರನಲ್ಲ ಕರ್ತೃವೂ ಅವನೇ ಕಾರ್ಯವೂ ಅವನದೇ ವಿಷ್ಣುರೂಪವನ್ನು ಧರಿಸಿದ ಪರಮಾತ್ಮನು ಜೀವಿಗಳ ಧಾರಣೆ– ಪೋಷಣೆ ಮಾಡುವುದು, ರುದ್ರರೂಪದಿಂದ ಸಂಹಾರಮಾಡುವುದು ಮತ್ತು ಚತುರ್ಮುಖ ಬ್ರಹ್ಮರೂಪದಿಂದ ಉತ್ಪತ್ತಿಮಾಡುವವನೂ ಆಗಿದ್ದಾನೆ ಅವನದು ಭಿನ್ನಭಿನ್ನರೂಪ ಅರ್ಥಾತ್ ಏಕರೂಪದಿಂದ ಇರುವ ಪರಮಾತ್ಮ ಜೀವಿಗಳ ಉದ್ಧರಕ್ಕಾಗಿ ನಾನಾರೂಪವನ್ನು ಧರಿಸುತ್ತಾನೆ. ಇಡೀ ವಿಶ್ವಕ್ಕೆ ಪರಮಾತ್ಮ ಒಬ್ಬನೇ ಎಂದು ಅರ್ಥಮಾಡಿಕೊಳ್ಳಬೇಕು. ಆ ಪರಬ್ರಹ್ಮ ಜ್ಯೋತಿಗಳೆಲ್ಲಕ್ಕೂ ಜ್ಯೋತಿ, ಮಾಯೆಯಿಂದ ಅತಿದೂರದಲ್ಲಿರುವವನು, ಅವನ ಜ್ಞಾನಸ್ವರೂಪಿ ತಿಳಿದುಕೊಳ್ಳಲು ಯೋಗ್ಯನು. ತತ್ತ್ವಜ್ಞಾನದಿಂದ ದೊರೆಯಬಲ್ಲವನು, ಹಾಗೂ ಎಲ್ಲರ ಹೃದಯದಲ್ಲಿ ನಿವಾಸಿಯಾಗಿದ್ದಾನೆ. ಅವನು ಬೆಳಕುಗಳಿಗೆಲ್ಲಾ ಬೆಳಕಾಗಿರುವನು ಕತ್ತಲೆಯಿಂದ ಆಚೆಗಿರುವನು. ಜ್ಞಾನವೂ, ಜ್ಞಾತೃವೂ ಎಂಬುದನ್ನು ತಿಳಿಯತಕ್ಕವನು, ಜ್ಞಾನದ ಫಲವೂ, ಮೋಕ್ಷವೂ ಆಗಿ ಎಲ್ಲರ ಹೃದಯದಲ್ಲಿ ಇರುವನು, ಹೀಗೆ ಕ್ಷೇತ್ರವನ್ನೂ, ಜ್ಞಾನವನ್ನೂ ಮತ್ತು ಜ್ಞೇಯವನ್ನೂ ಸಂಗ್ರಹವಾಗಿ ಹೇಳಿದ್ದಾಯಿತು. ಅರ್ಜುನ, ನನ್ನ ಭಕ್ತನಾದವನು ಇದನ್ನು ಅರಿತುಕೊಂಡರೆ ಯಥಾರ್ಥವಾಗಿ ಆ ನನ್ನ ಭಕ್ತನು ನನ್ನ ಸ್ವರೂಪವನ್ನು ಪಡೆಯುತ್ತಾನೆ ಎಂದು ಪರಮಾತ್ಮನ ಸ್ವರೂಪವನ್ನು ಸಂಕ್ಷೇಪವಾಗಿ ಹೇಳಲಾಯಿತು.

(1) 5–6ನೇ ಶ್ಲೋಕ–ವಿಕಾರಸಹಿತ ಕ್ಷೇತ್ರದ (ಶರೀರ) ಸ್ವರೂಪ

(2) 7–11ನೇ ಶ್ಲೋಕ–ಜ್ಞಾನ–ಜ್ಞಾನದ ಸಾಧನೆ

(3) 12–17ನೇ ಶ್ಲೋಕ – ಜ್ಞೇಯ ಸ್ವರೂಪ

ಪುನಃ ಶ್ರೀಕೃಷ್ಣ ಪರಮಾತ್ಮನು ಅರ್ಜುನನಿಗೆ ಪ್ರಕೃತಿ ಮತ್ತು ಪುರುಷ ಇವೆರಡರ ಸೃಷ್ಟಿಯು ತ್ರಿಗುಣಾತ್ಮಕ (ಸತ್ವ, ರಜ, ತಮ) ಪದಾರ್ಥಗಳನ್ನು ತಿಳಿಪಡಿಸುತ್ತಾನೆ. ಪ್ರಕೃತಿ ಎಂದರೆ ತ್ರಿಗುಣ ಮಯೀ ಕ್ಷೇತ್ರ, ನನ್ನ ಮಾಯೆ (ಪುರುಷ) ಜೀವಾತ್ಮ ಅರ್ಥಾತ್ ಕ್ಷೇತ್ರಜ್ಞ, ಇವೆರಡನ್ನೂ ಸಹ ನೀನು ಅನಾದಿ ಎಂದು ತಿಳಿದುಕೋ. ರಾಗದ್ವೇಷಾದಿ ವಿಕಾರಗಳನ್ನು ಹಾಗೂ ತ್ರಿಗುಣಾತ್ಮಕ ಪದಾರ್ಥಗಳೆಲ್ಲವೂ ಸಹ ಪ್ರಕೃತಿಯಿಂದಲೇ ಉತ್ಪತ್ತಿಯಾದದು ಎಂದು ತಿಳಿ. ಆಕಾಶ, ವಾಯು, ಅಗ್ನಿ, ಜಲ ಮತ್ತು ಭೂಮಿ ಹಾಗೂ ಇವುಗಳ ವಿಷಯ ಶಬ್ದ, ಸ್ಪರ್ಶ, ರೂಪ, ರಸ, ಗಂಧ ಇವುಗಳ ಹೆಸರು ಕಾರ್ಯ ; ಬುದ್ಧಿ, ಅಹಂಕಾರ ಮತ್ತು ಮನಸ್ಸು ಹಾಗೂ ಕಿವಿ, ಚರ್ಮ, ನಾಲಿಗೆ, ಕಣ್ಣು ಮತ್ತು ಮೂಗು ಹಾಗೂ ವಾಕ್, ಹಸ್ತ, ಪಾದ, ಮೂತ್ರದ್ವಾರ ಮತ್ತು ಮಲದ್ವಾರ – ಈ ಹದಿಮೂರರ ಹೆಸರು ಕಾರಣ. (ಕಾರ್ಯಕಾರಣ ಸಿದ್ಧಾಂತ) (ಪ್ರಕೃತಿಯ ಕಾರ್ಯ ಮತ್ತು ಕರಣ ಅರ್ಥಾತ್ ಎಲ್ಲಾ ಇಂದ್ರಿಯಗಳ ಉತ್ಪತ್ತಿಗೆ ಮೂಲಕಾರಣ, ಸುಖದುಃಖಿಗಳ ಭೋಕ್ತೃತ್ವಕ್ಕೆ (ಅನುಭವಿಸುವುದಕ್ಕೆ) ಜೀವಾತ್ಮನು ಕಾರಣವೆನಿಸುವನು. ಭಗವಂತನ ತ್ರಿಗುಣಮಯೀ ಮಾಯೆಯಿಂದ ತಿಳಿದುಕೊಳ್ಳಬೇಕು. ಇದರ ಅರ್ಥ ಸತ್ವಗುಣದ ಆಸಕ್ತಿಯಿಂದ ಮನುಷ್ಯಯೋನಿಯಲ್ಲಿಯೂ ತಮೋಗುಣದ ಆಸಕ್ತಿ (ಮಾಯೆ) ಯಿಂದ ಪಶುಪಕ್ಷಿ ಮುಂತಾದ ನೀಚಯೋನಿಗಳಲ್ಲಿಯೂ ಜನ್ಮತಾಳುತ್ತಾನೆ. ಅರ್ಥಾತ್ ತ್ರಿಗುಣಮಯ ಮಾಯೆಯಿಂದ ಸಂಪೂರ್ಣ ಅತೀತನಾಗಿರುವನು ಪರಮಾತ್ಮ ಎಂದು ತಿಳಿಯಬೇಕು. ಸೃಷ್ಟಿ ಸ್ಥಿತಿ ಲಯಕ್ಕೆ ಕಾರಣವೂ ಪರಮಾತ್ಮನೆ ಕಾರ್ಯವು ಅವನೇ ಕರ್ತೃವೂ ಅವನೇ ಎಂದು ಎಲ್ಲರೂ ಅರಿಯಬೇಕು.

ಪ್ರಕೃತಿಯಲ್ಲಿದ್ದುಕೊಂಡೇ ಪುರುಷನು ಪ್ರಕೃತಿಯಿಂದ ಹುಟ್ಟಿದ ಎಲ್ಲಾ ತ್ರಿಗುಣಾತ್ಮಕ ವಸ್ತುಗಳನ್ನು ಅನುಭವಿಸುತ್ತಾನೆ ಮತ್ತು ಈ ಗುಣಗಳ ಸಂಗವೇ, ಅವುಗಳಲ್ಲಿನ ಆಸಕ್ತಿಯೇ (ಕ್ರಿಯೆ) ಈ ಜೀವಾತ್ಮನು ಒಳ್ಳೆಯ ಅಥವಾ ಕೆಟ್ಟ

ಯೋನಿಗಳಲ್ಲಿ ಜನಿಸಲು ಕಾರಣವಾಗಿದೆ. ಜೀವಾತ್ಮನು (ಪುರುಷ) ಈ ಶರೀರದಲ್ಲಿ ಇದ್ದರೂ ಸಹ ಪರಮಾತ್ಮನಾಗಿದ್ದಾನೆ. ಕೇವಲ ಸಾಕ್ಷಿಯಾದುದರಿಂದ (ಒಳಗಿದ್ದು ನೋಡುತ್ತಿರುವವ) ಪ್ರೇಕ್ಷಕ ಮತ್ತು ಯಥಾರ್ಥವಾದ ಸಮ್ಮತಿಯನ್ನು ಕೊಡುವವನು. ಆದ್ದರಿಂದ ಅವನೇ ಅನುಮೋದಕ. ಎಲ್ಲರ ಧಾರಣ–ಪಾಲನೆ ಮಾಡುವವನು ಅವನೇ. ಆದ್ದರಿಂದ ಅವನೇ ಒಡೆಯ, ಜೀವರೂಪದಿಂದ ಫಲಾನುಭವಿ, ಬ್ರಹ್ಮಾದಿಗಳಿಗೂ ಸ್ವಾಮಿಯಾದ್ದರಿಂದ ಅವನೇ ಶುದ್ಧ–ಸಚ್ಚಿದಾನಂದ ಘನಸ್ವರೂಪಿ ಪರಮಾತ್ಮ ಎಂದು ಶಾಸ್ತ್ರಗಳು ಹೇಳಲಾಗಿದೆ. ಹೀಗೆ ಪುರುಷನನ್ನು ಮತ್ತು ಗುಣಗಳ ಸಹಿತ ಪ್ರಕೃತಿಯನ್ನು ಯಾರು ಯಥಾರ್ಥವಾಗಿ ತಿಳಿದುಕೊಳ್ಳುವನೋ, ಅವನು ಹೇಗೇ ಇರಲಿ ಅವನಿಗೆ ಸಂಸಾರಬಂಧನವಿರುವುದಿಲ್ಲ ಎಂದು ಪರಮಾತ್ಮ ಹೇಳಿರುವನು. ಇದರಲ್ಲಿ ಸಂಶಯವೇ ಬೇಡ ಎಂಬುದು ಶತಸಿದ್ಧ ಇಂತಹ ಪುರುಷರಿಗೆ ಪುನರ್ಜನ್ಮವಿರುವುದಿಲ್ಲ. ಕೆಲವರು ಧ್ಯಾನದಿಂದ ಸಾಧನೆಮಾಡಿ ಆತ್ಮನನ್ನು ಬುದ್ಧಿಯಲ್ಲಿ ತಿಳಿದುಕೊಳ್ಳುವರು. ಇನ್ನೂ ಕೆಲವರು ಸಾಂಖ್ಯಯೋಗದಿಂದ, ಇನ್ನೂ ಕೆಲವರು ಕರ್ಮಯೋಗದಿಂದ ತಿಳಿದುಕೊಳ್ಳುವರು ಎಷ್ಟೋ ಜನರೂ ಜ್ಞಾನಯೋಗದ ಮೂಲಕ, ಇನ್ನೆಷ್ಟೋ ಮಂದಿ ನಿಷ್ಕಾಮಕರ್ಮದ ಮೂಲಕ, ಇವರೆಲ್ಲರೂ ಸಹ ಪರಮಪುರುಷ ಪರಮಾತ್ಮನನ್ನು ನೋಡುತ್ತಾರೆ. ಆದರೆ ಇವರಿಗಿಂತ ಬೇರೆಯವರು ಎಂದರೆ ಮಂದಬುದ್ಧಿಯುಳ್ಳವರು ಈ ರೀತಿ ತಿಳಿದುಕೊಳ್ಳದೇ ಮತ್ತೊಬ್ಬರಿಂದ ಎಂದರೆ ತತ್ವಾರ್ಥವನ್ನು ತಿಳಿದವರಿಂದ ಕೇಳಿ ಅರಿತುಕೊಂಡು ಉಪಾಸನೆ ಮಾಡುತ್ತಾರೆ ಮತ್ತು ಆ ಶ್ರವಣ ಪರಾಯಣರೂ ಸಹ ಮೃತ್ಯುರೂಪಿ ಸಂಸಾರಸಾಗರವನ್ನು ದಾಟುವರು. ಎಲೈ ಅರ್ಜುನ, ಒಟ್ಟಾರೆ ಯಾವ ಯಾವ ಚರಾಚರ ವಸ್ತುಗಳು ಉತ್ಪತ್ತಿಯಾಗುತ್ತವೆಯೋ ಅವೆಲ್ಲವೂ ಕ್ಷೇತ್ರ ಕ್ಷೇತ್ರಜ್ಞ ಸಂಯೋಗದಿಂದಲೇ ಉತ್ಪತ್ತಿಯಾದವುಗಳು ಎಂದು ತಿಳಿದುಕೋ.

ಯಾರು ನಾಶಯುತವಾದ ಚರಾಚರ ವಸ್ತುಗಳನ್ನೂ ನಾಶರಹಿತವಾದ ವಸ್ತುವನ್ನು ಸಮಭಾವದಿಂದ ಇರುವಂತೆ ನೋಡುತ್ತಾನೆಯೋ ಅವನೇ ಯಥಾರ್ಥವಾಗಿ ತಿಳಿದ ಜ್ಞಾನವನ್ನು ಪಡೆದವನು. ಏಕೆಂದರೆ, ಅವನು ಎಲ್ಲಾ

ಕಡೆಗಳಲ್ಲಿಯೂ ಸಮಭಾವದಿಂದಿರುವ ಪರಮಾತ್ಮನನ್ನು ಯಥಾರ್ಥವಾಗಿ ನೋಡುತ್ತಾ ತನ್ನಿಂದಲೇ ತನ್ನನ್ನು ಹಾಳುಮಾಡಿಕೊಳ್ಳುವುದಿಲ್ಲ. ಅಲ್ಲಿಂದ ಮುಂದೆ ಅವನು ಪರಮಗತಿಯನ್ನು ಪಡೆಯುತ್ತಾನೆ. ಯಾರು ಕರ್ಮಗಳನ್ನು (ಮಾಡುವ) ಎಲ್ಲಾ ಪ್ರಕಾರದಿಂದಲೂ ಪ್ರಕೃತಿಯಿಂದಲೇ ಮಾಡಲ್ಪಡುತ್ತವೆ ಎಂದು ನೋಡುತ್ತಾನೋ ಹಾಗೂ ಆತ್ಮನನ್ನು (ಅರ್ಥಾತ್) ತನ್ನನ್ನು ಕರ್ತೃವಲ್ಲ ಎಂದು ತಿಳಿದುಕೊಳ್ಳುತ್ತಾನೆಯೋ ಅವನೇ ಯಥಾರ್ಥವಾಗಿ ತಿಳಿದ ಜ್ಞಾನಿ.

ಯಾವಾಗ ಬೇರೆ ಬೇರೆ ಚರಾಚರಗಳೆಲ್ಲವೂ ಒಬ್ಬನೇ ಪರಮಾತ್ಮನಲ್ಲಿರುವುದೆಂದು ತಿಳಿದುಕೊಳ್ಳುವನೋ ಆಗ ಅವನು ಸಚ್ಚಿದಾನಂದ ಪರಬ್ರಹ್ಮನನ್ನು ಪಡೆಯುತ್ತಾನೆ. ಪರಮಾತ್ಮನ ಸಂಕಲ್ಪದಿಂದಲೇ ಸಕಲಜೀವಿಗಳ ವಿಕಾಸವಾಗುವುದು ಅಂದರೆ ಜೀವಿಗಳ ಬೇರೆ ಬೇರೆ ಭಾವಗಳು ಏಕಮೇವ ಪರಮಾತ್ಮನ ಸಂಕಲ್ಪಗಳ ಆಧಾರದಲ್ಲಿರುವುದು ಎಂದು ತಿಳಿದುಕೊಳ್ಳಬೇಕು. ಎಲೈ ಅರ್ಜುನ! ಪರಮಾತ್ಮನು ಆದಿಅಂತ್ಯವಿಲ್ಲದವನು ಅನಾದಿಯಾಗಿರುವನು ಹಾಗೂ ತ್ರಿಗುಣಗುಣಾತೀತನಾಗಿರುವನು ಅವಿನಾಶಿ ಆಗಿರುವುದರಿಂದ ಎಲ್ಲರ ಶರೀರದಲ್ಲಿದ್ದರೂ ಸಹ, ಅವನು ಯಾವ ಕರ್ಮವನ್ನು ಮಾಡುವುದಿಲ್ಲ. ಅವನಿಗೆ ಕರ್ಮದ ಲೇಪವಿಲ್ಲ ಹಾಗೂ ಎಲ್ಲಾ ವಿಷಯದಿಂದ ನಿರ್ಲಿಪ್ತನಾಗಿರುವನು. ಪರಮಾತ್ಮ ಇಡೀ ವಿಶ್ವದಲ್ಲಿ ಅಂದರೆ ಎಲ್ಲೆಲ್ಲಿಯೂ ವ್ಯಾಪಿಸಿದ್ದರೂ ಸಹ ಹೇಗೆ ಆಕಾಶವು ಸೂಕ್ಷ್ಮವಾಗಿರುವ ಕಾರಣದಿಂದ ಲಿಪ್ತವಾಗಿರುವುದಿಲ್ಲವೋ ಹಾಗೆಯೇ ಶರೀರದಲ್ಲಿ ಎಲ್ಲಾಕಡೆ ಇರುತ್ತಿದ್ದರೂ ಸಹ, ಆತ್ಮನು ಗುಣಾತೀತನಾದ ಕಾರಣದಿಂದ ದೇಹದ ಗುಣಗಳಲ್ಲಿ ಲಿಪ್ತನಾಗುವುದಿಲ್ಲ. ಅರ್ಥಾತ್, ಭಗವಂತ ಶ್ರೀಕೃಷ್ಣ ಈ ರೀತಿ ಕ್ಷೇತ್ರ ಮತ್ತು ಕ್ಷೇತ್ರಜ್ಞರ ಭೇದವನ್ನು ಹಾಗೂ ಆತ್ಮಸ್ವರೂಪವನ್ನು ತಿಳಿದ ಜ್ಞಾನದ ಬಗ್ಗೆ ವಿವರಿಸಿದ ನಂತರ ಒಂದು ಉದಾಹರಣೆ ಕೊಡುತ್ತಾನೆ. ಎಲೈ ಅರ್ಜುನ! ಯಾವ ರೀತಿ ಒಬ್ಬನೇ ಆದ ಸೂರ್ಯನು ಈ ಇಡೀ ಬ್ರಹ್ಮಾಂಡವನ್ನು ಪ್ರಕಾಶಗೊಳಿಸುತ್ತಾನೆಯೋ ಅದೇ ಪ್ರಕಾರ ಒಂದೇ ಆತ್ಮ ಸಮಸ್ತಕ್ಷೇತ್ರದಲ್ಲಿ ಪ್ರಕಾಶವನ್ನುಂಟುಮಾಡುತ್ತಾನೆ.

ಈ ಅಧ್ಯಾಯದಲ್ಲಿ ಅರಿಯಬೇಕಾದ ಮುಖ್ಯಾಂಶ ಏನೆಂದರೆ, ಸಮಸ್ತ ಜಗತ್ತೆಲ್ಲಾ ಪರಮಾತ್ಮನ ಮಾಯೆಯ ಕಾರ್ಯವಾದುದರಿಂದ ಅದು

ಕ್ಷಣಭಂಗುರ ಅಂದರೆ ನಾಶವಾಗುವಂತಹದು ಜಡ ಮತ್ತು ಅನಿತ್ಯವಾದದ್ದು, ಎಂದು ಅರಿತು ನಾವು ನಮ್ಮ ಕರ್ತವ್ಯದೃಷ್ಟಿಯಿಂದ ಕರ್ಮಗಳನ್ನೂ ಮಾಡಿ ಅವನಿಗೆ (ಪರಮಾತ್ಮನಿಗೆ) ಸಮರ್ಪಿಸಬೇಕು. ಅದರಿಂದ ಬರುವ ಫಲಗಳ ಬಗ್ಗೆ ಚಿಂತಿಸಬಾರದು. ಭಗವಂತನ ಮಾಯೆಯ ಲೀಲೆಯನ್ನು ಸಂತೋಷವಾಗಿ ಸ್ವೀಕರಿಸಿ ಮನಸ್ಸನ್ನು ಕ್ಲೇಷ ಮಾಡಿಕೊಳ್ಳದೇ ಭಗವಂತನ ಗುಣಗಾನ ಹಾಗೂ ಹರಿಸ್ಮರಣೆ ಮಾಡುತ್ತ ಜೀವನ ಸಾಗಿಸಬೇಕು. ಜೀವಾತ್ಮನು ಶಾಶ್ವತ ನಿರ್ವಿಕಾರಿ ಮತ್ತು ಅವಿನಾಶಿ ಹಾಗೂ ಶುದ್ಧಜ್ಞಾನ ಸ್ವರೂಪಿ, ಪರಮಾತ್ಮನ ಸನಾತನ ಅಂಶವೇ ಆಗಿದ್ದಾನೆ ಎಂದು ಅರಿಯಬೇಕು. ಆದ್ದರಿಂದಲೇ ಈ ಪ್ರಪಂಚದ ವಸ್ತುಗಳ ಆಸಕ್ತಿಯನ್ನು ತ್ಯಜಿಸಿ ಪರಮಪುರುಷ ಪರಮಾತ್ಮನಲ್ಲಿಯೇ ಏಕೀಭಾವದಿಂದ ಸ್ಥಿರವಾಗಿ ನಿಲ್ಲಬೇಕು. ಆಗ ಅವನನ್ನು ಅರಿಯಲು ಸಾಧ್ಯವಾಗುತ್ತದೆ. ಜ್ಞಾನಿಗಳು, ಈ ರೀತಿಯಾಗಿ ಅರಿತು ಶ್ರದ್ಧೆಯಿಂದ ಸಾಧನೆ ಮಾಡುತ್ತಾರೆ. ಈ ರೀತಿ ಕ್ಷೇತ್ರ ಕ್ಷೇತ್ರಜ್ಞರ ಭೇದವನ್ನು ಹಾಗೂ ಕಾರ್ಯಸಹಿತ ಪ್ರಕೃತಿಯಿಂದ ಮುಕ್ತರಾಗುವ ಉಪಾಯವನ್ನು ಯಾರು ಜ್ಞಾನದ ದೃಷ್ಟಿಯಿಂದ ಯಥಾರ್ಥವಾಗಿ ತಿಳಿದುಕೊಳ್ಳುತ್ತಾರೋ ಅವರು (ಮಹಾತ್ಮರು) ಪರಬ್ರಹ್ಮ ಪರಮಾತ್ಮನನ್ನು ಪಡೆಯುತ್ತಾರೆ.

– ಓಂ ತತ್ಸತ್ –

ಅಧ್ಯಾಯ-೧೪

ಗುಣತ್ರಯ ವಿಭಾಗ ಯೋಗ

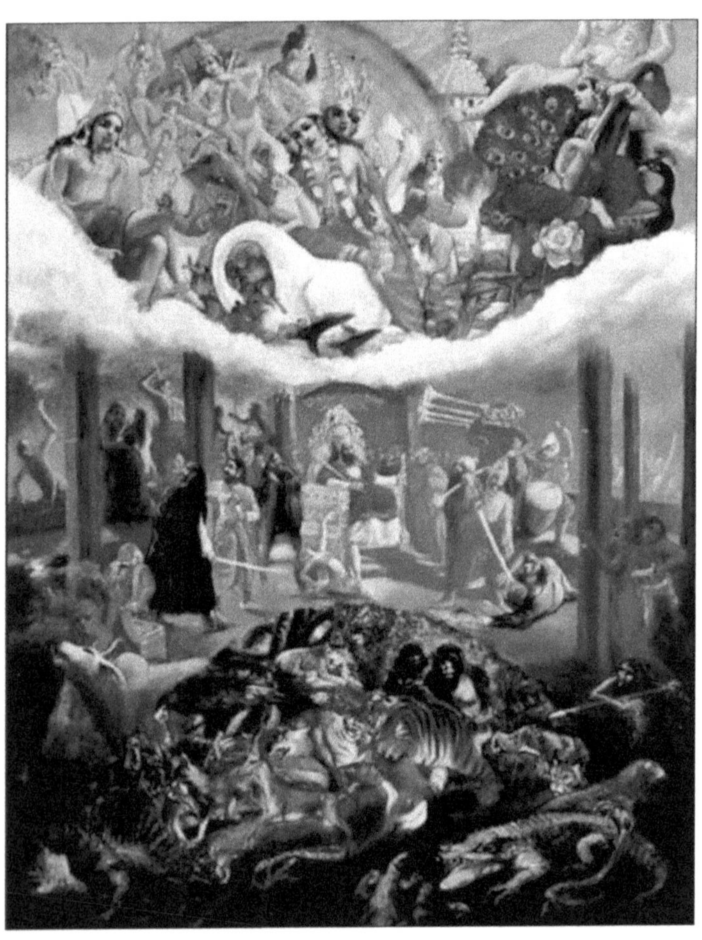

ಗುಣತ್ರಯ ವಿಭಾಗ ಯೋಗ

ಅರ್ಜುನನಿಗೆ ಪರಮಾತ್ಮನು ಪುನಃ ಪರಮಶ್ರೇಷ್ಠವಾದ ಜ್ಞಾನವನ್ನು ತಿಳಿಸಿಕೊಡುತ್ತಾನೆ. ಪ್ರಕೃತಿಗೆ ಭಿನ್ನವಾದ ಪುರುಷ ಶರೀರ, ಪುರುಷನಿಗೂ ಭಿನ್ನವಾದದು ಜೀವಾತ್ಮ, ಜೀವಾತ್ಮನಿಗೂ ಭಿನ್ನನಾದವನು ಪರಮಾತ್ಮ. ಇಲ್ಲಿಯವರೆಗೂ ಪ್ರಕೃತಿ ಸ್ವರೂಪ ಅಶಾಶ್ವತ – ವಿನಾಶವುಳ್ಳದ್ದು, ಪ್ರತ್ಯಕ್ಷವಾಗಿ ಎಲ್ಲಾ ವಸ್ತುಗಳು ಕಾಣಿಸುತ್ತದೆ. ಆದರೆ ಯಾವುದೂ ಸ್ಥಿರವಲ್ಲ. ಕೆಲವು ವಸ್ತು ಬದಲಾವಣೆ ಹೊಂದುತ್ತದೆ. ಕೆಲವು ವಸ್ತುಗಳನ್ನು ನಾನಾರೂಪದಲ್ಲಿ ಬಳಸುತ್ತೇವೆ, ಉಪಯೋಗಿಸುತ್ತೇವೆ. ಆದರೆ ಒಂದೇ ರೀತಿ ಶಾಶ್ವತವಾಗಿ ಉಳಿಯುವುದಿಲ್ಲ. ನಾಶವಾಗುವಂತಹದು ಎಲ್ಲವೂ. ಆದರೆ "ಆತ್ಮ" ಶಾಶ್ವತ, ಬದಲಾವಣೆಯಾಗುವುದಿಲ್ಲ, ಎಲ್ಲರ ಅಂತರಾಳದಲ್ಲಿರುತ್ತದೆ, ಯಾವ ಕಾಲದಲ್ಲೂ ನಾಶವಾಗುವುದಿಲ್ಲ. ಅದು ಪ್ರಕಾಶಮಾನವಾದದ್ದು, ನಾಶರಹಿತವಾದದು, ಅದಕ್ಕೆ ಆದಿ ಮತ್ತು ಕೊನೆ ಇಲ್ಲ. ಆತ್ಮ ವಿಕಾರ ಹೊಂದುವುದಿಲ್ಲ. ಮಾನವನಿಗೆ ಹುಟ್ಟುಸಾವು ಉಂಟು, ಆದರೆ – ಆತ್ಮ ಎಂಬ ತತ್ತ್ವಕ್ಕೆ ಇದು ಅನ್ವಯಿಸುವುದಿಲ್ಲ. ಈ ಜ್ಞಾನವನ್ನು ಅರಿತುಕೊಳ್ಳಲು ಶ್ರೀಕೃಷ್ಣ ಪರಮಾತ್ಮ 12ನೇ ಅಧ್ಯಾಯದಲ್ಲಿಯೂ ಎಚ್ಚರಿಸಿದ್ದಾನೆ. ಅದಕ್ಕೆ ನಿರೂಪಣೆಯನ್ನು ಮಾಡಿ ಮಹಾಪುರುಷರ ಮತ್ತು ಜ್ಞಾನಿಗಳ ಸಾಧನೆ ಪರಮಾತ್ಮನನ್ನು ಪಡೆಯಲು ಮತ್ತು ಸಂಸಾರಬಂಧನದಿಂದ ಬಿಡುಗಡೆ ಹೊಂದಲು ಬೇಕಾಗಿರುವ ಸಾಧನಮಾರ್ಗವನ್ನು 13ನೇ ಅಧ್ಯಾಯದಲ್ಲಿ ತಿಳಿಸಿದರೂ ಮತ್ತೆ ಯಾವ ಪರಮಶ್ರೇಷ್ಠ ಜ್ಞಾನದಿಂದ ಜ್ಞಾನಿಗಳು ಮತ್ತೆ ಹೇಗೆ ಋಷಿಮುನಿಗಳು ಸಂಸಾರದಿಂದ ಮುಕ್ತರಾಗಿ ಶ್ರೇಷ್ಠಸಿದ್ಧಿಯನ್ನು ಪಡೆದುಕೊಂಡಿದ್ದಾರೋ ಅಂತಹ ಜ್ಞಾನಗಳಲ್ಲಿ ಅತ್ಯುತ್ತಮವಾದ ಪರಮಶ್ರೇಷ್ಠ ಜ್ಞಾನವನ್ನು (ಶ್ರೀಕೃಷ್ಣ) ನಾನು ಪುನಃ ನಿನಗೋಸ್ಕರ ಹೇಳುವೆನು ಎಂದು ತ್ರಿಗುಣಮಯ ಗುಣತ್ರಯ ವಿಭಾಗದ ಮೂಲಕ ತತ್ತ್ವಾರ್ಥ ಜ್ಞಾನವನ್ನು ವಿವರಿಸುತ್ತಾನೆ.

ಈ ಶ್ರೇಷ್ಠವಾದ ಜ್ಞಾನವನ್ನು ಆಶ್ರಯಿಸಿದವರು, ನನ್ನ ಸ್ವರೂಪವನ್ನು ಪಡೆಯುತ್ತಾರೆ, ಮತ್ತೆ ಪ್ರಪಂಚ ಸೃಷ್ಟಿಯಾದರೂ ಹುಟ್ಟುವುದಿಲ್ಲ, ಹಾಗೆಯೇ

ಪ್ರಳಯವಾದರೂ ವ್ಯಥೆಪಡುವುದಿಲ್ಲ. ಏಕೆಂದರೆ, ಈ ಪ್ರಪಂಚದಲ್ಲಿರುವುದೆಲ್ಲ ಭಗವಂತನ ಮಾಯೆಯಿಂದ ಉಂಟಾಗಿದೆ ಎಂಬುದರ ಅರಿವು ಅವರಿಗುಂಟು ಈ ಪ್ರಪಂಚದಲ್ಲಿ ಆದಿಅಂತ್ಯವಿಲ್ಲದ, ಅವಿನಾಶಿಯಾದ ವಾಸುದೇವನನ್ನು ಬಿಟ್ಟು ಬೇರೆ ಬೇರೆಯಾದ ಯಾವ ವಸ್ತುವೂ ಜ್ಞಾನಿಗಳ ದೃಷ್ಟಿಯಲ್ಲಿ (ಜ್ಞಾನಿಗಳ) ಇಲ್ಲವೇ ಇಲ್ಲ. ಈ ಪ್ರಪಂಚದ ಸೃಷ್ಟಿಯೂ, ನನ್ನ ಮಹತ್ ಬ್ರಹ್ಮರೂಪಿ ಪ್ರಕೃತಿಯೂ, ತ್ರಿಗುಣಮಯೀ ಮಾಯೆಯೂ ಎಲ್ಲಾ ಜೀವಿಗಳ ಯೋನಿಯೂ (ಅರ್ಥಾತ್) ಗರ್ಭಾದಾನದ ಸ್ಥಾನವಾಗಿದೆ. ನಾನು ಆ ಯೋನಿಗಳಲ್ಲಿ ಚೇತನರೂಪಿ ಬೀಜವನ್ನು ಸ್ಥಾಪಿಸುತ್ತೇನೆ. ಆ ಜಡ ಮತ್ತು ಚೇತನದ ಸಂಯೋಗದಿಂದ ಎಲ್ಲಾ ಜೀವಿಗಳ ಉತ್ಪತ್ತಿಯಾಗುತ್ತದೆ. ನಾನಾಪ್ರಕಾರದ ಯೋನಿಗಳಲ್ಲೆಲ್ಲಾ ಎಷ್ಟು ಶರೀರಗಳು ಉತ್ಪತ್ತಿಯಾಗುತ್ತವೆಯೋ ಅವುಗಳಿಗೆ ತ್ರಿಗುಣಮಯೀ (ಸತ್ತ್ವರಜ ತಮಸ್ಸು) ಮಾಯೆಯೂ ಗರ್ಭಧರಿಸುವ ತಾಯಿಯೂ ಬೀಜವನ್ನು ಸ್ಥಾಪಿಸುವ ತಂದೆಯೂ ನಾನೇ ಆಗಿದ್ದೇನೆ. ಎಲೈ ಅರ್ಜುನ! ಸತ್ವಗುಣ, ರಜೋಗುಣ, ತಮೋಗುಣ ಈ ಮೂರು ಗುಣಗಳು ಪ್ರಕೃತಿಯಿಂದ ಉತ್ಪನ್ನವಾದ ಅವಿನಾಶಿಯಾದ ಜೀವಾತ್ಮನನ್ನು ಶರೀರದಲ್ಲಿ ಬಂಧಿಸುತ್ತವೆ.

ಈ ಮೂರು ಗುಣಗಳಲ್ಲಿ (1) ಸತ್ವಗುಣವು ನಿರ್ಮಲವಾಗಿರುವ ಕಾರಣ ಪ್ರಕಾಶಪಡಿಸಬಲ್ಲ ಹಾಗೂ ನಿರ್ವಿಕಾರಿಗುಣವುಳ್ಳದ್ದು. ಯಾವ ದೋಷವೂ ಇಲ್ಲದ್ದು. ಆದರೂ ಅದು ಸುಖದ ಆಸಕ್ತಿಯಿಂದ, ಜ್ಞಾನದ ಆಸಕ್ತಿಯಿಂದ ಮತ್ತು ಅಭಿಮಾನದಿಂದ ಆತ್ಮನನ್ನು ಬಂಧಿಸುತ್ತದೆ. (2) ರಾಗರೂಪಿ ರಜೋಗುಣವು ಆಸೆ, ಆಕಾಂಕ್ಷೆಯಿಂದ ಉತ್ಪತ್ತಿಯಾಗುವುದು ಎಂದು ತಿಳಿ. ಅದು ಜೀವಾತ್ಮನನ್ನು ಧರ್ಮಗಳ ಮತ್ತು ಅವುಗಳ ಫಲದ ಆಸಕ್ತಿಯಿಂದ ಬಂಧಿಸುತ್ತದೆ. (3) ತಮೋಗುಣವು ಅಜ್ಞಾನದಿಂದ ಆಗಿರುವುದರಿಂದ ದೇಹ ಅಭಿಮಾನಗಳನ್ನೆಲ್ಲವನ್ನೂ ಮೋಹಗೊಳಿಸುವುದು ಅದು ಪ್ರಮಾದ, ನಿದ್ರೆ ಮತ್ತು ಆಲಸ್ಯಗಳ ಮೂಲಕ ಆತ್ಮನನ್ನು ಬಂಧಿಸುತ್ತದೆ. ಪ್ರಮಾದ ಎಂದರೆ ಇಂದ್ರಿಯಗಳ ಮತ್ತು ಅಂತಃಕರಣಗಳ ವ್ಯರ್ಥ ಪ್ರಯತ್ನಗಳ ಹೆಸರು ಕರ್ತವ್ಯ ರೂಪವಾದ ಕರ್ಮಗಳಲ್ಲಿ ಅಪ್ರವೃತ್ತಿ ಹಾಗೂ ನಿರುದ್ಯೋಗದ ಹೆಸರು ಆಲಸ್ಯ ಸತ್ವಗುಣವು ಸುಖದಲ್ಲಿ ಪ್ರೇರಣೆ ಉಂಟುಮಾಡುತ್ತದೆ. ರಜೋಗುಣವು ಕರ್ಮದಲ್ಲಿ ಪ್ರೇರಣೆ

ಉಂಟು ಮಾಡುತ್ತದೆ. ತಮೋಗುಣವು ಅಜ್ಞಾನ ಆವರಿಸಿಕೊಂಡು ಪ್ರಮಾದದಲ್ಲಿ ಎಂದರೆ, ವ್ಯರ್ಥ ಪ್ರಯತ್ನಗಳಲ್ಲಿ ಪ್ರೇರಣೆಯನ್ನು ಉಂಟುಮಾಡುತ್ತದೆ. ಈ ಮೂರು ಗುಣಗಳ ಪ್ರಭಾವ ಪ್ರತಿಯೊಬ್ಬ ಮನುಷ್ಯನಲ್ಲೂ ದಿನನಿತ್ಯವೂ ಬೀರುತ್ತಲೇ ಇರುತ್ತದೆ. ಕೆಲವರಿಗೆ ರಜೋಗುಣ ಹಾಗೂ ತಮೋಗುಣವನ್ನು ಹಿಮ್ಮೆಟ್ಟಿಸಿ ಸತ್ವಗುಣವು ಮೇಲೆ ಬರುತ್ತದೆ. ಕೆಲವು ವೇಳೆ ಸತ್ವಗುಣವನ್ನು ತಮೋಗುಣವನ್ನೂ ಹಿಮ್ಮೆಟ್ಟಿಸಿ ರಜೋಗುಣವು ಮೇಲೆ ಬರುತ್ತದೆ. ಇನ್ನು ಕೆಲವರಿಗೆ ಸತ್ವಗುಣ ಮತ್ತು ರಜೋಗುಣವನ್ನು ಬದಿಗೊತ್ತಿ ತಮೋಗುಣವು ಮೇಲೆ ಬರುತ್ತದೆ. ಆದ್ದರಿಂದಲೇ ಎಲ್ಲ ಮನುಷ್ಯರು ಒಂದೇ ರೀತಿ ಇರಲು ಸಾಧ್ಯವಿಲ್ಲ. ಇದೂ ಸಹ ಭಗವಂತನ ಲೀಲೆ ಎಂದು ಅರಿಯಬೇಕು.

ಈ ಶರೀರದಲ್ಲಿ ಅಂತಃಕರಣ ಮತ್ತು ಇಂದ್ರಿಯದ್ವಾರಗಳೆಲ್ಲ ಜ್ಞಾನವೆಂಬ ಚೈತನ್ಯ ಮತ್ತು ವಿವೇಕದಿಂದ ಪ್ರಕಾಶ ಮಾನವಾಗಿ ಉಜ್ವಲಿಸಿದಾಗ ಸತ್ವಗುಣ ವೃದ್ಧಿಯಾಗುತ್ತದೆ ಎಂದು ತಿಳಿಯಬೇಕು. ಸತ್ವಗುಣ ಪ್ರಧಾನವಾದಾಗ ಮನುಷ್ಯನು ಶಾಂತಿಯಿಂದ ಭಗವತ್ ಸ್ಮರಣೆ, ಗುಣಗಾನ ಪರಮಾತ್ಮನ ಕೈಂಕರ್ಯಗಳಲ್ಲಿ, ಕೆಲಸಗಳಲ್ಲಿ ಹಾಗೂ ಭಗವದಾರಾಧನೆ, ಯಜ್ಞಯಾಗಾದಿ ಕರ್ಮಗಳಲ್ಲಿ ತೊಡಗಿರುತ್ತಾನೆ ಮತ್ತು ನೆಮ್ಮದಿಯಿಂದಿರುತ್ತಾನೆ. ಇವನ ಮನಸ್ಸು ನಿರ್ಮಲವಾದ ಶುದ್ಧಜ್ಞಾನದಿಂದ ಕೂಡಿರುತ್ತದೆ.

ಮನುಷ್ಯನಲ್ಲಿ ರಜೋಗುಣ ವೃದ್ಧಿಯಾದಾಗ ಅತಿ–ಆಸೆ / ಲೋಭ / ಪ್ರವೃತ್ತಿ ಕೆಲಸದಲ್ಲಿ ತೊಡಗುವನು. ಸಾಂಸಾರಿಕ ಪ್ರಯತ್ನಗಳನ್ನು ಸ್ವಾರ್ಥಬುದ್ಧಿಯಿಂದ, ಕರ್ಮಗಳನ್ನು ಸಕಾಮಭಾವದಿಂದ ನಡೆಸುವನು. ಅವನಲ್ಲಿ ಅಶಾಂತಿ, ಮನಸ್ಸಿನ ಚಂಚಲತೆ ಹೆಚ್ಚಾಗಿರುತ್ತದೆ. ಮನಸ್ಸಿನಲ್ಲಿ ಪ್ರಕೃತಿ ವಿಷಯಭೋಗಗಳ ದುರಾಸೆ ಇತ್ಯಾದಿಗಳಲ್ಲೆಲ್ಲ ಉಂಟಾಗುತ್ತದೆ. ಇವನು ಯಾವಾಗಲೂ ಯಾವುದಾದರೊಂದು ಕೆಲಸವನ್ನು ಮಾಡುತ್ತಲೇ ಇರುತ್ತಾನೆ.

ಎಲೈ ಅರ್ಜುನ! ತಮೋಗುಣಗಳು ವೃದ್ಧಿಯಾದಾಗ ಅಂತಃಕರಣ ಮತ್ತು ಇಂದ್ರಿಯಗಳಲ್ಲಿ ಅಜ್ಞಾನ ಕರ್ತವ್ಯಕರ್ಮಗಳಲ್ಲಿ ಸೋಮಾರಿತನ! ಮತ್ತು ಎಲ್ಲವೂ ಪ್ರಮಾದವೇ ಇವನಿಗೆ ಇವನಲ್ಲಿ ಸಾಧಾರಣವಾಗಿ ಆಲಸ್ಯ

ಹಾಗೂ ನಿದ್ರೆ ಬಹಳವಾಗಿರುತ್ತದೆ. ವ್ಯರ್ಥವಾದ ಪ್ರಯತ್ನವನ್ನು ಮಾಡುತ್ತಾನೆ. ಭೋಗವಸ್ತುಗಳಲ್ಲಿ ಮೋಹ ಸ್ವಭಾವವುಳ್ಳವನಾಗಿರುತ್ತಾನೆ. ಅರಿವು ಇರುವುದಿಲ್ಲ, ಅದಕ್ಕಾಗಿ ಪ್ರಯತ್ನವನ್ನು ಮಾಡುವುದಿಲ್ಲ. ಆದ್ದರಿಂದ ಮನುಷ್ಯನು ಸದಾ ಯಾವುದರಲ್ಲೂ ಪ್ರವೃತ್ತಿಯಿಲ್ಲದೆ ಆಲಸ್ಯದಿಂದ ಕಾಲವನ್ನು ಕಳೆಯುತ್ತಾನೆ. ತಮೋಗುಣವು ಮನುಷ್ಯನನ್ನು ಕರ್ತವ್ಯವಿಮುಖಿನಾಗಿ ಮಾಡುತ್ತದೆ. ಆದ್ದರಿಂದ ಕುರುವಂಶದಲ್ಲಿ ಹುಟ್ಟಿದ ನೀನು ಅರ್ಜುನ ಮೋಹಕ್ಕೆ ಒಳಗಾಗಬೇಡ ಎಂದರ್ಥ ಮಾಡಿಕೋ ಯಾವ ಜೀವತ್ಮನು ಯಾವಾಗ ಸತ್ವಗುಣಗಳ ವೃದ್ಧಿಯಲ್ಲಿ ಮರಣಹೊಂದುವನೋ ಆಗ ಅವನು ಒಳ್ಳೆಯ ಸ್ವರ್ಗಾದಿಲೋಕಗಳನ್ನು ಪಡೆಯುತ್ತಾನೆ, ಮತ್ತೆ ಒಳ್ಳೆಯ ಕುಲದಲ್ಲಿ ಹುಟ್ಟುತ್ತಾನೆ. ಹಾಗೆಯೇ ರಜೋಗುಣ ಹೆಚ್ಚಾಗಿ (ವೃದ್ಧಿಯ)ರುವ ಸಮಯದಲ್ಲಿ ಮೃತ್ಯುವನ್ನು ಹೊಂದಿದರೆ ಕರ್ಮಗಳಲ್ಲಿ ಆಸಕ್ತರಾದ ಮನುಷ್ಯಜನ್ಮದಲ್ಲಿ ಜನಿಸುತ್ತಾನೆ. ಮೂರನೆಯದಾಗಿ ತಮೋಗುಣ ವೃದ್ಧಿಸಮಯದಲ್ಲಿ ಮರಣನಾದವನು ಕೀಟಪಶುಗಳಾಗಿ ಮೂಢಯೋನಿಗಳಲ್ಲಿ ಹುಟ್ಟುತ್ತಾರೆ.

ಸತ್ವಗುಣವುಳ್ಳವನು ಶ್ರೇಷ್ಠವಾದ ಕುಲದಲ್ಲಿ ಹುಟ್ಟಿದರೆ ಅವನ ಸಾತ್ವಿಕಗುಣ ಕರ್ಮಗಳಿಂದ ಸುಖ, ಒಳ್ಳೆಯ ಜ್ಞಾನ ಮತ್ತು ವೈರಾಗ್ಯಾದಿ ನಿರ್ಮಲವಾದ ಫಲವನ್ನು ಹೊಂದುತ್ತಾನೆ. ರಾಜಸಕರ್ಮದ ಫಲವು ದುಃಖದಿಂದ ಕೂಡಿರುತ್ತದೆ. ತಾಮಸ ಕರ್ಮದ ಫಲವು ಅಜ್ಞಾನ ಮತ್ತು ಅಂಧಕಾರ (ಕತ್ತಲೆ) ದಿಂದ ಕೂಡಿರುತ್ತದೆ. ಸತ್ವಗುಣದಿಂದ ಜ್ಞಾನವುಂಟಾಗುತ್ತದೆ. ರಜೋಗುಣ ನಿಸ್ಸಂದೇಹವಾಗಿ ಲೋಭವನ್ನು, ದುರಾಸೆಯನ್ನು ಉಂಟುಮಾಡುತ್ತದೆ. ತಮೋಗುಣದಿಂದ ಪ್ರಮಾದ, ಮೋಹ ಮತ್ತು ಅಜ್ಞಾನವು ಉಂಟಾಗುತ್ತದೆ. ಸತ್ವಗುಣವುಳ್ಳ ಪುರುಷರು ಸ್ವರ್ಗಾದಿ ಉಚ್ಚಲೋಕಗಳಿಗೆ ಹೋಗುತ್ತಾರೆ. ರಜೋಗುಣವುಳ್ಳ ರಾಜಸಪುರುಷರು ಮಧ್ಯದಲ್ಲಿ (ಅಂದರೆ) ಮಾನವಲೋಕದಲ್ಲಿಯೇ ಉಳಿಯುತ್ತಾರೆ. ತಮೋಗುಣವುಳ್ಳ ನೀಚಸ್ವಭಾವದ ಪುರುಷರು (ಆಲಸ್ಯವುಳ್ಳ) ಅಧೋಗತಿಯನ್ನು ಕೀಟಪಶುಗಳಾಗಿ ನೀಚಯೋನಿಗಳಲ್ಲಿ ಮತ್ತು ನರಕಗಳಿಗೆ ಹೋಗುತ್ತಾರೆ.

ಯಾವಾಗ ಮನುಷ್ಯನು ಪ್ರೇಕ್ಷಕನಾಗಿ ವಿವೇಕಿಯಾಗಿ ಮೂರು ಗುಣಗಳ ಹೊರತು ಬೇರೆ ಯಾರನ್ನೂ ಸಹ ಕರ್ತೃ ಎಂಬುದಾಗಿ ನೋಡುವುದಿಲ್ಲವೋ, ಅವನ ಗುಣಗಳು ಸತ್ವಗುಣದಲ್ಲೇ ಪ್ರವರ್ತಿಸುತ್ತವೆ ಈ ಮೂರು ಗುಣಗಳಿಗಿಂತ ಪರಮಶ್ರೇಷ್ಠನಾದ ಸಚ್ಚಿದಾನಂದ ಘನಸ್ವರೂಪಿ ಪರಮೇಶ್ವರನಾದ ಶ್ರೀಕೃಷ್ಣನನ್ನು ಯಥಾರ್ಥವಾಗಿ ತಿಳಿದುಕೊಳ್ಳುತ್ತಾನೆಯೋ, ಆಗ ಅವನು ಪರಮಾತ್ಮನನ್ನು ಪಡೆಯುತ್ತಾನೆ. ದೇಹಿ ಅಂದರೆ ಪುರುಷ ಶರೀರದ ಉತ್ಪತ್ತಿಗೆ ಕಾರಣರೂಪಿಯಾದ ಈ ಮೂರು ಗುಣಗಳನ್ನು ದಾಟಿದರೆ ಅವನು ಹುಟ್ಟುಸಾವು ಮಪ್ಪು–ದುಃಖ ಇವುಗಳಿಂದ ಬಿಡುಗಡೆಯನ್ನು ಹೊಂದಿ ಪರಮಾನಂದ ಅಮೃತವನ್ನು ಪಡೆಯುತ್ತಾನೆ. ಹೀಗೆ ಭಗವಂತನ (ರಹಸ್ಯ ಪೂರ್ಣ) ವಚನಗಳನ್ನು ಕೇಳಿ ಅರ್ಜುನ ಕೃಷ್ಣನನ್ನು ಪ್ರಶ್ನಿಸಿದ. ಈ ಮೂರುಗುಣಗಳನ್ನು ಮೀರಿದವನನ್ನು ಯಾವ ಗುರುತುಗಳಿಂದ ತಿಳಿಯಬೇಕು? (2) ಗುಣಗಳನ್ನು ಮೀರಿದವನು ಯಾವಬಗೆಯ ಆಚರಣೆಯುಳ್ಳವನಾಗಿರುತ್ತಾನೆ? ಹಾಗೂ ಪ್ರಭು. (3) ಮನುಷ್ಯನು ಯಾವ ಉಪಾಯದಿಂದ ಈ ಮೂರುಗುಣಗಳಿಂದ ವಿರಕ್ತನಾಗುತ್ತಾನೇ? ಶ್ರೀಕೃಷ್ಣಪರಮಾತ್ಮ ಅರ್ಜುನನಿಗೆ ಹೇಳುತ್ತಾನೆ. ಎಲೈ ಅರ್ಜುನ! ಈ ಮೂರುಗುಣಗಳು ಬಂದರೂ ಬೇಡವೆನ್ನದೆ ಅವು ಹೋದರೆ ಬೇಕೆನ್ನದೆ ಉದಾಸೀನವಾಗಿದ್ದುಕೊಂಡು ಯಾವನು ಕದಲದೇ ಇರುವನೋ ಅವನು ಗುಣಾತೀತನು ಸತ್ವಗುಣಗಳ ಕಾರ್ಯರೂಪಿ ಪ್ರಕಾಶವು, ರಜೋಗುಣಗಳ ಕಾರ್ಯರೂಪಿ ಪ್ರವೃತ್ತಿಯು ಹಾಗೂ ತಮೋಗುಣಗಳ ಕಾರ್ಯರೂಪಿ ಮೋಹವು ಒದಗಿಬಂದರೆ ಯಾರು ಕೆಟ್ಟದೆಂದು ತಿಳಿಯುವುದಿಲ್ಲವೋ ಹಾಗೂ ನಿವೃತ್ತಿಯಾದರೆ ಅವುಗಳನ್ನು ಅಪೇಕ್ಷೆಪಡುವುದಿಲ್ಲವೋ ಅವನು ಗುಣಗಳಿಂದ ವಿಚಲಿತನಾಗದೆ, ಆ ಗುಣಗಳು ತಮ್ಮ ತಮ್ಮ ವ್ಯಾಪಾರ ಮಾಡುತ್ತವೆ ಎಂದು ಅರಿತು ಯಾವನು ಸುಮ್ಮನಿರುವನೋ ಅವನು ಗುಣಾತೀತನೆನಿಸುವನು. ಯಾರು ಸಚ್ಚಿದಾನಂತ ಪರಮಾತ್ಮನಲ್ಲಿ ಏಕೀಭಾವದಿಂದ ಇರುತ್ತಾನೋ ಅವನು ಆ ಸ್ಥಿತಿಯಿಂದ ವಿಚಲಿತನಾಗುವುದಿಲ್ಲ. ಯಾರು ನಿರಂತರ ಆತ್ಮಭಾವದಲ್ಲಿರುತ್ತಾ ಸುಖದುಃಖಗಳನ್ನು ಸಮಾನವಾಗಿ ತಿಳಿದು ತನ್ನ ಸ್ವರೂಪದಲ್ಲಿಯೇ ನಿಂತು ಮಣ್ಣು, ಕಲ್ಲು, ಚಿನ್ನ, ಬೆಳ್ಳಿಗಳನ್ನು ಸಮಾನವಾಗಿ ಭಾವಿಸುತ್ತಾನೆಯೋ ಆ ಜ್ಞಾನಿಯೂ

ಹೊಗಳಿಕೆಯೋ, ತೆಗಳಿಕೆಯೋ, ಅಜ್ಞಾನಿಯೋ, ಪ್ರಿಯನೋ, ಅಪ್ರಿಯನೋ ಎಲ್ಲವನ್ನೂ ಸರಿಸಮನಾಗಿ ತಿಳಿದುಕೊಳುತ್ತಾ ಒಂದೇ ರೀತಿಯ ಮನಸ್ಸಿನಿಂದ ಕೂಡಿರುತ್ತಾ ಬುದ್ಧಿಶಾಲಿಯಾಗಿ ಇರುವನು. ಮಾನ ಮತ್ತು ಅಪಮಾನ, ಮಿತ್ರ, ಶತ್ರು ಪಕ್ಷಗಳಲ್ಲಿಯೂ ಸಮಸ್ತ ಕಾರ್ಯಕಲಾಪಗಳಲ್ಲಿಯೂ ಸಮಾನವಾಗಿದ್ದು ಕರ್ತವ್ಯಭಾವದಿಂದ ಅಭಿಮಾನವಿಲ್ಲದೆ ಗುಣಾತೀತನೆನಿಸಿಕೊಳ್ಳುತ್ತಾನೆ. ಈ ರೀತಿ ಯಾರು ಅನನ್ಯ ಪ್ರೇಮಭಾವದಿಂದ ಭಕ್ತಿರೂಪ ಯೋಗದ ಮೂಲಕ ನಿರಂತರ ಧ್ಯಾನಮಾಡುತ್ತಾರೆಯೋ ಅರ್ಥಾತ್ ಸೇವೆ ಮಾಡುತ್ತಾರೆಯೋ ಅವರು ಈ ಮೂರುಗುಣಗಳನ್ನು ಉತ್ತಮವಾಗಿ ದಾಟಿ, ಪಾರಾಗಿ ಸಚ್ಚಿದಾನಂದ ಪರಬ್ರಹ್ಮನಲ್ಲಿ ಭಾವೈಕ್ಯನಾಗಲು ಯೋಗ್ಯರಾಗುತ್ತಾರೆ. ಏಕೆಂದರೆ, ಅವಿನಾಶಿ ಪರಬ್ರಹ್ಮನಿಗೂ, ಅಮೃತಕ್ಕೂ ಶಾಶ್ವತವಾದ ಧರ್ಮಕ್ಕೂ ಮತ್ತು ಅಖಂಡ ಐಕ್ಯಭಾವದ ಆನಂದಕ್ಕೂ ಪರಮಾತ್ಮನೇ ಆಶ್ರಯನಾಗಿದ್ದಾನೆ.

ಈ ಪಂಚಮಹಾಭೂತಗಳಿಂದ ರಚಿತವಾದ ಈ ಸ್ಥೂಲ ಶರೀರವು ಪಂಚಕರ್ಮೇಂದ್ರಿಯ, ಪಂಚಜ್ಞಾನೇಂದ್ರಿಯ ಮನಸ್ಸು ಮತ್ತು ಅಹಂಕಾರದಿಂದ ಕೂಡಿದೆ. ಈ ಸ್ಥೂಲ ಶರೀರಕ್ಕೆ ಮೂರು ಗುಣಗಳೇ ಕಾರಣದಾಗಿದೆ. ಆದರೆ ಈ ಸ್ಥೂಲ ಶರೀರಕ್ಕೂ ಭಿನ್ನವಾಗಿರುವ ತತ್ತ್ವ 'ಅವ್ಯಕ್ತತತ್ತ್ವ' ಯಾವ ಮನುಷ್ಯನು ಈ ತತ್ತ್ವವನ್ನು ಅರಿತ ಐಕ್ಯ ಭಾವದಿಂದ ಭಗವಂತನಲ್ಲಿ ಲೀನಗೊಳಿಸುವ ಮಾರ್ಗವನ್ನು ಹಿಡಿಯುತ್ತಾನೆಯೋ, ಅವನು ಈ ಮೂರು ಗುಣಗಳಿಂದ ವಿರಕ್ತನಾಗುತ್ತಾನೆ.

ಆಗ ಅಂತಃಕರಣ ಮತ್ತು ಇಂದ್ರಿಯಾದಿಗಳಲ್ಲಿ ಸೋಮಾರಿತನವಿಲ್ಲದೆ ಒಂದುಬಗೆಯ ಚೈತನ್ಯ ಉಂಟಾಗುತ್ತದೆ. ಆದರೆ ಮೇಲೆ ಹೇಳಿದ ಮಾತು ಇಲ್ಲವಾದಲ್ಲಿ ಅದೇ ಪ್ರಕಾಶ ಯಾವ ಮನುಷ್ಯನಲ್ಲಿ ನಿದ್ರೆ, ಆಲಸ್ಯ ಹೆಚ್ಚಾಗಿರುವುದರಿಂದ ಚೇತನಶಕ್ತಿ ನಾಶವಾಗುವುದನ್ನು ಮೋಹ ಎಂದು ತಿಳಿಯಬೇಕು. ಆದರೆ ಮೇಲೆ ಹೇಳಿದ ಮಾತು ಇಲ್ಲವಾದಲ್ಲಿ ಹೇಳಿದಂತೆ 'ಏಕಮೇವ' ಪರಮಾತ್ಮನಲ್ಲಿಯೋ ಶಾಶ್ವತವಾಗಿ ಸಂಸಾರದಿಂದ ಸಂಪೂರ್ಣವಾಗಿ ಪಾರಾಗಿದ್ದಾನೆಯೋ ಆ ಗುಣಾತೀತ ಪುರುಷನ ಅಭಿಮಾನರಹಿತ ಅಂತಃಕರಣದಲ್ಲಿ ಮೂರುಗುಣಗಳ

ಕಾರ್ಯರೂಪಿ ಪ್ರಕಾಶ, ಪ್ರವೃತ್ತಿ ಮತ್ತು ಮೋಹಾದಿ ಸ್ವಭಾವಗಳು ಉಂಟಾಗಲಿ ಅಥವಾ ಉಂಟಾಗದಿರಲಿ. ಯಾವಾಗಲೂ ಅವನಲ್ಲಿ ಇಚ್ಛಾ, ದ್ವೇಷ ಮುಂತಾದ ವಿಕಾರಗಳು ಉಂಟಾಗುವುದಿಲ್ಲ. ಇದೇ ಅವನ ಗುಣಗಳಿಂದ ಪಾರಾಗುವ ಅಥವಾ ಅತೀತನಾಗುವ ಮುಖ್ಯಲಕ್ಷಣಗಳು. ತ್ರಿಗುಣಮಯಿ ಮಾಯೆಯಿಂದ ಉತ್ಪನ್ನವಾದ ಅಂತಃಕರಣಸಹಿತ ಇಂದ್ರಿಯಗಳು ತಮ್ಮ ತಮ್ಮ ವಿಷಯಗಳಲ್ಲಿ ವ್ಯವಹರಿಸುವುದು ಮತ್ತು ಗುಣಗಳಲ್ಲಿ ವರ್ತಿಸುವುದು ಸಾಮಾನ್ಯ ಲಕ್ಷಣವಾಗಿರುತ್ತದೆ.

ಕೇವಲ ಏಕೈಕ ಸರ್ವಶಕ್ತ ಪರಮೇಶ್ವರ ವಾಸುದೇವ ಭಗವಂತನನ್ನೇ ತನ್ನ ಸ್ವಾಮಿ ಎಂದು ಭಾವಿಸುತ್ತಾ ಸ್ವಾರ್ಥ ಮತ್ತು ಅಭಿಮಾನವನ್ನು ತ್ಯಜಿಸಿ, ಶ್ರದ್ಧೆ ಮತ್ತು ಭಾವಸಹಿತ ಪರಮಪ್ರೇಮದಿಂದ ನಿರಂತರವಾಗಿ ಪರಮಾತ್ಮನನ್ನು ಸ್ಮರಿಸುವುದನ್ನು ಅವ್ಯಭಿಚಾರಿ ಭಕ್ತಿಯೋಗ ಎನ್ನುತ್ತಾರೆ. ಈ ಭಕ್ತಿಯೋಗವು ಜೀವನನ್ನು ಸಂಸಾರದಿಂದ ಬಿಡುಗಡೆಯಾಗಲು ಮತ್ತು ಸನ್ಮಾರ್ಗವನ್ನು ತೋರಿಸುತ್ತದೆ.

– ಓಂ ತತ್ಸತ್ –

ಅಧ್ಯಾಯ–೧೫

ಪುರುಷೋತ್ತಮ ಯೋಗ

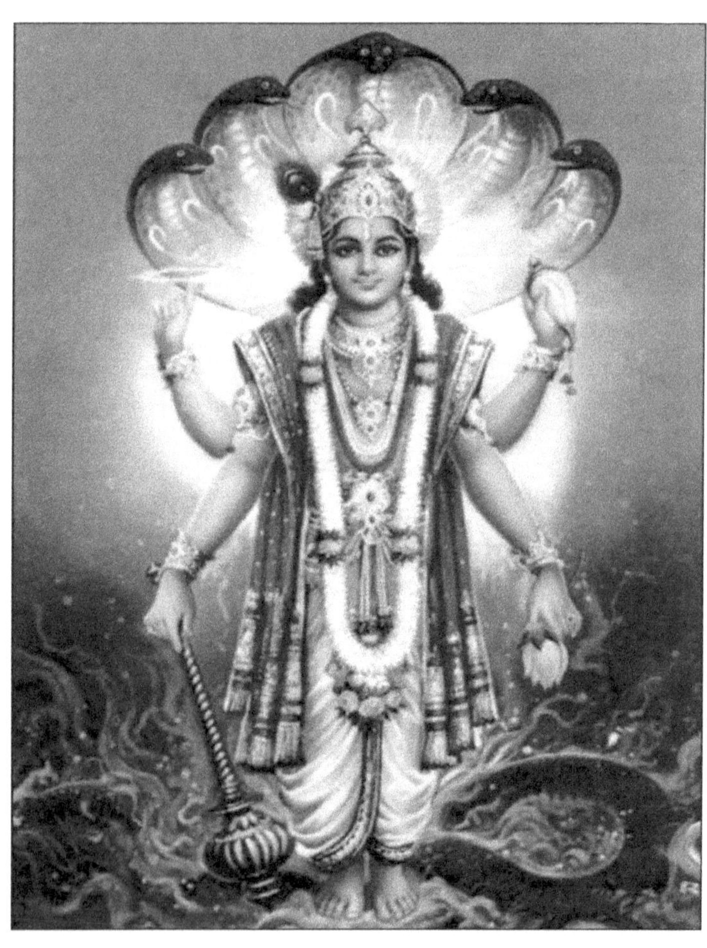

ಪುರುಷೋತ್ತಮ ಯೋಗ

ಆದಿಪುರುಷ, ನಾರಾಯಣ, ವಾಸುದೇವ, ಭಗವಂತನೇ ಶಾಶ್ವತ ಮತ್ತು ಅನಂತ, ಇಡಿ ವಿಶ್ವಕ್ಕೂ (ಬ್ರಹ್ಮಾಂಡಕ್ಕೂ) ಆಧಾರನಾದ ಕಾರಣ ಮತ್ತು ಎಲ್ಲಕ್ಕಿಂತ ಮೇಲೆ ನಿತ್ಯಧಾಮದಲ್ಲಿ ಸಗುಣರೂಪದಿಂದ ವಾಸಿಸುವ ಕಾರಣ ಊರ್ಧ್ವಮುಖವುಳ್ಳವನು ಎಂದು ಹೇಳಲಾಗಿದೆ. ಈ ಮಾಯಾಪತಿ ಸರ್ವಶಕ್ತ ಪರಮೇಶ್ವರನೇ ಈ ಪ್ರಪಂಚರೂಪಿ ವೃಕ್ಷಕ್ಕೆ ಕಾರಣನಾಗಿದ್ದಾನೆ. ಆದುದರಿಂದಲೇ, ಈ ಪ್ರಪಂಚರೂಪಿ ವೃಕ್ಷವನ್ನು ಊರ್ಧ್ವಮೂಲವುಳ್ಳದು ಎಂದು ಹೇಳಲಾಗಿದೆ. ಈ ಪುರುಷನು ಪರಮಪುರುಷನಿಂದ ಉತ್ಪತ್ತಿಯಾದ ಕಾರಣ ಹಾಗೂ ನಿತ್ಯಧಾಮಕ್ಕಿಂತ ಕೆಳಗಡೆ ಬ್ರಹ್ಮಲೋಕದಲ್ಲಿ ವಾಸಿಸುವ ಕಾರಣ ಹಿರಣ್ಯಗರ್ಭರೂಪಿ ಬ್ರಹ್ಮನನ್ನು ಪರಮಪುರುಷನಿಗಿಂತ ಕೆಳಭಾಗವೆಂದು ಹೇಳಿದೆ. ಈ ಪ್ರಪಂಚವನ್ನು ವೃದ್ಧಿಗೊಳಿಸುವನಾದ್ದರಿಂದ, ಇದರ ಮುಖ್ಯ ಕೊಂಬೆ ಪ್ರಯುಕ್ತ ಈ ಪ್ರಪಂಚವೃಕ್ಷವನ್ನು ಕೆಳಮುಖಿ ಕೊಂಬೆ ಉಳ್ಳದ್ದು ಎಂದು ಹೇಳುತ್ತಾರೆ. ಈ ಬ್ರಹ್ಮ ವೃಕ್ಷದ ಮೂಲಕಾರಣನಾದ ಪರಮಾತ್ಮನು ಅವಿನಾಶಿಯಾಗಿ ಅನಾದಿಕಾಲದಿಂದ ಪರಂಪರೆಯಾಗಿ ಪೂಜಿಸಿದುಕೊಂಡು ಬಂದಿದೆ. ಆದ್ದರಿಂದಲೇ, ಈ ಪ್ರಪಂಚವೃಕ್ಷವನ್ನು ಅವಿನಾಶಿ ಎಂದು ಹೇಳುತ್ತಾರೆ. ಈ ವೃಕ್ಷದ ಶಾಖಾ ಕೊಂಬೆ ರೂಪದಲ್ಲಿ ಪ್ರಕಟಗೊಳ್ಳುವುದು, ಯಜ್ಞಾದಿ ಕರ್ಮಗಳ ಮೂಲಕ ಈ ಪ್ರಪಂಚದ ರಕ್ಷಣೆ ಮತ್ತು ವೃದ್ಧಿಗೊಳಿಸುವುದು ಹಾಗೂ ಕಾಂತಿಯನ್ನು ಹೆಚ್ಚಿಸುವುದು. ಆದ್ದರಿಂದ ಅದನ್ನು ವೇದಗಳ ಎಲೆಗಳೆಂದು ಹೇಳಲಾಗಿದೆ. ಯಾವನು ಈ ವೃಕ್ಷವನ್ನು ಮೂಲಸಹಿತ ಯಥಾರ್ಥವಾಗಿ ತಿಳಿಯುತ್ತಾನೆಯೋ, ಅವನು ವೇದಗಳ ತಾತ್ಪರ್ಯವನ್ನು, ತತ್ತ್ವವನ್ನು, ತಿಳಿದವನು ಎಂದು ಅರಿತುಕೊಳ್ಳಬೇಕು. ಭಗವಂತನ ಯೋಗಮಾಯೆಯಿಂದ ಉತ್ಪತ್ತಿಯಾದ ಜಗತ್ತು ಕ್ಷಣಭಂಗುರ, ನಾಶಯುತ ಮತ್ತು ದುಃಖರೂಪಿಯೂ ಆಗಿದೆ. ಆದ್ದರಿಂದ ಮಾನವನು (ಜೀವಾತ್ಮನು) ಇದರ ಚಿಂತೆಯನ್ನು ಬಿಟ್ಟು ನಿತ್ಯ, ನಿರಂತರ, ಅನನ್ಯ ಪ್ರೇಮದಿಂದ ಕೇವಲ ಪರಮಾತ್ಮನ ಚಿಂತನೇ ಮಾಡುವುದೇ ವೇದದ ತಾತ್ಪರ್ಯವಾಗಿದೆ.

ಎಲ್ಕೈ ಅರ್ಜುನ! ಶಬ್ದ, ಸ್ಪರ್ಶ, ರೂಪ, ರಸ, ಗಂಧ, ಈ ಐದು ಇಂದ್ರಿಯ

ವಿಷಯಗಳು ಸ್ಥೂಲದೇಹ ಮತ್ತು ಇಂದ್ರಿಯಗಳಿಗಿಂತ ಸೂಕ್ಷ್ಮವಾದುದರಿಂದ, ಆ ಕೊಂಬೆಗಳ ಚಿಗುರುಗಳ ರೂಪದಲ್ಲಿ ಹೇಳಲ್ಪಟ್ಟಿವೆ. ಪ್ರಮುಖ ಕೊಂಬೆಗಳರೂಪಿ ಬ್ರಹ್ಮನಿಂದ ಸಮಸ್ತಲೋಕಗಳ ಸಹಿತ ದೇವ, ಮನುಷ್ಯ ಮತ್ತು ತಿರ್ಯಕ್ (ಪಶುಪಕ್ಷಿ) ಯೋನಿಗಳ ಉತ್ಪತ್ತಿ ಅಭಿವೃದ್ಧಿಯಾಗಿದೆ. ಆದುದರಿಂದ ಇಲ್ಲಿ ಅವುಗಳನ್ನು ಕೊಂಬೆಗಳ ರೂಪದಲ್ಲಿ ವರ್ಣಿಸಿರುತ್ತದೆ. ಅಹಂಕಾರ, ಮಮಕಾರ ಮತ್ತು ವಾಸನರೂಪಿ ಬೇರುಗಳು ಕೇವಲ ಮನುಷ್ಯಯೋನಿಗಳಲ್ಲಿ ಅವರವರ ಕರ್ಮಗಳಿಗೆ ಅನುಸಾರವಾಗಿ ಬಂಧಿಸುತ್ತವೆ. ಏಕೆಂದರೆ ಬೇರೆ ಎಲ್ಲ ಯೋನಿಗಳಲ್ಲಾದರೂ ಕೇವಲ ಪೂರ್ವಾರ್ಜಿತ ಕರ್ಮಫಲವನ್ನು ಅನುಭವಿಸುವ ಅಧಿಕಾರವಿದೆ. ಮಾನವಯೋನಿಯಲ್ಲಿ ಹೊಸಕರ್ಮಗಳನ್ನು ಮಾಡುವುದಕ್ಕೂ ಸಹ ಅಧಿಕಾರವಿದೆ. ಈ ವಾಸನಾರೂಪಿ ಬೇರುಗಳು ಎಲ್ಲಲೋಕಗಳಲ್ಲಿಯೂ ವ್ಯಾಪಿಸಿಕೊಳ್ಳುತ್ತಾ ಇವೆ.

ಈ ಪ್ರಪಂಚ ಸಂಸಾರ ವೃಕ್ಷದ ಸ್ವರೂಪವನ್ನು ಹೇಗೆ ಶಾಸ್ತ್ರಗಳಲ್ಲಿ ವರ್ಣಿಸಲ್ಪಟ್ಟಿದೆಯೋ ಮತ್ತು ನೋಡಿರುತ್ತವೆಯೋ, ಕೇಳಿರುತ್ತೇವೆಯೋ ಹಾಗೆ (ವಿಚಾರ) ತತ್ವಜ್ಞಾನ ಉಂಟಾದ ನಂತರ ಕಂಡುಬರುವುದಿಲ್ಲ. (ಏಕೆಂದರೆ, ಉದಾ: ಕಣ್ಣುತೆರೆದ ನಂತರ ಸ್ವಪ್ನದ ಸಂಸಾರ ಕಂಡುಬರುವುದಿಲ್ಲ). ಇದಕ್ಕೆ ಆದಿ ಇಲ್ಲ, ಅಂತ್ಯವಿಲ್ಲ ಮತ್ತು ಸ್ಥಿತಿಯೂ ಇಲ್ಲ ಎಂಬುದು ಉದ್ದೇಶ. ಕ್ಷಣಭಂಗುರ ಮತ್ತು ನಾಶವಾಗವಂತಹದು ಎಂದರ್ಥ. (ಉತ್ತಮಸ್ಥಿತಿಯು ಇಲ್ಲ ಎಂದು) ಇದಕ್ಕೆ ಇಲ್ಲಿ ಇಂತಹದೇ ರೂಪವೆಂಬುದು ಕಂಡುಬರುವುದಿಲ್ಲ. ಇದಕ್ಕೆ ನಡುಬುಡ, ಕೊನೆ ಮೂರೂ ಕೂಡ ಇಲ್ಲ. ಚೆನ್ನಾಗಿ ಈ ಬೇರುಗಳಿರುವ ಈ ಪ್ರಯುಕ್ತ ಅಶ್ವತ್ಥವನ್ನು ಅಸಂಗವೆಂಬ ಶಸ್ತ್ರದಿಂದ ಕತ್ತರಿಸಬೇಕು. (ಅಸಂಗ ಎಂದರೆ ವೈರಾಗ್ಯರೂಪಿ ಆಯುಧ). ಅರ್ಥಾತ್–ಬ್ರಹ್ಮಲೋಕದವರೆಗಿನ ಭೋಗಗಳೆಲ್ಲಾ ಕ್ಷಣಿಕ ಮತ್ತು ನಾಶಯುತವೆಂದು ತಿಳಿದುಕೊಂಡು ಈ ಸಂಸಾರದ ಸಮಸ್ತ ವಿಷಯ ಭೋಗಗಳಲ್ಲಿ ಅಸ್ತಿತ್ವ, ಸುಖ, ಪ್ರೀತಿ ಮತ್ತು ಮಾಧುರ್ಯತೆಯನ್ನು ಕಾಣದಿರುವುದೇ ದೃಢವೈರಾಗ್ಯರೂಪಿ ಆಯುಧ ಜಡಚೇತನರೂಪಿ ಸಂಸಾರದ ಚಿಂತನೆ ಹಾಗೂ ಅನಾದಿಕಾಲದಿಂದ ಅಜ್ಞಾನದ ಮೂಲಕ ದೃಢವಾದ ಅಹಂಕಾರ ಮತ್ತು ಮಮಕಾರದ ಮೂಲಗಳನ್ನು ತ್ಯಜಿಸುವುದೇ ಸಂಸಾರವೃಕ್ಷದ

ಬುಡಸಹಿತ ಕತ್ತರಿಸುವ ಆಯುಧ.

ಅನಂತರ ಯಾವ ಸ್ಥಳವನ್ನು ಸೇರಿದವರು ಪುನಃ ಹಿಂತಿರುಗಿ ಈ ಪ್ರಪಂಚಕ್ಕೆ ಬರುವುದಿಲ್ಲವೋ ಯಾವ ಪರಮೇಶ್ವರನಿಂದ ಈ ಪುರಾತನ ಪ್ರಪಂಚರೂಪಿ ವೃಕ್ಷದ ಪ್ರವೃತ್ತಿಯು ವಿಸ್ತಾರಗೊಂಡಿದೆಯೋ ಆ ಪರಮಾತ್ಮನನ್ನು ಚೆನ್ನಾಗಿ ಹುಡುಕಬೇಕು. ಅದೇ ಆದಿಪುರುಷ ನಾರಾಯಣನಿಗೆ ನಾನು ಶರಣಾಗತನಾಗಿದ್ದೇನೆ ಎಂದು ದೃಢನಿಶ್ಚಯ ಮಾಡಿಕೊಂಡು ಆ ಪರಮಾತ್ಮನ ಚಿಂತನೆ ಮತ್ತು ಧ್ಯಾನಮಾಡಬೇಕು. ಯಾವನು ಎಡಬಿಡದೆ ಈ ರೀತಿ ಧ್ಯಾನಮಾಡುತ್ತಾ ಅವನು ಎಲ್ಲಾ ವಸ್ತುಗಳಲ್ಲಿ ಆಸಕ್ತಿರೂಪ ದೋಷವನ್ನು ಜಯಿಸಿದವನಾಗಿರುತ್ತಾನೆ. ಅಭಿಮಾನ, ಮೋಹವಿಲ್ಲದವನಾಗಿರುತ್ತಾನೆ. ಪರಮಾತ್ಮನ ಸ್ವರೂಪದ ಚಿಂತನೆಯಲ್ಲಿ ನಿತ್ಯವೂ ಲೀನನಾಗಿರುತ್ತಾನೆ. ಸುಖದುಃಖಗಳ ರೂಪದಿಂದ ಮತ್ತು ದ್ವಂದ್ವಗಳಿಂದ ವಿಮುಕ್ತನಾಗಿರುತ್ತಾನೆ. ಈ ರೀತಿ ಸಂಸಾರದಿಂದ ಬಿಡುಗಡೆ ಪಡೆದ ಜ್ಞಾನಿಗಳು ಆ ಅವಿನಾಶಿ ಪರಮಪದವನ್ನು ಪಡೆದುಕೊಳ್ಳುತ್ತಾರೆ.

ಆ ಸ್ವಯಂಪ್ರಕಾಶಮಯ ಪರಮಪದವನ್ನು ಸೂರ್ಯನಾಗಲಿ, ಚಂದ್ರನಾಗಲಿ, ಅಗ್ನಿಯಾಗಲಿ ಪ್ರಕಾಶಗೊಳಿಸಲಾರರು. ಅಂತಹ ಪರಮಪದ ಪರಂಧಾಮವನ್ನು ಪಡೆದುಕೊಂಡವನು ಹಿಂತಿರುಗಿ ಈ ಪ್ರಪಂಚಕ್ಕೆ ಬರುವುದಿಲ್ಲ, ಅದು ಶ್ರೀಕೃಷ್ಣನ ಪರಮಸ್ಥಾನವು ಎಂದು ಹೇಳಿದ ಅರ್ಜುನನಿಗೆ ಈ ದೇಹದಲ್ಲಿ ಜೀವಾತ್ಮನು ನನ್ನದೇ ಆದ ಸನಾತನ ಅಂಶವಾಗಿದ್ದಾನೆ. ಆದರೆ, ಈ ಜೀವನು ಪ್ರಕೃತಿಯಲ್ಲಿರುವ ಮನಸ್ಸನ್ನು ಮತ್ತು ಇಂದ್ರಿಯಗಳನ್ನು ಎಳೆದುಕೊಳ್ಳುವನು (ಕಾರಣ ತ್ರಿಗುಣಮಯಿ ಮಾಯೆಯಿಂದ) ಹಾಗೂ ವಿಭಾಗರಹಿತವಾಗಿದ್ದರೂ ಸಹ ಮಹಾಕಾಶವು ಬಿಂದಿಗೆಗಳಲ್ಲಿ ಬೇರೆ ಬೇರೆಯಾಗಿರುವಂತೆ ಕಂಡುಬರುತ್ತದೆಯೋ ಅದರಂತೆಯೇ ಎಲ್ಲಜೀವಿಗಳಲ್ಲಿಯೂ ಒಂದೇರೂಪದಿಂದ ಇದ್ದರೂ ಸಹ ಪರಮಾತ್ಮನು ಬೇರೆ ಬೇರೆಯೆಂಬಂತೆ ಭಾಸವಾಗುತ್ತದೆ. ಆದ್ದರಿಂದ ಜೀವಾತ್ಮನನ್ನು ಭಗವಂತನ ಸನಾತನ ಅಂಶವೆಂದು ಹೇಳಿದ್ದಾನೆ. ಈ ಶರೀರದ ಒಡೆಯನು, ದೇಹವನ್ನು ಬಿಡುವಾಗ (ಮರಣಹೊಂದಿದ ಮೇಲೆ) ಮತ್ತು ಇನ್ನೊಂದು ಶರೀರವನ್ನು ಪಡೆಯುವಾಗ, ಗಾಳಿಯು ಗಂಧವಿರುವ ಸ್ಥಾನದಿಂದ

ಗಂಧವನ್ನು ಹೇಗೆ ಗ್ರಹಿಸಿಕೊಂಡು ಹೋಗುತ್ತದೆಯೋ ಹಾಗೆಯೇ ದೇಹಾದಿಗಳ ಸ್ವಾಮಿಯಾದ ಜೀವಾತ್ಮನು ಮನಸ್ಸಹಿತ ಇಂದ್ರಿಯಗಳ ಆಶ್ರಯದಿಂದ ಕರ್ಮವಾಸನೆಯನ್ನು ಹೊತ್ತುಕೊಂಡು ಪುನಃ ಯಾವ ಶರೀರವನ್ನು ಪಡೆಯುತ್ತಾನೋ ಅದರಲ್ಲಿ ಪ್ರವೇಶಿಸುತ್ತಾನೆ. ಪಂಚಜ್ಞಾನೇಂದ್ರಿಯಗಳನ್ನು ಮತ್ತು ಮನಸ್ಸನ್ನು ಆಶ್ರಯಿಸಿಕೊಂಡು ಜೀವನು ವಿಷಯಗಳನ್ನು ಅನುಭವಿಸುತ್ತಾನೆ.

ಶರೀರವನ್ನು ಬಿಟ್ಟುಹೋಗುವುದನ್ನು ಶರೀರದಲ್ಲಿರುವುದನ್ನು, ಭೋಗೇಂದ್ರಿಯ ವಿಷಯಗಳನ್ನು ಅನುಭವಿಸುವುದನ್ನು ಅಥವಾ ಮೂರುಗುಣಗಳಿಂದ ಕೂಡಿರುವುದನ್ನು ಅಜ್ಞಾನಿಗಳು ಅರಿತುಕೊಳ್ಳಲಾರರು. ಕೇವಲ ಜ್ಞಾನರೂಪಿ ಕಣ್ಣುಗಳುಳ್ಳವರು. ಜ್ಞಾನಿಗಳು ಮಾತ್ರ ಯಥಾರ್ಥವಾಗಿ ತಿಳಿಯುತ್ತಾರೆ. ಯೋಗಿಗಳು ಸಹ ತಮ್ಮ ಹೃದಯದಲ್ಲಿರುವ ಆತ್ಮನನ್ನು ಸಮಾಹಿತಚಿತ್ತರಾಗಿ ಪ್ರಯತ್ನಶೀಲರಾಗಿ, ಯಥಾರ್ಥವಾಗಿ ತಿಳಿದುಕೊಳ್ಳುತ್ತಾರೆ. ಆದರೆ ತಮ್ಮ ಅಂತಃಕರಣವನ್ನು ಶುದ್ಧವಾಗಿಟ್ಟುಕೊಂಡಿಲ್ಲದ ಅಜ್ಞಾನಿಗಳು ಪ್ರಯತ್ನಶೀಲರಾಗಿದ್ದರೂ ಸಹ ಈ ಆತ್ಮನನ್ನು ತಿಳಿದುಕೊಳ್ಳಲಾರರು. ಆದ್ದರಿಂದ ಅರ್ಜುನ, ಸೂರ್ಯನಲ್ಲಿಯೂ, ಚಂದ್ರನಲ್ಲಿಯೂ ಮತ್ತು ಅಗ್ನಿಯಲ್ಲಿಯೂ ಇರುವ ಇಡೀ ಜಗತ್ತನ್ನೇ ಪ್ರಕಾಶಗೊಳಿಸುವಂತಹ ತೇಜಸ್ಸನ್ನು ನನ್ನದೇ ಆದ ತೇಜಸ್ಸುವೆಂದು ತಿಳಿದುಕೊಳ್ಳಬೇಕು. ನಾನೇ ಭೂಮಿಯಲ್ಲಿ ಪ್ರವೇಶಿಸಿ (ಒಳಹೊಕ್ಕು) ನನ್ನ ಶಕ್ತಿಯಿಂದ ಎಲ್ಲಾ ಜೀವಗಳನ್ನು ಧರಿಸುತ್ತೇನೆ ಮತ್ತು ರಸಸ್ವರೂಪಿ ಅರ್ಥಾತ್ ಅಮೃತಮಯನಾದ ಚಂದ್ರನಾಗಿ ಸಕಲವನಸ್ಪತಿಗಳನ್ನೆಲ್ಲಾ ಪುಷ್ಟೀಗೊಳಿಸುತ್ತೇನೆ. ಎಲ್ಲಾ ಪ್ರಾಣಿಗಳ ಶರೀರದಲ್ಲಿ ವೈಶ್ವಾನರ ಅಗ್ನಿರೂಪಿಯಾಗಿದ್ದು ಪ್ರಾಣ ಮತ್ತು ಅಪಾನಗಳಿಂದ ಕೂಡಿದವನಾಗಿ ನಾಲ್ಕು ವಿಧದ ಅನ್ನವನ್ನು ಜೀರ್ಣವಾಗುವಂತೆ ಮಾಡುತ್ತೇನೆ.

ನಾನು ಎಲ್ಲಜೀವಿಗಳ ಹೃದಯಲ್ಲಿ ಅಂತರ್ಯಾಮಿರೂಪದಿಂದ ಇದ್ದೇನೆ. ನನ್ನಿಂದಲೇ ಸ್ಮೃತಿ, ಜ್ಞಾನ ಮತ್ತು ಆಪೋಹನ (ಸಂಶಯ ವಿಪರ್ಯಾಧಾದಿ ದೋಷಗಳ ನಿವಾರಣೆ) ನನ್ನಿಂದಲೇ ಉಂಟಾಗುತ್ತದೆ. ವೇದಗಳ ಮೂಲಕ ತಿಳಿದುಕೊಳ್ಳಬೇಕಾದ ಶ್ರೇಷ್ಠನೂ ನಾನೇ. ವೇದಾಂತದ ರಚನಾಕಾರ ಮತ್ತು ವೇದಗಳನ್ನು ತಿಳಿದವನು ಸಹ ನಾನೇ. ಭಕ್ಷ್ಯ, ಭೋಜ್ಯ, ಲೇಹ್ಯ ಮತ್ತು

ಚೋಷ್ಯ ಎಂಬ ನಾಲ್ಕು ಪ್ರಕಾರದ ಆಹಾರಗಳಿವೆ. ರೊಟ್ಟಿ, ದೋಸೆ, ಇತ್ಯಾದಿ ಕುಡಿಯುವಂತಹದು ಹಾಲು, ಇತ್ಯಾದಿ ಪಾನೀಯ, ನೆಕ್ಕಿಕೊಳ್ಳುವಂತಹದು – ಚಟ್ನಿ, ಇತ್ಯಾದಿ, ಹೀರಿಕೊಳ್ಳುವಂತಹದು ಚೂಷ್ಯ ಕಬ್ಬು, ಮೊದಲಾದವುಗಳ ವಿಚಾರಗಳ ಮೂಲಕ ಬುದ್ಧಿಯಲ್ಲಿರುವ ಸಂಶಯ ವಿಪರ್ಯಾಸ ಮುಂತಾದ ದೋಷಗಳನ್ನು ಹೋಗಲಾಡಿಸುವುದರ ಹೆಸರು 'ಆಪೋಹನ' ಎಲ್ಲವೇದಗಳ ತಾತ್ಪರ್ಯವು ಪರಮಾತ್ಮನನ್ನು ತಿಳಿದುಕೊಳ್ಳುವುದೇ ಆಗಿದೆ. ಆದುದರಿಂದ ಎಲ್ಲಾವೇದಗಳ ಮೂಲಕ ತಿಳಿದುಕೊಳ್ಳಬೇಕಾದ ಶ್ರೇಷ್ಠನಾದವನು ಇಡೀ ವಿಶ್ವಕ್ಕೆ "ಪರಮಾತ್ಮನು ಒಬ್ಬನೇ".

ಈ ಜಗತ್ತಿನಲ್ಲಿ ವಿನಾಶಿ ಮತ್ತು ಅವಿನಾಶಿ ಎಂದು ಎರಡು ಪ್ರಕಾರದ ಪುರುಷರು ಇದ್ದಾರೆ. ಅವರೇ ಕ್ಷರ ಮತ್ತು ಅಕ್ಷರ. ಕ್ಷರವೆಂದರೆ ಸಮಸ್ತಭೂತಗಳು ಕೂಟಸ್ಥವಾದ ಮಾಯೆಯ ಅಕ್ಷರವೆನಿಸುವುದು, ಗೀತೆಯ 7ನೇ ಅಧ್ಯಾಯ, 4–5 ಶ್ಲೋಕದಲ್ಲಿ ಪರ ಮತ್ತು ಅಪರ ಪ್ರಕೃತಿಯೆಂದು, 13ನೇ ಅಧ್ಯಾಯ, 1ನೇ ಶ್ಲೋಕ ಕ್ಷೇತ್ರ ಮತ್ತು ಕ್ಷೇತ್ರಜ್ಞ ಎಂದು ಹೇಳಲ್ಪಟ್ಟಿದೆ. ಇಲ್ಲಿ ಕ್ಷರ ಮತ್ತು ಅಕ್ಷರ ಎಂದು ವರ್ಣಿಸಿರುತ್ತದೆ. ಇವರಿಬ್ಬರಿಗಿಂತಲೂ ಉತ್ತಮವಾದ ಶ್ರೇಷ್ಠವಾದ ಪುರುಷನಾದರೂ ಬೇರೊಬ್ಬರು ಉಂಟು ಅಲ್ಲವೇ ಅವನು ಮೂರುಲೋಕಗಳಲ್ಲಿ ಪ್ರವೇಶಿಸಿ ಎಲ್ಲರ ರಕ್ಷಣೆ – ಪಾಲನೆ ಮಾಡುತ್ತಾನೆ ಆ ಅವಿನಾಶಿ ಪರಮೇಶ್ವರನನ್ನು 'ಪರಮಾತ್ಮ' ಎಂದು ಹೇಳಲಾಗಿದೆ ಮತ್ತು 'ಪುರುಷೋತ್ತಮ' ಎಂದು ಹೇಳಲಾಗಿದೆ. ಪರಮಾತ್ಮ ಎಂದು ಕರೆಯಲ್ಪಡುವ ಉತ್ತಮ ಪುರುಷನು ಬೇರೆ ಈತನು ಮೂರುಲೋಕಗಳನ್ನು ಪ್ರವೇಶಿಸಿ ಎಲ್ಲವನ್ನೂ ಧರಿಸಿಕೊಂಡಿರುವ ಅವ್ಯಯನಾದ ಈಶ್ವರನು "ಉತ್ತಮ ಪುರುಷನು". ಏಕೆಂದರೆ, ನಾನು ನಾಶಯುತ ಜಡವರ್ಗವಾದ ಕ್ಷೇತ್ರದಿಂದ ಸಂಪೂರ್ಣವಾಗಿ ಅತೀತನಾಗಿದ್ದೇನೆ ಮತ್ತು ಅವಿನಾಶಿ ಜೀವಾತ್ಮನಿಗಿಂತಲೂ ಸಹ ಉತ್ತಮನಾಗಿದ್ದೇನೆ. ಆದುದರಿಂದ ಲೋಕದಲ್ಲಿ ಮತ್ತು ವೇದದಲ್ಲಿ 'ಪುರುಷೋತ್ತಮ' ವೆಂದು ಪ್ರಸಿದ್ಧನಾಗಿದ್ದೇನೆ. ಹೇ ಭರತವಂಶೋತ್ತನ್ನನೇ! ಈ ರೀತಿ ಯಥಾರ್ಥವಾಗಿ ಯಾವ ಜ್ಞಾನಿಯೂ ನನ್ನನ್ನು ಪುರುಷೋತ್ತಮ ಎಂದು ಯಾವ ವಿವೇಕಿಯೂ ತಿಳಿದುಕೊಳ್ಳುತ್ತಾನೆಯೋ ಆ ಸರ್ವಜ್ಞನೂ

ಎಲ್ಲಬಗೆಯಿಂದಲೂ ನನ್ನನ್ನು ನಿರಂತರ ವಾಸುದೇವ ಪರಮಾತ್ಮ ಎಂದು ನನ್ನನ್ನೇ ಭಜಿಸುತ್ತಾನೆ. ಎಲ್ಲೈ ಪಾಪರಹಿತನಾದ ಅರ್ಜುನ ! ಈ ರೀತಿ ಅತ್ಯಂತ ರಹಸ್ಯಮಯವಾದ ಶಾಸ್ತ್ರವು ನನ್ನಿಂದ ಹೇಳಲ್ಪಟ್ಟಿತು. ಇದನ್ನು ಯಥಾರ್ಥವಾಗಿ ತಿಳಿದುಕೊಂಡವನು ಜ್ಞಾನಿಯು ಮತ್ತು ಕೃತಾರ್ಥನು ಆಗುತ್ತಾನೆ. ಅರ್ಥಾತ್ ಅವನು ಮಾಡಬೇಕಾದುದು ಏನೂ ಸಹ ಉಳಿದುಕೊಂಡಿರುವುದಿಲ್ಲ. ಇದನ್ನು ತಿಳಿದುಕೊಂಡವನು ಬುದ್ಧಿವಂತನು, ಕೃತಾಕೃತ್ಯನೂ ಆಗುತ್ತಾನೆ.

ಈ ಅಧ್ಯಾಯದಲ್ಲಿ ಭಗವಂತನು ತನ್ನ ಪರಮರಹಸ್ಯಮಯ ಪ್ರಭಾವವನ್ನು ಚೆನ್ನಾಗಿ ಹೇಳಿದ್ದಾನೆ. ಯಾರು ಮೇಲೆ ತಿಳಿಸಿದ ಪ್ರಕಾರ ಭಗವಂತನನ್ನು ಸರ್ವೋತ್ತಮನೆಂದು ತಿಳಿದುಕೊಳ್ಳುತ್ತಾನೆಯೋ, ಅವನ ಮನಸ್ಸು ಕ್ಷಣಕ್ಷಣಕಾಲಕ್ಕೂ ಸಹ ಭಗವಂತನ ಚಿಂತನೆಯನ್ನು ತ್ಯಜಿಸಲಾರದು. ಏಕೆಂದರೆ, ಯಾವ ವಸ್ತುವನ್ನು ಮನುಷ್ಯನು ಉತ್ತಮವೆಂದು ತಿಳಿಯುತ್ತಾನೆಯೋ ಅದರಲ್ಲೇ ಪ್ರೀತಿ ಮತ್ತು ಯಾವುದರಲ್ಲಿ ಪ್ರೀತಿಯುಂಟೋ ಅದನ್ನೇ ಚಿಂತಿಸುತ್ತಾನೆ. ಆದುದರಿಂದ ಭಗವಂತನ ಪರಮರಹಸ್ಯಮಯ ಪ್ರಭಾವವನ್ನು ಚೆನ್ನಾಗಿ ತಿಳಿದುಕೊಳ್ಳಲು ನಾಶವಾಗುವ ಕ್ಷಣಭಂಗುರವಾದ ಪ್ರಾಪಂಚಿಕ ಆಸಕ್ತಿಯನ್ನು ಸಂಪೂರ್ಣವಾಗಿ ತ್ಯಜಿಸಿಬಿಟ್ಟು ಪರಮಾತ್ಮನಿಗೆ ಶರಣಾಗತನಾಗಿ ಭಜಿಸಿ ಮತ್ತು ಸತ್‌ಸಂಗಕ್ಕಾಗಿಯೇ ವಿಶೇಷ ಪ್ರಯತ್ನಪಡುವುದೇ ಎಲ್ಲರ ಮುಖ್ಯ ಕರ್ತವ್ಯವೆಂದು ಭಾವಿಸುತ್ತೇನೆ. ಭಗವಂತನಲ್ಲಿ ಶರಣಾಗತಿ ಮಾಡಿ ಅದರ ತತ್ವ, ಹಿತ, ಪುರುಷಾರ್ಥವನ್ನು ಅನುಸರಿಸುತ್ತಾ ಜೀವನವನ್ನು ಸಾಗಿಸಿದರೆ ಅವರು ಜನ್ಮ ಸಾರ್ಥಕತೆಯನ್ನು ಪಡೆಯುತ್ತಾರೆ. "ಶರಣಾಗತಿ" ನ್ಯಾಸ, ಪ್ರಪತ್ತಿ ಎಂದು ನಾನಾ ಹೆಸರುಗಳಿಂದ ಕರೆಯಲ್ಪಟ್ಟಿದೆ.

– ಓಂ ತತ್ಸತ್ –

ಅಧ್ಯಾಯ–೧೬

ದೈವಾಸುರ ಸಂಪತ್ ವಿಭಾಗ ಯೋಗ

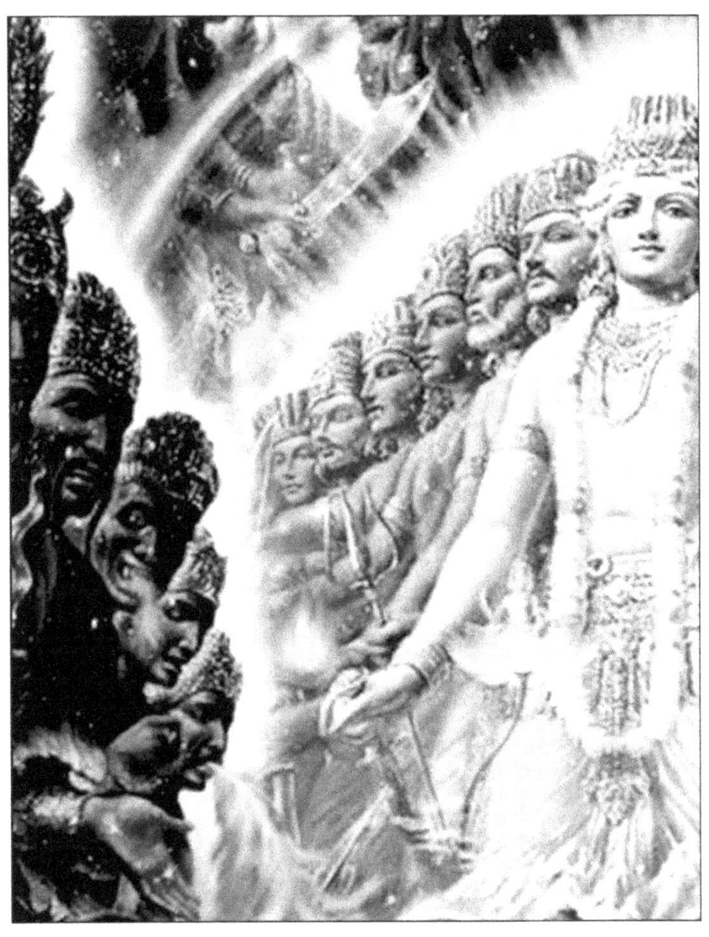

ದೈವಾಸುರ ಸಂಪತ್ ವಿಭಾಗ ಯೋಗ

ಪರಮಾತ್ಮನ ಸ್ವರೂಪವನ್ನು ಯಥಾರ್ಥವಾಗಿ ತಿಳಿದುಕೊಳ್ಳಲು ಸಚ್ಚಿದಾನಂದ ಘನಪರಮಾತ್ಮನ ಸ್ವರೂಪದಲ್ಲಿ ಐಕ್ಯಭಾವದಿಂದ ನಿರಂತರ ಧ್ಯಾನದಲ್ಲಿ ತಲ್ಲೀನತೆಯನ್ನು ಪಡೆಯಬೇಕು. ಆ ಸ್ಥಿತಿಯನ್ನು ಜ್ಞಾನಯೋಗ ಸ್ಥಿತಿ ಎಂದು ತಿಳಿದುಕೊಳ್ಳಬೇಕು.

ಪುರುಷೋತ್ತಮಯೋಗದ ನಂತರ ಶ್ರೀಕೃಷ್ಣಪರಮಾತ್ಮ ಪುನಃ ಅರ್ಜುನನಿಗೆ ದೈವಸಂಪತ್ತು ಯಾರಿಗೆ ದೊರಕುತ್ತದೆಯೋ ಯಾರಿಗೆ ಆಸುರಿಸಂಪತ್ತು ದೊರಕುತ್ತದೆಯೋ ಅವರುಗಳ ಲಕ್ಷಣಗಳನ್ನು ಬೇರೆಬೇರೆಯಾಗಿ ಹೇಳುತ್ತಾನೆ. ಅದರಲ್ಲಿ ಪ್ರಥಮವಾಗಿ ದೈವೀ ಸಂಪತ್ತುಳ್ಳವನ ಲಕ್ಷಣಗಳು ಹೇಗಿರುತ್ತವೆ ಎಂಬುದನ್ನು ತಿಳಿಸಿ ನಂತರ ಆಸುರಿಸಂಪತ್ತು ಲಕ್ಷಣಗಳನ್ನು ತಿಳಿಸುತ್ತಾನೆ. ದೈವೀ ಸಂಪತ್ತುವುಳ್ಳವರಲ್ಲಿ ಯಾವರೀತಿಯ ಭಯವಿಲ್ಲದಿರುವುದು ಮತ್ತು ಅಂಜಿಕೆಯಿಲ್ಲದಿರುವುದು ಅವರ ಅಂತಃಕರಣದ (ಹೃದಯ) ಪೂರ್ಣ ಸ್ವಚ್ಛತೆ ಮತ್ತು ತತ್ವಜ್ಞಾನಾರ್ಥವಾಗಿ ಜ್ಞಾನದಲ್ಲಿ ಮತ್ತು ಯೋಗದಲ್ಲಿ ನೆಲೆನಿಂತಿರುತ್ತದೆ. (ದೃಢಮನಸ್ಸುಳ್ಳವರು ಎಂದರ್ಥ). ಅವರು ಸಾತ್ವಿಕದಾನ ಮಾಡುವುದು ಇಂದ್ರಿಯನಿಗ್ರಹ, ಭಗವಂತನ ಪೂಜೆ ಹಾಗೂ ಅಗ್ನಿಹೋತ್ರಾದಿ ಉತ್ತಮ ಯಜ್ಞಯಾಗಗಳ ಕರ್ಮಗಳನ್ನು ಆಚರಿಸುವುದರಲ್ಲಿ ತಲ್ಲೀನರಾಗಿರುತ್ತಾರೆ. ಸ್ವಾಧ್ಯಾಯ–ವೇದಶಾಸ್ತ್ರಗಳ ಅಧ್ಯಯನ ಮತ್ತು ಅಧ್ಯಾಪನಪೂರ್ವಕ ಭಗವಂತನ ನಾಮಗುಣಗಳ ಕೀರ್ತನೆ ಮಾಡುತ್ತಿರುತ್ತಾರೆ. ತನ್ನಕುಟುಂಬದಲ್ಲಿ ಬರುವ ಎಲ್ಲ ಕಷ್ಟಗಳನ್ನು, ಸಮಸ್ಯೆಗಳನ್ನು ಸ್ವಧರ್ಮಪಾಲನೆಗಾಗಿ ಸಹಿಸಿಕೊಳ್ಳುವರು. ಯಾವಾಗಲೂ ಶರೀರ ಇಂದ್ರಿಯಗಳ ಅಂತಃಕರಣದ ಸಹಿತ ಸರಳತೆಯಿಂದ ಜೀವನಸಾಗಿಸುವರು ಇವರು ತನ್ನ ಅಂತಃಕರಣದ ಮೂಲಕ ಮತ್ತು ಇಂದ್ರಿಯಗಳ ಮೂಲಕ ತಿಳಿದಿದ್ದು, ಕೇಳಿದ್ದು, ನೋಡಿದಿದ್ದನ್ನು ಲೋಪವಿಲ್ಲದೆ ಎಲ್ಲರಿಗೂ ಹಿತವಾದ ಮಾತುಗಳಿಂದ ತಿಳಿಪಡಿಸುವರು. (ಹಾಗೆಂದರೆ ಸತ್ಯಭಾಷಣ). ದೈವೀ ಸಂಪತ್ತುಳ್ಳವರ ಗುಣ ಹೇಗಿರುತ್ತದೆ ಎಂದರೆ, ಕಾಯ, ವಾಚ ಮತ್ತು ಮನಸಾ ಯಾವ ರೀತಿಯಿಂದಲೂ ಸಹ ಯಾರಿಗೂ ಕಷ್ಟಕೊಡದೇ ಇರುವುದು ಎಲ್ಲರಲ್ಲೂ ಯಥಾರ್ಥವಾದ ಪ್ರಿಯವಾದ, ಮಾತನಾಡುವುದು ಸ್ವಾಭಾವಿಕವಾಗಿರುತ್ತದೆ.

ತಮಗೆ ಅಪಕಾರ ಮಾಡಿದವರ ಮೇಲೂ ಸಹ ಕೋಪಿಸಕೊಳ್ಳದಿರುವುದು, ಅವರು ಮಾಡುವ ಎಲ್ಲ ಕರ್ಮಗಳಲ್ಲಿ ಕರ್ತೃತ್ವದ ಅಭಿಮಾನವಿಲ್ಲದಿರುವುದು ಹಾಗೂ ಮನಸ್ಸಿನಲ್ಲಿ ಯಾವ ರೀತಿ ಚಂಚಲತೆ ಇರುವುದಿಲ್ಲ. ಯಾವಾಗಲೂ ಶಾಂತವಾಗಿರುವರು ಯಾರನ್ನೂ ದೂಷಿಸದೇ ಇರುವುದು, ಎಲ್ಲಜೀವಿಗಳಲ್ಲಿಯೂ ದಯೆ ಮತ್ತು ಕ್ಷಮಾಗುಣವುಳ್ಳವರಾಗಿರುತ್ತಾರೆ. ಭೋಗದ (ಇಂದ್ರಿಯ) ವಿಷಯದೊಡನೆ ಇಂದ್ರಿಯಗಳ ಸಂಯೋಗ ಉಂಟಾದರೂ ಸಹ ಅದರಲ್ಲಿ ಆಸಕ್ತಿ ಇಲ್ಲದಿರುವುದು ಮತ್ತು ಮೃದು ಸ್ವಭಾವವುಳ್ಳವರಾಗಿರುತ್ತಾರೆ. ಲೋಕದಲ್ಲಿ ನಡೆಯುತ್ತಿರುವ ಶಾಸ್ತ್ರದ ವಿರುದ್ಧ ಕಾರ್ಯಾಚರಣೆಗಳ ಬಗ್ಗೆ ನಾಚಿಕೆಪಡುತ್ತಾರೆ ಮತ್ತು ವ್ಯರ್ಥವಾದ ಚಪಲಪ್ರಯತ್ನಗಳನ್ನು ಮಾಡುವುದಿಲ್ಲ. ದೈವೀ ಸಂಪತ್ತಿನ ಗುಣವುಳ್ಳವನು ಕಾಮಕ್ರೋಧಗಳನ್ನು ನಿಗ್ರಹಿಸಿ ಸಂಸಾರ ಸಾಗರದಲ್ಲಿದ್ದು, ಸಮಸ್ಯೆಗಳೆಲ್ಲವನ್ನು ಹಿಮ್ಮೆಟ್ಟಿಸಿ ಮುಂದೆ ಸಾಗುತ್ತಾರೆ.

ಯಾರಪ್ರಭಾವದಿಂದ ಅವರ ಮುಂದೆ ವಿಷಯಾಸಕ್ತ ಮತ್ತು ನೀಚಪ್ರಕೃತಿಯ ಮನುಷ್ಯರೂ ಸಹ ಅನ್ಯಾಯ ಆಚರಣೆಯನ್ನು ಬಿಟ್ಟು ಶಾಸ್ತ್ರಗಳ ಉಪದೇಶದಂತೆ ಶ್ರೇಷ್ಠಕರ್ಮಗಳಲ್ಲಿ ಪ್ರವೃತ್ತರಾಗುತ್ತಾರೋ, ಅಂತಹ ಆ ಪ್ರಭಾವಶಾಲಿ ಪುರುಷರ ಶಕ್ತಿಯೇ ತೇಜಸ್ಸು, ಅವರು ಕ್ಷಮೆ, ಧೈರ್ಯ, ಬಹಿರಂಗಶುದ್ಧಿ ಮತ್ತು ಅಂತರಂಗಶುದ್ಧಿಯಿಂದ ಕೂಡಿರುತ್ತಾರೆ. ಅವರಿಗೆ ಯಾರಲ್ಲಿಯೂ ವೈರತ್ವವಿರುವುದಿಲ್ಲ. ತಾನೇ ಪೂಜ್ಯನೆಂದು ಅಭಿಮಾನಪಡುವುದಿಲ್ಲ. ಇವೆಲ್ಲವೂ ದೈವೀಸಂಪತ್ತನ್ನು ಪಡೆದು ಹುಟ್ಟಿದವರ ಲಕ್ಷಣಗಳೇ ಆಗಿರುತ್ತವೆ.

ಆಸುರಿಸಂಪತ್ತನ್ನು ಪಡೆದು ಹುಟ್ಟಿದವರ ಗುಣ ಆಡಂಬರ, ದರ್ಪ, ಸೊಕ್ಕು, ಅಹಂಕಾರ, ಕ್ರೋಧ, ಸಿಡಕು ಮತ್ತೊಬ್ಬರ ಮನಸ್ಸನ್ನು ನೋಯಿಸುವ ನುಡಿಗಳು ಸ್ವಭಾವಿಕವಾಗಿರುತ್ತದೆ. ಜನರನ್ನು ಕಠೋರವಾದ ಮಾತಿನಿಂದಲೇ ಮಾತನಾಡಿಸುತ್ತಾರೆ. ಅಜ್ಞಾನದಿಂದಲೇ ಜೀವನ ಸಾಗಿಸುತ್ತಾರೆ. ಒಳ್ಳೆಯ ಕರ್ಮಗಳಲ್ಲಿ ಪ್ರವೃತ್ತಿ ಇರುವುದಿಲ್ಲ. ಭಗವಂತನ ಮಾತನ್ನು ಉಲ್ಲಂಘಿಸಿ ನಡೆಯುವರು. ಧರ್ಮದ ಅರಿವು ಇರುವುದಿಲ್ಲ. ಗುರುಹಿರಿಯರಲ್ಲಿ ಗೌರವ ಇರುವುದಿಲ್ಲ, ಶ್ರೇಷ್ಠವಾದ ಆಚರಣೆ ಇರುವುದಿಲ್ಲ, ಬಾಹ್ಯಾಭ್ಯಂತರಶುದ್ಧಿ ಇರುವುದಿಲ್ಲ, ಕ್ರೋಧವು ಯಾವಾಗಲೂ ಹೆಚ್ಚಿರುತ್ತದೆ, ಉದ್ವೇಗದಿಂದ ಎಲ್ಲ

ಕೆಲಸವನ್ನು ಮಾಡುವರು ಅವರ ಮನಸ್ಸಿನಲ್ಲಿ ಶಾಂತಿ ಇರುವುದಿಲ್ಲ. ದೈವೀ ಸಂಪತ್ತು ಮುಕ್ತಿದಾಯಕ, ಆದರೆ ಆಸುರಿಸಂಪತ್ತು ಬಂಧನಕಾರಿ ಎಂದು ಅಭಿಪ್ರಾಯ. ಆದ್ದರಿಂದ ಅರ್ಜುನ ನೀನು ದುಃಖಿಸಬೇಡ. ಏಕೆಂದರೆ, ನೀನು ದೈವಿಸಂಪತ್ತನ್ನು ಪಡೆದುಕೊಂಡೇ ಹುಟ್ಟಿರುವೆ. ಎಲೈ ಅರ್ಜುನ! ನೀನು ಈ ಲೋಕದಲ್ಲಿ ಜೀವಿಗಳ ಸೃಷ್ಟಿ ಅರ್ಥಾತ್ ಮನುಷ್ಯ ಸಮುದಾಯಗಳು ಎರಡು ರೀತಿಯಾಗಿವೆ. ಅದರಲ್ಲಿ ಒಂದು ದೈವೀಪ್ರಕೃತಿಯಂತೆ ಮತ್ತೊಂದು ಆಸುರಿಪ್ರಕೃತಿಯಂತೆ ದೈವಿಸಂಪತ್ತನ್ನು ಹೇಳಿದ್ದಾಗಿದೆ. ಆಸುರಿಸಂಪತ್ತುಳ್ಳ ಸ್ವಭಾವದ ಮನುಷ್ಯರು ಕರ್ತವ್ಯಕರ್ಮಗಳಲ್ಲಿ ಪ್ರವೃತ್ತಿ ಹಾಗೂ ಕರ್ತವ್ಯವಲ್ಲದ ಕೆಟ್ಟಕರ್ಮಗಳಿಂದ ನಿವೃತ್ತಿ ಈ ಎರಡನ್ನು ತಿಳಿದಿಲ್ಲ. ಅವರಲ್ಲಿ ಶ್ರೇಷ್ಠವಾದ ಆಚಾರವೂ ಇರುವುದಿಲ್ಲ ಮತ್ತು ಸತ್ಯಸಂಧತೆಯಂತೂ ಇಲ್ಲವೇ ಇಲ್ಲ. ಇಬ್ಬರಿಗೂ ಆಚಾರ ಮತ್ತು ಅನುಷ್ಠಾನ ಬಹಳ ಮುಖ್ಯ. ಯಾರಿಗೂ ಮೀಸಲಾತಿ ಇಲ್ಲ, "ಆಜ್ಞಾಚ್ಛೇದಿ ಮಮದ್ರೋಹಿ" ಎಂದಿರುವನು ಪರಮಾತ್ಮ ವೇದವ್ವ ಅವನ ಆಜ್ಞೆ, ಅದರಂತೆ ನಡೆಯುವುದು ಆಚರಿಸುವುದು ಮಾನವ ಕರ್ತವ್ಯ. ಎಂದು ತಿಳಿದುಕೊಳ್ಳಬೇಕು.

ಈ ಜಗತ್ತು ಆಶ್ರಯವಿಲ್ಲದ್ದು, ಅಸತ್ಯವಾದದ್ದು ಈಶ್ವರನಿಲ್ಲದ್ದು ಮತ್ತು ತಾನೇತಾನಾಗಿ ಸ್ತ್ರೀಪುರುಷರ ಸಂಯೋಗದಿಂದ ಉತ್ಪತ್ತಿಯಾಗಿದೆ. ಆದುದರಿಂದ ಕೇವಲ ಭೋಗಗಳನ್ನು ಅನುಭವಿಸುವುದಕ್ಕಾಗಿಯೇ ಹುಟ್ಟಿರುವೆವು. ಇಷ್ಟಲ್ಲದೇ ಮತ್ತೇನಿದೆ? ಎನ್ನುವರು ಹಾಗೂ (ಹೇಳುತ್ತರೆ) ಈ ಪೊಳ್ಳುಜ್ಞಾನವನ್ನು ಅವಲಂಬಿಸಿಕೊಂಡು ಹೀನಸ್ವಭಾವದ ಮಂದಬುದ್ಧಿಯುಳ್ಳವರು ಹಾಗೂ ಅಧಿಕಾರಿಗಳಾದ ಕ್ರೂರಕರ್ಮಿಗಳು ಜಗತ್ತಿನ ನಾಶಕ್ಕೆ ಕಾರಣರಾಗುತ್ತಾರೆ. ಇವರು ಗರ್ವ, ಮಾನ, ಮದಗಳಿಂದ – ಒಡಗೂಡಿ ಅವಿವೇಕದಿಂದ ಕೆಟ್ಟಸಂಕಲ್ಪವನ್ನೇ ಹಿಡಿದುಕೊಂಡು ಪೂರ್ಣತೃಪ್ತಿಯಾಗಲಾರದಂತಹ ಕಾಮಾದಿಗಳನ್ನು ಆಶ್ರಯಿಸಿಕೊಂಡು ಅಜ್ಞಾನದಿಂದ ಪೊಳ್ಳುಸಿದ್ಧಾಂತಗಳನ್ನು ಅನುಸರಿಸಿ, ಭ್ರಷ್ಟ ಆಚರಣೆಗಳಲ್ಲಿ ತೊಡಗಿರುತ್ತಾರೆ. ಮರಣಪರ್ಯಂತ ಇರುವ ಅಸಂಖ್ಯಾತ ಚಿಂತೆಗಳಿಗೆ ದಾಸರಾಗಿ ಇಂದ್ರಿಯವಿಷಯ ಭೋಗಗಳನ್ನು ಅನುಭವಿಸುವುದರಲ್ಲಿ ನಿರಂತರವಾಗಿ ಇದೇ ಸತ್ಯ, ಇಷ್ಟು ಮಾತ್ರ ಆನಂದವಿರುವುದು ಎಂಬುದಾಗಿ

ನಿಶ್ಚಯಿಸಿಕೊಳ್ಳುತ್ತಾರೆ. ನೂರಾರು ಆಶಾಪಾಶಗಳಿಗೆ ಕಟ್ಟುಬಿದ್ದು, ಕಾಮ, ಕ್ರೋಧಗಳನ್ನೇ ಮುಖ್ಯವಾಗಿ ಆಶ್ರಯಿಸಿ ವಿಷಯಭೋಗಕ್ಕಾಗಿ ಅನ್ಯಾಯದಿಂದ ಪದಾರ್ಥವನ್ನು ಕೂಡಿಹಾಕಲು ಪ್ರಯತ್ನಿಸುವರು. ನಾನೀಗ ಈ ವಸ್ತುಗಳನ್ನು ಪಡೆದಿದ್ದೇನೆ. ನನ್ನ ಹತ್ತಿರ ಇಷ್ಟ (ಇಂತಿಷ್ಟ) ಹಣವಿದೆ, ಮತ್ತಷ್ಟು ಪಡೆದುಕೊಳ್ಳುವೆನು, ಈ ಹಣವು ನನಗೆ ದೊರಕುವುದು ಎಂಬ ನಂಬಿಕೆ. ಆ ಶತ್ರು ನನ್ನಿಂದ ಹತನಾಗಿದ್ದಾನೆ, ಇತರೇ ಶತ್ರುಗಳನ್ನು ಸಹ ನಾನು ಕೊಲ್ಲುವೆನು, ನಾನೇ ಈಶ್ವರ ಮತ್ತು ಐಶ್ವರ್ಯವನ್ನು ಅನುಭವಿಸುವವನು. ನಾನು ಸಿದ್ಧಿಗಳನ್ನೆಲ್ಲಾ ಪಡೆದಿರುವೆನು, ಬಲಾಢ್ಯನು ಮತ್ತು ಸುಖಿಯಾಗಿದ್ದೇನೆ ಎಂದು ತಿಳಿದಿರುತ್ತಾರೆ. ನಾನು ದೊಡ್ಡ ಶ್ರೀಮಂತ, ದೊಡ್ಡಕುಟುಂಬವುಳ್ಳವನು, ನನ್ನಸಮಾನರು ಬೇರೆ ಯಾರಿದ್ದಾರೆ? ನಾನು ಯಜ್ಞಮಾಡುವೆನು, ದಾನಕೊಡುವೆನು, ಆನಂದ ಪಡೆಯುವೆನು, ಹೀಗೆ ಅಜ್ಞಾನದಿಂದ ಮೋಹಕ್ಕೆ ಒಳಗಾಗಿರುತ್ತಾರೆ. ಇವರು ನಾನಾಚಿಂತೆಗಳಿಂದ ಭ್ರಾಂತಚಿತ್ತರಾಗಿ ಮೋಹರೂಪಿಜಾಲದಲ್ಲಿ ಸಿಕ್ಕಿಕೊಂಡು ವಿಷಯಭೋಗಗಳಲ್ಲಿ ಅತ್ಯಂತ ಆಸಕ್ತರಾಗಿ ಮಲಿನವಾದ ಘೋರನರಕದಲ್ಲಿ ಬೀಳುತ್ತಾರೆ. ತಮ್ಮನ್ನು ತಾವೇ ಶ್ರೇಷ್ಠರೆಂದು ಭಾವಿಸಿಕೊಳ್ಳುವರು. ಆ ಗರ್ವಿಗಳು ಹಣ ಮತ್ತು ಮಾನಾದಿ ಮದದಿಂದ ಶಾಸ್ತ್ರಾಧಾರಗಳನ್ನು ಬಿಟ್ಟು ಕೇವಲ ಹೆಸರಿಗೆ ಮಾತ್ರ ಯಜ್ಞ ಎಂಬಂತೆ ಅಹಂಕಾರಗಳಿಂದ ಯಜ್ಞ ನಡೆಸುತ್ತಾರೆ. ಆಸುರಿಸಂಪತ್ತುಳ್ಳ ಮಾನವರು ಅಹಂಕಾರವನ್ನೂ, ಬಲವನ್ನೂ, ದರ್ಪವನ್ನೂ, ಕಾಮವನ್ನೂ (ಆಸೆಯನ್ನೂ), ಕ್ರೋಧವನ್ನೂ ಆಶ್ರಯಿಸಿ ತಮ್ಮದೇಹದಲ್ಲಿರುವ ನನ್ನನ್ನು ಮತ್ತು ಮಿಕ್ಕವರ ದೇಹದಲ್ಲಿಯೂ ಇರುವ ನನ್ನನ್ನು ದ್ವೇಷಿಸುತ್ತಾ ಅಸೂಯೆ ಉಳ್ಳವರಾಗಿರುವರು. ಹೀಗೆ ದ್ವೇಷಿಸುತ್ತಿರುವ ಕ್ರೂರವಾದ, ದುಷ್ಟರಾದ ಈ ಮೂಢರು ಜನ್ಮಜನ್ಮಾಂತರದಲ್ಲಿಯೂ ಆಸುರಿಯೋನಿಯನ್ನೇ ಪಡೆಯುತ್ತಾ ಅತ್ಯಂತ ನೀಚಗತಿಯನ್ನು ಹೊಂದುತ್ತಾರೆ ಹಾಗೂ ಘೋರನರಕದಲ್ಲಿ ಬೀಳುವರು. ಅರ್ಥಾತ್ ಆ ನೀಚ ಜನರನ್ನು ನಾನು ಸಂಸಾರಕ್ಕೆ ಮಾರ್ಗವಾಗಿರುವ ಆಸುರಜನ್ಮಗಳಲ್ಲಿಯೇ ಯಾವಾಗಲೂ ಹಾಕುವೆನು. ಏಕೆಂದರೆ, ಮನುಷ್ಯ ತನ್ನ ದುರ್ಬುದ್ಧಿಯಿಂದ ಉಂಟಾಗುವ ಕಷ್ಟವನ್ನು ಅನುಭವಿಸಿ ಇದ್ದು ತಪ್ಪುದಾರಿ ಎಂದು ತಿಳಿದು ನನ್ನಲ್ಲಿ ಶರಣುಹೋಗಿ ತನ್ನನ್ನು ತಾನೇ ತಿದ್ದಿಕೊಂಡು ಬಾಳಬೇಕು ಎಂಬುದು ಭಗವಂತನ ಉದ್ದೇಶ. ಭಗವಂತನು ಎಲ್ಲರನ್ನೂ

ಒಂದೇ ರೀತಿಯಿಂದ ನೋಡುತ್ತಾನೆ. ಅವರವರ ಪಾಪಕರ್ಮಗಳನ್ನು ದಾಟಿ ಮುಂದೆ ಒಳ್ಳೆಯ ಕರ್ಮಗಳ ಆಚರಣೆಯನ್ನು ಕರ್ತವ್ಯ ದೃಷ್ಟಿಯಿಂದ ಯಾವ ಕರ್ಮದ ಫಲಾಪೇಕ್ಷೆಯಿಲ್ಲದೆ ಜೀವನ ಸಾಗಿಸಿದರೆ ಆಗ ಭಗವಂತನು ಇವರಿಗೂ ಸಹ ಒಳ್ಳೆಯ ಮಾರ್ಗ ತೋರುವೆನು ಎಂಬ ಅಭಿಪ್ರಾಯ.

ಮೇಲೆ ಹೇಳಿದ ಆಸುರಿಸಂಪತ್ತಿನ ಈ ಮೂರು ನರಕದ್ವಾರಗಳು (ಕಾಮ– ಕ್ರೋಧ–ಲೋಭ) ಬಿಡುಗಡೆಯಾದ ಮನುಷ್ಯನನ್ನೂ ಸಹ (ಆತ್ಮನನ್ನು) ನಾಶಮಾಡುವುವು ಮತ್ತು ಅಧೋಗತಿಗೆ ತಳ್ಳುವವು.

ಈ ಮಾನವಜನ್ಮವನ್ನು ಪಡೆದು, ನನ್ನನ್ನು ನೋಡುವ ಅವಕಾಶ ದೊರಕಿದ್ದರೂ ಇಂತಹ ಸುವರ್ಣ ಅವಕಾಶವನ್ನು ಹಾಳುಮಾಡಿಕೊಂಡು ಅಜ್ಞಾನಿಗಳಾದ ಜನರು ಘೋರವಾದ ದುರ್ಗತಿಯನ್ನು ಪಡೆಯುತ್ತಾರೆ ಎಂದು ಭಗವಂತನು ತನ್ನ ಮಕ್ಕಳನ್ನು ನೋಡಿ ಪಶ್ಚಾತ್ತಾಪ ಪಟ್ಟುಕೊಳ್ಳುತ್ತಾನೆ ಎಂಬ ಭಾವವನ್ನು ಈ ಶ್ಲೋಕದಲ್ಲಿ "ಏವ" ಎಂಬ ಪದವು ತಿಳಿಸುತ್ತದೆ. ಎಲ್ಲ ಈ ಮನುಷ್ಯರ ಅನರ್ಥಗಳಿಗೂ ಮೂರು ನರಕದ್ವಾರಗಳೇ ಕಾರಣ. ಅದು ಕಾಮಕ್ರೋಧ ಹಾಗೂ ಲೋಭ ನರಕಪ್ರಾಪ್ತಿಗೆ ಕರೆದೊಯ್ಯುತ್ತದೆ. ಆದ್ದರಿಂದ ಮಾನವನು ಈ ಮೂರನ್ನೂ (ಕಾಮ–ಕ್ರೋಧ–ಲೋಭ) ತ್ಯಾಗಮಾಡಬೇಕು. ಇದು ನರಕದ ಹೆಬ್ಬಾಗಿಲುಗಳು. ಅರ್ಥಾತ್ ಕಾಮಕ್ರೋಧಲೋಭ ಇತ್ಯಾದಿ ವಿಕಾರಗಳಿಂದ ಬಿಡುಗಡೆಯಾದ ಮನುಷ್ಯರು ತನ್ನ ಶ್ರೇಯಸ್ಸಿಗೆ ಬೇಕಾದುದನ್ನು ಮಾಡಿಕೊಳ್ಳುತ್ತಾರೆ ಮತ್ತು ಅದರಿಂದ ಉತ್ತಮಗತಿಯನ್ನು ಪಡೆಯುತ್ತಾರೆ. ಹಾಗೂ ನನ್ನ ಸಾಕ್ಷಾತ್ಕಾರ ಅವರಿಗೆ ಉಂಟಾಗುತ್ತದೆ. (ತನ್ನ ಉದ್ಧಾರಕ್ಕಾಗಿ ಭಗವಂತನ ಆಜ್ಞಾನುಸಾರ ನಡೆದುಕೊಳ್ಳುವುದೇ ತನ್ನ ಯಶಸ್ಸಿನ ಆಚರಣೆ). ಯಾರು ಶಾಸ್ತ್ರದ ವಿಧಿ–ವಿಧಾನಗಳನ್ನು ಬಿಟ್ಟು, ತನ್ನಿಷ್ಟೆ ಬಂದಂತೆ ನಡೆದುಕೊಳ್ಳುತ್ತಾರೆಯೋ ಅವರಿಗೆ ಕರ್ಮಸಿದ್ಧಿಯು ಸಿಗುವುದಿಲ್ಲ. ಸುಖವು ದೊರಕುವುದಿಲ್ಲ ಹಾಗೂ ಪರಮಗತಿಯೂ ದೊರಕುವುದಿಲ್ಲ. ಆದುದರಿಂದ, ನಿನಗೆ (ಅರ್ಜುನನಿಗೆ ಕೃಷ್ಣ ಹೇಳುವ ಮಾತು) ಈ ಯುದ್ಧ, ಕರ್ತವ್ಯ ಮತ್ತು ಕರ್ತವ್ಯವಲ್ಲವೋ ಎಂಬುದನ್ನು ನಿರ್ಧರಿಸಲು ಶಾಸ್ತ್ರವೇ ಆಧಾರವಾಗಿದೆ ಎಂದು ತಿಳಿದುಕೊ, ಶಾಸ್ತ್ರೋಕ್ತ ವಿಧಿಯಂತೆ ನಿಶ್ಚಯಿಸಲ್ಪಟ್ಟಿರುವ ಕರ್ಮವನ್ನು

ಕರ್ತವ್ಯವೆಂದು ತಿಳಿದು ಯುದ್ಧವನ್ನು ಮಾಡಲು ಅರ್ಹನಾಗಿರುವೆ.

ಮನುಷ್ಯರೆಲ್ಲರೂ ಜೀವನ ನಡೆಸಲು ವೇದದಲ್ಲಿ, ಹೇಳಿರುವ ವಿಧಿ–ನಿಷೇಧವನ್ನು ಗುರುಹಿರಿಯರಿಂದ ಅರಿತುಕೊಳ್ಳಬೇಕು ನಾಲ್ಕು ವರ್ಣದವರಿಗೂ ಭಗವಂತನು ಅವರವರ ಧರ್ಮಗಳನ್ನು ತಿಳಿಸಿರುವನು ಅದನ್ನು ತಿಳಿದು ನಡೆಯಬೇಕು ಎಂಬುದನ್ನು ಇಲ್ಲಿ ತೋರಿಸಿಕೊಟ್ಟಿರುವನು ಪರಮಾತ್ಮ. ಅವರವರ ಕರ್ತವ್ಯವನ್ನು (ಫಲಾಪೇಕ್ಷೆ ಇಲ್ಲದೆ) ಅರಿತು ಕರ್ಮ ಆಚರಣೆ ಮಾಡಬೇಕು. ಭಗವಂತನ ಆಜ್ಞೆಯನ್ನು ಉಲ್ಲಂಘಿಸಬಾರದು. ಅದೇ 'ವೇದವಾಕ್' ಎಂದು ತಿಳಿಯಬೇಕು. ಆ ವಿಷಯದಲ್ಲಿ ಸಂಶಯವಾಗಲಿ, ವಿಚಾರಣೆಯಾಗಲಿ ಮಾಡಬಾರದು. ವೇದವು ಭಗವಂತನಿಂದ ನೇರವಾಗಿ ಶಾಸ್ತ್ರರೂಪದಲ್ಲಿ ದೊರಕಿದೆ. ವೇದವು ಅನಂತ ಎಲ್ಲವನ್ನೂ ನಾವು (ಸಾಮಾನ್ಯ ಜನರು ಅರಿಯಲು ಸಾಧ್ಯವಿಲ್ಲ. ಆದುದರಿಂದ ಭಗವಂತ ಗೀತೆಯಲ್ಲಿ ಹೇಳಿರುವುದೆಲ್ಲವೂ ಶಾಸ್ತ್ರವೇ ಆಗಿದೆ. ಭಗವದ್ಗೀತೆ ಮಾನವನ ಜೀವನಕ್ಕೆ ಸನ್ಮಾರ್ಗ ತೋರುತ್ತದೆ. ಆದ್ದರಿಂದ ದಿನನಿತ್ಯವೂ ಎಲ್ಲರೂ ಒಂದು ಸಲ ಒಂದು ಶ್ಲೋಕವನ್ನಾದರೂ ಭಗವದ್ಗೀತೆ ಪಠಣ ಮಾಡಬೇಕು.

– ಓಂ ತತ್ಸತ್ –

ಅಧ್ಯಾಯ–೧೭

ಶ್ರದ್ಧಾತ್ರಯ ವಿಭಾಗ ಯೋಗಃ

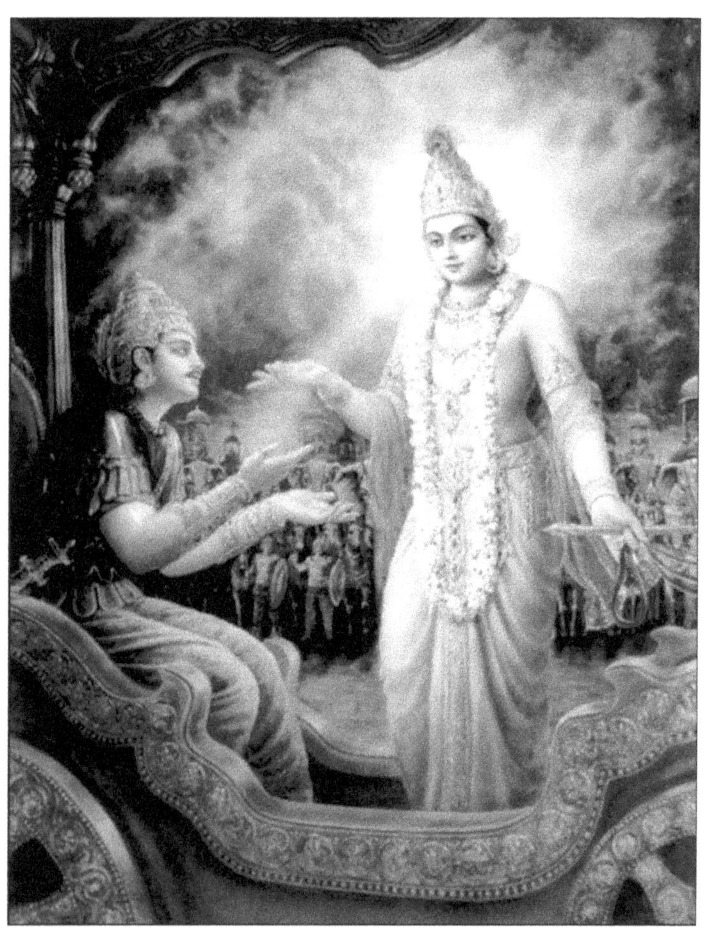

ಶ್ರದ್ಧಾತ್ರಯ ವಿಭಾಗ ಯೋಗಃ

ಅರ್ಜುನ ಶ್ರೀಕೃಷ್ಣಪರಮಾತ್ಮನನ್ನು ಕೇಳುತ್ತಾನೆ. ಪರಮಾತ್ಮ ಮಾನವರ ಸ್ವಭಾವವು ಮೂರುಗುಣಗಳಿಂದಲೂ ಕೂಡಿದೆ ಯಾರು ಶಾಸ್ತ್ರವಿಧಿಯನ್ನು ಬಿಟ್ಟು ಕೇವಲ ಶ್ರದ್ಧಾಯುಕ್ತರಾಗಿ ದೇವಾದಿಗಳನ್ನು ಪೂಜಿಸುವರೋ ಅಥವಾ ಆರಾಧಿಸುವರೋ, ಅವರ ಸ್ಥಿತಿಯು ಗತಿಯು ಯಾವ ರೀತಿಯದು? ಈ ರೀತಿಯ ನಿಷ್ಠೆಯು ಸಾತ್ತ್ವಿಕವೋ, ರಾಜಸವೋ ಅಥವಾ ತಾಮಸವೋ ? ಆಗ ಅದಕ್ಕೆ ಉತ್ತರವಾಗಿ ಭಗವಂತನು ಹೇಳಿದನು. ಜೀವರಿಗೆ (ಮಾನವರಿಗೆ) ಸ್ವಭಾವದಿಂದಲೇ ಉಂಟಾದ ಶಾಸ್ತ್ರೀಯ ಸಂಸ್ಕಾರವಿಲ್ಲದ ಶ್ರದ್ಧೆಯು ಮೂರು ವಿಧವಾಗಿವೆ. ಅದನ್ನು ಹೇಳುವೆನು ಮನಸಿಟ್ಟು ಕೇಳು. ಅದನ್ನು ತಿಳಿಸುವೆನು ವಿಷದವಾಗಿ. ಎಲೈ ಭರತವಂಶೋತ್ಪನ್ನನೇ! ಅನೇಕ ಜನ್ಮಗಳಲ್ಲಿ ಮಾಡಿದ ಕರ್ಮಗಳ ಸಂಚಿತ ಸಂಸ್ಕಾರಗಳಿಂದ ಉಂಟಾದ ಶ್ರದ್ಧೆಯನ್ನು ಸ್ವಭಾವತಾಶ್ರದ್ಧಾ ಎಂದು ಹೇಳಲಾಗುತ್ತದೆ. ಎಲ್ಲರ ಶ್ರದ್ಧೆಯು ಸಹ ಅವರವರ ಅಂತಃಕರಣಕ್ಕೆ ಅನುಗುಣವಾಗಿ ಉಂಟಾಗುತ್ತದೆ. ಅಂತಃಕರಣ ಶುದ್ಧಿಯುಳ್ಳ ಪುರುಷರು ಶ್ರದ್ಧಾಮಯರಾಗಿರುತ್ತಾರೆ. ಯಾರ ಅಂತಃಕರಣವು ಯಾವ ಗುಣಗಳಲ್ಲಿ ಶ್ರದ್ಧೆಯುಳ್ಳವರಾಗಿರುತ್ತದೋ ಅವರು ಅದರಂತೆ ಇರುವರು. ಅರ್ಥಾತ್ ಯಾರ ಶ್ರದ್ಧೆ ಹೇಗಿರುತ್ತದೆಯೋ ಹಾಗೆಯೇ ಅವರ ಸ್ವರೂಪವೂ ಇರುತ್ತದೆ. ಸಾತ್ತ್ವಿಕರು ದೇವತೆಗಳನ್ನು ಪೂಜಿಸುತ್ತಾರೆ, ರಾಜಸಗುಣಗಳುಳ್ಳವರು ಯಕ್ಷರಾಕ್ಷಸರನ್ನು ಪೂಜಿಸುತ್ತಾರೆ. ಇನ್ನುಳಿದ ತಾಮಸ ಮನುಷ್ಯರು ಪ್ರೇತಭೂತಗಣಗಳನ್ನು ಪೂಜಿಸುತ್ತಾರೆ. ಶಾಸ್ತ್ರವಿಧಿಯಿಲ್ಲದೆ ಯಾವ ಮನುಷ್ಯರು ಯಾರ (ಜನರ) ತೋರಿಕೆಗಾಗಿ ಢಂಭ–ಅಹಂಕಾರ ಇತ್ಯಾದಿಗಳಿಂದ ಕೂಡಿದವರಾಗಿ ಅವರ ಮನಸ್ಸಿಗೆ ತೋಚಿದಂತೆ ಘೋರವಾದ ತಪಸ್ಸನ್ನು ಆಚರಿಸುತ್ತಾರೆಯೋ, ಅಹಂಕಾರದಿಂದ (ಬಲ) ಜನರಿಗೆ ತೊಂದರೆಯನ್ನುಂಟು ಮಾಡಬೇಕೆನ್ನುವ ಉದ್ದೇಶದಿಂದಲೇ ತಪಸ್ಸನ್ನು ಮಾಡುವರು. ಅವರು ಕಾಮರಾಗ ಬಲದಿಂದ ಕೂಡಿರುವುದು ಎಂದು ತಿಳಿಯಬೇಕು.

ಯಾರು ಶರೀರದಲ್ಲಿರುವ ಜೀವಸಮುದಾಯವನ್ನು ಇಂದ್ರಿಯ ಸಮೂಹವನ್ನು ಕೃಶಗೊಳಿಸುತ್ತಾ, ಅಂತಃಕರಣದಲ್ಲಿರುವ ಅಂತರ್ಯಾಮಿಯಾದ

ನನ್ನನ್ನೂ ಸಹ ದುರ್ಬಲಗೊಳಿಸುವರೋ, ಆ ಅಜ್ಞಾನಿಗಳನ್ನು ಅಸುರ ಸ್ವಭಾವ ಶ್ರದ್ಧೆಯುಳ್ಳವರೆಂದು ತಿಳಿದಿಕೊ. ಅರ್ಥಾತ್ ಶರೀರ, ಮನಸ್ಸು ಮತ್ತು ಇಂದ್ರಿಯಾದಿಗಳ ರೂಪದಲ್ಲಿ ರೂಪಾಂತರಗೊಂಡಿರುವ ಆಕಾಶಾದಿ ಐದು ಮಹಾ ಭೂತಗಳನ್ನು, ಶಾಸ್ತ್ರವಿರುದ್ಧವಾದ ಉಪವಾಸಾದಿ ಘೋರ ಆಚರಣೆ ಮೂಲಕ ಶರೀರವನ್ನು ಒಣಗಿಸುವುದು ಮತ್ತು ಭಗವಂತನ ಅಂಶರೂಪಿಯಾದ ಜೀವಾತ್ಮನಿಗೆ ಕಷ್ಟಕೊಡುವುದು, ಜೀವಸಮುದಾಯವನ್ನು ಮತ್ತು ಅಂತಯಾ೯ಮಿ ಪರಮೇಶ್ವರನನ್ನು ಕೃಶಗೊಳಿಸುವುದು ಎಂದರ್ಥಮಾಡಿಕೊಳ್ಳಬೇಕು.

ಆಹಾರ – ಭೋಜನವು ಸಹ ಎಲ್ಲರಿಗೂ ಅವರವರ ಪ್ರಕೃತಿಗೆ ಅನುಗುಣವಾಗಿ ಮೂರು ವಿಧದಲ್ಲಿ ಪ್ರಿಯವಾಗುತ್ತದೆ. ಹಾಗೆಯೇ ಯಜ್ಞ– ದಾನ–ಮತ್ತು ತಪಸ್ಸುಗಳು ಮೂರು ಮೂರು ಬಗೆಯಾಗಿರುವುವು. ಅವುಗಳ ವಿಂಗಡನೆಯನ್ನು ಹೇಳುವೆನು ಕೇಳು.

ಯಾವ ಆಹಾರ ಆಯಸ್ಸು, ಬುದ್ಧಿ, ಬಲ, ಆರೋಗ್ಯ, ಸುಖ ಮತ್ತು ಪ್ರೀತಿಯನ್ನು ವೃದ್ಧಿಗೊಳಿಸುವಂತಹದೋ ಮತ್ತು ರಸಯುಕ್ತವಾಗಿ ತುಪ್ಪದಿಂದ ತಯಾರಾದ (ಸವಿಯಾಗಿ) ಜಿಡ್ಡಾಗಿರುವುದೋ ಸಾರವುಳ್ಳದ್ದಾಗಿಯೂ, ಮಧುಕರವಾಗಿಯೂ ಇರುವ ಆಹಾರಗಳು ಸಾತ್ವಿಕರಿಗೆ ಪ್ರಿಯವಾದವುಗಳು. ಸಾತ್ವಿಕ ಪುರುಷರಿಗೆ ಭೋಜನದ ಸಾರ ಶರೀರದಲ್ಲಿ ಬಹಳಕಾಲದವರೆಗೆ ಇರುವುದನ್ನು ಸ್ಥಿರವಾದ ಸಾತ್ವಿಕ ಆಹಾರ ಎನ್ನುತ್ತಾರೆ.

ಬಹುಕಹಿಯಾಗಿ, ಬಹ ಹುಳಿಯಾಗಿ, ಉಪ್ಪುಳ್ಳ, ಅತಿಬಿಸಿಯಾದ ಅತಿಖಾರವಾದ, ತೀಕ್ಷ್ಣ, ಹುರಿದ ಪದಾರ್ಥ, ದಾಹವನ್ನುಂಟುಮಾಡುವದೋ ಮತ್ತು ದುಃಖ, ಚಿಂತೆ, ರೋಗಾದಿಗಳನ್ನು ಉಂಟುಮಾಡುವ ಆಹಾರ ಪದಾರ್ಥಗಳು ರಾಜಸಗುಣವುಳ್ಳವರಿಗೆ (ಪುರುಷರಿಗೆ) ಪ್ರಿಯವಾದವುಗಳು.

ಅರ್ಧಬೆಂದಿರುವ, ಸವಿಯಿಲ್ಲದ, ದುರ್ಗಂಧಮಯವಾದ, ಹಳಸಿ ಹೋದದ್ದು, ತಿಂದುಳಿದುದೋ ಹಾಗೂ ಅಪವಿತ್ರವಾದದು, ದೇವರಿಗೆ ಅರ್ಪಿಸುವುದಕ್ಕೆ ತಕ್ಕದಲ್ಲದ ಭೋಜನವು ಯಾವುದೋ ಅದು ತಾಮಸರಿಗೆ ಪ್ರಿಯವಾದವುಗಳು.

ಯಜ್ಞ – ಎಲೈ ಅರ್ಜುನ! ನಾಲ್ಕು ವರ್ಣದವರೂ ಶಾಸ್ತ್ರೋಕ್ತವಾಗಿ ನಿಯಮಿಸಲ್ಪಟ್ಟ ಕರ್ಮಗಳನ್ನು ತಮ್ಮ ತಮ್ಮ ಕರ್ತವ್ಯವೆಂದು ತಿಳಿದು ಮನಸ್ಸನ್ನು ದೃಢಪಡಿಸಿಕೊಂಡು ಯಾವ ಫಲಾಪೇಕ್ಷೆಯೂ ಇಲ್ಲದೇ ಇರುವಂತಹ ವ್ಯಕ್ತಿಯು ಮಾಡುವ ಯಜ್ಞ ಸಾತ್ತ್ವಿಕವಾದದ್ದು. ಮನಃಪೂರ್ವಕವಾಗಿ ಮಾಡುವ ಯಜ್ಞವೇ ಸಾತ್ತ್ವಿಕಯಜ್ಞ. ಕೇವಲ ಡಂಭಾಚಾರಕ್ಕಾಗಿ ಅಥವಾ ಫಲಾಪೇಕ್ಷೆಯಿಂದ ಮಾಡಲಾಗುವ ಯಜ್ಞವನ್ನು ರಾಜಸ ಎಂದು ತಿಳಿದಿಕೊ. ಮೂರನೆಯದಾಗಿ ಶಾಸ್ತ್ರೋಕ್ತ ವಿಧಿ–ವಿಧಾನಗಳಿಲ್ಲದ, ಅನ್ನದಾನವಿಲ್ಲದಿರುವ ಮಂತ್ರಗಳಿಲ್ಲದೆ, ದಕ್ಷಿಣೆ ನೀಡದೆ ಮತ್ತು ಶ್ರದ್ಧೆಯಿಲ್ಲದೆ ಮಾಡುವ ಯಜ್ಞವನ್ನು ತಾಮಸಯಜ್ಞ ಎಂದು ಹೇಳುತ್ತಾರೆ.

ತಪಸ್ಸು – ದೇವತೆಗಳನ್ನು, ಬ್ರಾಹ್ಮಣರನ್ನು, ಗುರುಗಳನ್ನು ಮತ್ತು ಜ್ಞಾನಿಮಹಾತ್ಮರನ್ನು ಪೂಜಿಸಿ ಗೌರವಿಸುವುದು ಹಾಗೂ ಪವಿತ್ರತೆ, ಸರಳತೆ ಮತ್ತು ಅಹಿಂಸೆ, ಬ್ರಹ್ಮಚರ್ಯ ಇತ್ಯಾದಿಗಳನ್ನು ಆಚರಿಸುವುದು ಶರೀರಸಂಬಂಧವಾದ ತಪಸ್ಸು ಎಂದು ಹೇಳಲಾಗುತ್ತದೆ. ಸತ್ಯವೂ, ಪ್ರಿಯವೂ, ಹಿತವೂ ಹಾಗೂ ಯಥಾರ್ಥವಾದ ಮಾತುಗಳು ವೇದಶಾಸ್ತ್ರಗಳ ಅಧ್ಯಾಯನ– ಅಭ್ಯಾಸ–ಮಾಡುವುದು ಪರಮೇಶ್ವರನ ನಾಮ, ಜಪ, ಹರಿಸ್ಮರಣೆ, ಚಿಂತನೆ ಯಾರು ಇವೆಲ್ಲವನ್ನೂ ಆಚರಣೆಯಲ್ಲಿಟ್ಟುಕೊಂಡು ಮಾಡುತ್ತಾರೋ ಆ ತಪಸ್ಸು "ವಾಙ್ಮಯ ತಪಸ್ಸು" ಎನಿಸುವುದು (ಮನಸ್ಸು ಮತ್ತು ಇಂದ್ರಿಯಗಳಿಗೆ ಯಾವ ಅನುಭವವಾಗುತ್ತದೆಯೋ ಅದನ್ನು ಹಾಗೆಯೇ ಸರಿಯಾಗಿ ಹೇಳುವುದೇ ಯಥಾರ್ಥವಾದ ಮಾತುಗಳು). ಮನಸ್ಸಿನಲ್ಲಿ ಪ್ರಸನ್ನತೆ, ಶಾಂತಿ, ನೆಮ್ಮದಿ, ಸೌಮ್ಯಸ್ವಭಾವ, ಸದಾಭಗವಂತನ ಚಿಂತನೆ ಮಾಡುವ ಅಭ್ಯಾಸ, ಪಾರಾಯಣ ಮಾಡುವ ಅಭ್ಯಾಸ–ಮನೋನಿಗ್ರಹ (ಮನಸ್ಸನ್ನು ನಿರ್ಮಲವಾಗಿಟ್ಟುಕೊಂಡಿರುವುದು) ಮೌನ–ಮನಸ್ಸಿನ ಹತೋಟಿ–ಕಪಟವಿಲ್ಲದೆ ಶುದ್ಧವಾಗಿರುವುದು, ಅಂತಃಕರಣದ ಭಾವನೆಗಳ ಪವಿತ್ರತೆ– ಹೀಗೆ ಯಾವ ಮನುಷ್ಯರಲ್ಲಿ ಇರುವುದೋ ಅದೇ "ಮಾನಸಿಕ ತಪಸ್ಸು" ಎಂದು ತಿಳಿದಿಕೊ. ಫಲವನ್ನು ಬಯಸದೆ ನಿಷ್ಕಾಮಯೋಗಿಪುರುಷರಿಂದ ಪರಮಶ್ರದ್ಧೆಯಿಂದ ಆಚರಿಸಲ್ಪಟ್ಟ ಹಿಂದೆ ಹೇಳಿದ ಈ ಮೂರುಬಗೆಯ ತಪಸ್ಸನ್ನು ಜನರು

ಹೆಚ್ಚಿನ ಶ್ರದ್ಧೆಯಿಂದ ಸಮಾಹಿತಚಿತ್ತರಾಗಿ ಮಾಡಿದರೆ ಅದನ್ನೆ ಬಲ್ಲವರು "ಸಾತ್ವಿಕ ತಪಸ್ಸು" ಎಂದು ಹೇಳುತ್ತಾರೆ. ಯಾವ ತಪಸ್ಸು ಸತ್ಕಾರ, ಮಾನ, ಹೊಗಳಿಕೆ, ಮನ್ನಣೆಯು ದೊರೆಯಲೆಂದು ಹಾಗೂ ಸ್ವಾರ್ಥಕ್ಕಾಗಿ ಗರ್ವದಿಂದ ಮಾಡುವ ತಪಸ್ಸು ರಾಜಸ ತಪಸ್ಸು, ಅದು ಅನಿಶ್ಚಿತವಾದದು ಮತ್ತು ಕ್ಷಣಿಕಫಲದಾಯಕವಾದದ್ದು. ಯಾವ ತಪಸ್ಸು ಮೂಢಬುದ್ಧಿಯ ಹಟದಿಂದ ಕಾಯ, ವಾಚ, ಮನಸ, ಅವಿವೇಕದಿಂದ ತನಗೆ ತೊಂದರೆ ಮಾಡಿಕೊಂಡು ಅಥವಾ ಇತರರಿಗೆ ಕೇಡುಮಾಡುವ ಸಲುವಾಗಿ ಮಾಡುವ ತಪಸ್ಸು ತಾಮಾಸಿಕ ತಪಸ್ಸು ಎಂದು ತಿಳಿದಿಕೊ ಅರ್ಜುನ.

ದಾನ – ದಾನಕೊಡುವುದು ಸಹ ಕರ್ತವ್ಯವೆಂಬ ಉದ್ದೇಶದಿಂದ ಸರಿಯಾದ ದೇಶದಲ್ಲಿ, ಸರಿಯಾದ ಕಾಲದಲ್ಲಿ, ಮುಂದೆ ತನಗೆ ಉಪಕಾರ ಮಾಡುವ ಸಂಭವ ಇಲ್ಲದವನಿಗೆ (ಪ್ರತ್ಯುಪಕಾರ ಬಯಸದೆ) ಸತ್ಪಾತ್ರನಿಗೆ ದಾನಮಾಡತಕ್ಕದ್ದು ಯುಕ್ತವೆಂದು ತಿಳಿ. ಒಂದೇ ಕಾರಣದಿಂದ ಯಾವ ದಾನವನ್ನು ಕೊಡುತ್ತಾರೋ ಅದು "ಸಾತ್ವಿಕದಾನ" (ದೇಶ, ಕಾಲ, ಪಾತ್ರ ಒದಗಿಬಂದಾಗ). ಯಾವದಾನವು ಸಂಕಟಪಡುತ್ತಾ ಪ್ರತ್ಯುಪಕಾರವನ್ನು ಬಯಸಿ ಮತ್ತು ಫಲವನ್ನು ನಿರೀಕ್ಷಿಸಿಕೊಂಡು ಕ್ಲೇಶದಿಂದ ಕೊಡುವ ದಾನವು "ರಾಜಸ ದಾನ" ಎಂದು ತಿಳಿ. ದೇಶಕಾಲವನ್ನು ಲೆಕ್ಕಿಸದೆ ಅಯೋಗ್ಯರಾದವರಿಗೆ ದೇಶಕಾಲಗಳಲ್ಲಿ ಪಾತ್ರರಲ್ಲದವರಿಗೆ ಅನಾದರದಿಂದಲೂ, ತಿರಸ್ಕಾರದಿಂದಲೂ ಯಾವ ದಾನ ಕೊಡಲ್ಪಡುತ್ತದೋ, ಅದು ತಾಮಸದಾನವೆನಿಸುವುದು. ಇದು ಅಪಾತ್ರ ದಾನವೆನಿಸುವುದು.

ಓಂ, ತತ್, ಸತ್ ಎಂದು ಮೂರುಬಗೆ ಹೆಸರುಗಳುಂಟು. ಇದು ಸಚ್ಚಿದಾನಂದ ಘನಪರಮಾತ್ಮನಿಗೆ (ಬ್ರಹ್ಮನಿಗೆ) ಹೇಳಲ್ಪಟ್ಟಿದೆ. ಆ ಮೂಲಕ ಸೃಷ್ಟಿಯ ಆದಿಕಾಲದಲ್ಲಿ ಬ್ರಾಹ್ಮಣ, ವೇದ, ಯಜ್ಞಗಳು ಓಂಕಾರದಿಂದಲೇ ನಿರ್ಮಿತವಾಗಿವೆ. ಆದುದರಿಂದ ವೇದಘೋಷ ಮಾಡುವ ಶ್ರೇಷ್ಠ ಪುರುಷರು ಶಾಸ್ತ್ರೋಕ್ತವಿಧಿಯಿಂದ ನಿಯಮಿತವಾದ, ಯಜ್ಞ, ಯಾಗ, ದಾನ ಮತ್ತು ತಪಸ್ಸಾದಿ ಕ್ರಿಯೆಗಳಲ್ಲಿ ಯಾವಾಗಲೂ "ಓಂ" ಎಂಬ ಪರಮಾತ್ಮನ ನಾಮವನ್ನು ಉಚ್ಚರಿಸಿಯೇ ಪ್ರಾರಂಭಿಸುವರು. ಪ್ರತಿಯೊಂದು ಕರ್ಮಗಳನ್ನು

ಪ್ರಾರಂಭಿಸುವಾಗ "ಓಂ" ಎಂದು ಕೊನೆಯಲ್ಲಿ "ಓಂ ತತ್ ಸತ್" ಎಂದು ಹೇಳಿ ನಿಲ್ಲಿಸುತ್ತಾರೆ. "ಓಂ" ಎನ್ನುವುದು ಪ್ರಣವಸ್ವರೂಪ. ಇಡೀ ವಿಶ್ವವೇ ಅದರಲ್ಲಿ ಆವರಿಸಿದೆ. "ತತ್" ಎಂಬ ನಾಮದಿಂದ ಹೇಳಲ್ಪಡುವುದು ಪರಮಾತ್ಮನ ನಾಮವೇ ಎಂದು ಭಾವಿಸಿಬೇಕು. ಅವನೇ ಸರ್ವಸ್ವ, ಎಲ್ಲವೂ ಅವನದೇ ಎಂದು ಅರಿತು ಯಾವ ಫಲವನ್ನೂ ಬಯಸದೆ ನಾನಾರೀತಿಯ ಯಜ್ಞ, ತಪಸ್ಸಾದಿ ಕ್ರಿಯೆಗಳನ್ನು ಮತ್ತು ದಾನರೂಪಿ ಕ್ರಿಯೆಗಳನ್ನು ಮುಮುಕ್ಷುಗಳು ಮಾಡುವರೋ ಅಲ್ಲಿ 'ಸತ್' ಎಂಬ ಪರಮಾತ್ಮನ ನಾಮವು ಸತ್ಯ ಎಂಬ ಭಾವದಲ್ಲಿಯೂ ಮತ್ತು ಪರಮಶ್ರೇಷ್ಠ ಎಂಬ ಭಾವದಲ್ಲಿಯೂ ಪ್ರಯೋಗಿಸಲ್ಪಡುತ್ತದೆ ಹಾಗೂ ಪ್ರಾರ್ಥನೆ ಒಳ್ಳೆಯದಕ್ಕೂ ಸತ್ ಎಂದು ಹೇಳುತ್ತಾರೆ. ಉತ್ತಮವಾದ ಕರ್ಮಕ್ಕೂ ಸತ್ ಎಂಬ ಶಬ್ದವನ್ನು ಪ್ರಯೋಗಿಸುತ್ತಾರೆ. (ಇದಕ್ಕೆ ವಾಕ್ಯಾರ್ಥವನ್ನು ನಾನಾರೀತಿ ಮಾಡಬಹುದು). ಮನುಷ್ಯನಿಗೆ ಯಜ್ಞದಾನ ತಪಸ್ಸುಗಳಲ್ಲಿರುವ ಶ್ರದ್ಧೆಯನ್ನು ಸೂಚಿಸಲು ಸತ್ ಶಬ್ದವನ್ನು ಉಪಯೋಗಿಸುವುದು ಉಂಟು. ಆ ಪರಮಾತ್ಮನಿಗಾಗಿ ಮಾಡಲ್ಪಟ್ಟ ಎಲ್ಲಾ ಪೂಜಾದಿ, ಯಜ್ಞಾದಿ ಕರ್ಮವು ನಿಶ್ಚಯವಾಗಿಯೂ ಸತ್ ಎಂದೇ ಹೇಳಲ್ಪಡುತ್ತದೆ. ಅಶ್ರದ್ಧೆಯಿಂದ ಮಾಡುವ ಯಜ್ಞದಾನ, ತಪಸ್ಸು ಮೊದಲಾದವುಗಳನ್ನು ಮಾಡಿದ್ದೇಯಾದರೆ ಅದು ಅಸತ್ ಎನಿಸುವುದು. ಅದು ಇಹಪರಗಳೆರಡರಲ್ಲೂ ಫಲಕಾರಿಯಾಗುವುದಿಲ್ಲ. ಅಸತ್ ಕರ್ಮಗಳು ಎಲ್ಲಿಯೂ ಶ್ರೇಯಸ್ಕರವಲ್ಲ.

ಆದುದರಿಂದ ಸಚ್ಚಿದಾನಂದ ಘನಪರಮಾತ್ಮನ ನಾಮವನ್ನು ಗುಣಗಾನ ಮಾಡುತ್ತಾ ನಿರಂತರವಾಗಿ ಹರಿಸ್ಮರಣೆ ಮಾಡುತ್ತಾ, ಸ್ಮರಿಸುತ್ತಾ ನಿಷ್ಕಾಮ ಭಾವದಿಂದ ಕೇವಲ ಪರಮಾತ್ಮನಿಗಾಗಿಯೇ ಶಾಸ್ತ್ರೋಕ್ತವಾಗಿ ನಿಯಮಿತವಾದ ಕರ್ಮಗಳನ್ನು ವಿಧಿವತ್ತಾಗಿ ಪರಮಶ್ರದ್ಧೆಯಿಂದಲೂ, ಉತ್ಸಾಹದಿಂದಲೂ ಆಚರಿಸಬೇಕು ಎನ್ನುವುದೇ ಅಭಿಪ್ರಾಯ.

– ಓಂ ತತ್ಸತ್ –

ಅಧ್ಯಾಯ–೧೮
ಮೋಕ್ಷಸನ್ಯಾಸಯೋಗ

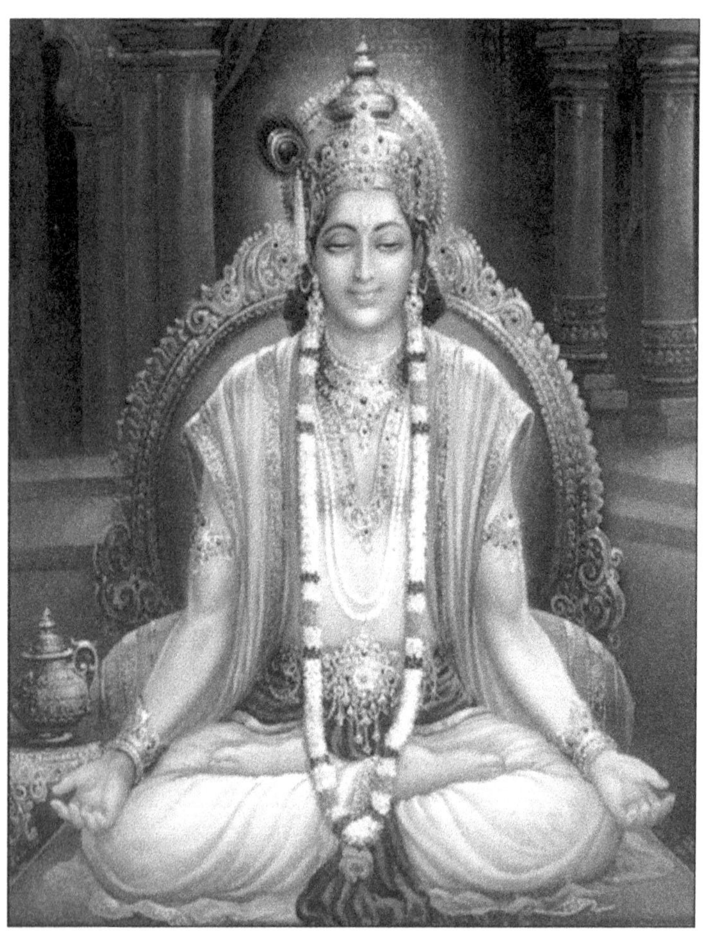

ಮೋಕ್ಷಸನ್ಯಾಸ ಯೋಗ

ಮುಮುಕ್ಷು ಎಂದರೆ ಮೋಕ್ಷವನ್ನು ಬಯಸುವವನು ಎಂದರ್ಥ. ಆದ್ದರಿಂದ ಅರ್ಜುನ ಹೇಳುತ್ತಾನೆ – ಎಲೈ ಮಹಾಬಾಹುವಾದ ಹೃಷಿಕೇಶನೇ! ಅಂತರ್ಯಾಮಿಯೇ ಹೇ ವಾಸುದೇವ! ನಾನು ಸನ್ಯಾಸ ಮತ್ತು ತ್ಯಾಗದ ತತ್ತ್ವವನ್ನು ಬೇರೆ ಬೇರೆಯಾಗಿ ತಿಳಿದುಕೊಳ್ಳಲು ಇಚ್ಛಿಸುತ್ತೇನೆ. ಆಗ ಶ್ರೀಕೃಷ್ಣಪರಮಾತ್ಮ ಹೇಳಿದನು. ಎಷ್ಟೋ ಮಂದಿ ಪಂಡಿತರು ಕಾಮ್ಯ ಕರ್ಮಗಳನ್ನು ಬಿಡುವುದನ್ನು ಸನ್ಯಾಸ ಎಂದು ಹೇಳುತ್ತಾರೆ. ಮತ್ತೆ ಕೆಲವರು ವಿಚಾರಕುಶಲರು ಎಲ್ಲಕರ್ಮಗಳ ಫಲತ್ಯಾಗವನ್ನು ತ್ಯಾಗ ಎಂದು ಹೇಳುತ್ತಾರೆ. ಹೆಂಡತಿ, ಮಕ್ಕಳು ಮತ್ತು ಐಶ್ವರ್ಯಾದಿ ಪ್ರಿಯವಸ್ತುಗಳನ್ನು ಪಡೆಯುವ ಸಲುವಾಗಿ ಮತ್ತು ರೋಗಸಂಕಟಾದಿಗಳ ನಿವಾರಣೆಗಾಗಿ ಯಾವ ಯಜ್ಞ, ದಾನ, ತಪಸ್ಸು ಮತ್ತು ಉಪಾಸನೆ ಮುಂತಾದ ಕರ್ಮಗಳು ಆಚರಿಸಲ್ಪಡುತ್ತವೆಯೋ ಅವುಗಳೇ ಕಾಮ್ಯ ಕರ್ಮ ಈಶ್ವರನಲ್ಲಿ ಭಕ್ತಿ ದೇವತೆಗಳ ಆರಾಧನೆ, ಮಾತಾಪಿತ್ರಾದಿ, ಗುರುಹಿರಿಯರ ಸೇವೆ, ಯಜ್ಞ, ದಾನ, ತಪಸ್ಸು ಹಾಗೂ ವರ್ಣಾಶ್ರಮಕ್ಕೆ ಅನುಗುಣವಾಗಿ ವೃತ್ತಿಯ ಮೂಲಕ ಗೃಹಕೃತ್ಯಗಳ ನಿರ್ವಹಣೆ ಮತ್ತು ಶರೀರಸಂಬಂಧಿ ಆಹಾರ–ಪಾನೀಯಗಳಾದಿ ಕರ್ತವ್ಯ ಕರ್ಮಗಳೆಲ್ಲ ಇಹ–ಪರಗಳ ಪುಣ್ಯತ್ಯಾಗವೇ, ಎಲ್ಲಕರ್ಮಗಳ ಫಲತ್ಯಾಗ ಎಂದು ತಿಳಿದುಕೊಳ್ಳಬೇಕು.

ಕೆಲವು ವಿದ್ವಾಂಸರು ಕರ್ಮಗಳೆಲ್ಲ ದೋಷಪೂರ್ಣವಾಗಿದೆ. ಹಾಗೂ ಕರ್ಮಗಳನ್ನು ಬಿಟ್ಟುಬಿಡಬೇಕೆಂದೂ ಹೇಳುತ್ತಾರೆ. ಕೆಲವರು ಯಜ್ಞ ದಾನ, ತಪಸ್ಸಿನ ಕರ್ಮಗಳನ್ನು ಬಿಡಕೂಡದೆಂದು ಹೇಳುತ್ತಾರೆ. ಕೆಲವರು ಈ ಮೂರು ಕರ್ಮಗಳು ಮೋಕ್ಷ ಅಪೇಕ್ಷಿಗಳಿಗೇ ಎನ್ನುತ್ತಾರೆ. ಎಲೈ ಭರತವಂಶಶ್ರೇಷ್ಠನಾದ ಅರ್ಜುನ! ಆ ತ್ಯಾಗದ ವಿಷಯದಲ್ಲಿ ನನ್ನ ನಿರ್ಧಾರವನ್ನು ಕೇಳು. 'ತ್ಯಾಗವು' ಸಾತ್ವಿಕ, ರಾಜಸ, ತಾಮಸ ಎಂದು ಮೂರು ಪ್ರಕಾರಗಳಿವೆ. 'ಯಜ್ಞದಾನ', ತಪಸ್ಸುಗಳರೂಪಿ ಕರ್ಮಗಳು ಬಿಡತಕ್ಕದ್ದಲ್ಲ. ಅವು ಮಾಡಲೇಬೇಕಾದ ಕರ್ತವ್ಯ. ಏಕೆಂದರೆ, ಯಜ್ಞ ದಾನ ತಪಸ್ಸು ಈ ಮೂರು ಮೋಕ್ಷ ಅಪೇಕ್ಷಿಗಳಾದ ಬುದ್ಧಿವಂತರನ್ನು ಪವಿತ್ರಗೊಳಿಸುತ್ತದೆ. ಇವು ಸಾಧಕರ ಚಿತ್ತವನ್ನು ಶುದ್ಧಿಮಾಡುತ್ತದೆ. ಈ ಕರ್ಮಗಳನ್ನು ಕೂಡ ಸಂಗವನ್ನು ಮತ್ತು ಫಲಾಪೇಕ್ಷೆಯನ್ನು ಬಿಟ್ಟು

ಕರ್ಮಗಳನ್ನು ಮಾಡಲೇಬೇಕು ಎನ್ನುವುದು ನನ್ನ (ಭಗವಂತನ) ನಿಶ್ಚಯವಾದ ಮತವು. ನಿಷಿದ್ಧ ಮತ್ತು ಕಾಮ್ಯಕರ್ಮಗಳ ಸಂಪೂರ್ಣ ತ್ಯಾಗ ಉಚಿತವಾದದ್ದು. ನಿತ್ಯಕರ್ಮವನ್ನು ಬಿಡತಕ್ಕದ್ದಲ್ಲ. ಯಾವುದೇ ಕಾರಣಕ್ಕೂ ಅವಿವೇಕದಿಂದ ನಿತ್ಯಕರ್ಮವನ್ನು ಬಿಡುವುದು ತಾಮಸತ್ಯಾಗ ಎನಿಸುವುದು. ಈ ಪ್ರಪಂಚದಲ್ಲಿರುವ ಎಲ್ಲ ಕರ್ಮಗಳೂ ದುಃಖರೂಪಿಯಾಗಿವೆ ಎಂದು ತಿಳಿದುಕೊಂಡು, ಶರೀರದ ತೊಂದರೆಯ ಭಯದಿಂದ ಕರ್ಮಗಳನ್ನು ತ್ಯಾಗ ಮಾಡಿದರೆ ಅದು ರಾಜಸ ತ್ಯಾಗವೆನಿಸುವುದು. ಅವನ ಆ ತ್ಯಾಗವು ವ್ಯರ್ಥವಾಗುತ್ತದೆ. ಕರ್ಮಮಾಡುವುದು ಕರ್ತವ್ಯವೆಂದು ತಿಳಿದುಕೊಂಡು ಶಾಸ್ತ್ರೋಕ್ತವಾಗಿ ನಿಯಮಿಸಲ್ಪಟ್ಟ ಕರ್ಮಗಳನ್ನು ಫಲಾಪೇಕ್ಷೆಯಿಲ್ಲದೆ ಯಾರು ಮಾಡುವರೋ, ಅದೇ ಸಾತ್ವಿಕ ತ್ಯಾಗ ಎಂದು ಅಭಿಪ್ರಾಯಪಡಲಾಗಿದೆ. ಈ ತ್ಯಾಗಿಯು ಸತ್ವಗುಣದಿಂದ ತುಂಬಿರುವವನಾಗಿ, ಆತ್ಮಜ್ಞಾನವನ್ನು ಪಡೆದು ಸಂಶಯಗಳನ್ನೆಲ್ಲ ನಿವಾರಿಸಿಕೊಂಡು ಕೆಟ್ಟ ಕರ್ಮಗಳನ್ನು ದ್ವೇಷಿಸದೆ ಮತ್ತು ಕರ್ಮದಲ್ಲಿ ಸಂಗವನ್ನು ಬೆಳೆಸದೆ ಇರುವನು ದೇಹಧಾರಿಯಾದವನಿಗೆ ಕರ್ಮಗಳನ್ನೆಲ್ಲವನ್ನೂ ಬಿಡುವುದಕ್ಕೆ ಆಗುವುದೇ ಇಲ್ಲ, ಆದರೆ ಯಾವನು ಕರ್ಮಫಲವನ್ನು ತ್ಯಜಿಸುತ್ತಾನೋ ಅವನೇ ತ್ಯಾಗಿಯೆನಿಸುವನು. ಕರ್ಮಗಳನ್ನು ಮತ್ತು ಅದರ ಫಲಗಳನ್ನು ತ್ಯಾಗಮಾಡದೆ ಇರುವ ಪುರುಷರನ್ನು 'ಅತ್ಯಾಗಿ' ಎಂದು ತಿಳಿದುಕೊ. ಕರ್ಮ ಫಲವು ಇಷ್ಟ, ಅನಿಷ್ಟ ಮತ್ತು ಇವೆರಡೂ ಮಿಶ್ರಿತವಾದ ಮೂರು ರೀತಿಯ ಆದರೆ ಕರ್ಮಫಲ ತ್ಯಾಗಿಗಳಿಗೆ ಯಾವಕಾಲದಲ್ಲಿಯೂ ಸಹ ಕರ್ಮಫಲ ಉಂಟಾಗುವುದಿಲ್ಲ. ಏಕೆಂದರೆ, ಅವನ ಮೂಲಕ ನಡೆಯುವ ಕರ್ಮಗಳು ವಾಸ್ತವದಲ್ಲಿ ಕರ್ಮಗಳೆ ಅಲ್ಲ. ಸಂಪೂರ್ಣವಾಗಿ ಎಲ್ಲ ಕರ್ತವ್ಯ ಕರ್ಮಗಳ ಫಲ ಮತ್ತು ಕರ್ತೃತ್ವದ ಅಭಿಮಾನವನ್ನು ಯಾರು ತ್ಯಾಗಮಾಡಿದ್ದಾರೆಯೋ ಅವರೇ ಸನ್ಯಾಸಿ. ಕರ್ಮಫಲ ತ್ಯಾಗಿಗಳೆಂದರೆ ಸನ್ಯಾಸಿಗಳು, ಆದ್ದರಿಂದಲೇ ಸನ್ಯಾಸಿಗಳಿಗೆ ಮೇಲೆ ಹೇಳಿದ ಮೂರು ಕರ್ಮಗಳು ಇರುವುದಿಲ್ಲ. ಎಲೈ ಮಹಾಬಾಹುಗಳುಳ್ಳ ಅರ್ಜುನ! ಎಲ್ಲಕರ್ಮಗಳ ಸಿದ್ಧಿಗಾಗಿ ಐದು ಕಾರಣಗಳು, ಕರ್ಮಗಳನ್ನು ಅಂತ್ಯಗೊಳಿಸಲು ಉಪಾಯವನ್ನು ಸಾಂಖ್ಯಶಾಸ್ತ್ರದಲ್ಲಿ ತಿಳಿಸಿದೆ ಅವುಗಳನ್ನು ನನ್ನಿಂದ ಚೆನ್ನಾಗಿ ತಿಳಿದಿಕೊ ಎಂದರು ಗೀತಾಚಾರ್ಯರು ಅರ್ಥಾತ್ ಸಂಪೂರ್ಣ ಕರ್ಮಗಳು ಸಿದ್ಧಿಯಾಗಲು ಯಾವ ಆಶ್ರಯದಲ್ಲಿ ಕರ್ಮಮಾಡಲಾಗುವುದೋ ಅದೇ

ಆಧಾರ. ಈ ವಿಷಯದಲ್ಲಿ ಅಂದರೆ, ಕರ್ಮಗಳ ಸಿದ್ಧಿಯಲ್ಲಿ (1) ಆಧಾರ, (2) ಕರ್ತೃ, (3) ಬೇರೆ ಬೇರೆ ಬಗೆಯ ಕಾರಣ, (4) ನಾನಾಪ್ರಕಾರದ ಬೇರೆ ಬೇರೆ ಕಾರ್ಯಗಳ ಪ್ರಯತ್ನ ಹಾಗೂ (5) ಕಾರಣ ದೈವ ಎಂದು ಹೇಳಲಾಗಿದೆ. ಮನುಷ್ಯನು ಕಾಯ, ವಾಚ, ಮನಸ್ಸಿನಿಂದ ಶಾಸ್ತ್ರೋಕ್ತವಾದ ವಿರುದ್ಧವಾಗಿಯಾದರೂ ಯಾವಕರ್ಮವನ್ನು ಪ್ರಾರಂಭಿಸುತ್ತಾನೆಯೋ ಅದಕ್ಕೂ ಕೂಡ ಈ ಐದು ಕಾರಣಗಳೆ ಆಗಿವೆ. ಯಾವ ಯಾವ ಇಂದ್ರಿಯಗಳ ಮತ್ತು ಸಾಧನೆಗಳ ಮೂಲಕ ಕರ್ಮವನ್ನು ಮಾಡಲ್ಪಡುತ್ತವೆಯೋ, ಅವುಗಳ ಹೆಸರು ಕರಣ ಪೂರ್ವಕೃತ ಶುಭಾಶುಭ ಕರ್ಮಗಳ ಸಂಸ್ಕಾರದ ಹೆಸರು ದೈವ. ಕಾಯ, ವಾಚ ಮನಸು ಎಂಬ ತ್ರಿಕರಣದಿಂದ ಯಾವ ಶಾಸ್ತ್ರೀಯ ಅಥವಾ ಅಶಾಸ್ತ್ರೀಯ ಕರ್ಮವನ್ನು ಯಾವ ಮನುಷ್ಯನು ಮಾಡುತ್ತಾನೋ, ಅದಕ್ಕೆಲ್ಲ ಈ ಐದೇ ಕಾರಣವಾಗಿರುವವು. ಹೀಗಿರುವಲ್ಲಿ ಶುದ್ಧನಾದ ಆತ್ಮನನ್ನು ಕರ್ತಾ ಎಂದು ಯಾವನು ತಿಳಿಯುವನೋ ಆ ಅಜ್ಞಾನಿಯ ಯಥಾರ್ಥವನ್ನು ತಿಳಿಯಲಾರನು. ಏಕೆಂದರೆ, ಅವನಲ್ಲಿರುವ ಅಸಂಸ್ಕೃತ ಬುದ್ಧಿಯು ಅಶುದ್ಧವಾಗಿರುವುದು. ಅವನು ಸಂಸ್ಕಾರವಿಲ್ಲದ ದುರ್ಬುದ್ಧಿಯುಳ್ಳವನಾಗಿರುತ್ತಾನೆ. ಆದ್ದರಿಂದ ಅವನು ನಿಜವನ್ನು ಅರಿಯಲಾರನು.

ಸತ್ಸಂಗ ಮತ್ತು ಶಾಸ್ತ್ರಾಭ್ಯಾಸದಿಂದ ಹಾಗೂ ಭಗವತ್ ಸೇವೆಗೆ ಹೇಳಲ್ಪಟ್ಟ ಕರ್ಮ ಮತ್ತು ಉಪಾಸನೆಗಳನ್ನು ಮಾಡುವುದರಿಂದ ಮನುಷ್ಯನ ಬುದ್ಧಿಯು ಶುದ್ಧವಾಗುತ್ತದೆ. ಆದುದರಿಂದ ಮೇಲೆ ತಿಳಿಸಿದ ಸಾಧನೆಗಳಿಲ್ಲದವನ ಬುದ್ಧಿ ಅಶುದ್ಧ ಅರ್ಥಾತ್ 'ಅಸಂಸ್ಕೃತ'ವೆಂದು ತಿಳಿಯಬೇಕು. ಅಗ್ನಿ, ವಾಯು, ನೀರುಗಳ ಮೂಲಕ ಪ್ರಾರಬ್ಧವಶಾತ್ ಯಾವುದಾದರೂ ಜೀವಿಗೆ ಹಿಂಸೆಯಾಗುವುದು ಕಂಡುಬಂದರೂ ಅದು ವಾಸ್ತವವಾಗಿಯೂ ಹಿಂಸೆಯಲ್ಲ. ಅದರಂತೆಯೇ ಯಾರಲ್ಲಿ ಅಭಿಮಾನವಿಲ್ಲವೋ ಮತ್ತು ಸ್ವಾರ್ಥವು ಇಲ್ಲವೋ, ಅವನ ಕೆಲಸಗಳೆಲ್ಲವೂ ಲೋಕಹಿತಕ್ಕಾಗಿ ನಡೆಯುತ್ತಿರುತ್ತದೆ. ಅವನ ಶರೀರ ಮತ್ತು ಇಂದ್ರಿಯಗಳಿಂದ ಲೋಕದ ದೃಷ್ಟಿಯಲ್ಲಿ ಯಾರಿಗಾದರೂ ಹಿಂಸೆ ಆಗುತ್ತಿರುವಂತೆ ಕಂಡುಬಂದರೂ ಸಹ ಅದು ವಸ್ತುತಃ ಹಿಂಸೆಯಲ್ಲ. ಏಕೆಂದರೆ, ಅವನಲ್ಲಿ ಆಸಕ್ತಿ–ಸ್ವಾರ್ಥ ಮತ್ತು ಅಹಂಕಾರಗಳು ಇರುವುದಿಲ್ಲ ಹಾಗೂ ಕರ್ತೃತ್ವದ ಅಭಿಮಾನವಿಲ್ಲದೇ ಮಾಡಲ್ಪಟ್ಟ ಕರ್ಮ ವಾಸ್ತವವಾಗಿಯೂ

ಅಕರ್ಮವೇ. ಆದುದರಿಂದ ಅವನು ಪಾಪದಿಂದ ಬಂಧಿಸಲ್ಪಡುವುದಿಲ್ಲ.

ಯಾರ ಅಂತಃಕರಣದಲ್ಲಿ "ನಾನು ಕರ್ತೃ" ಎಂಬ ಭಾವನೆ ಇರುವುದಿಲ್ಲವೋ, ಹಾಗೂ ಯಾರಬುದ್ಧಿಯೂ ಸಾಂಸಾರಿಕ ವಿಷಯಗಳಲ್ಲಿ ಮತ್ತು ಎಲ್ಲಾ ಕರ್ಮಗಳಲ್ಲಿಯೂ ಲಿಪ್ತವಾಗಿರುವುದಿಲ್ಲವೋ ಅವನು ಈ ಲೋಕಗಳಲ್ಲಿರುವವರನ್ನು ಕೊಂದರೂ ಸಹ ಕೊಲ್ಲುವವನೂ ಅಲ್ಲ, ಅವನು ಪಾಪದಿಂದ ಬಂಧಿತನಾಗುವುದೂ ಇಲ್ಲ.

ಜ್ಞಾನ, ಜ್ಞಾತಾ, ಜ್ಞೇಯ ಎಂದು, ಈ ಮೂರು ವಿಧಗಳೂ ಕರ್ಮದ ಪ್ರೇರಕಗಳು, ಈ ಮೂರರ ಸಂಯೋಗದಿಂದ ಕರ್ಮದಲ್ಲಿ ಪ್ರವೃತ್ತರಾಗಲು ಇಚ್ಛೆಯುಂಟಾಗುತ್ತದೆ. ಕರ್ತೃ, ಕರಣ, ಕ್ರಿಯೆ, ಈ ಮೂರೂ ಕರ್ಮದ ಸಂಗ್ರಹಗಳ, ಕರ್ಮಗಳನ್ನು ಮೂರುಬಗೆಯಲ್ಲಿ ಸಂಗ್ರಹಿಸಿ ಹೇಳಬಹುದು. ಈ ಮೂರು ಕರ್ಮದ ಸಂಗ್ರಹಗಳು ಸಂಯೋಗದಿಂದ ಕರ್ಮಗಳು ನಡೆಯುತ್ತವೆ. ಯಾವುದರ ವಿಷಯಗಳ ಮೂಲಕ ತಿಳಿದುಕೊಳ್ಳಲಾಗುವುದೋ ಅದರ ಹೆಸರು ಜ್ಞಾನ. ತಿಳಿದುಕೊಳ್ಳುವವನ ಹೆಸರು ಜ್ಞಾತಾ. ತಿಳಿದುಕೊಳ್ಳಲು ಯೋಗ್ಯವಾದ ವಸ್ತುವಿನ ಹೆಸರು ಜ್ಞೇಯ, ಕರ್ಮಮಾಡುವವನ ಹೆಸರು ಕರ್ತೃ ಯಾವ ಸಾಧನೆಗಳಿಂದ ಕರ್ಮಮಾಡಲಾಗುತ್ತದೆಯೋ ಅದರ ಹೆಸರು ಕರಣ, ಕರ್ಮ ಮಾಡುವ ಹೆಸರು ಕ್ರಿಯೆ. ಜ್ಞಾನ, ಕರ್ಮ ಮತ್ತು ಕರ್ತೃ ಇವುಗಳೂ ಸಹ ಗುಣಭೇದಗಳಿಂದ ಸತ್ತ್ವ ರಜಸ್ ಮತ್ತು ತಮೋಗುಣಗಳ ಸಂಬಂಧವನ್ನು ತಿಳಿಸುವ ಮೂರು–ಮೂರು ಪ್ರಕಾರಗಳಿಂದ ಹೇಳಲ್ಪಟ್ಟಿದೆ. ಅವುಗಳನ್ನು ಸಹ ಯಥಾರ್ಥವಾಗಿ ಹೇಳುತ್ತೇನೆ ಕೇಳು. ಯಾವ ಜ್ಞಾನದಿಂದ ಮನುಷ್ಯನು ವಿಭಿನ್ನವಾದ ಯಾವಪ್ರಾಣಿಗಳಲ್ಲಿಯೂ ಒಂದೇ ಅವಿನಾಶಿಯಾದ, ಅಭಿನ್ನವಾಗದ, ನಾಶವಿಲ್ಲದ (ಆತ್ಮವಸ್ತುವನ್ನೇ) ಪರಮಾತ್ಮಭಾವವನ್ನು ಅವಿಭಾಜ್ಯವಾಗಿ ಸಮಭಾವದಿಂದ ಇರುವುದನ್ನು ನೋಡುತ್ತಾನೆಯೋ ಆ ಜ್ಞಾನವನ್ನು "ಸಾತ್ತ್ವಿಕಜ್ಞಾನವೆಂದು" ತಿಳಿದಿಕೊ ಅರ್ಜುನ. ಯಾವ ಜ್ಞಾನವು ಬೇರೆ ಬೇರೆ ತರಹದ ಪ್ರಾಣಗಳಲ್ಲಿ ಬೇರೆ ಬೇರೆ ಆತ್ಮಗಳು ಇದ್ದಾರೆ ಎಂದು ತಿಳಿಯುತ್ತದೋ ಅದು ರಾಜಸ ಜ್ಞಾನ ಎಂದು ತಿಳಿ. ಯಾವ ಜ್ಞಾನವು ಪ್ರಕೃತಿಕಾರ್ಯದಲ್ಲಿಯೇ ಎಲ್ಲವೂ ಇದೆ ಎಂದು ತಿಳಿದು ಕರ್ಮದಲ್ಲಿ ಆಸಕ್ತಿಯಿಂದ ಇರುವುದು

ತತ್ವಾರ್ಥವನ್ನು ತಿಳಿಯದ ಅಲ್ಪವಾದ ಈ ತಿಳಿವನ್ನು (ಅರಿವು) ತಾಮಸ ಜ್ಞಾನ ಎಂದು ತಿಳಿದಿಕೊ. ಯಾವಾಗಲೂ ಸಂಗವಿಲದೆ ರಾಗದ್ವೇಷಗಳಿಲ್ಲದೆ ಫಲದಾಸೆಯೂ ಇಲ್ಲದೆ ಮಾಡುವ ಕರ್ಮವು "ಸಾತ್ತ್ವಿಕ"ವೆನಿಸುವುದು. ಯಾವ ಜ್ಞಾನವು ಒಂದೇ ಕಾರ್ಯರೂಪವಾಗಿ ಶರೀರದಲ್ಲಿ ಸಂಪೂರ್ಣವಾಗಿರುವಂತೆ ಆಸಕ್ತವಾಗಿರುವುದು ಸಕಾರಣವಾಗಿರುವುದಿಲ್ಲವೋ, ಆ ಕರ್ಮವು ರಾಜಸ ಕರ್ಮವೆನಿಸುವುದು. ತಾತ್ತ್ವಿಕ ಅರ್ಥದಿಂದ ಕೂಡಿರುವುದಿಲ್ಲವೋ ಹಾಗೂ ತುಚ್ಛವಾಗಿದೆಯೋ ಅದು "ತಾಮಸ ಕರ್ಮ' ಎಂದು ತಿಳಿದಿಕೊ, ಯಾವ ಕರ್ಮವು ಶಾಸ್ತ್ರವಿಧಿಯಿಂದ ನಿಯಮಿಸಲ್ಪಟ್ಟಿದ್ದು ಕರ್ತೃತ್ವದ ಅಭಿಮಾನವಿಲ್ಲದಂತೆ ಆಚರಿಸಲ್ಪಡುವುದೋ   ಫಲಾಪೇಕ್ಷೆಯಿಲ್ಲದವನಿಂದ.   ರಾಗದ್ವೇಷಾದಿಗಳಿಲ್ಲದೆ ಮಾಡಲ್ಪಟ್ಟಿದೆಯೋ ಆ ಕರ್ತೃತ್ವದ ಕರ್ಮವು ಸಾತ್ತ್ವಿಕವೆಂದು ತಿಳಿ. ಯಾವುದು ಫಲಭೋಗದ ಕರ್ತೃತ್ವ ಇಚ್ಛೆಯಿಂದಲೂ, ಅಹಂಕಾರಪೂರ್ವಕವಾಗಿಯೂ ಬರುವ ಆಯಾಸದಿಂದ ಆಚರಿಸಲ್ಪಡುವುದೋ ಅದು ರಾಜಸವೆನಿಸುವುದು. ಮುಂದೆ ಆಗುವ ಫಲಯಿಚ್ಛೆಯಿಂದಲೂ ಅದಕ್ಕಾಗಿ ಬೇಕಾದ ಶಕ್ತಿ, ಅದರಿಂದಾಗುವ ಹಿಂಸೆ ಅದನ್ನು ಮಾಡುವುದಕ್ಕೆ ತನಗೆ ಇರುವ ಸಾಮರ್ಥ್ಯ, ಇವುಗಳೊಂದನ್ನು ಲೆಕ್ಕಿಸದೆ ಮೋಹದಿಂದ ಕರ್ಮವನ್ನು ಆಚರಿಸಲ್ಪಡುವುದೋ ಅದು ತಾಮಸವೆನಿಸುವುದು.

ಕರ್ಮಫಲದ ಆಸಕ್ತಿಯಿಲ್ಲದವನು "ನಾನು" ಮಾಡುವೆ ಕರ್ಮ ಎಂಬ ಅಹಂಕಾರ ಇಲ್ಲದವನು, ಧೈರ್ಯ ಮತ್ತು ಉತ್ಸಾಹಗಳಿಂದ ಕೂಡಿದವನು, ಮಾಡುವ ಕಾರ್ಯಗಳು ಸಿದ್ಧಿಸಲಿ–ಸಿದ್ಧಿಸದೇ ಇರಲಿ, ಹರ್ಷ ಮತ್ತು ಶೋಕಾದಿಗಳಲ್ಲಿ ವಿಕಾರವೊಳಗಾಗದೆ ಇರುವ ಕರ್ತೃವನ್ನು ಸಾತ್ತ್ವಿಕನೆಂದು ಹೇಳಲಾಗುತ್ತದೆ. ಯಾರು ವಿಷಯಗಳಲ್ಲಿ ರಾಗವುಳ್ಳವನೋ ಕರ್ಮಫಲದ ಆಸೆಯುಳ್ಳವನೋ ಬೇರೆಯವರಿಗೆ ತೊಂದರೆಕೊಡುವ ಸ್ವಭಾವವುಳ್ಳವನೋ ಅಶುದ್ಧವಾದ ಆಚರಣೆಯುಳ್ಳವನೋ, ಹರ್ಷಶೋಕಾದಿಗಳಿಂದ ಕೂಡಿರುವ ಕರ್ತೃವನ್ನು ರಾಜಸನೆಂದು ತಿಳಿದಿಕೊ. ಸ್ಥಿರವಾದ ಯೋಗ್ಯಮನಸ್ಸಿನಿಲ್ಲದವನು, ಅಸಂಸ್ಕೃತನು, ದುರಹಂಕಾರಿಯೂ, ದೂರ್ತನೂ, ಇತರರ ಜೀವನವನ್ನು (ಉಪಾಯ) ನಾಶಮಾಡುವವನೂ, ಕೆಲಸಮಾಡುವುದರಲ್ಲಿ ಶೋಕಪಡುವ ಸ್ವಭಾವದವನೂ, ನಿರುದ್ಯೋಗಿಯು ಮತ್ತು ನಿಧಾನ ದ್ರೋಹಿಯೂ ಆದ

ಕರ್ತವ್ಯವನ್ನು ತಾಮಸನೆಂದು ಹೇಳಲಾಗುತ್ತದೆ.

ಎಲೈ ಅರ್ಜುನ! (ಧನಂಜಯನೇ) ಗುಣಭೇದಗಳಿಂದ ಮೂರು ಬಗೆಯಾಗಿರುವ ಬುದ್ಧಿಯ ವಿಧಿಗಳನ್ನು ಧೃತಿಯ (ಧಾರಣಶಕ್ತಿ) ಮೂರು ಪ್ರಕಾರದ ಭೇದಗಳನ್ನು ಸಹ ನಿಶ್ಶೇಷವಾಗಿಯೂ, ಬೇರೆಬೇರೆಯಾಗಿಯೂ ಹೇಳುವುದನ್ನು ಕೇಳು. ಬುದ್ಧಿಯು ಮೂರುವಿಧ. ಪ್ರವೃತ್ತಿ ಮಾರ್ಗವನ್ನು ಮತ್ತು ನಿವೃತ್ತಿ ಮಾರ್ಗವನ್ನು ಹಾಗೂ ಕರ್ತವ್ಯ ಮತ್ತು ಕರ್ತವ್ಯವಲ್ಲದ್ದು, ಭಯ ಮತ್ತು ಅಭಯ, ಬಂಧನ ಮತ್ತು ಮೋಕ್ಷ ಇತ್ಯಾದಿಗಳನ್ನು ಯಾವಬುದ್ಧಿಯು ಯಥಾರ್ಥವಾಗಿ ತಿಳಿದುಕೊಳ್ಳುವುದೂ ಆ ಬುದ್ಧಿ ಸಾತ್ವಿಕವಾದ ಬುದ್ಧಿ ಎಂದು ತಿಳಿದಿಕೋ, ತಿಳಿಯುವ ಬುದ್ಧಿಯಿಂದ ಮನುಷ್ಯನು ಧರ್ಮ ಮತ್ತು ಅಧರ್ಮ, ಕರ್ತವ್ಯ–ಕರ್ತವ್ಯವಲ್ಲ ಎಂಬುದನ್ನು ಯಥಾರ್ಥವಾಗಿ ತಿಳಿದುಕೊಳ್ಳುವುದಿಲ್ಲವೋ ಆ ಬುದ್ಧಿಯು "ರಾಜಸಬುದ್ಧಿ"ಯು ಎಂದು ತಿಳಿ. ಯಾವ ಬುದ್ಧಿಯು ಅಜ್ಞಾನವೆಂಬ ಕತ್ತಲೆಯ ಮುಸುಕಿನಿಂದ ಅಧರ್ಮವನ್ನು – ಧರ್ಮವೆಂದು ಸಮಸ್ತ ವಸ್ತುಸ್ಥಿತಿಗಳನ್ನು ವಿರುದ್ಧವಾಗಿಯೇ ಭಾವಿಸಿಕೊಳ್ಳುವುನೋ, ಆ ಬುದ್ಧಿಯು "ತಾಮಸಬುದ್ಧಿ" ಎಂದು ತಿಳಿ. (ಅರ್ಥಾತ್ ಯಾರು ಸ್ವಲ್ಪಸಮಯದಲ್ಲಿಯೇ ಆಗುವಂತಹ ಸಾಧಾರಣವಾದ ಕಾರ್ಯವನ್ನು ಸಹ ಆಮೇಲೆ ಮಾಡಿದರಾಯಿತು ಎಂಬ ಸೋಮಾರಿ ಮನೋಭಾವದಿಂದ ಬಹಳಕಾಲದವರೆಗೂ ಪೂರೈಸದೆ ಇರುವುದನ್ನು ನಿಧಾನದ್ರೋಹಿ ಎಂದು ಹೇಳುತ್ತಾರೆ).

ಗೃಹಸ್ಥನಾಗಿದ್ದುಕೊಂಡು ಫಲ ಮತ್ತು ಆಸಕ್ತಿಯನ್ನು ತ್ಯಾಗಮಾಡಿ ಭಗವದರ್ಪಣ ಬುದ್ಧಿಯಿಂದ ಕೇವಲ ಲೋಕಹಿತಕ್ಕಾಗಿಯೇ ವರ್ತಿಸುವುದೇ ಪ್ರವೃತ್ತಿಮಾರ್ಗ. ಉದಾ.: (ಜನಕ ಮಹಾರಾಜ) ದೇಹಾಭಿಮಾನವನ್ನು ಬಿಟ್ಟು ಕೇವಲ ಸಚ್ಚಿದಾನಂದ ಘನಪರಮಾತ್ಮನಲ್ಲಿ ಐಕ್ಯಭಾವದಿಂದ ಇರುವ (ಶ್ರೀ ಶುಕದೇವ ಮತ್ತು ಸನಕಾದಿಯವರಂತೆ) ಸಂಸಾರದಿಂದ ವಿರಕ್ತರಾಗಿ ನಡೆದುಕೊಳ್ಳುವುದೇ ನಿವೃತ್ತಿಮಾರ್ಗ. ಧಾರಣೆ, ಧೃತಿಯ ವಿಧಗಳು. ಧ್ಯಾನಯೋಗದ ಮೂಲಕ ಅವ್ಯಭಿಚಾರಿಣಿ ಧಾರಣಶಕ್ತಿಯಿಂದ ಮನಸ್ಸು, ಪ್ರಾಣ ಮತ್ತು ಇಂದ್ರಿಯಗಳ ಕ್ರಿಯೆಗಳನ್ನು ಗ್ರಹಿಸುತ್ತದೆಯೋ ಆ

ಧಾರಣಶಕ್ತಿಯೇ "ಸಾತ್ತ್ವಿಕಧಾರಣಶಕ್ತಿ" ಪಾರ್ಥ. ಫಲವನ್ನು ಬಯಸುವವನು, ಅತ್ಯಂತ ಆಸಕ್ತಿಯಿಂದ ಯಾವ ಧಾರಣಶಕ್ತಿಯ ಮೂಲಕ ಧರ್ಮ–ಅರ್ಥ– ಕಾಮಗಳನ್ನು ಗ್ರಹಿಸುತ್ತಾನೆಯೋ ಆ ಧಾರಣಶಕ್ತಿಯು "ರಾಜಸಧಾರಣಶಕ್ತಿ" ಪಾರ್ಥ. ದುರ್ಬುದ್ಧಿಯುಳ್ಳ ಮನುಷ್ಯನು ಯಾವ ಧಾರಣಶಕ್ತಿಯಿಂದ ನಿದ್ರೆ, ಭಯ, ಚಿಂತೆ, ದುಃಖ ಮತ್ತು ಗರ್ವ, ಮದ, ಇವುಗಳನ್ನು ಅವಿವೇಕದಿಂದ ಬಿಡದಿರುವನೋ ಆ ಧಾರಣ ಶಕ್ತಿಯೇ "ತಾಮಸಧಾರಣ ಶಕ್ತಿ". ಅರ್ಥಾತ್ ಭಗವತ್ ವಿಚಾರಗಳಲ್ಲದೆ ಅನ್ಯ, ಸಾಂಸಾರಿಕ ವಿಷಯಗಳನ್ನು ಗ್ರಹಿಸುವುದೇ ವ್ಯಭಿಚಾರ ದೋಷ, ಆ ದೋಷವಿಲ್ಲದೆ ಇರುವುದೇ ಅವ್ಯಭಿಚಾರಿಣಿ ಧಾರಣಶಕ್ತಿ, ಮನಸ್ಸು, ಪ್ರಾಣ ಮತ್ತು ಇಂದ್ರಿಯಗಳನ್ನು ಭಗವತ್ ಸಾಕ್ಷಾತ್ಕಾರಕ್ಕಾಗಿ ಭಜನೆ, ಕೀರ್ತನೆ, ಧ್ಯಾನ ಮತ್ತು ನಿಷ್ಕಾಮ ಕರ್ಮಗಳಲ್ಲಿ ತೊಡಗಿಸಿಕೊಳ್ಳುವುದು ಅವುಗಳ ಮೂಲಕ ಕ್ರಿಯೆಗಳನ್ನು ಗ್ರಹಿಸುವುದು. ಮೂರುಬಗೆಯ ಮೂರುಗುಣಗಳಿಂದ (ಸತ್ತ್ವ, ರಜಸ್, ತಾಮಸ) ಬರುವ ಸುಖ ದುಃಖಿದ ಬಗ್ಗೆ ಕೃಷ್ಣಪರಮಾತ್ಮ ಅರ್ಜುನನಿಗೆ ಹೇಳುತ್ತಾನೆ. ಭಗವಂತನ ವಿಚಾರ ಪೂರ್ಣಬುದ್ಧಿಯ ಪ್ರಸಾದದಿಂದ (ಆತ್ಮಬುದ್ಧಿಯ ಪ್ರಸನ್ನತೆ) ಸಾಧಕಪುರುಷನು ಭಜನೆ, ಧ್ಯಾನ ಮತ್ತು ಸೇವೆ ಇತ್ಯಾದಿಗಳ ಅಭ್ಯಾಸದಿಂದ ಸುಖಿದ ಅನುಭವವನ್ನು ಮತ್ತು ದುಃಖಿಗಳ ಅಂತ್ಯವನ್ನು ಪಡೆಯುತ್ತಾನೆ. ಯಾವುದು ಸಾಧನೆಯ ಪ್ರಾರಂಭದಲ್ಲಿ ವಿಷದಂತೆ ಕಂಡುಬಂದರೂ ಪರಿಣಾಮದಲ್ಲಿ ಅಮೃತಕ್ಕೆ ಸಮಾನವಾಗಿರುತ್ತದೆ. ಏಕೆಂದರೆ, ಅದು ಭಗವಂತನ ಪ್ರಸಾದವಾಗಿರುತ್ತದೆ. ಅದೇ "ಸಾತ್ತ್ವಿಕಸುಖ". (ಉದಾ: ಆಟಗಳ ಮೇಲೆ ಆಸಕ್ತಿಯುಳ್ಳ ಬಾಲಕರಿಗೆ ಮೌಢ್ಯದ ಕಾರಣದಿಂದ ವಿದ್ಯಾಭ್ಯಾಸವು, ಮೊದಲು ವಿಷದಂತೆ ಕಂಡರು ಪರಿಣಾಮ ಅಮೃತದಂತೆ ಹಾಗೆಯೇ ಸಾಧಕನು ವಿಷಯ ಸುಖಭೋಗಗಳಲ್ಲಿ (ಆಸಕ್ತರಾದ ಪುರುಷರಿಗೆ) ಭಗವತ್ ಭಜನೆ, ಧ್ಯಾನ, ಸೇವೆ ಮುಂತಾದ ಸಾಧನೆಗಳ ರಹಸ್ಯ ತಿಳಿಯದೇ ಇರುವುದರಿಂದ ಮೊದಲು ಅಭ್ಯಾಸ (ನಿರಂತರ) ವಿಷದಂತೆ ಕಂಡುಬಂದರೂ ಪರಿಣಾಮ ಅಮೃತಮಯವಾಗಿರುತ್ತದೆ. (ಲೋಕದಲ್ಲಿ ಅನುಭವಿಸುವ ಸುಖ ಕ್ಷಣಿಕ ಎಂದು ಅರಿಯಬೇಕು). ಯಾವುದು ವಿಷಯ ಮತ್ತು ಇಂದ್ರಿಯಗಳ ಸಂಯೋಗದಿಂದ ಉಂಟಾಗುವ ಸುಖ ಮೊದಲು ಅನುಭವಕ್ಕೆ (ಕಾಲದಲ್ಲಿ) ಅಮೃತಕ್ಕೆ ಸಮಾನವಾಗಿ ಕಂಡುಬರುತ್ತದೆ, ಆದರೆ ಅಂತ್ಯದ ಪರಿಣಾಮ

ವಿಷಕ್ಕೆ ಸಮನವಾಗಿರುತ್ತದೆ. ಆದ್ದರಿಂದ ಇದನ್ನು "ರಾಜಸ ಸುಖ"ವೆಂದು ಹೇಳಲ್ಪಟ್ಟಿದೆ. ಕಾರಣ–ಬಲ, ವೀರ್ಯ, ಬುದ್ಧಿ, ಧನ, ಉತ್ಸಾಹ ಇತ್ಯಾದಿಗಳು ನಾಶವಾಗುವುದು. ಒಂದೇರೀತಿ ಇರಲಾರವು, ಅವು ವಿಷಯ ಮತ್ತು ಇಂದ್ರಿಯಗಳ ಸಂಯೋಗದಿಂದ ಉಂಟಾಗುತ್ತದೆ. ಈ ಸುಖವು ಪರಿಣಾಮದಲ್ಲಿ ವಿಷಕ್ಕೆ ಸಮಾನ ಎಂದು ಹೇಳಲಾಗಿದೆ. ಯಾವುದು ಆರಂಭದಲ್ಲಿಯೂ ಕೊನೆಯಲ್ಲಿಯೂ ತನಗೆ ಮೋಹವನ್ನುಂಟು ಮಾಡುವುದೋ ಅವು ನಿದ್ರೆ, ಆಲಸ್ಯ, ಪ್ರಮಾದ ಇವುಗಳಿಂದ ಉಂಟಾಗುತ್ತದೆ. ಆದ್ದರಿಂದ ಇದನ್ನು "ತಾಮಸಸುಖ"ವೆನ್ನುವರು.

ಭೂಲೋಕದಲ್ಲಿಯೇ ಆಗಲಿ, ಸ್ವರ್ಗದಲ್ಲಿಯೇ ಆಗಲಿ ಅಥವಾ ದೇವಲೋಕದಲ್ಲಿಯೇ ಆಗಲಿ, ಮತ್ತೆಲ್ಲಿಯೂ ಪ್ರಕೃತಿಯಿಂದ ಉತ್ಪತ್ತಿಯಾದ ಈ ಮೂರುಗುಣಗಳಿಂದ ಮುಕ್ತವಾಗಿರುವ ಯಾವುದೇ ಜೀವಿಯು ಇರುವುದಿಲ್ಲ. (ಏಕೆಂದರೆ, ಇಡೀ ಜಗತ್ತೇ ತ್ರಿಗುಣಮಯಿ ಮಾಯೆಯ ವಿಕಾರವಾಗಿರುತ್ತದೆ). ಎಲೈ ಪರಂತಪ! ಬ್ರಾಹ್ಮಣ, ಕ್ಷತ್ರಿಯ, ವೈಶ್ಯ ಶೂದ್ರ ಇವರೆಲ್ಲರ ಕರ್ಮಗಳು, ಅವರವರ ಸ್ವಭಾವದಿಂದ ಹುಟ್ಟಿದ ಗುಣಗಳನ್ನು ಅನುಸರಿಸಿ ವಿಭಾಗಿಸಲ್ಪಟ್ಟಿವೆ. (ಅರ್ಥಾತ್ ಹಿಂದೆ ಮಾಡಿದ ಕರ್ಮಗಳ ಸಂಸ್ಕಾರರೂಪಿ ಸ್ವಭಾವದಿಂದ ಉತ್ಪತ್ತಿಯಾದ ಗುಣಗಳಿಗೆ ಅನುಸಾರವಾಗಿ ವಿಭಜಿಸಲ್ಪಟ್ಟಿವೆ ಎಂದು ಅರ್ಥಮಾಡಿಕೊಳ್ಳಬೇಕು).

ಶಮ, ದಮ, ತಪಸ್ಸು, ಶುಚಿತ್ವ, ಕ್ಷಮೆ, ಸರಳತೆ, ಜ್ಞಾನ–ವಿಜ್ಞಾನ ಆಸ್ತಿಕ್ಯ ಬುದ್ಧಿ ಇವು ಬ್ರಾಹ್ಮಣರಿಗೆ ಪ್ರಕೃತಿಯಿಂದ ಬಂದಿರುವ ಸಹಜ ಕರ್ಮಗಳ, ಗುಣಗಳು ಬ್ರಾಹ್ಮಣನಿಗೆ ಅಂತಃಕರಣದ ನಿಗ್ರಹ, ಇಂದ್ರಿಯಗಳ ದಮನ ಧರ್ಮಪಾಲನೆಗಾಗಿ ಕಷ್ಟ ಸಹಿಷ್ಣುತೆ, ಬಾಹ್ಯ ಅಂತರಂಗಗಳ ಶುದ್ಧಿ ಬೇರೆಯವರ ಅಪರಾಧಗಳನ್ನು ಕ್ಷಮಿಸುವುದು, ಮನಸ್ಸು, ಇಂದ್ರಿಯಗಳು ಮತ್ತು ಶರೀರವನ್ನು ಸರಳವಾಗಿಟ್ಟುಕೊಳ್ಳುವುದು, ವೇದಶಾಸ್ತ್ರಗಳ ಅಧ್ಯಯನ ಈಶ್ವರನಲ್ಲಿ ಮತ್ತು ಪರಲೋಕದ ಬಗ್ಗೆ ಶ್ರದ್ಧೆ ಇರುವುದು, ವೇದಗಳ ಅಧ್ಯಯನ ಹಾಗೂ ಅಧ್ಯಾಪನ ಮಾಡುವುದು ಹಾಗೂ ಪರಮಾತ್ಮತತ್ವದ ಅನುಭವವೂ ಸಹ ಬ್ರಾಹ್ಮಣರ ಸ್ವಾಭಾವಿಕ ಕರ್ಮವಾಗಿದೆ.

ಶೌರ್ಯ, ಧೈರ್ಯ, ತೇಜಸ್ಸು, ಚತುರತೆ ಯುದ್ಧಭೂಮಿಯಿಂದ ಓಡಿಹೋಗದಿರುವ ಸ್ವಭಾವ ದಾನಶೂರನಾಗಿರುವುದು, ಕೆಚ್ಚೆದೆ, ಕಾರ್ಯ– ದಕ್ಷತೆಯಿಂದ ಪ್ರಭುತ್ವವನ್ನು ಮಾಡುವುದು, ರಾಜ್ಯವಾಳುವುದು, ಇತ್ಯಾದಿಗಳೆಲ್ಲ ಕ್ಷತ್ರಿಯರಿಗೆ ಬಂದ ಸಹಜ ಕರ್ಮಗಳು.

ವ್ಯವಸಾಯ, ಪಶುಪಾಲನೆ, ವ್ಯಾಪಾರ, ಕ್ರಯ, ವಿಕ್ರಿಯರೂಪಿ, ಸತ್ಯದ ವ್ಯವಹಾರ ವೈಷ್ಯರಿಗೆ ಸ್ವಾಭಾವಿಕವಾಗಿ ಪ್ರಕೃತಿಯಿಂದ ಉಂಟಾದ ಸಹಜ ಕರ್ಮಗಳು.

ಈ ಮೂರುವರ್ಗದವರು ಸೇವಾರೂಪ ಕರ್ಮವು ಶೂದ್ರನಲ್ಲಿ ಪ್ರಕೃತಿಯಿಂದ ಉಂಟಾಗುವ ಕರ್ಮವು ತಮ್ಮ ತಮ್ಮ ಸ್ವಾಭಾವಿಕ ಕರ್ಮಗಳಲ್ಲಿ ತತ್ಪರತೆಯಿಂದ ನಿರತನವಾಗಿರುವ ಮನುಷ್ಯನು ಭಗವತ್ಪ್ರಾಪ್ತರೂಪಿ ಪರಮಸಿದ್ಧಿಯನ್ನು ಪಡೆಯುತ್ತಾನೆ, ಆದರೆ ಸ್ವಕರ್ಮದಲ್ಲಿ ನಿರತನಾದವನು ಸಿದ್ಧಿಯನ್ನು ಹೇಗೆ ಹೊಂದುವನು ಹಾಗೂ ಪರಮಸಿದ್ಧಿಯನ್ನು ಪಡೆದವನು ತನ್ನ ಸ್ವಾಭಾವಿಕ ಕರ್ಮದಲ್ಲಿ ಹೇಗೆ ತೊಡಗಿರುವನು ಎಂಬ ವಿಧಾನವನ್ನು ನಾನು ತಿಳಿಸುತ್ತೇನೆ ಕೇಳು.

ಹಿಮದ ಗೆಡ್ಡೆಯು ನೀರಿನಿಂದ ವ್ಯಾಪಿಸಿಕೊಂಡಿರುವಂತೆ ಇಡೀ ಜಗತ್ತು ಸಚ್ಚಿದಾನಂದ ಘನಪರಮಾತ್ಮನಿಂದ ವ್ಯಾಪಿಸಲ್ಪಟ್ಟಿದೆ. ಪತಿವ್ರತಾ ಸ್ತ್ರೀಯು ಪತಿಯನ್ನೇ ಸರ್ವಸ್ವವೆಂದು ತಿಳಿದುಕೊಂಡು, ಪತಿಯ ಚಿಂತನೆಯನ್ನು ಮಾಡುತ್ತಾ ಆತನ ಆಜ್ಞಾನುಸಾರ ಪತಿಗಾಗಿಯೇ ಕಾಯಾ, ವಾಚಾ ಮನಸಾ ಕರ್ಮ (ಕೆಲಸ) ಗಳನ್ನು ಮಾಡುವಂತೆ, ಹಾಗಿರುವಾಗ ಇಡೀ ಜಗತ್ತಿಗೆ ಒಡೆಯನಾಗಿಯೂ, ಸರ್ವವ್ಯಾಪಿಯೂ ಆದ ಪರಮೇಶ್ವರನನ್ನೇ (ನಾರಾಯಣನನ್ನೇ) ಪರದೈವ, ಸರ್ವಸ್ವವೆಂದು ತಿಳಿದುಕೊಂಡು ಆತನ ಚಿಂತನೆ, ಗುಣಗಾನ–ಸ್ಮರಣೆ, ಕೀರ್ತನೆ ಮಾಡುತ್ತಾ ಆತನ ಆಜ್ಞಾನುಸಾರ ಕಾಯಾ– ವಾಚಾ–ಮನಸಾ ಪರಮೇಶ್ವರನಿಗಾಗಿಯೇ ಸ್ವಾಭಾವಿಕವಾದ ಕರ್ಮಗಳನ್ನು ಸಹ ಕರ್ತವ್ಯ ಎಂದು ಭಾವಿಸಿ ಕರ್ಮಗಳನ್ನು ಆಚರಣೆ–ಅನುಷ್ಠಾನವನ್ನು ವಿಧಿವತ್ತಾಗಿ ಕರ್ಮಗಳ ಮೂಲಕ ಪರಮೇಶ್ವರನ ಪೂಜೆಯನ್ನು ಮಾಡಬೇಕು ಎಂದರ್ಥ ಮಾಡಿಕೊಳ್ಳಬೇಕು. ಪರಮೇಶ್ವರ (ಪರಮ್ ಎಂದರೆ ಉತ್ಕೃಷ್ಟ ಶ್ರೇಷ್ಠ

ಎಂದರ್ಥ. ಈಶ್ವರ ಅಂದರೆ ಒಡೆಯ) ಮನುಷ್ಯರು ಮಾಡುವ ಪ್ರತಿಯೊಂದು ಕೆಲಸವನ್ನು (ಕರ್ಮ) ಅವನಿಗೇ ಅರ್ಪಣೆಮಾಡಬೇಕು. ಏಕೆಂದರೆ, ಇಡೀ ವಿಶ್ವವು ಅವನ್ನಿಂದಲೇ ವ್ಯಾಪಿಸಿದೆ. ಸೃಷ್ಟಿ, ಸ್ಥಿತಿ, ಲಯ ಮೂರಕ್ಕೂ ಕಾರಣ ಮತ್ತು ಕರ್ತಾ ಅವನೇ.

ಚೆನ್ನಾಗಿ ಅನುಷ್ಠಾನ ಮಾಡಲ್ಪಟ್ಟವನು ಪರಧರ್ಮಕ್ಕಿಂತ ಗುಣರಹಿತವಾದಾಗ್ಯೂ ಸಹ ತನ್ನಧರ್ಮವೇ ಶ್ರೇಯಸ್ಕರವಾದದ್ದು ಎಂದು (ಕೊರತೆ ಇದ್ದರೂ) ಅರಿಯುತ್ತಾನೆ. ಏಕೆಂದರೆ, ಅವನು ಸ್ವಭಾವದಿಂದ ನಿಯಮಿಸಲ್ಪಟ್ಟ ಸ್ವಧರ್ಮರೂಪಿ ಕರ್ಮವನ್ನು ಮಾಡುತ್ತಿರುತ್ತಾನೆ. ಆದ್ದರಿಂದ ಕರ್ಮದಲ್ಲಿ ಒಂದಿಷ್ಟು ಕೊರತೆ ಇದ್ದರೂ, ತನ್ನ ಸ್ವಭಾವದಿಂದ ಗೊತ್ತಾಗಿರುವ ಕರ್ಮವನ್ನು ಮಾಡಿದರೆ ಅಂತಹ ಮನುಷ್ಯನಿಗೆ ಯಾವ ಪಾಪವು ಅಂಟುವುದಿಲ್ಲ. ಹೇ ಕೌಂತೇಯ! ಯಾರೇ ಆದರೂ ತಮ್ಮ ಕರ್ಮದಲ್ಲಿ ದೋಷವಿದ್ದರೂ ಸಹ ಸ್ವಾಭಾವಿಕವಾದ ಕರ್ಮವನ್ನು ಬಿಡಬಾರದು. ಏಕೆಂದರೆ, ಹೊಗೆಯಿಂದ ಆವರಿಸಲ್ಪಟ್ಟ ಬೆಂಕಿಯಂತೆ, ಸಮಸ್ತ ಕರ್ಮಗಳು ಏನಾದರೂ ಒಂದು ದೋಷದಿಂದ ಕೂಡಿರುತ್ತದೆ. (ಅರ್ಥಾತ್ ಸ್ವಾಭಾವಿಕ ಎಂದರೆ ಪ್ರಕೃತಿಗೆ ಅನುಸಾರವಾಗಿ ಶಾಸ್ತ್ರೋಕ್ತ ವಿಧಿಯಿಂದ ನಿಯಮಿಸಲ್ಪಟ್ಟ ಯಾವ ವರ್ಣಾಶ್ರಮದ ಧರ್ಮ ಮತ್ತು ಸಾಮಾನ್ಯ ಧರ್ಮರೂಪಿ ಸ್ವಭಾವಿಕ ಕರ್ಮಗಳು ಇದೆಯೋ ಅದನ್ನೇ ಇಲ್ಲಿ 'ಸ್ವಧರ್ಮ', 'ಸಹಜಧರ್ಮ', ಸ್ವಕರ್ಮ, ನಿಯತಕರ್ಮ, ಸ್ವಭಾವಜ–ಕರ್ಮ ಸ್ವಾಭಾವಿಕ ನಿಯತಕರ್ಮ, ಇತ್ಯಾದಿ ಹೆಸರುಗಳಿಂದ ಹೇಳಲಾಗಿದೆ). ಯಾವುದರಲ್ಲಿಯೂ ಆಸಕ್ತಿ ಇಲ್ಲದವನು, ಇಚ್ಛೆಯಿಲ್ಲದವನು ಮತ್ತು ಮನಸ್ಸನ್ನು ಜಯಿಸಿದವನು (ಗೆದ್ದುಕೊಂಡು) ಸಾಂಖ್ಯಯೋಗದ ಮೂಲಕ ಪರಮ (ಶ್ರೇಷ್ಠ) ನೈಷ್ಕರ್ಮ್ಯ ಸಿದ್ಧಿಯನ್ನು ಹೊಂದುತ್ತಾನೋ ಅವನು ಪರಮಾತ್ಮನ ಸಾಕ್ಷಾತ್ಕಾರರೂಪೀ ಪರಮಸಿದ್ಧಿಯನ್ನು ಪಡೆದುಕೊಳ್ಳುತ್ತಾನೆ ಎಂದರ್ಥ.

ಎಲೈ ಕೌಂತೇಯನೇ! ಸಿದ್ಧಿಯನ್ನು ಹೊಂದಿದವನು (ಅಂತಃಕರಣಸಿದ್ಧಿ) ಯಾವ ರೀತಿ ಸಾಂಖ್ಯಯೋಗದ ಮೂಲಕ ಸಚ್ಚಿದಾನಂದ ಬ್ರಹ್ಮನನ್ನು ಪಡೆದುಕೊಳ್ಳುವನೋ ಹಾಗೂ ತತ್ವಜ್ಞಾನದ ಯಾವ ಪರಮನಿಷ್ಠೆಯುಂಟೋ

ಅವನಲ್ಲಿ ಅದನ್ನೂ ಸಹ ನನ್ನಿಂದ ಸಂಕ್ಷೇಪವಾಗಿ ತಿಳಿದುಕೋ ಅದು ಅತ್ಯಂತ ಶ್ರೇಷ್ಠವಾದ ಜ್ಞಾನನಿಷ್ಠೆ.

ಎಲೈ ಅರ್ಜುನ! ಹಿಂದೆ ಹೇಳಿದಂತೆ ಸಾತ್ವಿಕಧಾರಣ ಶಕ್ತಿಯುಳ್ಳವನು ಬಹುಶುದ್ಧವಾದ ಬುದ್ಧಿಯಿಂದ ಕೂಡಿ, ಏಕಾಂತವಾದ ಮತ್ತು ಶುದ್ಧವಾದ ಪ್ರದೇಶದಲ್ಲಿದ್ದುಕೊಂಡು ದೃಢವೈರಾಗ್ಯವನ್ನು ಚೆನ್ನಾಗಿ ಅನುಸರಿಸಿ, ಹಾಗೂ ರಾಗದ್ವೇಷಾದಿಗಳನ್ನು ತೊಲಗಿಸಿಕೊಂಡು, ಶಬ್ದಾದಿ ವಿಷಯಗಳನ್ನು ತ್ಯಾಗಮಾಡಿ, ನಿರಂತರ ಧ್ಯಾನಯೋಗದ ಪಾರಾಯಣನಾಗಿ, ಸಾತ್ವಿಕಧಾರಣಶಕ್ತಿಯಿಂದ ಅಂತಃಕರಣವನ್ನು ವಶಮಾಡಿಕೊಂಡು, ಇಂದ್ರಿಯಗಳನ್ನು ತ್ಯಾಗಮಾಡಿ ಧ್ಯಾನಯೋಗದಲ್ಲಿಯೇ ತತ್ಪರನಾಗಿರುವನು. ಅಹಂಕಾರ, ಬಲ, ದರ್ಪ, ಕಾಮ, ಕ್ರೋಧ ಮತ್ತು ವಸ್ತುಗಳನ್ನು ಸಂಗ್ರಹಮಾಡುವುದು, ಇವುಗಳನ್ನು ತ್ಯಾಗಮಾಡಿ, ಮಮತೆ ಇಲ್ಲದ ಶಾಂತವಾದ ಮನಸುಳ್ಳವನು ಬ್ರಹ್ಮನಲ್ಲಿ (ಸಚ್ಚಿದಾನಂದ) ಅವಿಚಿನ್ನಭಾವದಿಂದ ಲೀನನಾಗಲು ಯೋಗ್ಯನಾಗುತ್ತಾನೆ.

ಇಂತಹ ಪ್ರಸನ್ನಚಿತ್ತನಾದ ಬ್ರಹ್ಮನಿಷ್ಠನು ಯಾವುದಕ್ಕೂ ಶೋಕಪಡುವುದಿಲ್ಲ, ಏನನ್ನೂ ಬಯಸುವುದಿಲ್ಲ. ಎಲ್ಲಾಜೀವಿಗಳಲ್ಲಿಯೂ ಸಮಾನಭಾವವುಳ್ಳವನಾಗಿ ನನ್ನ ಪರಮಭಕ್ತಿಯನ್ನು ಪಡೆದುಕೊಳ್ಳುತ್ತಾನೆ. ಯಾವುದು ತತ್ವಜ್ಞಾನದ ಪರಾಕಾಷ್ಠೆಯಾಗಿದೆಯೋ ಹಾಗೂ ಯಾವುದನ್ನು ಪಡೆದ ನಂತರ ಮತ್ತೆ ಏನನ್ನೂ ತಿಳಿಯುವುದು ಉಳಿದಿರುವುದಿಲ್ಲವೋ, ಅದನ್ನೇ ಇಲ್ಲಿ "ಪರಾಭಕ್ತಿ", ಮತ್ತು "ಪರಮಸಿದ್ಧಿ" ಇತ್ಯಾದಿ ಹೆಸರುಗಳಿಂದ ಹೇಳಲಾಗಿದೆ. ಅವನು ಆ ಭಕ್ತಿಯಿಂದ ನನ್ನ ಸ್ವರೂಪವನ್ನು ವಾಸ್ತವವಾಗಿ (ಯಥಾರ್ಥ) ತಿಳಿದುಕೊಳ್ಳುತ್ತಾನೆ. ಅವನ ಯಥಾರ್ಥಜ್ಞಾನದಿಂದ ನನ್ನನ್ನೇ ಸೇರುತ್ತಾನೆ.

ಪರಾಭಕ್ತಿಯ ಮೂಲಕ ನನ್ನನ್ನು ಯಥಾರ್ಥವಾಗಿ, ಪರಮಾತ್ಮನು ಪ್ರಭಾವಶಾಲಿಯಾದವನು ಎಂದು ಅರಿತುಕೊಂಡ ಕೂಡಲೇ ನನ್ನಲ್ಲಿ ಪ್ರವೇಶಿಸಿಬಿಡುತ್ತಾನೆ. (ಅರ್ಥಾತ್ ಅನನ್ಯಭಾವದಿಂದ ನನ್ನನ್ನು ಪಡೆಯುತ್ತಾನೆ ನಂತರ ಅವನ ದೃಷ್ಟಿಯಲ್ಲಿ ವಾಸುದೇವನಾದ ನಾನಲ್ಲದೇ ಮತ್ತೇನು ಇರುವುದಿಲ್ಲ). ನನ್ನ ಪರಾಯಣನಾದ ನಿಷ್ಕಾಮಕರ್ಮಯೋಗಿಯೂ ಎಲ್ಲಾ ಕರ್ಮಗಳನ್ನು ಯಾವಾಗಲೂ ಮಾಡುತ್ತಿದ್ದರೂ ಸಹ ಅವನು ನನ್ನ ಕೃಪೆಯಿಂದ ಸನಾತನ,

ಅವಿನಾಶೀ ಪರಮಪದವನ್ನು ಪಡೆಯುತ್ತಾನೆ. ಆದುದರಿಂದ ಎಲೈ ಅರ್ಜುನಾ! ನೀನು ಮಾಡುವ ಕರ್ಮಗಳನ್ನೆಲ್ಲಾ ಮನಃಪೂರ್ವಕವಾಗಿ ನನಗೆ ಸಮರ್ಪಿಸಿ ನನ್ನಪರಾಯಣನಾಗಿ ಸಮತ್ವಬುದ್ಧಿರೂಪಿ ನಿಷ್ಕಾಮ ಕರ್ಮಯೋಗವನ್ನು ಅವಲಂಬಿಸಿ ನಿರಂತರವಾಗಿ ನನ್ನಲ್ಲಿಯೇ ಮನಸುಳ್ಳವನಾಗು. ಯಾವಾಗಲೂ ನನ್ನಲ್ಲಿಯೇ ಚಿತ್ತವನ್ನಿಡು, ನೀನು ನನ್ನಲ್ಲಿಯೇ ಚಿತ್ತವನ್ನಿಟ್ಟರೆ ಸಕಲ ಕಷ್ಟಗಳನ್ನು ನನ್ನ ಅನುಗ್ರಹದಿಂದ ದಾಟುತ್ತೀಯೆ. ನೀನು ನಿರಂತರವಾಗಿ ನನ್ನಲ್ಲೇ ಮನಸುಳ್ಳವನಾಗಬೇಕು. ಆಗ ನೀನು ನನ್ನ ಕೃಪೆಯಿಂದ ಜನ್ಮ, ಮೃತ್ಯು ಇತ್ಯಾದಿ ಸಂಕಟಗಳನ್ನೆಲ್ಲಾ ಅನಾಯಾಸವಾಗಿ ಪರಿಹರಿಸಿಕೊಳ್ಳುವೆ. ಒಂದು ವೇಳೆ ಅಹಂಕಾರದಿಂದ ನನ್ನ ಮಾತನ್ನು ಕೇಳದೇ ಹೋದರೆ, ಹಾಳಾಗಿ ಹೋಗುವೆ ಅರ್ಥಾತ್ ಪರಮಾರ್ಥ ಭ್ರಷ್ಟನಾಗುವೆ ಎಂದ ಪರಮಾತ್ಮ. ನೀನು ಅಹಂಕಾರವನ್ನು ಆಶ್ರಯಿಸಿ "ನಾನು ಯುದ್ಧಮಾಡುವುದೇ ಇಲ್ಲ" ಎಂದು ನಿರ್ಧರಿಸಿಕೊಂಡಿದ್ದರೆ, ಆ ನಿನ್ನ ನಿರ್ಧಾರವು ಮಿಥ್ಯೇಯಾದದ್ದು. ಏಕೆಂದರೆ ಕ್ಷಾತ್ರ (ಕ್ಷತ್ರಿಯ) ಸ್ವಭಾವವೇ ನಿನ್ನನ್ನು ಬಲಾತ್ಕಾರವಾಗಿ ಯುದ್ಧಕ್ಕೆ ಪ್ರೇರಿಪಿಸುವುದು. (ಮಿಥ್ಯ ಎಂದರೆ ಸುಳ್ಳು). ಎಲೈ ಕುಂತೀಪುತ್ರ ಅರ್ಜುನ! ಯಾವ ಕರ್ಮವನ್ನು ಮೋಹದಿಂದ ಮಾಡದೇ ಇರಲು ಇಚ್ಛಿಸುವೆಯೋ ಅದನ್ನೂ ಸಹ ನಿನ್ನ ಹಿಂದಿನ ಸ್ವಾಭಾವಿಕ ಕರ್ಮದಿಂದ ಬಂಧಿತನಾಗಿ ಪರವಶತೆಯಿಂದ ಮಾಡುವೆ. ಸ್ವಭಾವದಿಂದ ಆಗಿರುವ ಕರ್ಮಕ್ಕೆ ನೀನು ಬಂಧಿತನಾಗಿದ್ದೀಯೆ. ಆದ್ದರಿಂದ ಈಗ ನೀನು ಅವಿವೇಕದಿಂದ ಯುದ್ಧಮಾಡುವುದಿಲ್ಲ ಎನ್ನುತ್ತಿರುವೆ. ಅದನ್ನು ನೀನೇ ಯುದ್ಧಪರವಶನಾಗಿ ಮಾಡುವೆ.

ಎಲೈ ಅರ್ಜುನ! ಶರೀರರೂಪಿ ಯಂತ್ರದಲ್ಲಿರುವ ಸಮಸ್ತ ಚರಾಚರ ಪ್ರಾಣಿಗಳಲ್ಲಿಯೂ ಅಂತರ್ಯಾಮಿಯಾಗಿ ಪರಮಾತ್ಮನು ತನ್ನಮಾಯೆಯಿಂದ ಅವುಗಳ ಕರ್ಮಗಳಿಗೆ ಅನುಸಾರವಾಗಿ ಅಲೆದಾಡಿಸುತ್ತಾ ಎಲ್ಲಾ ಜೀವರುಗಳ ಹೃದಯದಲ್ಲಿ ನೆಲೆಸಿರುತ್ತಾನೆ. ಆದುದರಿಂದ ನೀನು ಎಲ್ಲಾ ರೀತಿಯಿಂದಲೂ, ಆ ಪರಮಾತ್ಮನಲ್ಲಿಯೇ ಅನನ್ಯಭಾವದಿಂದ ಶರಣಾಗತಿಯನ್ನು ಮಾಡು. ಆಗ ಆ ಪರಮಾತ್ಮನ ಕೃಪೆಯಿಂದಲೇ ಪರಮಶಾಂತಿಯನ್ನು ಹಾಗೂ ಸನಾತನ ಪರಮಧಾಮವನ್ನು ಪಡೆಯುವೆ. ಪರಮಾತ್ಮನ ಅನುಗ್ರಹದಿಂದ ಪರಮಶಾಂತಿಸ್ವರೂಪವಾದ ಮೋಕ್ಷವೆಂಬ ಅರ್ಥಾತ್ ಶಾಶ್ವತಸ್ಥಾನವನ್ನು

ಹೊಂದುವೆ. (ಶರಣಾಗತಿತತ್ವ) – ಲಜ್ಜೆ, ಭಯ, ಮಾನ, ಪ್ರತಿಷ್ಠೆ ಮತ್ತು ಆಸಕ್ತಿಯನ್ನು ತ್ಯಜಿಸಿ ಹಾಗೂ ಶರೀರ ಮತ್ತು ಸಂಸಾರದಲ್ಲಿ ಅಹಂಕಾರ ಮಮಕಾರಗಳಿಲ್ಲದೇ ಕೇವಲ ಪರಮಾತ್ಮನನ್ನೇ ಪರಮಾಶ್ರಯ, ಪರಮಗತಿ ಮತ್ತು ಸರ್ವಸ್ವ ಎಂದು ತಿಳಿಯುವುದು ಅಷ್ಟು ಸುಲಭವಲ್ಲ, ಬಹುಕಷ್ಟವೇ. ಆದ್ದರಿಂದಲೇ, ಮನುಷ್ಯನು ಅನನ್ಯಭಾವದಿಂದ ಅತ್ಯಂತ ಶ್ರದ್ಧಾಭಕ್ತಿ ಮತ್ತು ಪ್ರೇಮಪೂರ್ವಕವಾಗಿ, ನಿರಂತರ ಭಗವಂತನ ನಾಮ, ಗುಣ, ಪ್ರಭಾವ ಮತ್ತು ಸ್ವರೂಪ ಚಿಂತನೆ ಮಾಡುತ್ತಿರುವುದು ಭಗವಂತನ ಭಜನೆ, ಹರಿಸ್ಮರಣೆಗಳಿಂದ ಆತನ ಆಜ್ಞಾನುಸಾರ ಕರ್ತವ್ಯ–ಕರ್ಮಗಳನ್ನು ನಿಸ್ವಾರ್ಥಭಾವದಿಂದ ಕೇವಲ ಪರಮೇಶ್ವರನಿಗಾಗಿಯೇ ಆಚರಣೆ ಮಾಡುವುದು ಎಲ್ಲರಿಗೂ ಸಾಧ್ಯವಾಗುತ್ತದೆ. ಇದೇ ಪರಮಾತ್ಮನಲ್ಲಿ ಮಾಡುವ ಅನನ್ಯ "ಶರಣಾಗತಿತತ್ವ" (ತನ್ನದೇ ಆದ ಸರ್ವಸ್ವವನ್ನೂ ಪರಮಾತ್ಮನಲ್ಲಿ ಅರ್ಪಿಸಬೇಕು). ಎಲ್ಲರೂ ನಾನು ಎಂಬ ಅಹಂಕಾರವನ್ನು ಬಿಡಬೇಕು ನಾನು ನನ್ನದು ಎಂಬ ಮಮಕಾರವನ್ನು ತೊಲಗಿಸಬೇಕು ಆಗ ಮೇಲೆ ಹೇಳಿದ ಗುಣಗಳ ಚಿಂತನೆ, ಭಗವಂತನ ಸ್ವರೂಪವನ್ನು ತಿಳಿಯಲು ಅನುಕೂಲವಾಗುವುದು. ಈ ಪ್ರಕಾರ ಅತ್ಯಂತ ರಹಸ್ಯವಾದ ಜ್ಞಾನವನ್ನು ನಾನು (ಪರಮಾತ್ಮ) ನಿನಗೆ ಹೇಳಿದ್ದಾಯಿತು. ಈ ರಹಸ್ಯವಾದ ಜ್ಞಾನವನ್ನು ಸರಿಯಾದ ರೀತಿಯಲ್ಲಿ ಕೂಲಂಕಷವಾಗಿ ವಿಮರ್ಶಿಸಿಕೊಂಡು, ಅನಂತರ ನಿನ್ನಿಷ್ಟ ಬಂದಂತೆಯೇ ಮಾಡು. ಮತ್ತೆ ಮತ್ತೆ ನಿನಗೇಕೆ ಈ ರೀತಿ ಹೇಳುತ್ತಿರುವೆ ಎಂದರೆ ನೀನು ನನಗೆ ಅತಿಶಯ ಪ್ರಿಯನಾಗಿರುವೆ. ಆದುದರಿಂದ ನಾನು ಸಂಪೂರ್ಣವಾಗಿ ಅತ್ಯಂತ ರಹಸ್ಯನಾದ ನನ್ನ ಪರಮಗೋಪ್ಯವಾದ ವಚನಗಳನ್ನು ಪುನಃ ಕೇಳು ಕೇಳು ಎಂದು ಹೇಳಿರುವೆನು. ಈ ನನ್ನ ದಿವ್ಯವಾಣಿಯನ್ನು ಆಲಿಸು. (ಯುದ್ಧ ಮಾಡುವುದು ನಿನ್ನ ಕರ್ತವ್ಯ. ಅದನ್ನು ಬಿಟ್ಟು ಕರ್ತವ್ಯ ಭ್ರಷ್ಟನಾಗಬೇಡ. ನಾನು ಎಂಬ ಭ್ರಮೆ, ಅಹಂಕಾರವನ್ನು ಬಿಡು ಎಂದರ್ಥ). ನನ್ನ ಭಕ್ತನಾಗು, ಶರಣಾಗತನಾಗು ಎಂದು ಒತ್ತಿ ಹೇಳಿದ ಶ್ರೀಕೃಷ್ಣ ಪರಮಾತ್ಮ.

ಶ್ರೀಕೃಷ್ಣಪರಮಾತ್ಮ ಅರ್ಜುನನಿಗೆ ಬಹುಹಿತಕಾರಿಯಾದ ಮಾತನ್ನು ಹೇಳುತ್ತಾನೆ. ಎಲೈ ಅರ್ಜುನಾ! ನೀನು ಕೇವಲ ಸಚ್ಚಿದಾನಂದ ಘನ

ವಾಸುದೇವ ಪರಮಾತ್ಮನಾದ ನನ್ನಲ್ಲಿಯೇ ಅನನ್ಯ ಪ್ರೇಮದಿಂದ ನಿತ್ಯನಿರಂತರ ಅಚಲ ಮನಸ್ಸುಳ್ಳವನಾಗು ಮತ್ತು ಪರಮೇಶ್ವರನಾದ ನನ್ನನ್ನೇ ಅತ್ಯಂತ ಶ್ರದ್ಧಾ–ಭಕ್ತಿ–ಸಹಿತ, ನಿಷ್ಕಾಮಭಾವದಿಂದ ನಾಮ, ಗುಣ, ನನ್ನ ಸ್ವರೂಪ ಸ್ವಭಾವಗಳ ಶ್ರವಣ, ಕೀರ್ತನ, ಮನನಧಾರಣ, ಅಧ್ಯಯನ–ಅಧ್ಯಾಪನಗಳ ಮೂಲಕ ನಿರಂತರವಾಗಿ ನನ್ನನ್ನು ಭಜಿಸುವವನಾಗು ಹಾಗೂ ನನಗೆ ಕಾಯಾ, ವಾಚಾ, ಮನಸಾ, ಸರ್ವಸ್ವವನ್ನೂ ಸಮರ್ಪಿಸಿ (ಅರ್ಪಿಸಿ) ಅತಿಶಯ ಶ್ರದ್ಧಾಭಕ್ತಿ ಮತ್ತು ಪ್ರೇಮದಿಂದ ವಿಹ್ವಲನಾಗಿ ಆರಾಧಿಸುವವನಾಗು. ಸರ್ವಶಕ್ತ, ವಿಭೂತಿ, ಬಲ, ಐಶ್ವರ್ಯ – ಮಾಧುರ್ಯ, ಗಂಭೀರತೆ, ಉದಾರತೆ, ವಾತ್ಸಲ್ಯ ಮತ್ತು ಸಹೃದಯತೆ ಮುಂತಾದ ಅಸಂಖ್ಯೆಯ ಕಲ್ಯಾಣ ಗುಣಗಳಿಂದ ಸಂಪನ್ನನಾದ ಎಲ್ಲರ ನಮಸ್ಕಾರವು, ಆಶ್ರಯರೂಪಿ ವಾಸುದೇವನಾದ ನನಗೆ ವಿನಯಭಾವಪೂರ್ವಕ, ಭಕ್ತಿಸಹಿತ, ಸಾಷ್ಟಾಂಗ ದೀರ್ಘ ನಮಸ್ಕಾರ ಮಾಡು. ನನ್ನನ್ನೇ ಪಡೆಯುವೆ. ನಿನಗೋಸ್ಕರ ಸತ್ಯವಾಗಿ ಪ್ರತಿಜ್ಞೆ ಮಾಡುತ್ತೇನೆ. ಏಕೆಂದರೆ, ನೀನು ನನಗೆ ಅತ್ಯಂತಪ್ರಿಯನು.

–ಚರಮಶ್ಲೋಕ–

॥ ಸರ್ವಧರ್ಮಾನ್ ಪರಿತ್ಯಜ್ಯ ಮಾಮೇಕಂ ಶರಣಂ ವ್ರಜ
ಅಹಂ ತ್ವಾ ಸರ್ವಪಾಪೇಭ್ಯೋ ಮೋಕ್ಷಯಿಷ್ಯಾಮಿ ಮಾ ಶುಚಃ ॥

ಸಂಪೂರ್ಣವಾಗಿ ಎಲ್ಲಾ ಧರ್ಮದ ಕರ್ಮ ಫಲವನ್ನು ಪರಿತ್ಯಜಿಸಿ ಎಲ್ಲವನ್ನ ಪರಮಾತ್ಮನಲ್ಲಿ ಸಮರ್ಪಣಾ ಭಾವದಿಂದ ಸಮರ್ಪಿಸಿ, ಏಕಮಾತ್ರ ವಿಶ್ವದೊಡೆಯ ಸಚ್ಚಿದಾನಂದ ಘನವಾಸುದೇವನಾದ ನನ್ನಲ್ಲಿಯೇ ಶರಣಾಗತಿಯನ್ನು ಮಾಡು ನಾನು ನಿನ್ನನ್ನು ಇದು ಅರ್ಜುನನಿಗೆ ಮಾತ್ರವಲ್ಲ ಎಲ್ಲಾ ಪಾಪಕರ್ಮಗಳಿಂದಲೂ ಬಿಡುಗಡೆ ಮಾಡುವೆನು. ಈ ಸಂಸಾರ ಸಾಗರದಿಂದ ಮುಕ್ತಗೊಳಿಸುವೆನು. ಆದುದರಿಂದ ನೀನು ದುಃಖಿಸಬೇಡ. ಇದು ಸತ್ಯವಾದ ಮಾತು. ಭಗವಂತನಲ್ಲಿ ಒಂದುಸಲ ಶರಣಾಗತನಾಗಿ ಅವನ ಆಜ್ಞಾನುಸಾರ ಜೀವನದಲ್ಲಿ ನಡೆದುಕೊಂಡರೆ ಅಂತಹವರಿಗೆ ಪ್ರತಿಕ್ಷಣದಲ್ಲಿ ಪರಮಾತ್ಮನ ಮಾತು ಎಷ್ಟು ಸತ್ಯವೆಂದು ಅರ್ಥವಾಗುತ್ತದೆ. ಇಹದಲ್ಲಿರುವವರೆಗೂ ನಮ್ಮನ್ನು ರಕ್ಷಿಸುತ್ತಾ ಸನ್ಮಾರ್ಗಕ್ಕೆ ಕರೆದೊಯ್ಯುವನು ಮತ್ತು (ಪರಲೋಕಕ್ಕೂ) ಮೋಕ್ಷವನ್ನು

ಕೊಡುವನು. ಪುನಃ ಜನ್ಮವಿರುವುದಿಲ್ಲ. ಅವನ ಆಜ್ಞೆಯನ್ನು ಉಲ್ಲಂಘಿಸಿದರೆ ನಾವು ಪರಮಾತ್ಮನಿಗೆ ದ್ರೋಹಿಯಾಗಿ ಇಹಲೋಕದಲ್ಲಿರಬೇಕಾಗುತ್ತದೆ.

ಎಲೈ ಅರ್ಜುನ! ಈ ಗೀತಾರೂಪಿ ಪರಮರಹಸ್ಯಮಯ ವಚನಗಳನ್ನು ಎಂದೆಂದಿಗೂ ಸಹ ತಪಸ್ಸು ಮಾಡದವರಿಗೆ ಹೇಳಕೂಡದು, ಭಕ್ತಿಯಿಲ್ಲದವನಿಗೂ, ಕೇಳಲು ಇಚ್ಛೆಯಿಲ್ಲದವನಿಗೂ ಹೇಳಕೂಡದು. ಭಕ್ತಿಯಿಲ್ಲದವನಿಗೂ, ಕೇಳಲು ಇಚ್ಛೆ ಇಲ್ಲದವನಿಗೂ ಹೇಳಕೂಡದು. ದೋಷದೃಷ್ಟಿಯಿಂದ ಯಾರು ನನ್ನನ್ನು ನಾನಾರೀತಿ ದೂಷಿಸುವರೋ ಅವರಿಗೂ ಸಹ ಇದನ್ನು ಹೇಳಬಾರದು. (ಆದರೆ ಯಾರಲ್ಲಿ ಈ ದೋಷಗಳು ಇಲ್ಲವೋ ಅಂತಹ ಭಕ್ತರಿಗೆ ಪ್ರೀತಿಯಿಂದ ಉತ್ಸಾಹಸಹಿತ ಹೇಳಬೇಕು ಎಂದರ್ಥ) ವೇದ, ಶಾಸ್ತ್ರ ಮತ್ತು ಪರಮೇಶ್ವರ ಹಾಗೂ ಮಹಾತ್ಮರು ಮತ್ತು ಗುರುಹಿರಿಯರಲ್ಲಿ ಶ್ರದ್ಧೆಪ್ರೇಮ ಮತ್ತು ಪುಣ್ಯಭಾವನೆಗಳನ್ನು ಇಟ್ಟುಕೊಳ್ಳುವುದೇ ಭಕ್ತಿ.

ಯಾರು ನನ್ನಲ್ಲಿ ಪರಮ–ಭಕ್ತಿ–ಪ್ರೀತಿಯನ್ನು ಇಟ್ಟುಕೊಂಡು ಈ ರಹಸ್ಯಮಯ ಗೀತಾಶಾಸ್ತ್ರವನ್ನು ನನ್ನ ಭಕ್ತನಿಗೆ ಹೇಳುತ್ತಾನೆಯೋ ಅವನು ನಿಸ್ಸಂದೇಹವಾಗಿ ನನ್ನನ್ನೇ ಸೇರುತ್ತಾನೆ. ಅವನಿಗಿಂತಲೂ ನನಗೆ ಹೆಚ್ಚು ಪ್ರಿಯವಾದ ಕಾರ್ಯಮಾಡುವವನು ಮನುಷ್ಯರಲ್ಲಿ ಯಾರೂ ಇಲ್ಲ ಮತ್ತು ಅವನಿಗಿಂತ ಶ್ರೇಷ್ಠನಾದ ಪ್ರೀತಿಪಾತ್ರರು ಭೂಮಂಡಲದಲ್ಲಿ ಬೇರೆ ಯಾರು ಮುಂದೆ ಹುಟ್ಟಲಾರರು. ಯಾರು ಈ ಧರ್ಮಮಯವಾದ ನಮ್ಮಿಬ್ಬರ ಸಂವಾದರೂಪಿ ಗೀತಾಶಾಸ್ತ್ರವನ್ನು ಓದುವನೋ ಅರ್ಥಾತ್ ನಿತ್ಯಪಾಠ ಮಾಡುವನೋ – ಪಠಣ ಮಾಡುವ ಅವನ ಮೂಲಕ ನಾನು ಜ್ಞಾನಯಜ್ಞದಿಂದ ಪೂಜಿಸಲ್ಪಡುವೆನು ಎಂದು ನನ್ನ ಅಭಿಪ್ರಾಯ. ಜ್ಞಾನಯಜ್ಞ ದ್ರವ್ಯಯಜ್ಞಕ್ಕಿಂತ ಅತಿ ಉತ್ತಮವಾದುದು. ಕರ್ಮಗಳೆಲ್ಲವೂ ಜ್ಞಾನದಲ್ಲೇ ಕೊನೆಗೊಳ್ಳುತ್ತವೆ. ಆದ್ದರಿಂದ ಈ ಗೀತಾಶಾಸ್ತ್ರವನು ತಪಸ್ವಿ ಅಲ್ಲದವನಿಗೆ ಹೇಳಬಾರದು ಭಕ್ತನಲ್ಲದವನಿಗೂ ಎಂದಿಗೂ ಹೇಳತಕ್ಕದಲ್ಲ. ಗುರು ಶುಶ್ರೂಷೆಯನ್ನು ಮಾಡದವನಿಗೂ ಹೇಳಬಾರದು. ನನ್ನನ್ನು ಕಂಡರೆ ಅಸೂಯೆಪಡುವವನಿಗೂ ಹೇಳಬಾರದು, ಯಾವ ಮನುಷ್ಯನು ಶ್ರದ್ಧಾವಂತನಾಗಿ ಮತ್ತು ದೋಷ ದೃಷ್ಟಿಯಿಂದ ಕೂಡಿರದೇ ಉತ್ತಮ ಭಾವನೆಯಿಂದ ಈ ಗೀತಾಶಾಸ್ತ್ರದ ಶ್ರವಣವನ್ನಾದರೂ ಸಹ ಮಾಡುವನೋ, ಅವನೂ ಸಹ ಪಾಪಗಳಿಂದ ಮುಕ್ತನಾಗಿ, ಉತ್ತಮವಾದ

ಕರ್ಮಗಳನ್ನು ಮಾಡುವನು, ಶ್ರೇಷ್ಠವಾದ ಲೋಕಗಳನ್ನು ಪಡೆಯುವನು.,

ಎಲ್ಛೆ ಅರ್ಜುನಾ! ಈ ನನ್ನ ಮಾತುಗಳನ್ನು ಅರ್ಥಾತ್ ಗೀತೋಪದೇಶವನ್ನು ನೀನು ಏಕಾಗ್ರತೆಯಿಂದ ಮನಸ್ಸಿಟ್ಟು ಕೇಳಿದೆಯಾ? ಎಲ್ಛೆ ಧನಂಜಯ! ನಿನ್ನ ಅಜ್ಞಾನದಿಂದ ಉಂಟಾಗಿದ್ದ ಮೋಹವು ನಾಶವಾಯಿತೇ? ಆಗ ಅರ್ಜುನ ಹೇಳುತ್ತಾನೆ – ಎಲ್ಛೆ ಅಚ್ಯುತಾ ! ನಿನ್ನ ಕೃಪೆಯಿಂದ ನನ್ನ ಮೋಹ ನಾಶವಾಗಿದೆ. ನನಗೆ ಜ್ಞಾನೋದಯ ಆಯಿತು. ನನ್ನಲ್ಲಿದ್ದ ಎಲ್ಲಾ ಸಂದೇಹವು ನಾಶವಾಗಿದೆ. ಇನ್ನು ಮುಂದೆ ನಿನ್ನ ಆಜ್ಞೆಯನ್ನು ಪರಿಪಾಲಿಸುವೆನು. ನನಗೆ ಆತ್ಮಸ್ಮೃತಿಯು ದೊರಕಿತು.

ಸಂಜಯನು ಧೃತರಾಷ್ಟ್ರನಿಗೆ ಹೇಳುತ್ತಾನೆ. ವಾಸುದೇವನಿಗೂ ಪಾರ್ಥನಿಗೂ ನಡೆದ ಈ ಅದ್ಭುತವಾದ ಮತ್ತು ರಹಸ್ಯಮಯ ಮತ್ತು ರೋಮಾಂಚನಕಾರಿ ಸಂವಾದವನ್ನು ನಾನು ಕೇಳಿದೆನು ಎಂದು ಶ್ರೀವ್ಯಾಸರ ಕೃಪೆಯಿಂದ ದಿವ್ಯದೃಷ್ಟಿ ಮೂಲಕ ನಾನು ಈ ಪರಮಶ್ರೇಷ್ಠವಾದ ರಹಸ್ಯಮಯ ಯೋಗವನ್ನು ಪ್ರತ್ಯಕ್ಷವಾಗಿ ಹೇಳುತ್ತಿರುವ ಸ್ವತಃ ಯೋಗೇಶ್ವರನಾದ ಶ್ರೀಕೃಷ್ಣಪರಮಾತ್ಮನ ಮುಖಾರವಿಂದದಿಂದ ಕೇಳಿದೆನು. ಎಲ್ಛೆ ಮಹಾರಾಜ ! ಭಗವಾನ್ ಶ್ರೀಕೃಷ್ಣ ಮತ್ತು ಅರ್ಜುನರ ರಹಸ್ಯಪೂರ್ಣ ಮಂಗಳದಾಯಕ ಮತ್ತು ಅದ್ಭುತವಾದ ಸಂವಾದವನ್ನು ಪುನಃ ಪುನಃ ಸ್ಮರಿಸಿಕೊಂಡು ಪದೇ ಪದೇ ಹರ್ಷಪಡುತ್ತಿದ್ದೇನೆ. (ಎಂದ ಸಂಜಯ ಧೃತರಾಷ್ಟ್ರನಿಗೆ) ಶ್ರೀಹರಿಯ ಈ ಅತ್ಯಂತ ಅದ್ಭುತವಾದ ರೂಪವನ್ನೂ ಸಹ ಪುನಃ ಪುನಃ ಸ್ಮರಿಸಿಕೊಂಡು ನನ್ನ ಮನದಲ್ಲಿ ಮಹತ್ ಆಶ್ಚರ್ಯವಾಗುತ್ತಿದೆ ಮತ್ತು ಮತ್ತೆ ಮತ್ತೆ ಆನಂದಪಡುತ್ತಿದ್ದೇನೆ. ಎಲ್ಲೆಲ್ಲಿ ಯೋಗೇಶ್ವರನಾದ ಭಗವಾನ್ ಶ್ರೀಕೃಷ್ಣ ಪರಮಾತ್ಮನಿದ್ದಾನೆಯೋ ಎಲ್ಲಿ ಧನುರ್ಧಾರಿಯಾದ ಅರ್ಜುನನಿರುವನೋ ಅಲ್ಲಿಯೇ ಶ್ರೀ–ಐಶ್ವರ್ಯ– ಯಶಸ್ಸುಗಳು– ವಿಜಯ–ವಿಭೂತಿ–ಅಲೌಕಿಕಶಕ್ತಿ–ಶಾಶ್ವತವಾದ ನೀತಿಯುಳ್ಳ ಬುದ್ಧಿಯು ಇರುತ್ತದೆ.

– ಓಂ ತತ್ಸತ್ –

ಗೀತೆಯ ಮಹಾತ್ಮೆ

ವರಾಹಪುರಾಣದಲ್ಲಿ ಭೂದೇವಿಯು ಪರಮಾತ್ಮ ಶ್ರೀಕೃಷ್ಣನನ್ನು ಕೇಳುತ್ತಾಳೆ. ಹೇ ಪ್ರಭುವೇ, ಪರಮೇಶ್ವರನೇ, ಭಗವಂತನೇ, ಪ್ರಾರಬ್ಧವನ್ನು ಅನುಭವಿಸುತ್ತಿರುವ ನರನಿಗೆ (ಮನುಷ್ಯನಿಗೆ) ಅವ್ಯಭಿಚಾರಿಯಾದ ಭಕ್ತಿಯೋಗ ಹೇಗೆ ಉಂಟಾಗುತ್ತದೆ ಎಂದು ಆಗ ಶ್ರೀವಿಷ್ಣುವು ಹೇಳಿದನು :

ಮನುಷ್ಯನು ಪ್ರಾರಬ್ಧವನ್ನು, ಅನುಭವಿಸುತ್ತಿದ್ದರೂ ಸಹ ಭಗವದ್ಗೀತೆಯನ್ನು ಸದಾ ಅಭ್ಯಾಸ ಮಾಡುತ್ತಿದ್ದರೆ ಲೋಕದಲ್ಲಿ ಸುಖಿವಾಗಿರುತ್ತಾನೆ. ಅವನಿಗೆ ಕರ್ಮಬಂಧನವು ಉಂಟಾಗುವುದಿಲ್ಲ. ಅವನೇ ಮುಕ್ತನಾಗಬಲ್ಲನು. ಯಾರೇ ಆಗಲೀ ಗೀತಾ ಅಧ್ಯಯನವನ್ನು ಮಾಡಿದ್ದೇ ಆದರೆ, ಹೇಗೆ ತಾವರೆಯೆಲೆಗೆ ನೀರು ಅಂಟುವುದಿಲ್ಲವೋ ಹಾಗೆ ಅವನ ಮಹಾಪಾಪಗಳು ಸಹ ಅವನನ್ನು ಸ್ಪರ್ಶಿಸುವುದಿಲ್ಲ. ಎಲ್ಲಿ ಗೀತೆಯ ಪುಸ್ತಕವಿರುವುದೋ, ಎಲ್ಲಿ ಗೀತಾ ಪಾರಾಯಣ ಇರುವುದೋ ಅಲ್ಲಿ ಪ್ರಯಾಗವೇ ಮೊದಲಾದ ಎಲ್ಲಾ ತೀರ್ಥಗಳೂ ನೆಲೆಸಿರುವುವು. ಗೀತೆ ಇರುವಲ್ಲಿ ದೇವತೆಗಳು, ಋಷಿಗಳೂ, ಯೋಗಿಗಳೂ, ಪನ್ನಗರೂ, ಗೋಪಾಲರೂ, ಗೋಪಿಕೆಯರೂ, ನಾರದರು, ಉದ್ಧವ, ಮುಂತಾದವರೆಲ್ಲರ ಸಹವಾಸ ದೊರಕುತ್ತದೆ.

ಹೇ ಪೃಥ್ವಿಯೇ! ಯಾರು ಗೀತಾ ಪಾರಾಯಣ, ಅಧ್ಯಯನ, ಪ್ರವಚನ, ಶ್ರವಣಗಳನ್ನು ಮಾಡುವರೋ ಅಂತಹ ಸ್ಥಳಗಳಲ್ಲಿ ನಾನೂ ಸದಾ ವಾಸಿಸುವೆನು. ನಾನು ಗೀತೆಯನ್ನು ಆಶ್ರಯಿಸಿದ್ದೇನೆ. ಗೀತೆಯೇ ನನ್ನ ಉತ್ತಮ ನಿವಾಸಸ್ಥಾನ, ಗೀತೆಯಲ್ಲಿ ಹೇಳಿರುವ ಜ್ಞಾನದಿಂದಲೇ ನಾನು ಮೂರು ಲೋಕಗಳನ್ನು ಪರಿಪಾಲಿಸುತ್ತೇನೆ. ಬ್ರಹ್ಮಸ್ವರೂಪವೂ, ಓಂಕಾರ ಸ್ವರೂಪವೂ, ಅನಿರ್ವಾಚ್ಯವೂ, ಶಾಶ್ವತವೂ ಆದ ಗೀತೆಯೇ ಪರಮಶ್ರೇಷ್ಠವಾದ ವಿದ್ಯೆಯಾಗಿದೆ. ಈ ವಿಷಯದಲ್ಲಿ ಸಂದೇಹವಿಲ್ಲ. ಮೂರು ವೇದಗಳ ಸಾರವೂ, ಪರಮಾನಂದದಾಯಕವೂ, ತತ್ವಾರ್ಥಜ್ಞಾನದಿಂದಲೂ ಕೂಡಿರುವ ಗೀತೆಯನ್ನು ಚಿದಾನಂದ ಸ್ವರೂಪನಾದ ಸ್ವಯಂಶ್ರೇಷ್ಠನೇ ಅರ್ಜುನಿಗೆ ಭೋದಿಸಿದನು. ನಿಶ್ಚಲವಾದ ಮನಸ್ಸಿನಿಂದ ನಿತ್ಯವೂ 18 ಅಧ್ಯಾಯಗಳನ್ನು ಪಾರಾಯಣ ಮಾಡುವವನು ಜ್ಞಾನಸಿದ್ಧಿಯನ್ನು ಪಡೆದು ಮೋಕ್ಷವನ್ನೂ ಪಡೆಯುತ್ತಾನೆ.

ಸಂಪೂರ್ಣವಾಗಿ ಗೀತೆಯನ್ನು ಪಠನಮಾಡಲು ಅಸಮರ್ಥನಾದವನು ಅದರಲ್ಲಿ ಅರ್ಧವನ್ನಾದರೂ ಮಾಡಿದರೆ ಗೋದಾನ ಮಾಡಿದ ಪುಣ್ಯವನ್ನು ಪಡೆಯುತ್ತಾನೆ. ಗೀತೆಯ 6 ಅಧ್ಯಾಯಗಳನ್ನು ಪಠಿಸಿದವನು ಗಂಗಾಸ್ನಾನ ಮಾಡಿದ ಪುಣ್ಯಫಲವನ್ನೂ, 3 ಅಧ್ಯಾಯಗಳನ್ನು ಪಠಿಸಿದವನು ಸೋಮಯಾಗ ಮಾಡಿದ ಫಲವನ್ನು ಪಡೆಯುತ್ತಾನೆ. ಭಕ್ತಿಯಿಂದ ನಿತ್ಯವೂ ಗೀತೆಯ ಒಂದು ಅಧ್ಯಾಯ ಪಠಿಸುವವನು ರುದ್ರದ ಗಣನಾಗಿ ಶಿವಲೋಕದಲ್ಲಿ ಚಿರಕಾಲ ವಾಸಿಸುತ್ತಾನೆ. ಎಲೈ ಭೂದೇವಿಯೇ, ಗೀತೆಯ ಒಂದು ಅಧ್ಯಾಯವನ್ನಾಗಲೀ, ಒಂದು ಶ್ಲೋಕವನ್ನಾಗಲೀ, ನಿತ್ಯವೂ ಜಪಿಸುವವನು ಮನ್ವಂತರಕಾಲ ಮನುಷ್ಯ ಜನ್ಮಹೊಂದುತ್ತಾನೆ, ಗೀತೆಯ 10, 7, 5, 4, 2, 31, 1 ಇಲ್ಲವೇ ಅರ್ಧಶ್ಲೋಕವನ್ನು ಪಠಿಸುವವನು 10 ವರ್ಷಗಳ ಕಾಲ ಸ್ಥಿರವಾಗಿ ಚಂದ್ರಲೋಕದಲ್ಲಿ ವಾಸಿಸುತ್ತಾನೆ. ಅವನು ಅಮರನಾಗುವನು.

ಗೀತೆಯನ್ನು ಪುನಃ ಪುನಃ ಅಭ್ಯಾಸ ಮಾಡುವವನು ಮುಕ್ತಿಗೆ ಅರ್ಹನಾಗುತ್ತಾನೆ. ಮರಣಕಾಲದಲ್ಲಿ ಗೀತೆಯನ್ನು ಉಚ್ಚರಿಸಿದರೆ ಉತ್ತಮಗತಿ ಲಭಿಸುತ್ತದೆ. ಯಾರಾದರೂ ಕೇವಲ ಗೀತೆಯ ಅರ್ಥವನ್ನು ಕೇಳುವುದರಲ್ಲಿ ಮಾತ್ರ ಆಸಕ್ತನಾಗಿದ್ದರೂ ಸಹ, ಅವನು ಮಹಾಪಾಪಿಯಾಗಿದ್ದರೂ ಕೂಡ ಅವನು ವೈಕುಂಠವನ್ನು ಸೇರಿ ವಿಷ್ಣುವಿನ ಜೊತೆ ವಾಸಿಸುತ್ತಾನೆ. ಸತ್ಯಕರ್ಮಗಳನ್ನು ಮಾಡುತ್ತಾ, ಗೀತೆಯ ಅರ್ಥವನ್ನು ನಿತ್ಯವೂ ಅನುಸಂದಾನ ಮಾಡುವವನು ಜೀವನ್ಮುಕ್ತನಾಗುತ್ತಾನೆ. ಗೀತೆಯನ್ನು ಆಶ್ರಯಿಸಿ ಜನಕಮಹಾರಾಜರಂತಹ ಅನೇಕ ರಾಜರ್ಷಿಗಳು ಪಾಪಗಳನ್ನು ಕಳೆದುಕೊಂಡು ಪರಮಪದವನ್ನು ಹೊಂದಿದ್ದಾರೆ. ಗೀತಾಪಠಣ ಮಾಡಿ ಈ ಗೀತಾಮಹಾತ್ಮೇ ಓದದಿದ್ದರೆ ಅವನ ಶ್ರಮವೆಲ್ಲಾ ವ್ಯರ್ಥವೆನ್ನಲಾಗಿದೆ. ಈ ಮಹಾತ್ಮೆಯೊಂದಿಗೆ ಗೀತೆಯನು ಪಠಿಸಿದವನು ಮೇಲಿನ ಫಲಗಳನ್ನು ಪಡೆಯುವನು.

ಈ ಗೀತಾ ಮಹಾತ್ಮ್ಯವನ್ನು ಗೀತಾಪಠಣದ ನಂತರ ಯಾರು ಓದುವರೋ ಅವರು ಆಯಾಫಲಗಳನ್ನು ಪಡೆಯುವರು ಎಂದು ವರಾಹಪುರಾಣದಲ್ಲಿ ಶ್ರೀಮಹಾವಿಷ್ಣುವಿನಿಂದ ಭೂದೇವಿಗೆ ಹೇಳಲ್ಪಟ್ಟ ಗೀತಾ ಮಹಾತ್ಮೆಯನ್ನು ಇಲ್ಲಿ ಉಲ್ಲೇಖಿಸಲಾಗಿದೆ.

– ಓಂ ತತ್ಸತ್ –

ಸಾರಾಂಶ

ಭಗವದ್ಗೀತೆಯು ಮಾನವಕುಲಕ್ಕೆ ಅನುಗ್ರಹಿಸಿರುವ ಪರಮ ಪವಿತ್ರವಾದ ಪ್ರಸ್ಥಾನತ್ರಯದಲ್ಲಿ ಸ್ಮೃತಿಯೆಂದು ಹೇಳುವ ಶ್ರೀಕೃಷ್ಣಾಮೃತವಾಣಿಯೂ ಪರಮಾತ್ಮನ ಮುಖಾರವಿಂದದಿಂದ ಹೊರಟ ಬೃಹತ್‌ಗ್ರಂಥವಾಗಿದೆ. ಭಗವದ್ಗೀತೆಯು ಗಂಗೆಯಂತೆಯೇ, ದೇವಭೂಮಿಯಿಂದ ಇಳಿದು ಬಂದು, ಮಾನವನ ಜೀವನವನ್ನು ಪಾವನಗೊಳಿಸುತ್ತಿದೆ.

ಭಗವದ್ಗೀತೆಯು ವೇದದ ಸಾರವೆಂದು ತಿಳಿಯಬೇಕು. ವೇದ ಮತ್ತು ಸ್ಮೃತಿಯನ್ನು ಎಲ್ಲರೂ ಅರ್ಥಮಾಡಿಕೊಳ್ಳಲು ಸಾಧ್ಯವಿಲ್ಲ. ಎಲ್ಲರೂ ತಮ್ಮ ಜೀವನವನ್ನು ರೂಪಿಸಿಕೊಳ್ಳಲು ಜೀವನ ಪಯಂತ ಮಾಡುತ್ತಲೇ ಇರಬೇಕು. ವೇದಾಂತದ ಅರ್ಥವನ್ನು ಒಳಗೊಂಡಿದೆ "ಶ್ರುತಿ" ಮತ್ತು "ಸ್ಮೃತಿ". ಶ್ರುತಿ ಎಂದರೆ ವೇದ, ಸ್ಮೃತಿ ಎಂದರೆ ಭಗವದ್ಗೀತೆ. ಮಾನವನ ಜೀವನದಲ್ಲಿ ಅವಶ್ಯವಾದ ಸದ್ಗುಣಗಳ ವಿಕಾಸಕ್ಕೆ ಸತ್ಯಸೂರ್ತಿಯನ್ನು, ನೀಡುವ ಭಗವದ್ಗೀತೆಯು ಜೀವನದ ಮಾರ್ಗಧರ್ಶಿಯಾದ ಮಾಹಾಕಾವ್ಯವೆಂದೂ ಸಹ ಹೇಳಬಹುದು. ಸರ್ವಕಾಲಕ್ಕೂ ಸರ್ವರಿಗೂ ಉಪಾಸ್ಯವಾದ ಧರ್ಮಗ್ರಂಥವಾಗಿದೆ. ನಾಲಕ್ಕು ಪುರುಷರಾರ್ಥಗಳೀಂದ ಪೂರ್ಣವಾದ ಸತ್ಯಮಯವಾದ ಜೀವನವನ್ನು ರೂಪಿಸಿಕೊಂಡು ಪರಿಷ್ಕಾರ ಮಾಡಿಕೊಳ್ಳಲು ಪರಮಾದರ್ಶಯಂತ್ರವಾಗಿದೆ. ಆದರ್ಶ ಆನಂದಮಯವಾದ ಪರಮಾತ್ಮವನ್ನು ಪಡೆಯಲು ಉತ್ಕೃಷ್ಟ ಸಾಧನವಾಗಿದೆ ಮತ್ತು ಪರಮಪುರುಷಾರ್ಥವಾಗಿದೆ ಶ್ರೀಕೃಷ್ಣಾಮೃತವಾಣಿಯು. ಶ್ರೀಕೃಷ್ಣಾಮೃತವಾಣಿಯಲ್ಲಿ ಹೇಳಿರುವ ಪ್ರತಿಯೊಂದು ಮಾತೂ ಸಹ ಭಗವಂತನ ನುಡಿಮುತ್ತಾಗಿದೆ.

ಭಗವದ್ಗೀತೆಯ ಸಾರವೇನೆಂದರೆ, ಪ್ರತಿಯೊಬ್ಬ ಮನುಷ್ಯನು ತಮ್ಮ ತಮ್ಮ ಜೀವನವನ್ನು ನಿರೂಪಿಸಿಕೊಳ್ಳುವುದು, ಅವನದೇ ಆದ ಕರ್ಮವನ್ನು ಕರ್ತವ್ಯವೆಂದು ಆಚರಿಸುವುದು, ಆಚರಿಸುವ ಪ್ರತಿಯೊಂದು ಕರ್ಮವನ್ನು ಸ್ವಾರ್ಥವಿಲ್ಲದೆ, ಫಲಾಪೇಕ್ಷೆವಿಲ್ಲದೆ ಭಗವಂತನಲ್ಲಿ ಸಮರ್ಪಿಸುವುದು.

ಭಗವಂತನ ಒಂದೊಂದು ನುಡಿಯು ಸಹ ಪ್ರತಿಯೊಬ್ಬ ಮನುಷ್ಯನ ಗುಣಗಳಿಗೆ ಅನ್ವಯಿಸಲ್ಪಟ್ಟಿರುತ್ತದೆ. ಎಲ್ಲರೂ ತಮ್ಮ ತಮ್ಮ ಪೂರ್ವಜನ್ಮದ

ಕರ್ಮಗಳನ್ನು ಅರಿಯಲು ಸಾಧ್ಯವಿಲ್ಲ, ಆದರೆ ಅದು ಪರಮಾತ್ಮನ ಅನುಗ್ರಹದಿಂದ ಸಾಧ್ಯವಾಗುತ್ತದೆ. ಅದಕ್ಕಾಗಿ ಪ್ರತಿಯೊಬ್ಬರೂ ತಮ್ಮ ಕೆಲಸಗಳನ್ನು ಕರ್ತವ್ಯ ದೃಷ್ಟಿಯಿಂದ ಮಾಡುತ್ತಾ ಪರಮಾತ್ಮನಿಗೆ ಅರ್ಪಿಸಿ ಪರಮಾತ್ಮನಲ್ಲೇ ಶರಣಾಗತನಾಗಬೇಕು. ಆಗ ತಮ್ಮ ಪೂರ್ವಜನ್ಮದ ಕರ್ಮಗಳನ್ನು ನಾಶಮಾಡುತ್ತಾ ಭಗವಂತನು ಮನುಷ್ಯರಿಗೆ ಸನ್ಮಾರ್ಗವನ್ನು ತೋರಿಸುವನು.

ಪರಮಾತ್ಮನಲ್ಲಿ ಯಾವ ಭೇದಭಾವವಿರುವುದಿಲ್ಲ, ಜಾತಿ, ಮತ, ಹಾಗೂ ರಾಗದ್ವೇಷಾದಿಗಳಿರುವುದಿಲ್ಲ ಏಕೆಂದರೆ ಪರಮಾತ್ಮನೊಬ್ಬನೆ ಸೃಷ್ಟಿಸ್ಥಿತಿ ಮತ್ತು ಲಯಕರ್ತನಾಗಿದ್ದಾನೆ ಎಲ್ಲರನ್ನು ತನ್ನ ಮಕ್ಕಳು ಎಂಬ ಭಾವನೆಯಿಂದ ಶಿಕ್ಷಿಸುತ್ತಾ ರಕ್ಷಿಸುತ್ತಿರುವನು. ಮನುಷ್ಯರಿಗೆ ಕರ್ಮಬಂಧನವಿದೆ ಆದರೆ ಪರಮಾತ್ಮನಿಗಿರುವುದಿಲ್ಲ.

ಜೀವನ ಸುಲಭವಾಗಿ ಮತ್ತು ಸುಖಮಯವಾಗಿ ಸಾಗಿಸಲು ಭಗವದ್ಗೀತೆಯಲ್ಲಿ ಸೂಚಿಸಿರುವ ಮೋಕ್ಷ ಮಾರ್ಗವೇ ಶರಣಾಗತಿ ತತ್ವ ಈ ವಿಷಯದಲ್ಲಿ ಸಂಶಯವಿರಬಾರದು, ಭಗವಂತನಲ್ಲಿ ನಂಬಿಕೆಯಿರಬೇಕು. ಅಂತಹವರನ್ನು ಭಗವಂತನು ರಕ್ಷಿಸುತ್ತಾ, ಪೋಷಿಸುತ್ತಾ, ಅವರ ಬುದ್ಧಿಯನ್ನು ಪರಿಪಕ್ವಗೊಳಿಸಲುಸುಖಮಯವಾಗಿ ಸಾಗಿಸಲು ಮಾರ್ಗವೇ "ಶರಣಾಗತಿ" ತತ್ವ. ಈ. ವಿಷಯದಲ್ಲಿ ಭಗವಂತನಲ್ಲಿ ಭಗವಂತನು ರಕ್ಷಿಸುತ್ತಾ, ಪೋಷಿಸುತ್ತಾ, ಅವರ ಬುದ್ಧಿಯನ್ನು ಪರಿಪಕ್ವಗೊಳಿಸಿ ಇಹದಲ್ಲಿರುವವರಿಗೆ ಸನ್ಮಾರ್ಗದಲ್ಲಿ ಕರೆದೊಯುತ್ತಾನೆ.

ನಿಷ್ಕಾಮಯೋಗವು ಪರಮಾತ್ಮನ ಸಾನಿಧ್ಯವನ್ನು ಪಡೆಯಲು ಬಹಳ ಮುಖ್ಯ ಸಾಧನ ಮಾರ್ಗವಾಗಿದೆ.

ಭಗವದ್ಗೀತೆಯ 18 ಅಧ್ಯಾಯವೂ ಸಹ ನಿಷ್ಕಾಮ ಕರ್ಮವನ್ನೇ ಒತ್ತಿ ಒತ್ತಿ ಹೇಳುತ್ತದೆ ಕಾರಣವೇನೆಂದರೆ ಪ್ರತಿಯೊಬ್ಬರೂ ತಮ್ಮ ತಮ್ಮ ನಿತ್ಯ ನೈಮಿತ್ತಿಕ ಕರ್ಮಗಳನ್ನು ವಿಧಿವತ್ತಾಗಿ, ಶಾಸ್ತ್ರಬದ್ಧವಾಗಿ ಅವರವರ ವರ್ಣಾಶ್ರಮಕ್ಕನುಗುಣವಾಗಿ ಧರ್ಮದ ಪ್ರಕಾರ ಆಚರಿಸಿದ್ದರೆ, ಕ್ರಮೇಣ ಅದು ಪ್ರತಿಯೊಬ್ಬರಲ್ಲಿ ಜ್ಞಾನ ಮತ್ತು ಭಕ್ತಿಯನ್ನು ಉಂಟುಮಾಡುತ್ತದೆ. ಈ ಜ್ಞಾನ ಮತ್ತು ಭಕ್ತಿಯ ಮೋಕ್ಷ ಮಾರ್ಗಕ್ಕೆ ಕರೆದೊಯುತ್ತದೆ.

ಭಗವದ್ಗೀತೆಯ ಕೈಪಿಡಿಯಂತಿರುವ ಈ ಗೀತಾಮೃತವಾಣಿ ಪುಸ್ತಕದಲ್ಲಿ

ಕರ್ಮಯೋಗ, ಜ್ಞಾನಯೋಗ ಮತ್ತು ಭಕ್ತಿಯೋಗದ ವಿಷಯಗಳನ್ನು, 1–6 ಅಧ್ಯಾಯಗಳು "ತತ್ವವನ್ನು, 7–12 ಅಧ್ಯಾಯದವರಗೆ "ಹಿತ" ವನ್ನು, 13–18 ಅಧ್ಯಾಯದವರಗೆ "ಪುರುಷಾರ್ಥ"ದ ಅರ್ಥವನ್ನು, 1–18 ಅಧಾಯವೂ ಸಹ ಮೋಕ್ಷಕ್ಕೆ ಸಾಧನ ಮಾರ್ಗವನ್ನು ಸುಲಭವಾದ ಮತ್ತು ತಿಳಿಯಾದ ಕನ್ನಡ ಭಾಷೆಯಲ್ಲಿ ತಿಳಿಸಿರುತ್ತದೆ.

ಪ್ರತಿಯೊಬ್ಬರೂ ಅವರವರ ಕರ್ಮವನ್ನು ಬಿಡದೇ – ಅದು ನನ್ನ ಕರ್ತವ್ಯ ಎಂದು ಭಾವಿಸಿ, ಮಾಡುವ ಕರ್ಮಗಳೆಲ್ಲವನ್ನೂ ಪರಮಾತ್ಮನಿಗೆ ಅರ್ಪಿಸಿ ನಿಶ್ಚಲವಾದ ಮನಸ್ಸಿನಿಂದ ಕೂಡಿ ಭಗವಂತನಲ್ಲಿ ಶರಣುಹೋದರೆ, ಪರಮಾತ್ಮನೇ, ಆ ಚೇತನಿಗೆ ಸನ್ಮಾರ್ಗವನ್ನು ತೋರಿಸುವನು. ಪರಮಾತ್ಮನ ಆಜ್ಞೆಯಂತೆ ಶಾಸ್ತ್ರಬದ್ಧವಾಗಿ ಕರ್ಮಗಳನ್ನು ಮಾಡಬೇಕು. ಕರ್ಮಯೋಗ ಎಲ್ಲರಿಗೂ ಸಾಧ್ಯ. ಜ್ಞಾನಯೋಗ, ಭಕ್ತಿಯೋಗ ಆಗುವುದಿಲ್ಲ ಎಂಬ ಅರ್ಥವಲ್ಲ, ಆದರೆ ಸಾಧನೆ ಬಹಳ ಕಷ್ಟ. ದಿನನಿತ್ಯವೂ ಭಗವಂತನಲ್ಲಿ ಮೊರೆಯಿಟ್ಟು ಸಾಷ್ಟಾಂಗ ನಮಸ್ಕಾರ ಮಾಡಿ ಶಾಂತಿ ನೆಮ್ಮದಿಯಿಂದ ಮನಸಿಟ್ಟು ಮಾಡಿದರೆ ಮಾಡುವ ಕೆಲಸವೇ ಧರ್ಮವಾಗುವುದು. ಧರ್ಮವನ್ನು ನಾವು ರಕ್ಷಿಸಿದರೆ ಧರ್ಮವು ನಮ್ಮನ್ನು ರಕ್ಷಿಸುತ್ತದೆ.

ಇಡೀ ವಿಶ್ವಕ್ಕೆ ಪರಮಾತ್ಮ ಒಬ್ಬನೇ. ಎಲ್ಲರಿಗೂ ತಾಯಿ ತಂದೆಯು ಅವನೇ, ಅವನೇ ಬಂದು, ಅವನೇ ಮಿತ್ರ, ಗುರು, ವಿದ್ಯೆ, ಹೀಗೆಂದು ತಿಳಿದು ದಿನನಿತ್ಯವೂ ಸಾಷ್ಟಾಂಗ ನಮಸ್ಕಾರ ಮಾಡಿ ಅವನು ಭಗವದ್ಗೀತೆಯಲ್ಲಿ ಹೇಳಿರುವ ವಿಷಯದಲ್ಲಿ ಸಂಪೂರ್ಣವಾಗಿ ನಂಬಿಕೆ ಮತ್ತು ವಿಶ್ವಾಸವನ್ನಿಡಬೇಕು. ಇಲ್ಲದಿದ್ದಲ್ಲಿ ಅವನು ಭಗವಂತನಿಗೆ ದ್ರೋಹಿಯಾಗುತ್ತಾನೆ. ಈ ಗೀತೆಯು ವೇದದ ಸಾರ ಎಂದು ತಿಳಿಯಬೇಕು. ವೇದ ಮತ್ತು ಶ್ರುತಿಯನ್ನು ಎಲ್ಲರೂ ಅರ್ಥಮಾಡಿಕೊಳ್ಳಲು ಸಾಧ್ಯವಿಲ್ಲ. ಎಲ್ಲರೂ ತಮ್ಮ ಜೀವನವನ್ನು ರೂಪಿಸಿಕೊಳ್ಳಲು ಜೀವನಪರ್ಯಂತ ಪ್ರಯತ್ನ ಮಾಡಬೇಕು. ವೇದಾಂತದ ಅರ್ಥವನ್ನು ಶ್ರುತಿ ಮತ್ತು ಸ್ಮೃತಿ ಒಳಗೊಂಡಿದೆ.

|| ಓಂ ನಮೋ ಭಗವತೇ ವಾಸುದೇವಾಯ ||

|| ಸರ್ವಂ ಶ್ರೀಕೃಷ್ಣಾರ್ಪಣಮಸ್ತು ||

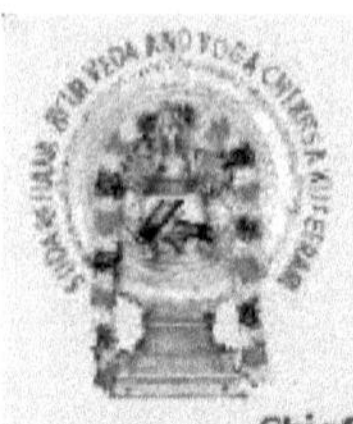

Dr. Srikrishna H.A.

B.A.M.S, MD (Kayachikitsa)

Chief Ayurvedic Physician and Yoga Consultant

SUDARSHANA AYURVEDA
AND
YOGA CHIKITSA KUTEERAM®

- Shirobhyanga
- Shiropichu
- Shirodhara
- Nasya
- Netra Tarpana

- Karna poorana
- Abhyanga
- Virechana
- Basti & so on..

PANCHAKARMA FACILITIES AVAILABLE

#1536, 9th Main, 6th Cross,
Srinivasanagar, Bangalore-560 050.

Mob. 9731207312 | 9880039255
email : srikrishnaha@yahoo.com

Other Branch

Elegant Valley Apt., FF.102, 'B' Block, BEML Layout ,
Gattigere Taluk, Rajarajeshwarinagar Bangalore-560098

Consultation with prior appointment only
Teleconsultation available on request